अंकुर भारद्वाज हे *बिजनेस स्टँडर्डमध्ये* पत्रकार म्हणून कार्यरत आहेत. तंत्रज्ञानाशी संबंधित असंख्य कामांचा व्यापक अनुभव घेतल्यामुळे त्यांच्यात भारताविषयीची एक अंगभूत समज आहे, शिवाय चित्रपट, जेवण आणि राजकारण हे त्यांच्या जिव्हाळ्याचे विषय आहेत. हरियाणात व्यवस्थापनशास्त्राची पदवी मिळवण्यात अपयशी ठरल्यानंतर, पंजाब आणि उत्तर प्रदेशात टेलिफोन्स विकण्यापासून सुरुवात करत ते आता भारतभरातील वाचकांना कल्पना विकत असतात.

सीमा चिश्ती या *द इंडियन एक्स्प्रेसमध्ये* पत्रकार म्हणून कार्यरत आहेत. ब्रिटनमध्ये बीबीसी संस्थेत टेलिव्हिजन आणि रेडिओ ब्रॉडकॉस्टर म्हणून काम केल्यानंतर, तंत्रज्ञानातील एक उलटं वळण घेत त्या सरतेशेवटी भारतात मुद्रित माध्यमांत काम करू लागल्या आहेत. त्या राजकीय क्षेत्रामध्ये पत्रकारिता करत असल्यातरीही त्यांना भारतीय समाजात, त्याच्यामध्ये असलेल्या विरोधाभासात, जात, वर्ग आणि प्रांतांमधील पारस्परिक संवादामध्ये विशेष रस आहे. भारतीय राजकारण आणि संस्कृती याविषयी लिहिताना त्या भारतीय समाजाविषयीच्या स्वतःच्या जाणिवा मांडतात.

सुशांत सिंह हे *द इंडियन एक्स्प्रेसमध्ये* पत्रकार म्हणून कार्यरत आहेत. ते राजकारण, धोरण, संरक्षण आणि परराष्ट्र व्यवहार या विषयांवर लिखाण करतात. त्यांना सर्वच राजकीय आणि सामाजिक गोष्टींमध्ये रस आहे आणि वीस वर्षे लष्करी अधिकारी म्हणून काम केल्यामुळे त्यांना भारताविषयी एक विशिष्ट दृष्टी प्राप्त झाली आहे. आग्रा शहरात सुरुवातीच्या काळात वास्तव्याला असताना त्यांच्यात राजकारणाविषयी आणि कवितेविषयी आवड निर्माण झाली. भारतीय सैन्याच्या तीन परदेशी मोहिमांवर आधारित, मिशन ओव्हरसिज हे पुस्तक त्यांच्या नावावर आहे.

इतिहास आणि संगीताची जुगलबंदी

चित्रपट गीतांमध्ये आढळणारा देशाचा आवाज

अंकुर भारद्वाज, सीमा चिश्ती
सुशांत सिंह

अनुवाद : प्रतिक पुरी

MANJUL
मंजुल पब्लिशिंग हाउस

First published in India by

MANJUL

Manjul Publishing House

Corporate and Editorial Office

• 2nd Floor, Usha Preet Complex, 42 Malviya Nagar,
Bhopal 462 003 – India

Sales and Marketing Office

•C-16, Sector 3, Noida, Uttar Pradesh 201301, India
Website: www.manjulindia.com

Distribution Centres

Ahmedabad, Bengaluru, Kochi, Kolkata, Chennai,
Hyderabad, Mumbai, New Delhi, Pune

Marathi translation of *Note By Note* by
Ankur Bhardwaj, Seema Chishti, Sushant Singh

First published in Marathi by Manjul Publishing House Pvt. Ltd
By arrangement with HarperCollins Publishers India Private Limited

The Publisher has ensured that the authors asserts their moral right to be identified as the authors of the work.

This edition first published in 2025

ISBN: 978-93-5543-838-6

Marathi translation: Pratik Puri

Printed and bound in India by Manipal Technologies Ltd., Manipal.

सांप्रतकाळातील महानतम प्रयोगाच्या -
भारतीय प्रजासत्ताकाच्या संस्थापकांना आणि
त्या सर्व लोकांना ज्यांनी या प्रयोगाचं एका यशस्वी
आणि जिवंत वास्तवात रूपांतर केलं.

अनुक्रमणिका

१९६०चं दशक : दोन युद्धं आणि तीन पंतप्रधान

१९७०चं दशक : लोकशाहीचा अस्त आणि उदय

१९८०च्या कठीण काळातील असह्य प्रवास

१९९० चं दशक : जुन्या लढाया, नव्या दिशा

२००० चं दशक : इंडिया शायनिंग

२०१०चं दशक : व्हॉट्स अॅपनिंग

प्रस्तावना

सन १९२८मध्ये भारतीय चित्रपटाला स्वर मिळाल्यापासून गाणी हा लोकप्रिय भारतीय चित्रपटांचा अविभाज्य घटक राहिलेला आहे. भारतीय चित्रपट बोलू लागण्याच्या आधी गाऊ लागले होते. सुरुवातीच्या काळातील बोलपटांमध्ये किमान सात गाण्यांचा समावेश तरी असायचाच. सन १९३२मध्ये प्रदर्शित झालेल्या या एका नाटकावर आधारित असलेल्या *इंद्र सभा* **या** बोलपटात तर तब्बल सत्तर गाणी होती!

भारतीय चित्रपटांमधील गाणी ही मुख्यतः एखाद्या प्रसंगातील पात्राच्या भावना, विचार आणि इच्छा व्यक्त करण्याचं एक माध्यम म्हणून काम करतात (जी बहुधा त्या पात्रांद्वारेच गायली जातात) किंवा कथेत निर्माण झालेल्या एखाद्या घटनेवरील ती भाष्ये असतात किंवा कथानकाचा ओघ कोणत्या दिशेनं जाणार आहे, याचे संकेत ती देत असतात. बहुधा त्यांचा उपयोग हा प्रसंग आणि घटनाक्रम यांच्यात अंतर ठेवण्यासाठी, एखाद्या परिस्थितीचं महत्त्व अधोरेखित करण्यासाठी किंवा त्या कथानकातील वळण सूचित करण्यासाठी केला जातो.

चित्रपटातील गाणी, विशेषतः आपल्याकडील थोर समकालीन कवींनी रचलेली गीतं, ही एक तर रूपकांद्वारे किंवा उपमा योजून आपलं रोजचं अस्तित्व, सामाजिक, राष्ट्रीय आणि वैश्विक संबंध यांना प्रतिबिंबीत करतात.

नोट बाय नोट : द इंडिया स्टोरी १९४७–२०१७ हे स्वतंत्र भारताच्या सत्तर वर्षांमध्ये घडलेल्या विविध घटनांनी समृद्ध आणि बव्हंशी वादळी प्रवासाचं विलक्षण आणि यथार्थ चित्रण आहे. यामध्ये प्रत्येक वर्षाचं प्रतिनिधित्व करणारं एक चित्रपट गीत आहे. ही गाणी प्रत्येक वर्षातील महत्त्वाच्या घटनांचं यथोचित वर्णन करतात, तसेच त्यांचा खरा अर्थही उलगडून दाखवतात. ज्या घटनांनी आपल्या राष्ट्राच्या ऐतिहासिक वाटचालीदरम्यान आपल्या लोकांवर कमालीचा प्रभाव पाडला आहे, त्यांचा या पुस्तकात समावेश आहे.

१० एप्रिल २०१८ श्याम बेनेगल

परिचय

नोट बाय नोट हे हिंदी चित्रपट गीतांचं पुस्तक आहे का? की भारताच्या स्वातंत्र्यापासूनच्या घडामोडींवर आधारित हे पुस्तक आहे? नाही, यांपैकी हे काहीही नाही. *नोट बाय नोट* वाचणं म्हणजे एखाद्या जुन्या काळातील चित्रपटाचा आस्वाद घेण्यासारखं आहे. यामध्ये गेल्या सत्तर वर्षांतील भारताच्या कथेतील महत्त्वाची प्रसंगचित्रे हिंदी चित्रपट संगीताच्या तालासुरांवर रंगवली गेली आहेत किंवा तुम्ही असंही म्हणू शकता की, ही स्वातंत्र्यापासून सुरू झालेल्या भारताच्या प्रवासाची नोंदवही आहे. यामध्ये एका लक्षवेधी घटनेपासून दुसऱ्या घटनेकडे जाताना तुम्हाला पार्श्वभूमीवर हिंदी चित्रपट संगीत वाजताना ऐकू येईल.

हिंदी चित्रपट संगीत आणि स्वतंत्र भारताची वाटचाल यांच्यातील परस्परसंबंध काहीसा संदिग्ध वाटेल; पण जवळून पाहिलं तर असं दिसेल की, ते एकमेकांमध्ये प्रतिबिंबीत झाले आहेत, काही प्रसंगांत तर त्यांचा एकमेकांवर प्रभावदेखील पडल्याचं जाणवेल. खरं तर, हिंदी चित्रपट संगीताचा भारताशी तोच संबंध आहे, जो त्याचा एका स्वतंत्र चित्रपटाशी असतो. गाण्यांचं स्वतंत्र अस्तित्व जरी असलं तरी ती एका विस्तृत कथानकाचाच भाग असतात. बहुतांश वेळा हे संगीत त्या कथेचा अविभाज्य भाग असतो. काही वेळेस, जरी ते अस्थानी वाटत असलं तरीही ते गाणं स्वतंत्ररीत्या तुमच्या कानात सतत गुंजारव करत असतं.

नोट बाय नोट हे पुस्तक स्वातंत्र्यापासून विविध घटनांनी भरलेल्या सर्व एक्काहत्तर वर्षांसाठी, प्रत्येकी एक हिंदी गाणं नमूद करतं. हे गाणं त्या वर्षात रचलं गेलं, गायलं गेलं, ऐकलं गेलं आणि चर्चेत राहिलं. या गीताचं आणि त्या वर्षाचं अत्यंत निकटचं नातं असलं तरी ते तेवढ्यापुरतं मर्यादित नव्हतं, तर ते गीत भारताची कथादेखील पुढे नेत राहतं. गीताच्या कथानकासोबत पुढे जात असताना ती गोष्ट स्वतंत्र भारताच्या एक्काहत्तर वर्षांचीही गोष्ट बनते. दोन्ही गोष्टी साधारणतः समांतरपणे

जातात, इतिहासाच्या पटावर कधी एकत्र येतात, तर कधी विभक्त होतात. सदर पुस्तकातील सर्व एक्काहत्तर प्रकरणं ही हिंदी चित्रपटगीतं आणि आधुनिक भारताच्या इतिहासाचं सुसंवादी एकीकरण आहे, भारताच्या प्रवासाची एक सुरेल नोंद आहे. हिंदी चित्रपट संगीताच्या सुरावटीवर वाजवण्यात येणारा हा आधुनिक भारताचा लयबद्ध इतिहास आहे.

नोट बाय नोट हे जसं गाण्यांची कथा सांगतं, तसंच ते भारताच्या गेल्या सत्तर दशकांतील अनुभवाचाही ऐवज आहे. प्रत्येक वर्षाचा जमाखर्च मांडताना, त्या काळातील समग्र भावावस्था प्रतिबिंबीत होईल अशी एक सुरेल तान निवडण्याचा प्रयत्न आम्ही केला आहे. प्रत्येक वर्षासाठी निवडलं गेलेलं गाणं हे सर्वाधिक लोकप्रिय किंवा सर्वज्ञातच आहे, असं नाही आणि काही वेळा ही निवड करणं अत्यंत त्रासाचं ठरलं आहे. एकच धून निवडण्याची पात्रता जरी बदलत गेली असली, तरी सर्वसाधारणपणे त्या काळातील भारतात घडणाऱ्या महत्त्वाच्या घटनांशी मिळतंजुळतं गाणं निवडण्याचा आमचा प्रयत्न होता. काही वेळा गाण्याचा आशय आणि अभिव्यक्ती ही त्या काळातील घटनांशी संपूर्णतः विरोधी असलेलीही होती. आपली भावावस्था बनवणारी, त्या काळाचा साक्षीदार असलेली, या पुस्तकातील ही सर्व एक्काहत्तर गाणी त्या प्रत्येक वर्षासाठी एक बोधकथा आहे.

मागील सात दशकांतील उलथापालथ आणि कलाटणी देणाऱ्या घटितांचा मागोवा घेत प्रत्येक वर्षाकडे बघताना, असंही जाणवलं की सांगितली जावी अशी एक गोष्ट आणि चिंतन करावा असा एक विचार या सगळ्यांत आहे. प्रत्येक वर्षामध्ये, राजकीय बदलाची, सामाजिक परिवर्तनाची आणि आर्थिक वृद्धीची एक गोष्ट आहे. या सर्वांचं विस्मरण झाल्यामुळे त्या काळाच्या पडद्याआड गेल्या आहेत. त्या स्मृतींना नव्यानं उजाळा देण्याची गरज आहे. ही स्वतंत्र भारताची कथा आहे आणि या कथेला हिंदी चित्रपट संगीताचा साज चढवण्यात आला आहे. यामध्ये फार सखोल किंवा सांगोपांग विचार मांडण्यात आला नसला तरी या पुस्तकामधील तपशिलाचं महत्त्व कमी होत नाही.

♫

सन १९४७मध्ये, जेव्हा उपखंडाचे दोन तुकडे करण्यात आले, तेव्हा भारतानं स्वतःची जागा, स्वतंत्र अस्तित्व शोधत स्वबळावर उभं राहण्यासाठी प्रयत्न सुरू केले. हे कदाचित अंशतः घडलं असेल; पण त्यामध्ये एक ठामपणा होता. भारताचे पहिले पंतप्रधान जवाहरलाल नेहरू यांनी म्हटल्याप्रमाणे एक तरुण राष्ट्र त्याच्या नियतीला आलिंगन देण्यासाठी सामोरं गेलं आणि जरी त्या वेळी ते पूर्णपणे एकसंध नसलं तरी त्यानं एकात्म असण्याचा अनुभव घेतला. वसाहतवादाचं जोखड फेकून देऊन भारतानं आपलं बस्तान बसवल्यानंतर, आशा आणि अपेक्षांनी भरलेल्या एका

दशकानंतर, 'नया दौर'साठी शोध सुरू झाला. भारतानं तेव्हा मोठी स्वप्नं पाहिली होती. भारत हे एक विशालकाय; परंतु अत्यंत गरीब राष्ट्र होतं. जगामध्येही त्याची तशीच प्रतिमा होती. विख्यात अर्थतज्ज्ञ आणि भारतातील अमेरिकेचे राजदूत जॉन केनेथ गॉलब्रेथ यांनी भारताचा उल्लेख 'कार्यरत अराजक' म्हणून केला होता.

भारताच्या वर्धिष्णू आकांक्षांच्या अद्वितीय भरारीचं उदाहरण म्हणजे भारतीय जनतेद्वारे निर्माण करण्यात आलेली भारताची आधुनिक, प्रागतिक राज्यघटना. राज्यघटनेमुळे १९५०मध्ये भारताचं प्रजासत्ताक राष्ट्रामध्ये रूपांतर झालं. भारत सरकारच्या प्रशासकीय कामासाठी अत्यंत आवश्यक असणाऱ्या नियोजन आयोगासारख्या संस्था अस्तित्वात येऊ लागल्या. त्याच वेळी भाषिक राज्यांच्या मागणीला मान्यता देत भारताची अंतर्गत संरचना नव्यानं करण्यात येत होती. या राज्यांनीदेखील लोकशाहीचा नवखा प्रयोग उत्साहानं सुरू केला. केरळ हे जगातील पहिलं लोकनियुक्त साम्यवादी सरकार असणारं राज्य ठरलं. १९५०च्या दशकातच मोठी धरणं, वीज प्रकल्प, पोलाद प्रकल्प उभारले गेले. भारताचा अवकाश कार्यक्रमही वेग घेऊ लागला, भारतीय तंत्रज्ञान संस्था मूळ धरू लागल्या.

सन १९६०च्या दशकानं भारताची त्याच्या दोन शेजाऱ्यांसोबतची दोन युद्धं पाहिली, ज्यामुळे भारताला हादरे बसले. याच दशकानं, जवाहरलाल नेहरू नावाच्या उत्तुंग व्यक्तिमत्त्वाचं निधन पाहिलं. हरित क्रांतीची बीजं रोवली गेली. देशाच्या राजकारणानं अनेक राज्यांमध्ये अल्पकाळ टिकणारी गैरकाँग्रेसी सरकारंही पाहिली; पण त्यामुळेच इंदिरा गांधींची त्यांच्या पक्षाच्या बंधनातून मुक्तताही झाली आणि त्यांचा एक मनस्वी नेता म्हणून उदय झाला.

राजकारणाबाबत सांगायचं झालं, तर १९७०च्या दशकानं नवी दिल्लीला पहिल्यांदाच एकपक्षीय सत्तेतून विश्राम दिला आणि केंद्रात भारताला पहिलं गैरकाँग्रेसी सरकार लाभलं. त्यानंतर आला, भारताच्या तोवरच्या अखंड आणि अविच्छिन्न लोकशाहीला गेलेला पहिला आणि एकमेव तडा. आणीबाणीमुळे पाच वर्षांच्या निवडणुकीची लय बिघडली गेली; पण याच दशकात भारताने एक युद्ध जिंकलं, अणुचाचणी घेतली, बँकांचं राष्ट्रीयीकरण केलं आणि अन्नधान्य उत्पादनात स्वयंपूर्णता मिळवली.

१९८०च्या दशकातील घटना भारतावर त्यांच्या कायमस्वरूपी खुणा ठेवून जाणार होत्या. शीख दहशतवाद, पंतप्रधानांची हत्या, शिखविरोधी दंगली आणि काश्मिरातील अशांतता या सर्वांनी भारताला कडेलोटाकडे ढकललं. देशाच्या केंद्रस्थानी म्हणजे उत्तर प्रदेशातील अयोध्या येथील एका मशिदीभोवती धार्मिक मतभेदाचं वादळ घोंघावायला सुरुवात झाली. यामागे एक वाढत जाणारी चळवळ होती. भारतातील सर्वांत मोठ्या समाजाला दुर्लक्षित केलं जात आहे आणि

अल्पसंख्याकांचा अनुनय केला जात आहे, असं या चळवळीचं मत होतं. उत्तर भारतातील मध्यम स्तरावरील जातसमूहांनी पाठिंबा दिल्यानंतर या स्पर्धेला आणि संघर्षाला मोठी चालना मिळाली. सन १९८४मध्ये राजीव गांधी यांनी लोकसभा निवडणुकांमध्ये एक अभूतपूर्व आणि प्रचंड विजय संपादन केल्यानंतर लगेच काही वर्षांतच दंगली, बंद, गोंधळाचं वातावरण होतं; त्यांनीच भारताला आधुनिकतेची वाट दाखवली आणि एक नवीन वारसा दिला – संगणक आणि संवादक्रांतीमुळे भारताचं भविष्य बदलणार होतं.

सन १९९०चं दशक अत्यंत आव्हानात्मक होतं. कारण, त्यात जगातील प्रलयंकारी घटनांचं प्रतिबिंब पडलं होतं. पत्त्यांच्या घराप्रमाणे दुसरं जग कोसळत असतानाच, भारतानं मुक्त अर्थव्यवस्थेकडे पाऊल टाकलं आणि व्यापक एकीकरणाची अभिलाषा बाळगली. कदाचित, हा निर्णय अपरिहार्यपणे घेतला गेलेला असू शकतो; पण तो अनेक कटू-गोड आठवणी मागे ठेवून गेला. स्वर्गीय व्ही. पी. सिंह यांनी म्हटल्याप्रमाणे राजकारणातदेखील भारताची ओळख असलेल्या सामाजिक विणीचं प्रतिबिंब पडलं होतं. पक्षांतराच्या अभूतपूर्व चाली आणि युतीची सरकारं या नेहमीच्या घटना बनल्या. बाबरी मशीद पाडण्यात आल्यानंतर ज्या काही घटना घडल्या, त्याचे भीषण परिणाम दिसून आले. हजारो लोकांना त्यात आपले जीव गमवावे लागले. राजीव गांधींची याच दशकात हत्या झाली, त्यामुळे सर्वांनाच हादरा बसला. त्यानंतर पुन्हा एकदा काँग्रेस पक्ष सत्तेवर आला आणि नेता निवडीचा खेळ सुरू झाला.

नवसहस्रकाच्या पहिल्या दशकात, अटल बिहारी वाजपेयी यांच्या नेतृत्वाखाली भारतानं पहिलं गैरकाँग्रेसी सरकार पाहिलं. सन २००४मध्ये पंतप्रधान पदावरून निवृत्ती स्वीकारण्याआधी त्यांनी आपला कार्यकाळ जवळपास पूर्ण केला होता. सन २००२मध्ये गुजरात दंगलीत २००० लोक मारले गेले. त्याचा भारताला जबर धक्का बसला. सन २००४मध्ये काँग्रेसला पुन्हा एकदा सत्ता मिळाली खरी; पण आघाडीचा प्रमुख पक्ष एवढीच त्यांची मर्यादित भूमिका होती – त्या पक्षाच्या इतिहासात हे पहिल्यांदाच घडत होतं. उच्च आर्थिक प्रगती आणि अमेरिकेसोबतच्या मधुर संबंधांच्या काळात, दशकभराच्या संयुक्त पुरोगामी आघाडीच्या काळातच भारताने घटनेनुसार तिच्या नागरिकांना दिलेल्या अधिकारांचं पुनरुज्जीवन करण्यात आलं. जगण्याचा, सन्मानाचा, माहितीचा, रोजगाराचा आणि अन्नाचा अधिकार कायद्यानं बहाल करण्यात आला.

एकविसाव्या शतकातील दुसऱ्या दशकामध्ये पंतप्रधान नरेंद्र मोदींच्या नेतृत्वाखाली पुन्हा एकदा एक पक्षीय सरकार सत्तेवर आलं. आपल्या विकसनशील राष्ट्राचा वेगवान प्रवास सुरूच होता, हा प्रवास अजून सुरूच आहे.

♫

या सर्व मागील सात दशकांत हिंदी चित्रपट संगीताची लय कुठेही कमी झाली नव्हती. भारत ज्या प्रसंगातून जात होता त्याला अनुसरूनच त्यांचेही सूर जुळत होते. १९४० आणि १९५०च्या दशकांत, मनातील इच्छा अबोलपणे प्रदर्शित केल्या जायच्या – पडद्यामागून आणि दबक्या आवाजात, संयमी सुरात आणि शास्त्रीय राग किंवा गझलांद्वारे. १९६०च्या दशकांत सामाजिक आणि राजकीय उलथापालथी घडल्या, तेव्हा जाझ आणि रॉकच्या प्रभावानं हिंदी चित्रपट संगीताला प्रभावित केलं. हे संगीत त्या काळातील परिस्थिती सांगत होतं.

१९७०च्या दशकामध्ये, जेव्हा सामाजिक बदल सगळीकडे ऐरणीवर येत होते, त्या वेळेस नैतिकता, श्रद्धा आणि एकल मातृत्वासंबंधीचे गहन प्रश्न गाण्यांच्या माध्यमातून व्यक्त होत होते. १९७० आणि १९८०च्या दशकांत भारतीयांच्या हृदयाची धडधड अचानक वाढली. अँग्री यंग मॅनलाही त्याच्या चित्रपटांतून गाण्यांशिवाय पर्याय उरला नाही. राजकारणातील खुशामतखोरीचं प्रतिबिंब सामान्य आणि कर्णकटू संगीतातूनही उमटत होतं.

भारताने जागतिक पातळीवर ज्या वेळेस आर्थिक आणि सामाजिक क्षेत्रात भरारी घेतली, तेव्हा त्याचे असंख्य प्रभाव संगीतातील चाली, लयी, ताल, सुरांतूनही उमटू लागले. जेव्हा भारत चमकत्या, लकाकत्या, वापरून फेकून देता येणाऱ्या गोष्टींच्या प्रेमात पडला, तेव्हा त्याला साजेशी उथळ गाणीही होती; पण त्याच वेळी गतकाळात रमवून ठेवणारे पीछेहाटीचेही काही क्षण होते, बहुधा त्यामुळेच नवीन चित्रपटांची नावं ही जुन्या हिंदी गाण्यांच्या ओळींवर आधारलेली होती.

या सर्व उलथापाथलीच्या आणि युक्तिवादाच्या केंद्रस्थानी मुंबई शहर होतं. हे शहर व्यापार, विद्वत्ता आणि राजकारणाचं जणू माहेरघरंच होतं. इथेच अत्यंत विषम आर्थिक परिस्थितीतले लोक जगत होते, काम करत होते आणि अशा परिस्थितीतही तग धरून होते. इथंच एक चित्रपटांचं नवं जग जन्माला येत होतं आणि वाढत होतं. त्या वेळेस ती पूर्णपणे इंडस्ट्री नव्हती की निव्वळ व्यापारही नव्हता, तर या नव्या आणि रोमांचक माध्यमासोबत केल्या जाणाऱ्या सर्जनशील प्रयोगांची ती एक मालिका होती. सात दशकांपूर्वी लाहौरसारख्या इतरही शहरांमध्येही चित्रपट तयार केले जायचे; पण त्यांच्यापैकी कुणाचंच अस्तित्व आता उरलं नाही, अपवाद फक्त मुंबईचा, त्याची उत्तरोत्तर प्रगतीच होत गेली.

लाहौर आणि मुंबई चित्रपट उद्योग हे एकप्रकारे मागील सात दशकांतील पाकिस्तान आणि भारताच्या मार्गक्रमणाचा आरसा दाखवतात. व्यापारीदृष्ट्या व्यवहार्य, व्यापक स्तरावर मान्यता मिळवणारा, सर्जक असा हा उद्योग प्रतिगामी पाकिस्तानी समाजात निर्माण होणं शक्यच नव्हतं; पण आपल्या धार्मिक, भाषिक, सामाजिक आणि सांस्कृतिक वैविध्याचा अभिमान बाळगणाऱ्या सर्वसमावेशक

भारतात, हिंदी चित्रपट उद्योगाला वाढण्यासाठी अत्यंत अनुकूल असं वातावरण मिळालं.

स्वातंत्र्यानंतरची काही वर्षे ही मुंबईमधील चित्रपट उद्योगासाठी अत्यंत चांगली गेली, कारण अनेक कवी तिथे यायचे, काही पैसा कमावण्यासाठी, तर काही जगण्यासाठी; पण बहुतेक सारेच यायचे ते आपल्या समकालीन कवी मित्रांसोबत गीतांचा एक नवीन छंद तयार करण्यासाठी आणि गाणी लिहिण्यासाठी : हिंदी चित्रपट गीतं. याच प्रभावामुळे हिंदी चित्रपटांची भाषा, मुख्यत्वेकरून त्याची गाणी, ही हिंदुस्थानी होती, हिंदी नव्हती. ही सरकारी हिंदी तर नक्कीच नव्हती. याविषयी एकानं टोमणा मारला होता : *अब आप समाचारों में हिंदी सुनियें. अब आप ह़िंदी में समाचार सुनियें* या वाक्याने सुरुवात होणाऱ्या ऑल इंडिया रेडिओच्या न्यूज बुलेटीन्सवर ही कोपरखळी मारण्यात आली होती. उर्दूचा जबरदस्त प्रभाव असलेली ती हिंदुस्थानी भाषा होती. उर्दू समजण्यास अडचण येत असल्यामुळे तिच्या व्यावहारिक उपयोगांवर कायमच मर्यादा असायच्या. *कभी कभी* ही साहिरची प्रसिद्ध नज्म नव्यानं सोप्या हिंदीत लिहावी लागली, तेव्हाच तिचं एका लोकप्रिय हिंदी गाण्यात रूपांतर होऊ शकलं.

भाषा म्हणून शुद्ध हिंदीची समस्या ही हिंदी चित्रपट संगीताच्या शुद्धतेशी जोडली गेली होती. सन १९५२मध्ये ऑल इंडिया रेडिओनं हिंदी चित्रपट संगीत प्रसारित करणं थांबवलं, सोबतच हार्मोनियम असणारं इतर कोणतंही संगीत वाजवण्यावर बंदी आणली. त्याचं कारण होतं तेव्हाचे माहिती आणि प्रसारण मंत्री, बी. व्ही. केसकर. ते एक कर्मठ ब्राह्मण आणि शुद्ध शास्त्रीय संगीताचे हट्टाग्रही होते. त्यांना वाटायचं की, त्या काळातलं हिंदी संगीत हे गलिच्छ, हीन आणि बव्हंशी आंग्लाळलेलं आहे, त्यामुळेच हिंदी चित्रपट संगीताला वाहिलेली रेडिओ सिलोन ही प्रसारण सेवा अस्तित्वात आली – मुळात सिलोन सरकारने सुरू केली होती – म्हणजेच आत्ताचं श्रीलंका. आशियामध्ये व्यापारी सेवा देण्याचा रेडिओ सिलोनचा उद्देश होता. किमान दोन दशकं तरी भारतीयांना हिंदी चित्रपट संगीत ऐकण्यासाठी रेडिओ सिलोनचा आधार घ्यावा लागत होता. तो शॉर्ट वेव्ह रेडिओ होता आणि त्याच्या प्रसारणामध्ये विस्कळितपणा होता. याच स्टेशनमधून *बिनाका गीतमालाचं* प्रसारण व्हायचं. तो आठवड्याभरातील लोकप्रिय हिंदी गाण्यांचा काऊंटडाऊन शो होता. *बिनाका गीतमाला* तिच्या गाण्यांसाठी जितकी प्रसिद्ध होती, तितकीच त्या कार्यक्रमाच्या विख्यात निवेदकासाठी, अमीन सयानीसाठी प्रसिद्ध होती.

जरी *बिनाका गीतमाला* हा रेडिओ सिलोनवरीलच इंग्रजी संगीताच्या बिनाका काऊंटडाऊन शोवर आधारित असला तरीही हिंदी चित्रपट संगीत ही एक अद्वितीय गोष्ट होती. सन १९८०च्या दशकात एमटीव्हीने म्युझिक व्हिडिओद्वारे त्यांच्यावर आक्रमण करेपर्यंत, त्याच्यासारखं दुसरं उदाहरण जगात कुठेच नव्हतं. प्रत्येक

चित्रपटातील कथेची ही गाण्यांच्या अनुक्रमाने मांडणी केली जायची. पडद्यावर ती गाणी कलाकारांच्या तोंडी असायची, त्यामुळे कथानकाच्या गतीत एक अवकाश मिळायचा आणि तरीही ती गीतं चित्रपटाच्या कथेचा महत्त्वाचा भाग असायची. चित्रपटांमध्ये गीतांच्या समावेशाची सुरुवात झाली, तेव्हा अभिनेते स्वतःच गाणी गायचे; पण लवकरच एक अफलातून नवकल्पना जन्माला आली, ती म्हणजे 'पार्श्वसंगीत'. चित्रपटातील गीतं जरी स्वतंत्रपणे निर्माण केली गेली तरी ती कथानकाचा अविभाज्य भाग होती आणि अर्थातच ती अत्यंत लोकप्रिय ठरली. आजही ती तशीच आहेत.

ज्या दिवसापासून चित्रपटांना कंठ फुटला आणि त्या 'टॉकीज' बनल्या, तेव्हापासून त्यांनी भारतीयांच्या जगण्यावर कधी न उतरणारी मोहिनीच घातली. चित्रपट, मग ते कोणतेही असोत – पौरोणिक, ऐतिहासिक, हाणामारीचे, संगीतप्रधान, प्रेमकथा, कौटुंबिक जिव्हाळ्याचे – ते तयार केले जाऊ लागले. काहींनी ते पाहिले, काहींनी नाही पाहिले; पण हिंदी चित्रपटांमधील संगीत मात्र टिकून राहिलं आणि त्यानं प्रत्येकाच्या जगण्याला स्पर्श केला. चित्रपटांमध्ये वेगवेगळ्या आयामांमध्ये भारत आणि भारतीय असण्याचं प्रतिबिंब झळकायचं. चित्रपटांमध्ये या सगळ्या विषयांचा समावेश होता. राजकीय आणि सामाजिक गोंधळ, प्रेम, दुरावा, प्रेमाची असंभाव्यता, भारताची गरिबी, अन्याय, संघर्ष आणि देशाच्या अन्य कटू वास्तवांना हिंदी चित्रपटगीतांतून अक्षरशः एक आवाजच मिळाला.

त्या काळात अन्य मोठमोठे, उच्च दर्जाचे चित्रपट आणि चित्रपट संगीताच्या परंपराही होत्या. काही जण त्यांना अधिक दर्जेदार मानतील, उदाहरणार्थ बंगाली, तमिळ आणि मराठी चित्रपट. कदाचित, हिंदीला मोठी बाजारपेठ असल्यामुळेही असेल किंवा मुंबई हे अनेक परंपरांचं घर असल्यानंही असेल – लोकगीत आणि स्थानिक संगीत – हिंदी चित्रपट गीतांनी भारताच्या प्रातिनिधिक गाण्याची कल्पना म्हणून इतरांपेक्षा जास्त योग्यता दर्शवली.

'बदल हीच एकमात्र स्थायी गोष्ट असते' हे आता वापरून गुळगुळीत झालेलं वाक्य आहे; पण अशा सर्वच अतिवापरलेल्या वाक्यांप्रमाणे यातदेखील सत्याचा एक अंश नक्कीच आहे. ज्याप्रमाणे भारत बदलला आहे – काही जण त्याला 'अगदी नाट्यमय पद्धतीने' असंही म्हणतील – तरीही मागील सात दशकांत, काही गोष्टी या टिकून राहिल्या आहेत. त्या टिकून राहिल्या आहेत कारण काळासोबत त्या गोष्टीदेखील बदलल्या आहेत. भारताची एकमेवाद्वीतीय परंपरा असलेलं हिंदी चित्रपट संगीत त्यापैकीच एक आहे. तुम्ही क्रिकेटशिवाय असलेल्या भारताची कल्पना करू शकता – काहीही झालं तरी १९७०च्या दशकापर्यंत हॉकी ही अधिक लोकप्रिय होती – पण तुम्ही हिंदी चित्रपट संगीताशिवायच्या भारताची कल्पना नाही करू शकत.

♫

भारतात अशी एकही पिढी नसेल की, जी हिंदी चित्रपट संगीतावर पोसली गेली नसेल. जेव्हा काही भारतीय एकत्र जमतात तेव्हा राजकारणावर जशी चर्चा आणि मतभेद होतात, तसेच ते या विषयावरही होतात. साहिर हा शैलेंद्रपेक्षा महान गीतकार होता का? मोहम्मद रफी हा किशोर कुमारपेक्षा अधिक वैविध्यपूर्ण गाणी म्हणणारा गायक होता का? खय्याम यांना संगीतकार म्हणून योग्य न्याय मिळाला नाही का? एखाद्या देव आनंद किंवा राजेश खन्नालाच अनेक दशकं अत्यंत सुरेल गाणी का मिळाली? लता मंगेशकर यांनी काळाच्या ओघात त्यांच्या सर्व प्रतिस्पर्ध्यांना खरंच संपवलं का? १९९०च्या दशकात संगीताला ओहोटी का लागली? जुनी चित्रपटगीतं नवीन गाण्यांपेक्षा जास्त स्मरणात का राहतात? प्रश्नांची ही जंत्री कधीच न संपणारी आहे.

एकप्रकारे ते मागील सात दशकांतील भारताच्या प्रगतीविषयी विचारल्या जाणाऱ्या प्रश्नांप्रमाणेच आहेत. नेहरू हे खरोखरच सगळे म्हणतात त्याप्रमाणे महान होते का? लाल बहादूर शास्त्रींना भारताच्या राजकीय इतिहासात न्याय्य स्थान मिळालं का? इंदिरा गांधी या बांगलादेश युद्धासाठी ओळखल्या जातील की आणीबाणीसाठी? जनता प्रयोगाचा वारसा काय आहे? बाबरी मशिदीच्या विध्वंसानंतर भाजपचा उदय हा अपरिहार्य होता का? भारताने अंतर्गत उठावांना कशा प्रकारे मोडून काढलं? भारतीय अर्थव्यवस्थेनं निर्णायक वळण कधी घेतलं? ज्या धर्मप्रवण समाजामध्ये डाव्या विचारसरणीच्या संकल्पना स्वीकारल्या जात नाहीत, त्या समाजामध्ये संयुक्त पुरोगामी आघाडी डाव्या विचारांकडे खूप जास्त कलली होती का? या प्रश्नांना अंत नाही.

जर प्रश्न एकमेकांना समांतर असतील तर, उत्तरंही तशीच असतात. हिंदी चित्रपट संगीताचा प्रवास स्वतंत्र भारताची जीवनगाथा विलक्षण पद्धतीने प्रतिबिंबीत करतो. *नोट बाय नोट* समांतर रेषांवर आगेकूच करते, जुळ्या रूळांमधील संबंधांवर प्रकाश टाकत राहते. हिंदी चित्रपट गीतं हे भारताचं पार्श्वसंगीत आहे – काही वेळेस त्याच्याकडे लक्ष जातं, काही वेळेस नाही; पण त्याचं अस्तित्व मात्र नेहमीच असतं – चालू असलेल्या नाट्यांत भर टाकतं; तर काही वेळेस घटनांमध्ये कर्कशपणा आणतं. त्या त्या काळासाठी लिहिली गेलेली गाणी, ही काही वेळेस भारताला एका विशिष्ट मार्गावर अग्रेसर करण्यासाठी साहाय्यभूत ठरत होती, तर काही वेळेस त्या वातावरणातला युगधर्म परावर्तित करण्यासाठी होती, ज्यांनी भारतकथेला सोबत म्हणून एक परीपूर्ण तत्त्वं पुरवलं.

♫

महान रोमन साम्राज्याप्रमाणेच आधुनिक भारतदेखील एका दिवसात उभारला गेला नव्हता. एक भाषा किंवा एकच धर्म नसतानाही राष्ट्रीयत्व आणि नागरिकत्वाच्या

संकल्पना साकारण्याची ही अद्‌भुत किमया होती. सारे जण पुरोगामी मूल्ये आणि तत्त्वांसाठी एकत्र आले होते. सुरुवातीच्या दशकातील भारतामध्ये घडणाऱ्या घडामोडींवर लक्ष ठेवणाऱ्या लोकांची खात्री होती की, भारताचा फार काळ निभाव लागणार नाही. तरीदेखील, सर्व गोंधळ, कोलाहल, उलथापालथीनंतरही, भारताने अशी काही भरारी घेतली की, ज्यांनी उतावीळपणे त्याच्या अकाली मृत्यूच्या घोषणा केल्या होत्या, त्यांना आपले शब्द गिळावे लागले.

असंख्य संघर्षातून आणि अगणित अस्मितांचं जाणीवपूर्वक जतन करून, एकेक वीट रचत, आयुष्यांची बलिदानं देत, विचारपूर्वक जो भारत उभारण्यात आला, त्यासंबंधीचं हे पुस्तक आहे. सोव्हिएत युनियनमध्ये झालेल्या बोल्शेविक क्रांतीनंतर बहुराष्ट्रीय आणि बहुवांशिक संकल्पनांची सरमिसळ झाली. भारतातही तिच परिस्थिती असली तरी इथे तिथल्यासारखा रक्तपात झाला नाही. निवडणुकीची लोकशाही जरी बरीचशी परिपूर्ण नसली तरीही, प्रत्येक प्रौढ नागरिकाने दर पाच वर्षांनंतर आपल्या लोक प्रतिनिधीची निवड करण्याची कल्पनाही कमी क्रांतिकारक नक्कीच नव्हती.

राज्यघटनेतील धाडशी कल्पना आणि भव्य दूरदृष्टी ही एकाएकी अवतरली नव्हती, तर स्वांतत्र्य लढ्याच्या काळातच त्यावर चर्चा घडल्या, वाद झाले आणि नंतर त्या नीट मांडण्यात आल्या. उच्च आदर्श हे आपल्या अपयशाच्या नाही तर आपल्या स्वप्नांच्या खुणा असतात. आपल्या महत्त्वाकांक्षा पूर्ण करण्यासाठी आपण संघर्ष केला मागील सात दशकांत बरंच काही चिंतन झालं, खूप काही मिळवण्यात आणि करण्यातही आलं. बरंच काही मात्र घडलं नाही – अनेक स्वप्नं विस्कटली गेलीत – आणि अनेक गोष्टींसाठी आपण आजही उत्तरदायी आहोत.

वर्षांमागून वर्ष, ही नोंदीमागून नोंद आहे, ज्यांनी स्वप्नं पाहण्याचं धाडस केलं आणि ती प्रत्यक्षातही उतरवली त्यांना ही एक लहानशी आदरांजली आहे आणि त्या सर्वांनाही ज्यांनी सरतेशेवटी सुरुवातीच्या अस्थिरतेच्या काळात भारताची उभारणा केली आणि विश्वास जपला – मग ती भूमिका राष्ट्रनिर्मात्यांची असेल, पुढारी, कष्टकरी, उद्योजक, विद्यार्थी, शिक्षक, सैनिक, सेनाधिकारी, कलावंतांची असेल किंवा जे व्यवस्थेच्या बाहेर फेकले गेलेत आणि तरीही त्यांनी आपला विश्वास ठेवला – भारत नावाच्या कल्पनेवर.

गीतकार, गायक आणि संगीतकारांनी आपल्याला तीन मिनिटांच्या गाण्यापलीकडे बरंच काही दिलेलं आहे. त्यांनी आपल्याला आनंद, सुख, सखोल मनन, खिन्नता आणि आपल्या मनात खोलवर दडलेल्या वासना, आकांक्षा आणि भयाला व्यक्त करणारे शब्द आणि चालींची देणगी दिलेली आहे.

जे कुठल्याही फूटपट्टीवर मोजता येत नाही, जे जाणून घेणं कठीण आहे; पण ज्यानं आजच्या वर्तमान व्यापलं आहे, ज्यामध्ये भारताला एकत्र बांधून ठेवण्याचं सामर्थ्य आहे. मूलतः हे पुस्तक म्हणजे भारताला आणि इथल्या अनन्यसाधारण प्रजासत्ताकाला वाहिलेली एक आदरांजली आहे – जे इथल्या प्रत्येक भारतीयाकडून तिच्या स्वतःच्या इच्छेने साकारण्यात आणि आकारण्यात आलं आहे.

उपोद्घात

जर भारत अस्तित्वातच नसता, तर त्याचा शोध घेण्याची कल्पनाही कोणाच्या मनात आली नसती. होती, १९४७ साली तर ही कल्पना पराकोटीची धाडशी आणि त्या काळापेक्षा कितीतरी पुढची होती. जवाहरलाल नेहरू एका अत्यंत समर्पक वर्णनात असं म्हणतात की, भारत, हा एक अतिप्राचीन भूर्जलेख आहे. त्यावर विचारांचे आणि मनोराज्याचे थरावर थर रचण्यात आले आहेत आणि तरीही वरच्या कोणत्याही थराखाली आधी लिहिलं गेलेलं पूर्णपणे लपलं किंवा पुसलं गेलेलं नाही. १९४७ साली भारतानं खरोखरीच भूतकाळापासून स्वतःला फार दूर केलं होतं, ही घटना मात्र त्या विधानाला अपवाद आहे.

इथला प्रचंड भूप्रदेश पहिल्यांदाच भारत म्हणून एकत्रित करण्यात आला होता, इतकंच नाही तर गरिबी, प्रचंड निरक्षरता आणि गुंतागुंतीच्या वैविध्यात जगणाऱ्या इथल्या लोकांनी लोकशाहीला आपला कौल दिला होता. हे आदर्श एकाएकी जन्माला आले नव्हते, तर कित्येक दशकांच्या स्वातंत्र्य लढ्यांत त्यांची बीजं रुजली गेली होती आणि हा दुर्दम्य आदर्शवाद आणि स्वप्न पाहण्याची वृत्ती केवळ अतुलनीय अशी आहे.

सन १९४७मध्ये जगदेखील सुस्थितीत नव्हतं, कारण दुसऱ्या महायुद्धाचा त्याला जबरदस्त फटका बसला होता. वसाहतवादाच्या समाप्तीच्या कालखंडामध्ये माजलेल्या अनागोंदीमध्ये भारताचा जन्म झाला; पण त्यानं त्या परिस्थितीत स्वतःसाठी कसलीही सहानुभूती मागितलेली नाही. भारतीयांसाठी, ही भूतकाळापासून दूर जाण्याची, आपलं भविष्य घडवण्याची आणि त्यांची स्वप्नं सत्यात उतरवण्याची संधी होती. हा देदीप्यमान आशेचा क्षण होता. अर्थात भूतकाळ अजूनही वर्तमानाला चिकटलेला होता, त्याला वाट दाखवत होता आणि काही वेळेस भारताच्या भविष्यावर संकट होऊन धमकावतही होता.

१५ ऑगस्ट १९४७ हा भारताच्या प्रवासातील एक मैलाचा दगड आहे, यात काहीच शंका नाही; पण ज्याप्रमाणे नेहरूंनी त्यांच्या मध्यरात्रीच्या प्रसिद्ध भाषणात सांगितलंय, हा मैलाचा दगड आता मागे पडला आहे आणि आपल्यासाठी नव्यानं इतिहास लिहिला जाणार आहे. असा इतिहास जो आपण जगू आणि प्रत्यक्षात उतरवू. पुढे त्याविषयी इतर लोक लिहितील. आता ती वेळ आली आहे, मागील सात दशकांत भारतीयांनी जगलेल्या, प्रत्यक्षात उतरवलेल्या इतिहासाची उजळणी करण्याची.

१९४०चं दशक

एका राष्ट्राच्या प्रसववेदना

जिया बेकरार है

गोंधळ, आशा, बिनधास्तपणा आणि नियतीशी केलेल्या कराराच्या दिशेनं उचलली गेलेली पहिली पावलं

१) आणि २) - ऑगस्ट १९४७मध्ये फाळणीनंतर कोट्यवधी लोक नवनिर्मित भारत आणि पाकिस्तानातून विस्थापित झाले. त्यांच्यातील लाखो लोक फाळणीदरम्यान उसळलेल्या दंगलीत मारले गेले.

३) ३० जानेवारी १९४८ साली महात्मा गांधींची हत्या करण्यात आली. दिवंगत नेत्याला लोक शेवटची आदरांजली वाहताना.

४) ऑगस्ट १९४७मध्ये भारताच्या 'नियतीशी करारा'विषयी संसदेच्या सेंट्रल हॉलमध्ये मध्यरात्रीच्या भाषणात बोलताना जवाहरलाल नेहरू.

1.

2.

3.

4.

१९४७ : अफसाना लिख रही हूँ

अफसाना लिख रही हूँ
दिले बेकरार का
आँखों में रंग भर के
तेरे इंतेजार का

गीतकार : शकील बदायुनी
संगीतकार : नौशाद
गायक : उमा देवी
चित्रपट : दर्द

१९४७ सालातील अनिश्चिततेच्या वातावरणात एक काळ गोठलेला आहे. ब्रिटिशांनी त्यांचा गाशा गुंडाळला आणि ते त्यांच्या मायभूमीकडे निघून गेले. भारतात त्या वेळी अविश्वसनीय शक्यतांची पहाट उगवत होती.

स्वातंत्र्याचा दिपवणारा प्रकाश घेऊन येणारी उज्ज्वल प्रभात तिच्या सावल्याही सोबतीस घेऊन उगवली होती. डोक्यावर घिरट्या घालणारे संकटांचे ढग भारताच्या संस्थापक पुढाऱ्यांच्या कल्पनेपेक्षा अधिक काळे होते. त्यांच्या मनामध्ये विभाजनाच्या वेदना, दुराव्याचे सल होते. एका राष्ट्राचे आता दोन तुकडे झाले होते : भारत आणि पाकिस्तान. 'ज्या साम्राज्यावर सूर्य कधीच मावळत नाही' या वाक्प्रचाराला ऑगस्टमधल्या त्या रात्री अखेर तिलांजली देण्यात आली.

खरंय, १५ ऑगस्ट १९४७नं अनेक भाषांमध्ये स्वातंत्र्य हा शब्द लिहिला होता : स्वतंत्रता, आझादी, स्वाधीनता, सुधनधीरम. ही काही रशियन क्रांती नव्हती.

भारताच्या रूपांतरणासोबतच त्याचं समाजवादी लोकशाहीशी नाव जोडलं जाणार होतं; पण त्या दिवसासोबत आशादायक असं फार कमी होतं.

तो एक नवीन दिवस होता आणि त्या दिवसापासून एक नवीन रस्ता सुरू होणार होता.

अफसाना लिख रही हूँ हे १९४७मधील निश्चितच सर्वांत संस्मरणीय गाणं होतं, जे आजही त्याच ओळखीच्या भावनेनं गुणगुणलं जातं. काही झालं तरी १९४७ची कथा गुंफणारं गाणं निवडणं सोपं नक्कीच नाही. एखाद्या बॉम्बे ब्लॉकबस्टर चित्रपटातही घडणार नाहीत, असे डोकं चक्रावून टाकणारे विलक्षण प्रसंग त्या वेळी उपखंडामध्ये प्रत्यक्षात घडत होते. त्या वर्षी खुद्द भारताचाच अफसाना (कथा) उलगडणार होता. त्या कथेची सुरुवातच जबरदस्त झाली. ऑगस्ट महिन्यात, महात्मा गांधी आणि खान अब्दुल गफ्फार खान कलकत्त्यामध्ये जातीय दंगलींची आग विझवत होते आणि जवाहरलाल नेहरू हे दिल्लीत होते. त्या अनागोंदीच्या वातावरणात ते एकमेकांपासून जरी दूर असले तरीही प्रत्येक जण एकत्रितपणे आधुनिक भारताची कल्पना बळकट करण्यासाठी झटत होते.

त्यामुळे वेदना आणि आशेच्या हिंदोळ्यांमध्ये हेलकावे खाणाऱ्या पाळण्यामध्ये भारताचा अफसाना जन्माला आला.

उमा देवी (जी टुन टुन म्हणून जास्त प्रसिद्ध आहे, बहुधा हिंदी सिनेमातली पहिली कॉमेडियन) हीने दर्द चित्रपटात शकील बदायुनीचं *अफसाना लिख रही हूँ* हे गाणं गायलं. या गाण्याला नौशादनं संगीत दिलं होतं. तिला खरं तर अभिनेत्री व्हायचं होतं. लहानपणीच आई-वडिलांचं छत्र हरपल्यामुळे ती घरातून पळून गेली आणि नौशादच्या दारी येऊन पोहोचली. तिला चित्रपटात संधी द्यावी म्हणून तिने नौशादना गळ घातली. त्यांनी म्हटलं की, ते तिला अभिनेत्रीची भूमिका मिळवून देण्यासाठी मदत तर करू शकत नाही; पण तिच्याकडे सुरेल गळा आहे तर पार्श्वगायिका म्हणून तिला काम मिळू शकेल.

शकील बदायुनी, जे पुढे मुंबईतील सर्वोत्कृष्ट गीतकार म्हणून ओळखले जाणार होते, ते १९४६मध्ये त्या शहरात नुकतेच आले होते. नौशाददेखील या क्षेत्रांत नवीनच होते. सुरुवातीला त्यांच्या संगीताची खिल्ली उडवण्यात आली असली, तरी दर्द चित्रपटाला मात्र जबरदस्त यश मिळालं.

कारदार स्टुडिओच्या खाणीतून निघालेला हिरा म्हणजे दर्द. प्रथितयश दिग्दर्शक ए. आर. कारदार यांनी दिग्दर्शित केलेला दर्द चित्रपट हा 'मुस्लीम सोशल' या प्रकारचा चित्रपट होता. यामध्ये दोन बायका एकाच डॉक्टरच्या प्रेमात पडतात आणि त्यांतली एक (जिची भूमिका सौंदर्यवती सुरय्याने केली होती) सरतेशेवटी मरण पावते. ए. आर. कारदार हे चित्रपट क्षेत्रातील एक बडं प्रस्थ होतं, त्यांचा

पुढे अनेक ठिकाणी उल्लेख येणार आहे. शेजारच्या पाकिस्तानी क्रिकेट टेस्ट टीमचा पहिला कर्णधार हा त्यांचा भाऊ होता आणि दर्द चित्रपटात नायकाची भूमिका साकारणारा त्यांचा दुसरा भाऊ, तोदेखील पुढे पाकिस्तानात स्थलांतरित झाला. अनेक अर्थानं, कारदार बंधूंची कथा ही आधी एकत्रित असलेल्या पण आता वेगळ्या झालेल्या भारत-पाकिस्तान सारखी होती.

गोंधळाचं वातावरण असलं, तरी किती तरी हिंदी चित्रपट तयार करण्यात आले आणि हिंदी चित्रपट गाणी लोकप्रिय होत राहिली, हे नवलच म्हणायला पाहिजे. ते एक आशादायक वर्ष होतं. अखेरीस या वर्षामध्ये साम्राज्यवादाचं जोखड फेकून देण्यात आलं, तसंच ते वर्ष भूमीच्या विभागणीनंतर अपरिहार्य असलेल्या रक्तपाताचंही होतं आणि कलहाचंही होतं.

याच वर्षी संगीतक्षेत्रातील महानायक के. एल. सैगल यांचं निधन झालं, सोबतच एका युगाचाही अस्त झाला. त्यांचा शेवटचा चित्रपट परवाना त्याच वर्षी प्रदर्शित झाला होता. *जुगनू* चित्रपटासाठी नुरजहाँ यांच्या सोबत गायलेल्या - *बदला वफा का* या हीट गाण्यामुळे मोहम्मद रफी नावाची जादू जाणवायला सुरुवात झाली होती. *जुगनूसाठी* आपली गाणी गायल्यानंतर लगेचच नुरजहाँ पाकिस्तानात निघून गेल्या - इंडस्ट्रीसाठी ही आणखी एक महत्त्वाची घटना होती. *दो भाई* चित्रपटातील गाण्यांमुळे गीता दत्त हीने स्टारडमकडे झपाट्यानं वाटचाल करायला सुरुवात केली होती.

सन १९४७मध्ये भारत हा अविश्वसनीय वेगानं पुढे जात होता, आपल्या नियतीशी भेट घेण्याचा आणि त्याची पाळंमुळंच हादरवून टाकणाऱ्या मंथनाच्या काळात तो होता.

मागील वर्षांनं काँग्रेस आणि मुस्लीम लीग यांच्यातील सारे संबंध पूर्णतः संपुष्टात आल्याचं पाहिलं होतं. अंतरीम सरकारचे पंतप्रधान म्हणून जवाहरलाल नेहरू आणि अर्थमंत्री म्हणून लियाकत अली खान यांची जोडगोळी काम करू शकली नाही. ब्रिटिश कॅबिनेट मिशनच्या चर्चेच्या फेऱ्या अजूनही सुरूच होत्या. ब्रिटिश जून १९४८पर्यंत सत्ता सोडतील असं ब्रिटिश पंतप्रधान क्लेमन्ट एटली यांनी फेब्रुवारी १९४७मध्ये जाहीर केलं.

पण लॉर्ड लुईस माऊंटबॅटन यांच्या नेमणुकीमुळे घडामोडींना वेग आला. ते ब्रिटिश सम्राटाचे चुलत बंधू होते आणि आधीचे व्हॉइसरॉय लॉर्ड वेव्हेल यांच्यापेक्षा त्यांना जास्त स्वायत्तताही लाभली होती. जून १९४७मध्ये, लॉर्ड माऊंटबॅटन यांनी एक सूत्रबद्ध करार जाहीर करीत दोन नव्या राष्ट्रांना सत्तेचं हस्तांतरण करण्याची तारीख १५ ऑगस्ट १९४७पर्यंत अलीकडे आणली. उपखंडातील घटनात्मक, सामाजिक, लष्करी आणि पायाभूत सेवांच्या चिरफाडीसाठी दहा आठवडे पुरेसे ठरतील, इतिहासकार जॉन केई यांनी या घोषणेचं अशा प्रकारे उपरोधिक वर्णन केलं आहे.

४ जुलै १९४७ साली मंजूर करण्यात आलेल्या 'इंडिया इंडिपेन्डेन्स अॅक्ट १९४७' नुसार : 'ऑगस्ट १५, १९४७च्या तारखेपासून भारतात दोन स्वतंत्र सार्वभौम सत्ता स्थापन करण्यात येतील. त्यांना भारत आणि पाकिस्तान म्हणून ओळखण्यात येईल'

१५ ऑगस्ट ही आधीची तारीख निवडण्यामागे लॉर्ड माऊंटबॅटन यांचा स्वतःचा वैयक्तिक इतिहास कारणीभूत होता, असं इतिहासकारांनी नमूद केलं आहे. *फ्रिडम अॅट मिडनाइट* या पुस्तकात लॉर्ड माऊंटबॅटन यांचं एक विधान आहे : 'मी जी तारीख निवडली ती मला अचानकच सुचली. मी ती एका प्रश्नाच्या उत्तरादाखल सांगितली. या संपूर्ण घटनाक्रमाचा सर्वेसर्वा मी आहे हे दाखवण्याचा मी निश्चयच केला होता. जेव्हा काही लोकांनी विचारलं की, आम्ही एखादी तारीख ठरवली आहे का, तेव्हा मला माहीत होतं की, ती लवकरच ठरवावी लागेल. मी त्या वेळी त्यासंबंधी फार काही विचार केलेला नव्हता – मी ऑगस्ट किंवा सप्टेंबरचा विचार करत होतो आणि मग मी १५ ऑगस्टची निवड केली. का? कारण तो जपानच्या शरणागतीचा दुसरा स्मृतिदिन होता.'

भारत आणि पाकिस्तानच्या फाळणीची किंमत अगणित मानवी बळींमध्ये मोजावी लागली, मानवी इतिहासातील एक सर्वांत मोठं स्थलांतर घडलं. फाळणीमुळे एक कोटींहून अधिक लोक विस्थापित झाले. जवळपास दहा लाख लोक मारले गेले. काश्मीरच्या चिघळलेल्या प्रश्नाविषयी मोठी चर्चा झाली; पण ब्रिटिशांनी परत जाताना बेजबाबदारपणे सोडून दिलेल्या इतर बऱ्याच गोष्टींकडे फारसं कोणाचं लक्ष गेलं नाही.

सर सिरील रॅडक्लिफ यांच्या बाउंडरी कमिशननं १७ ऑगस्टपर्यंत म्हणजेच १५ ऑगस्ट*नंतर* दोन दिवसांपर्यंत आंतरराष्ट्रीय सीमांची आखणी उपलब्धच करून दिली नव्हती. ब्रिटिशांनी भारत सोडण्याचा निर्णय किती घाईघाईनं घेतला हे यावरूनच सिद्ध होतं. रॅडक्लिफ भारतात आला तोच मुळी ८ जुलै १९४७ रोजी, फक्त पाच आठवडे आधी. पंजाब आणि बंगालच्या सीमारेखा आखणाऱ्या दोन आयोगांनी त्यांचं काम व्यवस्थित करावं हे ठरवण्यापुरताच तो आला होता; पण तोवर लोकांच्या मनांत आणि डोक्यांत सीमारेखा कोरल्या गेल्या होत्या आणि ते भयभीत होऊन तिकडे पळत सुटले होते, मग त्यांची इच्छा असो अथवा नसो.

१४ ऑगस्ट रोजी कराचीमध्ये 'कायदे आझम' मुहम्मद अली जिना, यांनी नवीन राष्ट्राच्या स्थापनेचा सोहळा याची देही याची डोळा पाहिला. लॉर्ड माऊंटबॅटन यांनीही त्याला हजेरी लावली आणि मग, मध्यरात्री होणाऱ्या भारताच्या स्वातंत्र्य सोहळ्याला उपस्थित राहण्यासाठी ते भारतात परतले. नवलाची बाब म्हणजे, काही काळापुरतं पाकिस्ताननं अधिकृतरीत्या त्यांनाही १५ ऑगस्टलाच स्वातंत्र्य मिळालं आहे, याला मान्यता दिली होती. जुलै १९४८पर्यंत पाकिस्तानची जी पोस्ट स्टॅम्प्स निघाली आहेत ती याची साक्षीदार आहेत; पण त्यानंतर आपण ब्रिटिश

इंडियापासून वेगळे झालो आहोत, स्वतंत्र भारतापासून नाही, हे दाखवण्याच्या ईर्षेपोटी त्यांनी त्यांचा 'यौम-ए-आझादी' १४ ऑगस्टला मागे आणला. भारतात, त्याच्या प्रधानमंत्र्यांनी त्यांचं सर्वांत संस्मरणीय असं 'ट्रिस्ट विद डेस्टिनी' हे भाषण, मध्यरात्रीच्या पहिल्या प्रहरात दिलं आणि स्वातंत्र्याची पहाट उजाडल्याचं घोषित केलं. 'भारत' नावाच्या कल्पनेविषयीचं त्यांचं संयत आकलन आणि त्या क्षणाचं जगाच्या इतिहासात असलेलं महत्त्व अधोरेखीत करत त्यांनी वैश्विक रंगमंचावर भारताची पुनर्स्थापना करण्यासाठी पहिली पावलं उचलली.

जरी संपूर्ण देशच आगीत जळत असला, तरीही पंजाब आणि बंगाल या प्रत्यक्षात विभाजन झालेल्या प्रदेशांनी हिंसाचाराचा मुख्य आघात सोसला. कला, साहित्य आणि चित्रपटांमधून या वेदनेचे पडसाद पुढच्या कित्येक पिढ्यांपर्यंत ऐकू जाणार होते. मग त्या सआदत हसन मंटोच्या कथा असोत, भीष्म आणि बलराज साहनी यांच्या आठवणी असोत, *मेघे ढाका तारा* या ऋत्विक घटक यांच्या चित्रपटातील संस्मरणीय प्रसंग असोत किंवा खुशवंत सिंह यांची *ट्रेन टू पाकिस्तान* असो, काहीतरी गमावल्याची भावना त्यामध्ये जाणवते आणि व्यक्तही होते. जेव्हा १९४७चं खरं महत्त्व भारत आणि त्याच्या नव्या शेजाऱ्याच्या लक्षात येत गेलं.

चित्रपट संगीताच्या संबंधानं सांगायचं तर त्या वर्षी आणखी दोन ठळक घटना घडल्या. १९४७चा भेसूरपणा दिसत असतानाच, लेखक गणेश अनंतरमण लिहितात त्यानुसार 'मौज आणि मस्तीदेखील अधिकृत झाली होती'. याच काळात सी. रामचंद्र यांनी *आना मेरी जान संडे के संडे* हे गाणं *शेहनाईसाठी* संगीतबद्ध केलं. ज्यांचा आवाज पुढे किमान चार पिढ्यापर्यंत टिकणार होता त्या लता मंगेशकर, त्यांनाही मुंबईत पाय ठेवायला जागा मिळाली. त्यांनी *आप की सेवा में* या चित्रपटातून पदार्पण केलं.

१९४८ : सारी दुनिया के सरताज

देश हुआ आझाद मगर
ना पहना तुने ताज
तेरा अमर रहेगा राज
सारी दुनियाँ के सरताज

गीतकार : ईश्वर चंद्र कपूर
संगीतकार : पंडित गोविंदराम
गायक : शमशाद बेगम
चित्रपट : *घर की इज्जत*

सन १९४८मधील *घर की इज्जतमध्ये* शमशाद बेगमने एक देशभक्तीपर गाणं सादर केलं, या गाण्यामध्ये महात्मा गांधींची दृश्यचित्रं होती. त्यांनी स्वातंत्र्यासाठी प्रखर लढा देऊनही राजमुकुट घातला नाही, त्यामुळे लहान मुलं महात्माजींचं कौतुक करत होती; पण हे गाणं ही नंतर सुचलेली कल्पना होती.

राम दर्यानीच्या *घर की इज्जतमध्ये*, दिलिप कुमार आणि मुमताज शांती यांच्या भूमिका होत्या. चित्रपटाची कथा एका भारतीय मुलाभोवती गुंफण्यात आली होती. त्याचं आपल्या आईपुढे फारसं काही चालत नसल्यामुळे तिच्या टोमण्यांपासून तो आपल्या पत्नीला वाचवू शकत नाही. तो दारूच्या आहारी जातो. तरुण मुलींनी लग्न होऊन जाण्याची एकत्र कुटुंब ही काही सर्वोत्कृष्ट जागा नाही, असं सांगून त्यावर प्रश्नचिन्हं उभं करणारा बहुधा पहिलाच चित्रपट होता; पण ३० जानेवारी रोजी झालेल्या महात्मा गांधींच्या हत्येनं देशाला इतकं हादरवून टाकलं की, चित्रपटात हे

गाणं घेण्यावाचून दुसरा पर्यायच नव्हता. ईश्वर चंद्र कपूर यांनी हे गीत लिहिलं आणि पंडित गोविंदराम यांनी त्याला संगीत दिलं.

हा एक सुमार चित्रपट होता आणि तेव्हाच्या समीक्षकांनी त्याला झोडपून काढलं होतं. *फिल्मइंडियाच्या* एप्रिल १९४९च्या अंकात एक तिखट अभिप्राय आला. त्यात या चित्रपटाची, 'निर्बुद्ध कथानक', 'भिकारपणाचा कळस' आणि 'प्रतिगामी' म्हणून संभावना करण्यात आली. इतकंच नाही तर गांधींजींना वाहिलेल्या आदरांजलीबद्दलही तुच्छता दाखवण्यात आली.

पण १९४८मध्ये नुकत्याच झालेल्या रक्तरंजित फाळणीची भयानकता अजूनही विसरली गेली नव्हती. या फाळणीनं उपखंडाचे तुकडे केले होते. त्यानंतर भारतात घडलेल्या गंभीर परिणामांचाही हा काळ साक्षीदार ठरला होता.

जानेवारीत, एकीकडे ज्या पद्धतीनं फाळणी घडली, त्यामुळे महात्मा गांधी नाराज झाले होते, पंजाब आणि बंगालमधील दंगली शमवण्यात आपल्याला अपयश येतंय या जाणिवेनं ते हादरले होते, तर दुसरीकडे हिंदू महासभा आणि राष्ट्रीय स्वयंसेवक संघाकडून होणारी अत्यंत निर्दय टीका ते सहन करत होते. ज्या वेळेस उपखंडातील मुस्लीम जातीयवादी आपल्या विभाजनाचं समर्थन करून एका स्वतंत्र राष्ट्रात राहायला गेले होते, त्याच वेळेस हिंदू राष्ट्रवाद्यांना मात्र एक जोरदार थप्पड बसली होती. कारण, त्यांना काँग्रेसच्या मार्गदर्शनाखाली आणि चिकाटीमुळे एक धर्मनिरपेक्ष राष्ट्र उभं राहताना बघावं लागलं. भारतामध्ये त्याच्या शेजारच्या पाकिस्तानसारखी बहुसंख्याकांची राजवट नव्हती.

नथुराम गोडसेनं गांधीजींची हत्या केल्याच्या पार्श्वभूमीवर राष्ट्रीय स्वयंसेवक संघावर बंदी घालण्यात आली. भारताचे उपपंतप्रधान वल्लभभाई पटेल यांनी संघाची चांगलीच खरडपट्टी काढली आणि रस्त्यावर तसेच कुजबुजीच्या माध्यमातून पसरत चाललेल्या द्वेषाविषयीही ते उघडपणे बोलले. हत्या होण्याच्या काही दिवस आधीच त्याच लोकांकडून गांधीजींवर आणखीही एक हल्ला करण्यात आला होता. हे लोक गांधींना सातत्यानं 'मुस्लिमप्रेमी' म्हणून हिणवत असत. २० जानेवारीला मदन पाहवा नावाच्या माणसानं एक बॉम्ब फेकला. तो गांधीजींपासून अवघ्या २० मीटर अंतरावरच फुटला होता.

पण गांधीजींच्या हत्येमुळे, राष्ट्रीय स्वयंसेवक संघावर बंदी घालण्यासोबतच स्वतंत्र भारतावर आणखी एक महत्त्वाचा परिणाम घडला. *द आरएसएस अँड द बीजेपी, ए डिव्हिजन ऑफ लेबर* या पुस्तकात ए. जी. नुरानी लिहितात : भारताच्या विभाजनामुळे संघ परिवाराला प्रचंड जो फायदा झाला होता त्याला गांधींच्या हत्येमुळे अटकाव बसला. स्वतःच्या पायावर स्वतःच कुऱ्हाड मारल्यामुळे झालेलं नुकसान अजूनही पूर्णपणे भरून निघालेलं नाही. भाजप-संघाला पुन्हा एकदा थोडं फार

आदराचं स्थान कमावण्यासाठी तब्बल ३० वर्षं लागली – त्यासाठी आणीबाणीचे आभार मानावे लागतील – आणि केंद्रातील सत्तेच्या निकट जाण्यासाठी त्यांना ४० वर्षं लागली.

सन १९४८च्या काळातच आदल्या वर्षी काश्मीर प्रश्नावरून पाकिस्तानसोबत झालेल्या लढाईचं सावटही पूर्णपणे दूर सारलं गेलं नव्हतं. ऑक्टोबर १९४७मध्ये टोळी हल्ल्यांपासून सुरू झालेली ही लढाई त्याच वर्षी अटीतटीने लढण्यात आली (तिचा शेवट १९४९मध्ये झाला). काश्मीरच्या अधिग्रहणाबाबतच्या निरनिराळ्या मतांना एकमेकांच्या शेजारी ठेवत इतिहासकार रामचंद्र गुहा ही बाब अधिक स्पष्ट करतात. काश्मीरच्या अधिग्रहणाचा विषय युनायटेड नेशन्समध्ये नेणाऱ्या ब्रिटिश गव्हर्नर–जनरलवर भारताकडून बोटं रोखण्यात येतात. भारतीय लष्कराच्या ब्रिटिश जनरलनं फौजांना उत्तर काश्मीरमध्ये जाण्यापासून रोखल्यामुळे त्याला दोष देण्यात येतो; पण पाकिस्तानी लोकदेखील माऊंटबॅटनवर असाच आरोप करतात. त्यांना असं वाटतं की, माऊंटबॅटननं रॅडक्लिफसोबत षडयंत्र रचून भारतीयांना गुरदासपूर जिल्हा दिला, त्यामुळेच नवी दिल्लीला काश्मीरमध्ये जाण्याचा मार्ग मिळाला.

काश्मीरमध्ये शेख अब्दुल्ला आणि भारतीय लष्कराचे ब्रिगेडियर मोहम्मद उस्मान (ज्यांनी नौशेरा प्रांतात पाकिस्ताननं केलेला एक मोठा हल्ला हिमतीने परतवून लावला. पुढे जुलैमध्ये त्यांना वीरगती प्राप्त झाली.) यांच्यासारखी महत्त्वाची प्रतीकं होती, त्यामुळे भारताला, धर्मनिष्ठ आणि संकुचित भावनेनं जन्माला घातलेल्या पाकिस्तानपेक्षा वेगळी असणाऱ्या आपल्या धर्मनिरपेक्ष आणि आधुनिक प्रतिमेचं वेगळेपण जपता आलं.

नोव्हेंबरमध्ये जुनागढ संस्थाननं पाकिस्तानात जाण्याचा आपला निर्णय रद्द केल्यानंतर भारत सरकारने त्याला भारतात विलीन करून घेतलं. सप्टेंबरमध्ये हैदराबाद संस्थान भारतात सामील झालं होतं; पण तिथल्या निजामानं विलीनीकरणासाठी अडेलतट्टूपणा केल्यामुळे तिथे सशस्त्र संघर्षाची स्थिती ओढवली होती. तेलंगणात साम्यवादी आणि गरीब शेतकऱ्यांनी प्रखर लढा दिल्यामुळे, तिथली परिस्थिती कायमच अशांत होती आणि पुढे तीन वर्षांनंतरच त्याला विराम मिळाला.

कम्युनिस्ट पार्टी ऑफ इंडिया हा त्या काळातील प्रमुख विरोधी पक्ष होता. कलकत्त्यात १९४८मध्ये जनरल सेक्रेटरी पी. सी. जोशी यांनी बी. टी. रणदीवे यांसाठी मार्ग मोकळा केल्यानंतर त्या पक्षानं आपले रंग बदलले. या दोन्ही नेत्यांच्या व्यक्तिमत्त्वांमध्ये कमालीचा फरक होता. जोशींनी त्यांच्या काळात गांधी हत्येनंतर हिंदू पुनरुत्थानवाद्यांच्या विरोधात एक आघाडी लढवून धरली होती; पण त्याजागी आता संकुचित विचारसरणीचं प्रस्थ वाढलं. यामध्ये सामूहिक बंद आणि शेतकरी उठावांद्वारे काँग्रेस सरकारवर चढाई करण्याचं धोरण आखण्यात आलं.

आधीच्या वर्षीच द इंडस्ट्रीयल डिस्प्युट ॲक्ट तयार करण्यात आला होता, या वर्षात द फॅक्टरीज् ॲक्ट आणि द मिनिमम वेजेस ॲक्ट तयार करण्यात येऊन कष्टकरी वर्गाला न्याय्य वेतन आणि संरक्षणाची खात्री देण्यात आली, त्या वेळी शेतकरी ही देशातली एक प्रबळ शक्ती होती. कामगारांच्या हिताचं संरक्षण करणाऱ्या कायद्यांपैकी कोल माईन्स प्रॉव्हिडंट फंड आणि मिसलिनियस प्रोव्हिजन ॲक्ट आणि एम्प्लॉयी स्टेट इन्शुरन्स ॲक्ट हे महत्त्वाचे होते.

आता मागे वळून पाहताना असं लक्षात येतं की, १९४८ हे एक लक्षणीय वर्ष ठरलं. या वर्षात अशा काही घटना घडल्या ज्यामुळे मुंबई संगीताला त्याचं स्वतःचं स्थान निर्माण करण्यास मदत मिळाली. लेखक साहीर लुधियानवीनं लाहौर सोडून मुंबईत स्थिरावण्याचा निर्णय घेतला. संगीतकार ओ. पी. नय्यर भारतात स्थलांतरित झाले. त्या काळातील एक बडे संगीतकार असलेले गुलाम हैदर यांनी पाकिस्तानला जाण्याचा निश्चय केला होता. त्यांनी आपला शेवटचा चित्रपट *शहीद* याच वर्षी तयार केला.

पुढे जाऊन कित्येक दशकं लोकांच्या मनावर आणि हिंदी चित्रपटसृष्टीवर अधिराज्य गाजवणाऱ्या राज कपूर आणि देव आनंद यांच्यासाठीही हे महत्त्वाचं वर्ष होतं. राज कपूरने *आग* हा चित्रपट तयार करून त्याच्या दिग्दर्शकीय कारकिर्दीला सुरुवात केली. या चित्रपटाचा निर्माताही तोच होता आणि आरके फिल्म्स हे बॅनरही त्याचंच होतं. हा चित्रपट गाजला नाही; पण यातच राज कपूर आणि नर्गिस यांची दंतकथा झालेली जोडी पहिल्यांदा पडद्यावर झळकली. *जिद्दीच्या* निमित्ताने देव आनंदनं त्याच्या पहिला हिट चित्रपटाची चव चाखली. हा चित्रपट त्यातल्या संगीतामुळे गाजला होता. किशोर कुमारनं याच चित्रपटांत गायक म्हणून पदार्पण केलं. *मरने की दुआयें क्यूँ माँगू* यासारख्या गाण्यांतून त्याच्यावरचा के. एल. सैगलचा प्रभाव दिसून येत होता, थोड्या काळातच त्याला त्याचा स्वतःचा आवाज गवसणार होता.

याच वर्षी भारतानं ७९ जणांचं पथक लंडन ऑलिम्पिकमध्ये सहभागी होण्यासाठी धाडलं. दुसऱ्या महायुद्धानंतर झालेली ही पहिली ऑलिम्पिक स्पर्धा होती. हॉकी संघाची अंतिम सामन्यांत इंग्लंडशी गाठ पडली. पहिल्यांदाच ते त्यांच्या पूर्वीच्या सत्ताधाऱ्यांच्या विरोधात खेळत होते; पण त्यांनी चतुराईनं सुवर्णपदक पटकावलं.

१९४९ : जिया बेकरार है

जिया बेकरार है

आयी बहार है

आजा मोरे बालमा

तेरा इंतजार है

गीतकार : हसतर जयपूरी

संगीतकार : शंकर-जयकिशन

गायिका : लता मंगेशकर

चित्रपट : *बरसात*

१९४०चं दशक संपत असताना, नर्गिस ही दिग्दर्शक-अभिनेता राज कपूर याच्या बाहुपाशामध्ये प्रणयक्रीडा करत होती. ती जणू त्याच्या उजव्या हातामध्ये झुलत होती. पुढे अनेक चित्रपटांमधून ही जोडी झळकणार होती. हा आळसावलेला मादक क्षण पुढे जाऊन राज कपूरच्या आरके स्टुडियोचा लोगो म्हणून अमर होणार होता. शंकर-जयकिशन या संगीतकार जोडीचंसुद्धा *बरसात* चित्रपटाच्या संगीताद्वारे पदार्पण होत होतं. तोवर प्रदर्शित झालेल्या हिंदी चित्रपटांच्या इतिहासात बॉक्स ऑफिसवर सर्वाधिक गल्ला गोळा करणारा हा चित्रपट ठरला. राज कपूरच्या स्वतंत्र झेंड्याखाली बनलेला हा दुसरा चित्रपट होता. त्याचा पहिला गाजलेला चित्रपटदेखील हाच होता.

जिया बेकरार है। आयी बहार है। आजा मोरे बालमा। तेरा इंतजार है।। हे लता मंगेशकरच्या नेतृत्वाखाली गायलं गेलेलं समूह गीत होतं. यामध्ये सोप्या बोली

भाषेतील शब्द होते आणि तत्कालीन रूढ शास्त्रीय, गझल किंवा अन्य पारंपरिक रचनांपासून फारकत घेणारं हे गाणं होतं. गाण्याच्या एरव्हीच्या आनंदी अवस्थेत प्रतीक्षा आणि तळमळीची भावना सहजपणे मिसळली गेली होती. देशाच्या त्या वेळच्या भावावस्थेचं ते सूचक प्रतीक बनलं - आपला देश कशाची तरी वाट बघत होता आणि तरीही तो आशावादी होता, कारण स्वातंत्र्य मिळाल्यानंतर दोन वर्षांत अनेक अवघड संकटांशी त्यानं दोन हात केले होते आणि राष्ट्र उभारणीच्या दमवणाऱ्या कामासाठी त्यानं कंबर कसली होती.

२६ नोव्हेंबरला घटनेचा सरनामा मंजूर करण्यानं वर्षांचा शेवट झाला. 'आम्ही, भारताचे लोक,' खरोखरीच परकीय सत्ताधीशांच्या बेड्यांमधून मुक्त होत, सरतेशेवटी सार्वभौम झालो होतो. भारत आता प्रजासत्ताक होण्याच्या मार्गावर होता. संस्थानांनी मोठ्या प्रमाणावर त्यांचे अधिकार सोडून दिले होते. सरनाम्यातून या सर्वांनी एका आधुनिक, लोकशाही प्रजासत्ताकाच्या चौकटीत समाविष्ट होण्याचे संकेत दिले होते. लोकशाहीमध्ये वंशपरंपरेनं कोणालाही अधिकार मिळणार नव्हते.

ब्रिटिश साम्राज्यानं सन १८५८मध्ये भारतात सत्ताभार सांभाळल्यानंतरचं हे असं एक शेवटचं वर्ष होतं, जेव्हा ब्रिटिश संसदमध्ये भारतासंबंधीच्या बाबी हाताळण्याचा कायदा मंजूर करण्यात येणार होता, त्यामुळे भारताच्या सत्ताकारभाराचा मार्ग मोकळा होण्यास मदत झाली. त्याची सुरुवात पुढील वर्षापासून होणार होती.

त्यामुळे भारतासमोर उभे राहिलेले अक्राळविक्राळ प्रश्न संपणार होते, असं मात्र निश्चितच नव्हतं. तशी कोणतीही शक्यता नव्हती. भारताने स्वतःची ओळख निर्माण करण्याची ही नुकतीच सुरुवात होती. भारत अनेक अडचणींनी घेरला जाणार होता. त्याला त्या अडचणींचा सामना करावा लागणार होता.

सन १९४९ या वर्षानं संसदेतील तिखट, लोकशाहीवादी आणि विद्वत्तापूर्ण वादविवादही पाहिले. भाषा हा त्यातील एक महत्त्वाचा मुद्दा होता. हिंदी भाषिक आणि अहिंदी भाषिक लोक, राष्ट्रभाषा आणि अधिकृत भाषेच्या मुद्द्यावरून एकमेकांशी भिडल्यामुळे, त्यामुळे तो अगदी ऐरणीवरचा मुद्दा बनला होता. दोन्ही पक्षांनी आपापली खिंड हिरीरीनं लढवली पण अखेरीस कोणत्याच राष्ट्रीय भाषेवर एकमत होऊ शकलं नाही. इंग्रजीचा वापर सुरूच राहिला. घटनेचा मसुदा तयार करणाऱ्या समितीचे अध्यक्ष डॉ. बाबासाहेब आंबेडकर यांनी वादावर पडदा घालताना म्हटलं, 'आपल्याला हे विसरून चालणार नाही की जर त्यांनी (दक्षिण भारतीय राज्यांतील लोकांनी) हिंदीचा स्वीकार करायचा असेल, तर तो त्यांनीच करायला हवा, आपण त्यांच्यासाठी तो करण्याची गरज नाही आणि मुळात इतका वाद घडालाच कशामुळे? मला नवल वाटतं की, अशा लहानशा गोष्टीवर आपल्याला इतकं भांडायची खरंच गरज होती का?'

काहीही झालं तरी भाषा ही काही 'लहानशी गोष्ट' नक्कीच नव्हती. याच काळात भाषिक स्वायत्ततेच्या चळवळी नव्यानं पेटून उठल्या. संयुक्त कर्नाटक, संयुक्त महाराष्ट्र आणि ऐक्य केरळ चळवळींसोबतच महागुजरातलाही खूप लोकप्रियता लाभली. पंतप्रधान जवाहरलाल नेहरूंना भाषिक विभागणीची कल्पना मान्य नव्हती, त्यामुळे या चळवळींनी उठवलेलं रान पाहून ते थक्क झाले. या चळवळीमुळे त्या त्या भाषेचे लोक एकत्र आले होते. यात भर पडली ती भाषा आणि धर्माच्या आधारावर शीख राज्याच्या मागणीची आणि त्यामुळे परिस्थिती अधिकच बिघडली.

या वर्षात संयुक्त राष्ट्रसंघाच्या आयोगानं पुढाकार घेत युद्धबंदी घडवून आणल्यानंतर काश्मीरवरून भारत आणि पाकिस्तान यांच्यात सुरू असलेली प्रदीर्घ लढाई संपुष्टात आली. कराची करारानुसार २७ जुलै रोजी युद्धविरामाची घोषणा झाली. या वर्षी आणखी एक महत्त्वाची घटना पहिल्यांदाच घडली होती – भारतीय सैन्यात कमांडर-इन-चिफ पदावर एका भारतीयाची नेमणूक झाली. भारताच्या फक्त दोन फिल्ड मार्शल्सपैकी पहिले फिल्ड मार्शल असलेल्या जनरल के. एम. करीअप्पा यांनी १५ जानेवारी रोजी आपला पदभार सांभाळला. हा दिवस आता सैन्य दिवस म्हणून साजरा केला जातो.

नोव्हेंबरमध्येच महात्मा गांधीचे हत्यारे नथुराम गोडसे आणि नारायण आपटे यांना फासावर चढवण्यात आलं. महात्मा गांधींच्या हत्येनंतर तत्कालीन उपपंतप्रधान वल्लभभाई पटेलांनी संघावर लादलेली बंदी याच वर्षी उठवण्यात आली. सरसंघचालक एम. एस. गोळवलकर हे त्यांच्या कार्यकर्त्यांना भारताची राज्यघटना आणि राष्ट्रध्वजाप्रती एकनिष्ठ राहण्यासाठी प्रवृत्त करतील आणि संघाचं कार्यक्षेत्र यापुढे सांस्कृतिक कार्यक्रमापुरतं असेल. हिंसा आणि गुप्ततेचा ते त्याग करतील. अशा अटींवर ही सुटका झाली होती (रामचंद्र गुहा : *इंडिया आफ्टर गांधी*). गेली अनेक दशकं, नागपूर येथील संघाच्या मुख्यालयावर भारताचा तिरंगा नाही तर भगवा ध्वज फडकतो, हे आता सर्वज्ञात आहे.

१९४९मध्येच रिझर्व्ह बँक ऑफ इंडियाचं राष्ट्रीयीकरण झालं.

राष्ट्र निर्मितीच्या पायाभरणीला सुरुवात झाली होती. भाषा, वंश, धर्म आणि जातींचे असे अनेक वैविध्यपूर्ण घटक असणारं एक राष्ट्र घडवण्याची ही सर्वांत मोठी कवायत होती. सोव्हिएत युनियन नंतरचा हा सर्वांत मोठा प्रकल्प होता. इतिहासकारांनी यावर बरंच चिंतन, मनन केलेलं आहे.

परदेशी गंगाजळीची कमतरता आणि अन्नधान्याची टंचाई यामुळे पंतप्रधान नेहरू अत्यंत चिंतीत होते. त्या वर्षाच्या नोव्हेंबरमध्ये नेहरूंनी अमेरिकेचा पहिला दौरा केला. तिथं त्यांचं कशा प्रकारे प्रचंड स्वागत झालं याचं इंदर मल्होत्रा यांनी वर्णन केलं आहे. हॅरी ट्रुमनशी बोलताना त्यांनी भारतातील अन्नधान्याच्या टंचाईचाही

उल्लेख केला. ट्रुमनचा प्रतिसाद सकारात्मक होता; पण यात नोकरशाहीचे अडथळे, यूएस काँग्रेसमधील प्रतिरोध, प्रक्रियेतील उशीर आणि इतर अनेक अडचणी होत्या. त्याचप्रमाणे गव्हाच्या बदल्यात काही धोरणात्मक फायदा उठवण्याचा अमेरिकेचा अंतस्थः हेतूही होता, त्यामुळेच अमेरिकेत गव्हाचा कसलाही तुटवडा नसताना कुठलाच करार होऊ शकला नाही. अमेरिका ही 'निर्दय'पणे आणि 'कंजूष'पणे वागली, असं नंतर भारतानं म्हटलं. अमेरिकेनं भारताला आपल्या तालावर नाचवण्यासाठी म्हणून अन्नधान्याच्या मदतीचा उपयोग करण्याचा प्रयत्न केला, याचा नवी दिल्लीला सर्वांत जास्त त्रास झाला, तर अमेरिकेनं त्यांचा बचाव करताना म्हटलं की, नेहरूंनी ट्रुमन यांना केलेल्या संदिग्ध विनंतीचा भारत सरकारनं हवा तसा 'पाठपुरावा' केला नाही.

संगीतासंबंधी सांगायचं, तर, हे वर्ष *अंदाज* आणि *बरसात* या चित्रपटांच्या प्रचंड यशाचं होतं. त्यामागे मुख्यतः त्यांच्या गाण्यांचा वाटा होता. *दुलारीमुळे* लता दिदींची वेगानं प्रगती झाली. संगीतकार नौशाद यांचा यशस्वी प्रवास याही वर्षी सुरू राहिला. राज कपूर आणि देव आनंद यांच्यासारख्या कलाकारांनी त्यांच्या यशात असलेलं गाण्यांचं महत्त्व ओळखलं आणि हळूहळू त्यांनी त्यांच्यासाठी कोणता गायक आणि कोणतं गाणं सर्वोत्कृष्ट ठरेल, यासंबंधी निर्णय घ्यायला सुरुवात केली. एकीकडे या वर्षानं मोहम्मद रफी यांनी अत्यंत सुरेल असं *सुहानी रात ढल चुकीं, ना जाने तुम कब आओगे* (*दुलारी* चित्रपट) हे गाणं गात प्रियकराच्या प्रतीक्षेचं रूपांतर एखाद्या ललित कलेमध्ये केलं, तर दुसरीकडे सी. रामचंद्र यांनी त्यांच्या नवनवीन प्रकारच्या धून तयार करणं सुरूच ठेवलं. त्यात *मेरे पीया गया रंगून, वहा से किया है टेलिफून* (*पतंगा*) यांसारख्या गाण्यांचा समावेश होता. या गाण्यानं दुसऱ्या सहस्रकातील विशीतल्या मुलांच्या आवडत्या गाण्यांच्या यादीत शिरकाव केला होता.

१९५०चं दशक
एक घटनात्मक क्रांती

सुहाना सफर

**भारताची राज्यघटना तयार होते.
उद्योग, योजना आणि शिक्षणाची पायाभरणी
केली जाते.**

१) पहिली भारतीय तंत्रज्ञान संस्था म्हणजेच 'आयआयटी' खरगपूर येथे १९५१मध्ये सुरू झाली.

२) पहिल्या सार्वत्रिक निवडणुका १९५२मध्ये घेण्यात आल्या : बैलजोडी हे निवडणूक चिन्ह असलेल्या काँग्रेसला सत्ता मिळाली.

३) आधुनिक भारताची मंदिरे : जवाहरलाल नेहरू हिराकुड धरणाच्या बांधकामाला भेट देताना.

४) १९५०च्या दशकातील दिल की धडकन : *अंदाज* चित्रपटात नर्गिस, राज कपूर आणि दिलीप कुमार.

१९५० : गोरे गोरे ओ बाँके छोरे

रोज रोज मुलाकात अच्छी नही
प्यार में ऐसी बात अच्छी नही
थोडा थोडा मिलना थोडी सी जुदाई
सदा चांदनी रात अच्छी नही

गीतकार : राजेंद्र कृष्ण
संगीतकार : सी. रामचंद्र
गायिका : लता मंगेशकर आणि अमीरबाई कर्नाटकी
चित्रपट : *समाधी*

हलकी फुलकी, काहीशी पाश्चिमात्य वळणाची धून, सोबतीला काहीशी सुखावलेली आणि उल्हासित अशी अशोक कुमार आणि नलिनी जयवंत यांची पडद्यावरील जोडी आणि लता मंगेशकर आणि अमीरबाई कर्नाटकी यांचं गायन या सगळ्यामुळे *गोरे गोरे ओ बाँके छोरे*, हे गाणं अनेक अर्थानं तेव्हाच्या प्रस्थापित संकेतांना अपवाद ठरलं होतं. त्या काळात एखादं गाणं लोकप्रिय होण्यासाठी आणि ते टिकून राहण्यासाठी त्या गाण्याची शास्त्रीय बैठक आणि शैली असणं अत्यंत महत्त्वाचं मानलं जायचं.

गोरे गोरे, हे काहीसं वेगळा ठेका आणि भाव असलेलं गीत *समाधी* चित्रपटात आणण्याचं बरंचसं श्रेय हे सी. रामचंद्र आणि गीतकार राजेंद्र कृष्ण यांना जातं. त्या दोघांची जोडी अद्वितीय होती. त्यांच्या त्यांच्या जागी ते श्रेष्ठ असले तरीही जेव्हा ते एकत्र यायचे तेव्हा काहीतरी विलक्षण निर्मिती करायचे. राजेंद्र कृष्ण यांनी सिमला येथे कारकून म्हणून कामाला सुरुवात केली; पण लहानपणापासून असलेलं हिंदी

आणि उर्दू कवितांचं अफाट वाचन आणि त्यांची स्वाभाविक प्रतिभा यामुळे या कारकुनीमध्ये ते फार काळ रमणार नाहीत हे उघडच होतं. १९४०च्या दशकातच ते मुंबईला येऊन पटकथा लेखक म्हणून काम करू लागले होते आणि १९४७पासून त्यांनी अनेक चित्रपटांसाठी गाणीही लिहिली. ते तमिळी भाषेतही पारंगत होते. एव्हीएम प्रॉडक्शन्ससाठीही ते काम करत होते. सी. रामचंद्र यांच्यासोबत असलेलं त्यांचं नातं या गाण्यातून सुरेखपणे व्यक्त होतं; पण समीक्षकांनी असा आरोप केला की, त्यांना ही धून १९४५मधल्या एका गाजलेल्या गाण्यामुळे सुचली. १९५१मध्ये प्रदर्शित झालेला तमिळ चित्रपट, *ओर इरावुमध्ये*, (सी. एन. अण्णादुराई उर्फ अण्णा यांनी लिहिलेल्या एका नाटकावर हा चित्रपट आधारित होता), *'ओ सामी'* हे बोल असलेल्या गाण्याचीदेखील अशीच धून होती. हे पुन्हा पुन्हा घडणारच होतं, कारण हिंदी आणि तमिळ चित्रपटांत मोठ्या प्रमाणात बाह्य वेगळेपण असलं, तरी त्यांच्या आशयामध्ये मोठ्या प्रमाणात साम्य होतं, त्यामुळे दाक्षिणात्य आणि हिंदी चित्रपटांमधील विविधरंगी आणि तरीही एकमेकांत गुंतलेले नाते अधोरेखित होत होते.

गोरे गोरेमधील स्त्री व्यक्तिरेखा या पडद्यावर आत्मविश्वासानं आणि सहजतेनं वावरत होत्या, आपल्या स्त्री भूमिकांचं त्यांनी कोणतंही दडपण घेतलं नाही. अशोक कुमारनं खरोखरच या गाण्याला वेगळ्या उंचीवर नेऊन ठेवलं. या गाण्याकडे आपण भारताने त्याच निर्णायक काळात उचललेल्या महत्त्वाच्या पावलांच्या पार्श्वभूमीवरही पाहू शकतो. एक अवखळ, आनंदी, उत्साही धून आणि मनःस्थिती - ज्याचं अंतरंग पाश्चिमात्य होतं - असं हे गाणं त्या महत्त्वाच्या काळखंडात आठवणं कदाचित अयोग्य ठरलं असतं; पण त्या गाण्याचं दीर्घायुष्य, त्याचं हलकंफुलकं स्वरूप, लोकप्रियता आणि आत्मविश्वास यामुळे ते अत्यंत समर्पक बनलं. कारण याचदरम्यान भारतानं स्वतःची ओळख बनवण्यासाठी काही महत्त्वाचे निर्णय घेतले होते. सरतेशेवटी स्वतःला वसाहतवादाच्या बेड्यांतून आणि १९४७च्या भारत स्वतंत्रता कायद्यापासून फारकत घेतली.

२६ जानेवारी १९५० साली भारतानं आपली राज्यघटना स्वीकारली. जगातील लांबलचक घटनांपैकी एक असलेली ही घटना भारताच्या गुंतागुंतीच्या रचनेशी आणि अलीकडेच अनुभवलेल्या दुःखदायक भूतकाळाशी कौशल्यानं, सहानुभूतीनं आणि दूरदृष्टीनं झगडत अशा तऱ्हेने बनवण्यात आली की, ती आजही एक नवलाईची बाब म्हणून ओळखली जाते. लोकशाही, सामाजिक आणि आर्थिक सुधारणांचं 'एकसंध जाळं' म्हणून तिचं वर्णन केलं जातं. भारताची कल्पना अंतर्भूत असलेल्या अनेकविध धाग्यांची वीण एकत्र विणून एका सामाजिक क्रांतीची तिनं घोषणाच केली होती. याच्या मुळाशी तीन महत्त्वाच्या गोष्टी होत्या : भारत सरकारचा १९३५चा कायदा, अन्य देशांतील घटना आणि शेवटची म्हणजे, डिसेंबर १९४६च्या घटना समितीच्या सत्रांत स्वीकारले गेलेले वस्तुनिष्ठ ठरावे, हे ठराव मागील दोन दशकांतील काँग्रेसच्या

ठरावांतून निवडण्यात आले होते. भारतीय नागरिकांकडून भारतीय संघराज्यासाठी सत्ता आणि अधिकार मिळवणे आणि अल्पसंख्याक, पददलित, मागासवर्गीय, विकासापासून वंचित राहिलेले लोक आणि आदिवासी भागांच्या हितांचं संरक्षण करणं, असा या या वस्तुनिष्ठ ठरावांचा दुहेरी उद्देश होता.

भारताच्या दृष्टिकोनातून पाहायचं म्हटलं तर स्वतःला सार्वभौम, लोकसत्ताक गणतंत्र म्हणवून घेणं ही काळाच्या कितीतरी पुढे असणारी आदर्श कल्पना होती. भारताचे प्रथम राष्ट्रपती म्हणून राजेंद्र प्रसाद, जेव्हा गणतंत्र दिनाला पहिली सलामी घेण्यासाठी उभे राहिले, तो या उपखंडातील ऐतिहासिक दिवस होता. त्या वेळी भारत त्याच्या प्रत्येक नागरिकाला व्यक्ती म्हणून अधिकार देण्यास सज्ज झाला. या अधिकारांना तत्कालीन संदर्भांची आणि सामूहिक ओळखीची पार्श्वभूमी होती.

भारताचा राष्ट्रपती कोण असावा याविषयी त्या वेळच्या दोन सत्ताकेंद्रांमध्ये कुरघोडीचं राजकारण सुरू होतं. दोघंही गांधीजींच्या जवळची आणि आवडीचीही होती - जवाहरलाल नेहरू आणि वल्लभभाई पटेल. गांधी हत्येनंतरच्या काळात त्यांनी आपापसांतील मतभेद दूर करण्यात यश मिळवलं होतं; पण जगाकडे बघण्याचे त्यांचे दृष्टिकोन बरेचसे भिन्न होते. नेहरूंनी गव्हर्नर जनरल सी. राजगोपालाचारी यांना अध्यक्ष म्हणून पसंती दिली होती तर पटेलांना प्रसाद हवे होते. राजेंद्र प्रसाद हे पटेलांप्रमाणेच सामाजिकदृष्ट्या परंपरावादी होते. असं लक्षात येतं की, प्रसाद यांना पक्षामध्ये असलेल्या पाठिंब्याबद्दल नेहरूंना फारशी माहिती नव्हती. पटेल मात्र त्याविषयी आत्मविश्वासाने बोलत होते. पहिल्या राष्ट्रपतीच्या निवडीमध्ये, पटेलांनी नेहरूंना हुशारीनं मात दिली. राजेंद्र प्रसाद यांनी भारतीय प्रजासत्ताकाचे प्रथम नागरीक म्हणून शपथ घेतली.

आदल्या दिवशी म्हणजेच २५ जानेवारी रोजी भारताचा निवडणूक आयोग अस्तित्वात आला होता. घटनेच्या कलम ३२४नुसार तयार करण्यात आलेला हा एक सदस्यीय स्वायत्त आयोग होता. मुक्त आणि पारदर्शक पद्धतीनं निवडणुका घेणं आणि निवडणुकीनंतर सुलभतेने, हिंसाचार न करता सत्तेचं हस्तांतरण करणं ही त्या आयोगाची कामे होती. ही अशी एक गोष्ट होती जी भारतानं प्रत्येक निवडणुकीत यशस्वीरीत्या निभावली होती (फक्त १९७६-७७ चा थोडासा उशीर वगळता) आणि ही अशी कामगिरी आहे जी त्याच काळात स्वातंत्र्य लाभलेल्या इतर अनेक देशांना अगदी आजही साध्य करता आलेली नाही.

१९५० हे वर्ष भारत-पाकिस्तान संबंधांसाठीही कळीचं ठरलं होतं, दोन्ही राष्ट्रांनी अधिकृतरीत्या एकमेकांमधील शत्रुत्वाला तिलांजली देण्याचं अभिवचन दिलं आणि आपापल्या देशांतील अल्पसंख्याकांचं संरक्षण करण्याच्या शर्तींवर सहमती दर्शवली. ८ एप्रिल रोजी नेहरू-लियाकत करारावर स्वाक्षऱ्या झाल्या. पूर्व पाकिस्तानात याच दरम्यान मोठ्या प्रमाणात दंगली उसळल्या आणि बांगलादेशी

हिंदूंनी प्रचंड संख्येनं भारतात स्थलांतर केलं. दंगलींमुळे वातावरणात तणाव वाढत असताना, पंतप्रधान नेहरू यांनी त्यांच्या शेजारील राष्ट्राच्या प्रधानमंत्र्यांसोबत दंगलग्रस्त भागांना भेटी द्यायचं ठरवलं; पण पाकिस्तानी अधिकाऱ्यांना मात्र हे फारसं व्यवहार्य वाटलं नाही; पण लियाकत अली यांनी दिल्लीला भेट देण्याचं आणि दोन्ही देशांनी त्यांच्या अल्पसंख्याक नागरिकांना न्यायानं वागवण्याच्या करारावर स्वाक्षरी करण्याचं मान्य केलं. या करारामध्ये जबरदस्तीचं धर्मांतरण, मालमत्ता हक्काचे वाद आणि फाळणीच्या हिंसाचारात पळवल्या गेलेल्या स्त्रियांचे अधिकार इत्यादी महत्त्वाचे मुद्दे होते.

१९५० हे वर्ष घटना अस्तित्वात येण्याच्या दृष्टीनं जसं महत्त्वाचं होतं तसंच घटनेतील पहिली सुधारणाही याच वर्षांत घडून आली. २६ जानेवारी १९५० रोजी, ज्या वेळी भारताचं सर्वोच्च न्यायालयदेखील अस्तित्वात आलं, तेव्हा सर न्यायाधीश हरिलाल केनिया यांनी भविष्यवेत्त्याप्रमाणे म्हटलं होतं : 'घटनेतील विविध घटक एकमेकांवर प्रभाव गाजवतील आणि अशा परिस्थितीतून उद्‌भवणाऱ्या प्रश्नांवर न्यायालयाला न्यायनिवाडा करावा लागेल.' या पहिल्या सुधारणेबद्दल ग्रॅनविले ऑस्टीन यांनी त्यांच्या *वर्किंग अ डेमोक्रेटीक कॉन्स्टीट्युशन* या अप्रतिम पुस्तकात म्हटल्याप्रमाणे : 'घटनेच्या पालकत्वावरून संसद आणि सर्वोच्च न्यायालय यांच्यात आता सुरू झालेल्या संघर्षाविषयी स्पष्ट मार्गदर्शिका देण्याचं काम यामुळे साध्य होणार आहे.'

याच वर्षी नेहरूंचे सर्वांत ज्येष्ठ सहकारी, उपपंतप्रधान आणि गृहमंत्री, वल्लभभाई पटेल यांचं निधन झालं (१५ डिसेंबर), त्यामुळे नूतन भारताचं राजकारण, धोरण आणि अस्मितेसाठी महत्त्वपूर्ण ठरलेलं एक कुतूहलजनक आणि घडामोडींनी भरलेलं नातं संपुष्टात आलं.

१९५१ : आवारा हूँ

आबाद नहीं बरबाद सही
गाता हूँ खुशी के गीत मगर
जख्मों से भरा सीना है मेरा
हँसती है मगर ये मस्त नज़र
दुनियाँ... मैं तेरे तीर का या तकदीर का मारा हूँ
आवारा हूँ, आवारा हूँ
या गर्दीश में आसमान का तारा हूँ

गीतकार : शैलेंद्र
संगीतकार : शंकर-जयकिशन
गायक : मुकेश
चित्रपट : *आवारा*

१९५१ चं वर्षं हे निश्चितपणे *आवाराच्या* गाण्यांनी भारलेलं होतं. *सैंया दिल में आना रे (बहार), तदबीर से बिगडी हुई (बाजी), शोला जो भडके (अलबेला), तुम न जाने किस जहाँ में खो गये (सजा)* किंवा *बचपन के दिन भूला न देना (दिदार)* या तडकत्या भडकत्या चालींच्या वैविध्यपूर्ण गाण्यांची जबरदस्त स्पर्धा असतानादेखील *आवारा हूँ* हे आशेचं खरं प्रतीक होण्यास पात्र होतं. तुम्ही कोण आहात याचं हे एक साधं आनंदी स्पष्टीकरण होतं. साध्यासरळ वृत्तीनं भविष्यावर एक डाव मांडण्याची ज्यांची तयारी होती, हे त्यांचं गाणं होतं.

शंकर-जयकिशन, शैलेंद्र आणि मुकेश (राज कपूर यांचा आवाज म्हणून) यांचं जे त्रिकूट या गाण्यापासून जुळून आलं, ते पुढील दशकभर तरी राज्य गाजवणार होतं. राज कपूर यांची भूमिका नंतरच्या दशकांत हिंदी चित्रपटांत अधिराज्य गाजवणाऱ्या श्रीमंत किंवा रागीट किंवा नकारात्मक छटा असलेल्या नायकांपेक्षा कमालीची वेगळी होती. त्यांचे हावभाव पाहून चार्ली-चॅप्लिनच्या भटक्याची आठवण व्हायची. तो खिशानं फाटका होता, शहरात नवा होता; पण त्याला स्वतः विषयी कोणताही न्यूनगंड नव्हता. हा निरागस, स्वतःला आनंदानं आवारा म्हणवून घेणारा तरुण अत्यंत हलाखीच्या परिस्थितीतही एखाद्या ताऱ्याप्रमाणे हसतमुखानं राहायचा.

शंकर-जयकिशन यांचं संगीत आणि हसरत जयपुरी आणि शैलेंद्र यांच्या गाण्यांनी संगीताचं एक नवं घराणं तयार केलं. त्यांनी १९५०च्या दशकावर स्वतःचा ठसा उमवटवला आणि नौशाद यांच्या अभिजात संगीताला एक पर्याय मिळवून दिला. *बॉलिवूड मेलडीज़मध्ये* गणेश अनंतरमण यांनी म्हटल्याप्रमाणे 'अख्ख्या देशाच्या ओठांमधून गुणगुणल्या' जाणाऱ्या चालींमधून त्यांनी त्यांचं स्थान निर्माण केलं होतं.

राज कपूर यांचा पडद्यावरील वावर आणि मुकेशनं त्यांचा आवाज म्हणून स्वतःला स्वीकारायला केलेली सुरुवात यामुळे सर्वकाळ संस्मरणीय राहिलेल्या या गाण्यात आणखी जोर भरला गेला. हे गाणं सोव्हिएत युनियन, चीन, जपान आणि मध्य आशियातही लोकप्रिय झालं. आजही, भारताचं गाणं म्हणून त्याची ओळख कायम आहे, आजही ते जगाच्या पाठीवर कल्पना करता येणार नाही इतक्या ठिकाणी गायलं जातं.

बिनधास्त, आत्मविश्वासानं भरलेल्या या चालीवर गात गात राज कपूरचं शहरात आगमन होतं. या गाण्याचं त्या वर्षात भारतात घडलेल्या अनेक महत्त्वाच्या घडामोडींशी साधर्म्य होतं. अगदी थोडक्यात सांगायचं तर हे परीक्षा पाहणारं वर्ष होतं.

१९५०मध्ये भारत, सार्वभौम, लोकशाही प्रजासत्ताक बनल्यानंतरची पहिली सार्वत्रिक निवडणूक, १९५१-५२मधील चार महिन्यांच्या काळात घेतली गेली. २५ ऑक्टोबर १९५१ ते २१ फेब्रुवारी १९५२ यादरम्यान प्रौढ मतदानाला संमती मिळाली होती आणि २१ वर्षांवरील १७ कोटी ३० लाख लोकांनी आपला मतदानाचा हक्क बजावला. लोकसभा आणि विधानसभा यांच्यासाठी एकाच वेळी निवडणुका घेण्यात आल्या. मतदारांची नोंद करण्यासाठी घरोघरी जाऊन काळजीपूर्वक सर्वेक्षण केल्यानंतर, एकूण २,२४,००० मतदान केंद्रं उभारण्यात आली. हे प्रमाण म्हणजे दर हजारी जवळपास एक इतकं होतं. ७० टक्क्यांपेक्षा जास्त मतदार हे निरक्षर असल्याने, उमेदवार ओळखण्यासाठी चिन्हांची भूमिका महत्त्वाची होती. लोकांनी

निवडणुकांचं अगदी उत्साहात सणासारखं स्वागत केलं. बाद मतांची टक्केवारी ही जेमतेम ३-४ टक्के इतकीच होती.

कम्युनिस्ट पार्टी ऑफ इंडिया आणि भारतीय जनसंघ हे देशव्यापी काँग्रेसचे मुख्य स्पर्धक पक्ष होते, देशव्यापी प्रतिमा असलेले नेहरू काँग्रेसचं नेतृत्व करत होते. अत्यंत खडतर अशा निवडणूक मोहिमांमध्ये त्यांनी कमालीची ऊर्जा दाखवली. जाहीर सभांमध्ये केलेल्या भाषणांच्या माध्यमातून त्यांनी लोकशिक्षणही केलं. तुम्हाला डोकं आहे आणि त्याचा तुम्ही उपयोग करायला पाहिजे, असं त्यांनी लोकांना शिकवलं. त्यांचे चरित्रकार एस. गोपाल यांनी एके ठिकाणी असा उल्लेख केला आहे.

दूरवर कोरियात घडणाऱ्या घटनांपासूनदेखील भारत अस्पर्शित नव्हता. जून १९५०मध्ये ३८व्या पॅरेलवर(अक्षांशावर) कोरियाचं उत्तर आणि दक्षिण कोरियात विभाजन झालं. त्याचे परिणाम १९५१मध्येही दिसून आले. भारताच्या जगात असलेल्या स्थानाविषयी नेहरूंच्या काही विशेष कल्पना होत्या. ते शांततेसाठी आग्रही होते. एक वेळ अशी होती जेव्हा उत्तर आणि दक्षिण कोरिया यांच्यातील एकमेव संवादसेतू भारत हा होता. या घातक संघर्षात नव्यानं स्वतंत्र झालेल्या या राष्ट्रानं निभावलेल्या कळीच्या भूमिकेची अमेरिकेतील वृत्तपत्रांनी नोंद घेतली होती. शीतयुद्धाच्या काळात विचारपूर्वक एक वेगळा अवकाश शोधण्यासाठी म्हणूनच नाही तर तटस्थतेचं तत्त्व जोपासण्यासाठी म्हणूनही नेहरूंनी आपल्या सक्रिय अलिप्ततावादाच्या कल्पना अधिक ठामपणे मांडल्या. जनरल थिमय्या यांच्या नेतृत्वाखाली न्यूट्रल नॅशनल रिपार्टीशन कमिशनची स्थापना करण्यात आली. त्यांच्या हाताखालील भारतीय रक्षक सेनेला दोन्हीकडील सैनिकांना त्यांच्या मायदेशामध्ये पाठवण्याची जबाबदारी सोपवण्यात आली. *इंडिया सिन्स इंडिपेंडन्स* या पुस्तकात बिपिन चंद्र यांनी म्हटल्याप्रमाणे आधी भारतानं उत्तर कोरियाला आक्रमक म्हणून जाहीर करून चीन आणि सोव्हिएत युनियनच्या विरोधाचा कडवटपणे सामना केला. त्यानंतर जेव्हा भारतानं पाश्चिमात्य देशांच्या युद्धातील हस्तक्षेपाला विरोध केला, तेव्हा त्यानं अमेरिकेचा राग ओढवून घेतला. तसंच भारतानं चीनला युद्धखोर म्हणून घोषित करायलाही आक्षेप घेतला.

१९५१मध्ये स्वातंत्र्य मिळाल्यानंतरच्या त्याच्या पहिल्याच जनगणनेत स्वतंत्र भारतानं स्वतःच्या लोकसंख्येची मोजणी केली. त्या वेळी फक्त १८ टक्के भारतीय हे साक्षर होते आणि त्यांचं सरासरी आयुर्मान केवळ ३२ वर्षांचं होतं. हिंदी, पंजाबी आणि उर्दूची एकच भाषा म्हणून गणना करण्यात आली असली तरी हिंदी भाषिकांची संख्या ही एकूण लोकसंख्येच्या तुलनेत जेमतेम ४२ टक्केच भरली. तेलगु, तमिळ, मराठी, बांगला आणि अन्य भाषांचा मिळून एक दुसरा समूह होता. त्या दशकात या सर्व भाषा लवकरच एक मोठा प्रश्न उपस्थित करणार होत्या. जनगणनेतून

मिळालेल्या आकडेवारीमुळे भारताच्या भव्यदिव्य विविधतेला एक अधिकृत ओळख मिळालीच; पण खूप काही करायचं बाकी आहे, याची जाणीवही यांतून झाली.

याच वर्षानं घटनेतील पहिली सुधारणाही पाहिली.

एक प्रमुख पत्रकार, रोमेश थापर यांनी मद्रास येथून प्रकाशित होणाऱ्या *क्रॉस रोड्स*, या डाव्या विचारांच्या पत्रिकेवर लादल्या गेलेल्या बंदीच्या विरोधात, स्वतःचं अभिव्यक्तीचं स्वातंत्र्य जपण्यासाठी – घटनेच्या कलम १९नुसार त्यांना जे वाटतं ते लिहिण्याचा त्याचा अधिकार जपण्यासाठी सर्वोच्च न्यायालयात धाव घेतली. न्यायालयानं त्याचा अधिकार उचलून धरला.

त्याच दरम्यान, उजव्या विचारसरणीच्या *ऑर्गनायझर* या पत्रिकेतील व्यंग्यचित्रांना मनाई करणारा खटलाही सुरू होता. या खटल्यामध्ये कलम १९चं उल्लंघन होत आहे, असा सर्वोच्च न्यायालयानं अर्थ काढला. राज्याच्या सुरक्षेला सुरुंग लावण्याचा किंवा त्याची सत्ता उलथून लावण्याच्या विरोधात राज्याला कारवाई करण्याचा अधिकार होता. हा निर्णय त्यावर बंधन घालणारा होता.

सर्वोच्च न्यायालयाच्या या निकालामुळे संसदेला संविधानामध्ये एक सुधारणा करावी लागली – जी भारतीय संविधानातील पहिली प्रसिद्ध सुधारणा होती. या घटनात्मक सुधारणेमुळे भाषण स्वातंत्र्यावर रास्त बंधनं आली आणि तो विषय 'सार्वजनिक सुव्यवस्थेच्या' अंतर्गत आणण्यात आला.

आणखी एका निकालात सर्वोच्च न्यायालयानं जमीनदारांच्या अधिकारांना उचलून धरलं, त्यामुळे घटनेतील पहिल्या सुधारणेचा काही भाग नव्यानं शब्दबद्ध करण्यात येऊन जमीनदारी नष्ट करणाऱ्या कायद्याची वैधता संरक्षित करण्यात आली, तसेच समानतेच्या तत्त्वाला कोणत्याही प्रकारे प्रभावित न करता, मागासवर्गीय घटकांना शैक्षणिक, सामाजिक आणि आर्थिकदृष्ट्या वेगळी वागणूक देण्यासाठी कलम १५ (३)च्या क्षमाधिकाराचीही व्याप्ती वाढवण्यात आली.

याच वर्षी पहिली पंचवार्षिक योजना (१९५१ ते १९५६ या वर्षांसाठी) तयार करण्यात आली. पंतप्रधान हे नियोजन आयोगाचे अध्यक्ष होते. त्यांनी आपली पहिली पंचवार्षिक योजना जुलैमध्ये प्रसिद्ध केली. नंतर ही योजना राज्ये आणि संबंधित विभागांमध्ये उपलब्ध साहित्याची योग्य ती वाटणी आणि वाटप करण्याची मापदंड बनली.

जवाहरलाल नेहरू यांनी राष्ट्र निर्मितीसाठी प्रशिक्षित अभियंते आणि तांत्रिक कर्मचाऱ्यांच्या आवश्यकतेवर सातत्याने भर दिला होता. हेच ध्यानात ठेवून तेव्हाचे शिक्षणमंत्री मौलाना अबुल कलाम आझाद यांनी १८ ऑगस्ट १९५१ रोजी पहिल्या भारतीय तंत्रज्ञान संस्थेचं म्हणजेच आयआयटीचं अधिकृत उद्‌घाटन केलं. याच्या संकेतस्थळावर नमूद केलं आहे त्याप्रमाणे, 'आयआयटी खरगपूरनं

जुन्या हिजली प्रतिबंधित छावणीपासून आपला प्रवास सुरू केला. इथंच आपल्या थोर स्वातंत्र्यसैनिकांनी घाम गाळला होता आणि देशाच्या स्वातंत्र्यासाठी आपल्या आयुष्याचं बलिदान दिलं होतं. आयआयटी खरगपूरचा इतिहास हा अशा प्रकारे थेट हिजली प्रतिबंधित छावणीच्या इतिहासाशी अगदी निकटतेनं जुळलेला आहे. जगाच्या पाठीवरच्या फार थोड्या संस्थांपैकी ही अशी एक संस्था आहे जिचा जीवनप्रवास एका तुरुंगातून सुरू झाला.'

एशियाडच्या संकल्पनेवर आधारित असलेली पहिली आशियाई क्रीडास्पर्धा – ज्यात आशियातील नव्यानं स्वातंत्र्य लाभलेल्या आणि उदयोन्मुख राष्ट्रांची सामूहिक शक्ती, सहकार्य आणि प्रतिभेला पूर्ण वाव मिळणार होता – मार्च १९५१मध्ये नवी दिल्लीत भरवण्यात आली. जुन्या किल्ल्यालगतच्या परिसरात भरलेल्या या क्रीडोत्सवात ११ देशांमधील ४८९ खेळाडूंनी भाग घेतला.

पंतप्रधान जवाहरलाल नेहरू हे धर्मनिरपेक्षतेचे कट्टर पुरस्कर्ते होते, कारण धर्मनिरपेक्षता हा विविधतेने नटलेल्या भारताचा कणा असल्याची त्यांना जाण होती आणि त्यामुळेच त्यांनी धर्माला सत्तेपासून दूर ठेवलं; पण जेव्हा गुजरातमधील नूतनीकृत सोमनाथ मंदिराच्या उद्घाटन समारंभात सहभागी होण्याची वेळ आली, तेव्हा ते आणि राष्ट्रपती राजेंद्र प्रसाद यांच्यातील मतभेद उघड झाले. राष्ट्रपती असलेल्या प्रसाद यांनी मंदिराच्या उद्घाटनासारख्या उघड उघड धार्मिक कामाला पाठिंबा देऊ नये, असं नेहरूंचं मत होतं. प्रसाद यांना ते मान्य नव्हतं आणि त्यांनी त्यांच्या प्रधानमंत्र्याची इच्छा डावलून ११ मे १९५१ रोजी सोहळ्याला आपली उपस्थिती लावली. भारतीय सत्तेनं कितपत धार्मिक असायला हवं किंवा धर्मासोबत कितपत अंतर ठेवलं पाहिजे ही वादग्रस्त चर्चा, येणाऱ्या काही वर्षांमध्येही सुरूच राहणार होती.

याच वर्षी, ढाका येथे जन्मलेल्या मोनोतोष रॉय या पहिल्या भारतीय किंबहुना आशियाई बॉडी-बिल्डरने 'मिस्टर युनिव्हर्स' हा किताब जिंकला होता.

१९५२ : *मन तडपत*

मन तडपत हरि दर्शन को आज
मोरे तुम बिन बिगडे सगरे काज
हो बिनती करत हू रखियों लाज
मन तडपत हरि दर्शन को आज

गीतकार : शकील बदायूनी
संगीतकार : नौशाद
गायक : मोहम्मद रफी
चित्रपट : *बैजू बावरा*

मालकंस या रागावर आधारित हे भावपूर्ण भजन मोहम्मद रफी यांनी गायलेलं आहे. त्यांचा मधुर आवाज हा शास्त्रीय संगीतासाठी अत्यंत योग्य होता. या गाण्याचं यश मात्र अनेक अर्थानं अत्यंत अनपेक्षित असं होतं.

मागील काही वर्षांत चित्रपट संगीतानं झुलवणाऱ्या आणि अंगविक्षेप करायला लावणाऱ्या जाझ आणि पॉप चालींसोबत लोकसंगीताचे अनेक प्रयोग झालेले पाहिले होते; पण आता नौशादजींची शास्त्रीय संगीतातील योग्यता आणि रस याला हवं ते फळ मिळालं होतं. अकबराच्या दरबारातील संगीत सम्राट तानसेनाचा पराभव करण्याची मनीषा बाळगणाऱ्या तरुण बैजूच्या जीवनावर आधारित या *बैजू बावरा* चित्रपटातील सगळीच गाणी जरी गाजली असली तरीही या गाण्यात पुनःपुन्हा आठवावं असं काही तरी आहे. त्या काळातील फार कमी गाणी अशा प्रकारची असायची. तेव्हाच्या आणि आत्ताच्या काळाशीही ते तादात्म्य पावलेलं आहे.

मुस्लीम गीतकार, संगीतकार आणि गायकानं हे तळमळीचं हरिभजन गावं ही बाबदेखील या गाण्याचं माधुर्य अधिक वाढवते.

शास्त्रीय संगीतावर आधारित चाल आणि कल्पनांवर नौशाद यांचा मोठा अधिकार होता. तेच त्यांचं शक्तिस्थान होतं. त्यांना या निमित्तानं आपलं कलाकौशल्य सादर करण्याची अप्रतिम अशी संधी लाभली. रफीच्या गायनानं प्रत्येक गाणं सुंदर होईल, याची खात्री पटवली. असं सांगतात की ज्या वेळेस मुंबईच्या ब्रॉडवे टॉकीजमध्ये हा चित्रपट आपली सिल्वर ज्युबिली साजरा करत होता, तेव्हा नौशाद हे अत्यंत भावुक झाले. त्यांनी चित्रपटाचे निर्माते विजय भट्ट यांना सांगितलं की, 'मी जेव्हा पहिल्यांदा मुंबईला आलो तेव्हा या थिएटरच्या समोरच्या फूटपाथवर झोपायचो. तिथून इथं रस्ता ओलांडून पलीकडे यायला मला १६ वर्षं लागली.'

*बैजू बावरा*चं यश आणि विशेषतः हे गाणं नौशाद यांच्या आयुष्यातला निर्णायक टप्पा ठरला. शास्त्रीय संगीतातील त्यांचा आत्मविश्वास त्यांनी पुन्हा मिळवला. *बॉलिवूड मेलडीज्*मध्ये गणेश अनंतरमण सांगतात की, नौशादनी 'क्लॅरीनेट आणि अकॉर्डियन' सोडले आणि 'सारंगी, जलतरंग, व्हॉयोलिन, सितार आणि तबल्यामध्ये' पुन्हा रमून गेले. त्यांच्या दुसऱ्या अप्रतिम गाण्याला तब्बल एक दशक लागलं. या वेळी त्यांनी *मुघल-ए-आझम*ला संगीत दिलं होतं; पण याच दशकात शास्त्रीय संगीतानं प्रेरित होऊन *मन की बिन मतवारी बाजे, इन्साफ का मंदिर है ये, मधुबन में राधिका नाचे रे* आणि इतर अनेक गाणीही तयार झाली.

एका अर्थानं या वर्षानं भारतात होणारे अभिजात आणि अत्यंत परिणामकारक असे बदलही पाहिले, त्यामुळे भारतानं आपली गती वाढवली होती.

मागच्या वर्षीच्या ऑक्टोबरमध्ये सुरू झालेल्या निवडणुका या वर्षात पूर्ण झाल्या. जवळपास ४६.६ टक्के मतदारांनी त्यांचा मतदानाचा हक्क बजावला आणि स्वतंत्र भारताची पहिली संसद १३ मे १९५२ रोजी अस्तित्वात आली. या निवडणुका मुक्त, न्याय्य, सर्वांचं प्रतिनिधित्व करणाऱ्या होत्या आणि त्या व्यवस्थितपणे घेण्यात आल्याचं जगभरात मान्य झालं. सुकुमार सेन हे भारताच्या निवडणूक आयोगाचे पहिले अध्यक्ष होते. त्यांना अनेक आशियाई आणि आफ्रिकन देशांकडून निवडणूक सल्लागार आणि विशेषज्ञ म्हणून बोलावण्यात आलं. या निवडणुकीत काँग्रेस पक्षानं ३६४ जागा जिंकल्या तर कम्युनिस्ट पक्ष २३ जागा जिंकत प्रमुख विरोधी पक्ष म्हणून पुढे आला. जनसंघाला तीन जागा मिळाल्या. समाजवादी आणि जनसंघानं चांगली कामगिरी केली नसली, तरीही काही वर्षांपूर्वीपर्यंत वेगवेगळ्या विचारधारा असलेले आणि पूर्णपणे विभागलेले पक्ष, निवडणुकीमध्ये उतरले, विशेषतः १९४७च्या हिंसा आणि गोंधळाच्या पार्श्वभूमीवर भारतीय व्यवस्थेचं हे फार मोठं यश होतं.

भारतानं याशिवाय इतर अनेक महत्त्वाच्या गोष्टीही साध्य केल्या. १९५२च्या सिनेमॅटोग्राफ कायद्यामुळे सेंट्रल बोर्ड फॉर फिल्म सर्टिफिकेशनच्या निर्मितीचा मार्ग

मोकळा झाला. याच वर्षीच्या जानेवारी महिन्यात भारतातील पहिला आंतरराष्ट्रीय चित्रपट महोत्सव भरवण्यात आला.

याच वर्षांत कौन्सिल फॉर सायंटिफीक अँड इंडस्ट्रियल रिसर्च अंतर्गत कॅलेंडर रिफॉर्म कमिटीची स्थापना करण्यात येऊन आधीची सारी कॅलेंडर्स रद्द करण्यात आली. भारताची एकच अधिकृत दिनदर्शिका बनवण्याचा निर्णय घेण्यात आला. शास्त्रज्ञ मेघनाद साहा हे या समितीचे अध्यक्ष होते. सन १९५५मध्ये समितीने आपला अहवाल सादर केला. अहवालाच्या प्रस्तावनेत जवाहरलाल नेहरू यांनी लिहिलं : 'ती (जुनी कॅलेंडर्स) आपल्या देशाच्या गतकालीन राजकीय भिन्नतेचं प्रतिनिधित्व करत होती... पण आता आपण स्वातंत्र्य मिळवल्यानंतर हे स्वाभाविकच आहे की आपल्या सामाजिक, नागरी आणि अन्य हेतूंसाठी या कॅलेंडरमध्ये एक निश्चित समानता असायला हवी आणि या समस्येकडे शास्त्रीय दृष्टीने बघूनच ती सोडवता येईल.' एकसमान राष्ट्रीय दिनदर्शिका (शक दिनदर्शिका) ही यशावकाश १ चैत्र १८७९ अर्थात २२ मार्च १९५७ रोजी अस्तित्वात आली.

पंचायत राजलाही एक प्रकारे उत्तेजन मिळालं. स्थानिक स्वराज्य संस्थांसाठी हे वर्ष महत्त्वाचं ठरलं असं आता मागे वळून पाहताना जाणवतं. ऑक्टोबर १९५२मध्ये म्हणजेच सार्वत्रिक निवडणुकांच्या नऊ महिन्यानंतर समूह विकास कार्यक्रमांना सुरुवात झाली. ग्रामीण भारताकडे लक्ष पुरवण्यात आलं पाहिजे ही यामागची कल्पना होती. या कार्यक्रमांतर्गत प्रशासन हे जिल्हा, तहसील आणि तालुका पातळीपर्यंत पोहोचू शकेल, अशी चौकट आखण्यात आली. भारतीय खेड्यांमधील लोकांपर्यंत विकास आणि प्रगती पोहोचते की नाही याची खातरजमा करणे आणि विकासकामांमध्ये त्यांना सहभागी करून घेणे हा या कार्यक्रमाचा उद्देश होता.

एक आणखी महत्त्वाची घटना घडली ज्यामुळे भारताच्या नकाशाला धक्का बसला. भारताच्या अनेक राष्ट्रीय नेत्यांना भारतामध्ये असलेल्या विविधतेची पूर्ण जाण होती आणि ती फुलत राहण्यात त्यांची काही हरकत नव्हती; पण भाषा ही एक अशी बाब होती ज्याकडे काही कारणानं कुणाचंच हवं तेवढं लक्ष गेलं नाही. हिंदी-हिंदुस्थानी भाषिकांची संख्या जास्त असली तरी अन्य विकसित आणि स्वाभिमानी भाषांचीही उणीव नव्हती, हे पहिल्या जनगणनेनं दाखवून दिलं. दक्षिणेतही स्वभाषेविषयी तीव्र भावना होती कारण त्यांना शब्दशः स्वतःच्याच भाषेत बोलायचं होतं.

आपल्या स्वतःच्या राज्यासाठी पहिली भाषिक चळवळ ही तेलगू लोकांनी सुरू केली. गांधीवादी नेते पोट्टी श्रीरामुलु यांनी त्या चळवळीचं नेतृत्व केलं. तेलगू लोकांसाठी स्वतंत्र राज्याची मागणी ही काही नवी नव्हती. सन १९१०पासून ही मागणी करण्यात येत होती; पण पोट्टींच्या स्वतंत्र राज्याच्या मागणीसाठी केलेल्या

उपोषणानं सर्वांनाच अस्वस्थ केलं. तीन महिन्यांनंतर १६ डिसेंबर रोजी झालेल्या त्यांच्या निधनानं, भाषिक राज्याचा मुद्दा पेटला, त्यामुळे पुढील वर्षी न्यायाधीश फजल अली यांच्या अध्यक्षतेखाली पहिल्या राज्य पुनर्रचना आयोगाची स्थापना करण्यात आली.

याच दरम्यान भारतीय क्रिकेट संघानं, त्यांचा पहिला टेस्ट विजय साजरा केला. त्यांनी त्या वेळी मद्रासच्या चेपॉक मैदानावर इंग्लंडचा पराभव केला होता. १० फेब्रुवारी रोजी, भारतानं एक डाव आणि आठ धावांनी इंग्लंडचा पराभव केला. विनू मांकड यांनी पहिल्या डावात १.४१च्या सरासरीनं धावा देत आठ बळी मिळवले. पॉली उम्रिगर आणि पंकज रॉय यांनी शतकं झळकावली. ती मालिका १-१ने बरोबरीत सुटली असली तरी विजय हजारे यांनी टेस्ट क्रिकेटमध्ये विजयी होणाऱ्या पहिल्या भारतीय क्रिकेट संघाचा कर्णधार होण्याचा मान पटकावला. पाकिस्तानचा क्रिकेट संघही त्यांच्या निर्मितीनंतर प्रथमच १९५२मध्ये भारतात सामने खेळायला आला.

१९५२च्या हेलसिंकी ऑलिम्पिकमध्ये, कुस्तीगीर खाशाबा दादासाहेब जाधव यांनी कांस्य पदक जिंकून व्यक्तिगत पदक पटकावणारा पहिला भारतीय खेळाडू होण्याचा मान मिळवला.

१९५३ : मौसम बिता जायें

अपनी कहानी छोड जा
कुछ तो निशानी छोड जा
कौन कहे इस ओर
तू फिर आये ना आये
मौसम बिता जाये

गीतकार : शैलेंद्र
संगीतकार : सलील चौधरी
गायक : मन्ना डे आणि लता मंगेशकर
चित्रपट : *दो बिघा जमीन*

मौसम बीता जाये – ऋतू बदलत चालला आहे. *दो बिघा जमीन* या अप्रतिम चित्रपटामध्ये हे तितकंच अप्रतिम गाणं होतं. यामध्ये वेदनेचे सर्व ऋतू तर होतेच; पण आशेची पहाटही होती. ही एक सर्वसामान्य लोकांची कथा होती जी त्यांच्या दुःखद परिस्थितीमुळे त्यांना अधिकच सामान्य बनवते. बिमल रॉय – असं म्हणतात की व्हिटोरीओ डी सीकाच्या *बायसिकल थिफ*ने प्रेरित होऊन – यांनी या चित्रपटाद्वारे वास्तववादी चित्रपट आणला. तो 'अल्प भूधारक भारतीय शेतकऱ्यांचा जमिनीशी आणि शेतीशी असलेला संबंध' या आपल्या समकालीन वास्तवाचं चित्रण करतो. प्रामुख्यानं कृषिप्रधान असलेला हा देश आता झपाट्यानं औद्योगिकीकरणाच्या दिशेनं पावलं टाकत चालला होता, यामुळेही या नाट्याचं एक विशेष महत्त्व होतं.

आपल्या आयुष्यात जे जे सुंदर आणि महत्त्वाचं आहे ते टिकवून ठेवण्यासाठी धडपडणारा चित्रपटाचा नायक, बलराज साहनी यांनी रंगवला होता. तो त्याची आवडती शेतजमीन मागे सोडून शहरात पैसे कमावण्यासाठी येतो, जेणेकरून तो त्याचं कर्ज फेडून आपली दोन बिघा जमीन सोडवू शकेल. या कथेचा शेवट दुःखद आहे हे या गाण्यावरून तरी लक्षात येत नाही, कारण गाण्यात त्याचे साथीदार शेतकरी जमिनीची मशागत करताना, पीक कापताना दिसतात आणि ग्रामीण जीवनाचं एक प्रसन्न चित्र उभं करतात.

ती दुसऱ्या महायुद्धातील रशियाच्या लाल सेनेच्या *पोलुश्को-पोल्ये* या नाट्यमय आणि अतिरम्य देशभक्तीपर गाण्याच्या चालीवरून ही धून प्रेरित होती. सैनिकांना त्यांची मातृभूमी जणू साद घालत होती. या संदर्भातून पाहिलं असता, सलील चौधरी यांच्या संगीतानं या देशभक्तीपर गाण्याच्या आशयाला पूर्ण न्याय दिला, असं म्हणता येईल. त्या वेळी ते सैनिक युद्धाची तयारी करत होते. हे गाणं सोव्हिएत युनियनमधील गाण्यांच्या पुस्तकातून उचलण्यात आलं होतं, हा काही योगायोग नव्हता, कारण सोव्हिएत रशियातील क्रांतिकारी बदलांनी प्रेरित होऊन अस्तित्वात येणाऱ्या बदलांशी जोडलं जाण्याचा हा काळ होता. समाजवाद, मानवतावाद या तत्त्वांचा अंगीकार करणं, जमीनदारी पद्धतीला मूठमाती देणं आणि प्रत्येक भारतीय हा समान आहे अशा प्रकारच्या संकल्पना या काळात तत्काळ साध्य करता येतील, असं त्या वेळी सर्वांना वाटत होतं.

दो बिघा जमीन हा चित्रपट सलील चौधरी यांच्या 'रिक्षावाला' या लघुकथेवर आधारित होता; पण चित्रपटाचं नाव हे रवींद्रनाथ ठाकुरांच्या 'दुई बिघा जोमी' या कवितेतून उचलण्यात आलं होतं. हा चित्रपट, याची मध्यवर्ती कल्पना, हे गाणं आणि याचं संगीत हे सर्व, बंगाली संकल्पना, संगीत आणि त्यांचा त्या काळातल्या हिंदी चित्रपटसृष्टीवर असलेल्या प्रभावाला वाहिलेली एक आदरांजली होती.

याच काळात जमीनदारी व्यवस्थेविरोधात कडवट लढाई सुरू होती आणि वेगवेगळ्या राज्यांतून ती रद्द करण्यासाठी कायदे करण्याचा संघर्ष सुरू होता. दोनच वर्षांपूर्वी, जेव्हा सर्वोच्च न्यायालयानं जमीनदारांचे हक्क उचलून धरले होते, तेव्हा भारतीय घटनेत पुन्हा एकदा सुधारणा करण्यात आली आणि जमिनीची मालकी समानहक्काने व्हावी यासाठी कायदा तयार करण्यात येईल, याचा पुनरुच्चार करण्यात आला. *दो बिघा जमीन* आणि त्याहूनही जास्त जमीन म्हणजे प्रत्येक भारतीयाचं स्वप्न होतं.

याच वर्षानं आणखी एक उच्च महत्त्वाकांक्षा पहिल्यांदाच अनुभवली. एक भारतीय आणि एक न्यू झिलंडवासी यांनी शब्दशः जगातील सर्वांत उंच शिखर माउंट एव्हरेस्ट, २९ मे रोजी सर केलं. तेनझिंग नोर्गे आणि एडमंड हिलरी इतक्या

ऊंच शिखरावर जाणारे पहिले नागरिक ठरले आणि त्यांनी अनेक अर्थानं इतिहास घडवला. त्यांनी आकांक्षा, चिकाटी आणि उद्योगासाठी अत्त्युच्च आदर्शही घालून दिला.

याच वर्षी अस्पृश्यता (गुन्हा) विधेयक मंजूर करण्यात आलं. भारतामध्ये अस्पृश्यतेला बेकायदेशीर ठरवणं हे एक महत्त्वाचं आणि प्रागतिक पाऊल होतं. कित्येक वर्षांच्या सामाजिक आणि राजकीय चळवळीनंतरच ते साध्य होऊ शकलं.

याच वर्षी ऑगस्टमध्ये एअर कॉर्पोरेशन ॲक्टद्वारे इंडियन एअरलाइन्स आणि एअर इंडियाची निर्मिती करण्यात आली. भारतीय विमानसेवेचं हे राष्ट्रीयीकरण होतं. यामध्ये एक सेवा ही घरगुती होती, तर दुसरी ही आंतरराष्ट्रीय होती.

१९५३चं वर्ष राजकीयदृष्ट्या दोन राज्यांसाठी तरी अत्यंत महत्त्वाचं ठरलं. आंध्र प्रदेश हे भाषिक आधारावर निर्माण करण्यात आलेलं पहिलं राज्य ठरलं होतं. १९५२मध्ये यांच्या तीन महिने चाललेल्या उपोषणामुळे पोट्टी श्रीरामुलु यांचा मृत्यू झाला, त्यामुळे तेलगू भाषिकांचं राज्य होणं हे अटळच होतं; पण त्याचे परिणाम मात्र अधिक खोल होते. मराठी, गुजराती, कन्नड आणि मल्याळम् भाषिकांच्या राज्याच्या मागणीला प्रतिसाद म्हणून राज्य पुनर्रचना आयोगानं भारताचं भाषिक आधारावर विभाजन करण्याची शिफारस केली. पुढे ते मूलभूत प्रशासकीय विभाग बनले. या निर्णयामुळे नेहरू फार आनंदी नव्हते; पण या निर्णयामुळे अधिक चांगल्या पद्धतीनं भारताची घडी बसणार होती. चिघळत चाललेल्या 'भाषा वादा'वर हा उत्तम तोडगा ठरणार होता. हिंदीच्या अंधभक्तांनी याकडे सहानुभूतीनं पाहिलं नाही; पण एकंदरीत हा एक सर्वांसाठी हितकर असाच निर्णय होता.

जम्मू आणि काश्मीर हे दुसरं राज्य होतं जिथं आणखी काही बदल घडून आले होते. शेख अब्दुल्ला आणि पंतप्रधान नेहरू यांच्यात तसे आधी जिव्हाळ्याचे संबंध होते; पण ते आता विरत चालले होते. शेख यांचा स्वतंत्र होण्याचा मनसुबा लक्षात येताच, हे संबंध पूर्णत: दुरावले. या मनसुब्यामुळे भारत सरकार चिंतीत झालं. शेख यांनी जाहिरपणे स्वातंत्र्याचा पुकारा केला, त्यामुळे त्यांच्याच मंत्रिमंडळातील सहकाऱ्यांनी आणि पक्ष कार्यकर्त्यांनी त्यांच्या निलंबनाची मागणी केली. सदर-ए-रियासत करण सिंह यांनी अब्दुल्लांना डच्चू दिला आणि त्यांना लगेच अटकही झाली, त्यामुळे काश्मिरींसाठी १९५३ हे वर्ष फार महत्त्वाचं आहे. राज्यासाठी असलेल्या स्वायत्ततेची कल्पना या काळात बदलली गेली. बक्षी गुलाम मोहम्मद यांनी शेख अब्दुल्लाह यांच्यानंतर कारभार सांभाळला आणि काश्मीरच्या इतिहासातलं अवघड प्रकरण सुरू झालं.

पूर्वीचं पेप्सू अर्थात पटीयाला अँड ईस्ट पंजाब स्टेट युनियन, हे पहिलं राज्य होतं जिथं बिगर-काँग्रेसी सरकार सत्तेवर आलं. निवडणूक आयोगानं निवड

रद्दबातल ठरवल्यानंतर राज्याचे मुख्यमंत्री ज्ञान सिंह रारेवाला यांनी मार्च १९५३मध्ये राजीनामा दिला. त्यांनी राज्यात युनायटेड फ्रंटचं नेतृत्व केलं.

याच वर्षी काका कालेलकर यांच्या अध्यक्षतेखाली पहिला मागासवर्गीय आयोग स्थापन करण्यात आला. काही दशकांनंतर, बी. पी. मंडल यांच्या अध्यक्षतेखाली दुसरा मागासवर्गीय आयोग स्थापन क्करण्यात आला. हा आयोग राजकीयदृष्ट्या संवेदनशील बनला. या आयोगानं सामाजिक, शैक्षणिक आणि आर्थिक मागास वर्गीयांसाठी आरक्षण आणि कोटा पद्धत लागू केली.

उच्च शिक्षणाचं नियमन करण्यासाठी विद्यापीठ अनुदान आयोगाची स्थापनाही याच वर्षी झाली. ही या विषयातील सर्वोच्च संस्था होती. जानेवारी १९५३मध्ये संगीत नाटक अकादमी अस्तित्वात आली. अखिल भारतीय खादी आणि लघु उद्योग मंडळदेखील (ज्याचं एप्रिल १९५७मध्ये आयोग म्हणून नामांतर झालं) याच वर्षी स्थापन करण्यात आलं.

बंगलुरू येथील एका जागी जिथं दुसऱ्या महायुद्धात विमानं साठवण्यात येत होती, तिथं हिंदुस्थान मशिन टुल्सची (एचएमटी) स्थापना झाली. एचएमटी अनेक प्रकारच्या वस्तू तयार करणार होती; पण सर्वांत संस्मरणीय असणार होतं त्यांचं मनगटी घड्याळ.

कराचीत जन्मलेले मुंबईचे आर्चबिशप व्हॅलेरीएन ग्रेसियस, हे व्हॅटीकनतर्फे कार्डिनल म्हणून नामनियुक्त झालेले पहिले भारतीय ठरले.

१९५४ : तू छेड एक बार, मन का सितार

रात बनी दुल्हन, भिगी हुई पलके
भिनी भिनी खुशबू से सागर छलके
ऐसे में नैना से, नैना हो चार
जरा नैना हो चार, राहीं मतवाले

गीतकार : कमर जलालाबादी
संगीतकार : अनिल बिस्वास
गायक : तलत मेहमूद आणि सुरय्या
चित्रपट : *वारीस*

या मधुर द्वंद्व गीताचे संगीतकार, अनिल बिस्वास उर्फ अनिलदा, हे संगीतकारांचे संगीतकार म्हणूनही ओळखले जायचे. संगीत हे फक्त माधुर्य असतं आणि माधुर्यासाठीच असतं, असा समीक्षकांचा त्यांच्याविषयी ठाम समज होता. त्यांना 'तालाची फारशी काळजी नसायची,' असं मोठ्या प्रमाणावर बोललं जायचं. भटीयाली नावाडी आणि शास्त्रीय संगीतात प्रवीण असलेल्या त्यांच्या आईची गाणी ऐकत ऐकत ते पूर्व बंगालमध्ये लहानाचे मोठे झाले. ते लहानपणापासूनच प्रतिभावंत होते आणि वयाच्या चौथ्या वर्षापासूनच त्यांनी गायला सुरुवात केली होती. त्यांनी स्वातंत्र्यसंग्रामात भाग घेतला, परिणामी ते तुरुंगातही जाऊन आले. शेवटी १९३०पासून त्यांनी संगीत द्यायला सुरुवात केली. अनिलदा, असं म्हणतात की, त्यांना जे संगीत द्यायला आवडायचं तेच संगीत ते द्यायचे आणि त्यामुळेच आपण काळाबरोबर चालू शकत नाहीत असं जेव्हा त्यांना वाटलं तेव्हा ते निवृत्त

झाले. हे गाणं (*ओ रे गृहबासी, खोल द्वार खोल* या गाण्याची आठवण करून देतं.) अनिलदांवर असलेल्या रवींद्र संगीताच्या अमिट प्रभावाचं हे उदाहरण आहे.

हे गाणं त्यांच्या अत्यंत सुंदर गाण्यांपैकी एक आहे. या गाण्याला तलत आणि सुरय्या यांनी मनाची विकल अवस्था व्यक्त करणारा आवाज दिला आहे आणि त्याचा मंजूळ तसेच आनंदी भाव अधिकच खुलवला आहे.

गीतकार कमर जलालाबादी, हे जलालाबाद येथे ओम प्रकाश भंडारी म्हणून जन्माला आले होते, आणि त्यांचं हे टोपण नाव (कमर म्हणजेच चंद्र) त्यांना त्यांच्या गावातील एक शायरानं दिलं होतं. हा शायर त्यांच्यासाठी प्रेरणास्रोत होता. जलालाबादी यांनी पत्रकार म्हणून आपली कारकीर्द सुरू केली, पदवी मिळाल्यानंतर त्यांनी लाहौर येथील वर्तमानपत्रांमध्ये लिहायला सुरुवात केली होती. त्यांची प्रतिभा बहुपेडी होती आणि त्यांनी सर्व प्रकारची गाणी लिहीली. जसं हे प्रणयासक्त गीत आहे, तसंच लोकांना काम करण्याचं आवाहन करणारी गाणीही लिहिली.

त्या काळातील हिंदी चित्रपट गीतांमधून आपल्या लाडक्याचा विरह आणि त्याचा दूरावा याविषयी अगदी सविस्तरपणे लिहिलं जायचं. त्याच्या काहीशा आनंदी अशा आवृत्तीत, हे गाणं जरासं धीट आणि चाळवणारं आहे, कारण दोन्ही प्रेमिक, एकमेकांची सोबत साजरी करत आहेत आणि तीही अगदी उघड उघडपणे. नायक आणि नायिका रेल्वेतून प्रवास करत आहेत, स्वतःला लपवण्यासाठी मुलीनं पुरुषाचा पोशाख केला आहे, त्यामुळे महिलांचा डबा टाळून तिला जनरल डब्यातून प्रवास करता येतो.

शुद्ध, अनिर्बंध प्रेमाचा उत्सव साजरा करणारं हे गीत या वर्षासाठी अगदी योग्य आहे, कारण याच वर्षी स्पेशल मॅरेज ॲक्ट, १९१५४ मंजूर करण्यात आला होता. हा एक अत्यंत महत्त्वपूर्ण कायदा होता आणि त्यानं अपुऱ्या पडणाऱ्या १८७२सालच्या जुन्या ॲक्ट ३ची जागा घेतली. ज्यांनी सर्व श्रद्धांचा त्याग केला होता आणि देवाच्या नावानं आपली लग्नगाठ बांधण्यास ज्यांचा नकार होता, संसदेच्या या कायद्यामुळे त्या लोकांच्या विवाहाचा मार्ग कायदेशीररित्या मोकळा झाला. या कायद्यामुळे आंतरधर्मीय, आंतरजातीय विवाह आणि त्यांची नोंदणी, घटस्फोट आणि वारसाहक्काचीही तरतूद झाली. ही, अनेक अर्थानं, अत्यंत पुरोगामी कृती होती आणि ती काळाच्या फार पुढची होती. आंतरधर्मीय आणि आंतरजातीय विवाहांना मान्यता देऊन भारतानं प्रागतिक विचार आणि एकतेला जोरदार रेटा दिला होता.

हे वर्ष आणखी एक कारणासाठी महत्त्वाचं होतं कारण याच वर्षी भारत सरकारनं जलविद्यूत प्रकल्प आणि धरणं यांच्या बांधकामासाठी पुढाकार घेतला. भारताचा पहिला नदी खोरे प्रकल्प असलेलं भाक्रा धरण, १९५४मध्ये सतलज नदीवर बांधण्यात आलं. भाक्रा आणि त्याच्या शेजारचं नांगल धरण, जवळजवळ

असल्याने एकत्रितरीत्या भाक्रा-नांगल प्रकल्प म्हणून ओळखले जातात. या प्रकल्पाच्या उद्घाटनप्रसंगी, केलेल्या भाषणांत पंतप्रधान नेहरूंनी परंपरांना आव्हान देत, या प्रकल्पाला तसेच वैज्ञानिक केंद्रे, पोलाद कारखाने आणि शैक्षणिक संस्थांना, 'आधुनिक भारताची मंदिरे' म्हणून संबोधलं. नेहरूंच्या दूरदृष्टीतून विकसित झालेल्या राष्ट्रनिर्मितीमधील हा महत्त्वाचा भाग होता. त्याची ते आता कार्यपूर्ती करत होते.

मागे वळून पाहताना असं दिसतं की, १९५४ हे चीन-भारत संबंधांसाठी अत्यंत महत्त्वपूर्ण वर्ष ठरणार होतं. २९ एप्रिल १९५४ रोजी, भारतानं चीनसोबत व्यापार आणि भारत-तिबेट दरम्यानच्या संबंधांबाबत एक करार केला. या कराराअंतर्गत भारतानं ब्रिटिश राजकडून वारसादाखल मिळालेले अधिकचे सर्व भूमिहक्क आणि विशेष अधिकार सोडून दिले आणि तिबेट हा चीनचा भाग असल्याचं त्यानं मान्य केलं. तिबेट प्रश्नानं भारत-चीन संबंधात तणावच निर्माण केला. असं असलं तरीही, २००३मध्ये पंतप्रधान अटल बिहारी वाजपेयी यांनी १९५४ सालच्या कराराचा पुनरुच्चार करत, तिबेट हा पीपल्स रिपब्लिक ऑफ चायनाचाच भाग असल्याचं पुन्हा एकदा मान्य केलं.

याच वर्षी भारतरत्न आणि पद्मपुरस्कार (विविध क्षेत्रांतील मान्यवरांना देण्यात येणारे राष्ट्रीय पुरस्कार) देण्यास सुरुवात झाली. पहिला भारतरत्न सन्मान हा सी. राजगोपालाचारी, एस. राधाकृष्णन आणि सी. व्ही. रमण यांना देण्यात आला.

या वर्षी भारतीय क्रिकेट संघानं आपला पहिला पाकिस्तान दौरा केला, २८ डिसेंबर १९५४ रोजी, भारतीय संघानं कर्णधार विनू मांकड याच्या नेतृत्वाखाली सीमारेखा ओलांडली. पाकिस्तान टेस्ट क्रिकेट संघाचा कर्णधार होता अब्दुल कारदार. मालिकेतील सर्व सामने अनिर्णित राहिले.

सांस्कृतिक क्षेत्रांतही या वर्षी अनेक कार्यक्रम झाले. कारण, राष्ट्रीय चित्रपट पुरस्कारांचं उद्घाटनं झालं होतं - १९५३ सालच्या चित्रपटापासून याची सुरुवात झाली. मराठी चित्रपट, आचार्य प्रल्हाद केशव अत्रे दिग्दर्शित *श्यामची आई*, त्या चित्रपटाला सर्वोत्कृष्ट चित्रपटासाठी सुवर्ण पदक मिळालं. लघुपटांच्या विभागात, फिल्म्स डिव्हिजनद्वारा निर्मित इंग्रजी भाषेतेल *महाबलीपुरमनं* सुवर्णपदक पटकावलं. यात सर्व भारतीय भाषांसाठी सुरुवातीला तीन विभाग होते: चित्रपट, लघुपट आणि मुलांचे चित्रपट; पण त्या वर्षी मुलांच्या चित्रपटासाठी कोणालाच सुवर्ण पदक देण्यात आलं नाही.

या वर्षी साहित्य अकादमी, ललित कला अकादमी आणि नॅशनल गॅलरी ऑफ मॉडर्न आर्ट या संस्थांचीही स्थापना आणि उद्घाटनं झाली. १९५४मध्ये, भारतात, चित्रपट, साहित्य, ललित कला आणि आधुनिक कला या सर्वांनाच उत्तेजन मिळालं.

फ्रेंचांच्या ताब्यातील भारतीय प्रदेश - पाँडीचेरी, माहे, कारीकल आणि यानम - भारताला सोपवण्यात आले आणि त्यांचं केंद्रशासित प्रदेशांत रूपांतर करण्यात आलं ज्याला एकत्रितपणे पाँडीचेरी नाव देण्यात आलं. याच वर्षांत चंदरनागोर (चंदननगर) पश्चिम बंगालमध्ये सामावण्यात आलं.

भारताला खरोखरच गती मिळाली होती आणि सीमारेखा ठरवण्यापलीकडे जात आणि इतर मूलभूत गोष्टींना सांभाळत, आधुनिक भारतीय राष्ट्राच्या बांधणीसाठी आवश्यक असलेल्या अनेक गोष्टी करण्यात येत होत्या.

१९५५ : *अपलम चपलम*

टेढा मेढा खेल है
ये प्यार जो मैं जानती
भूल के भी बात कभी
दिल की नही मानती

गीतकार : राजेंद्र कृष्ण
संगीतकार : सी. रामचंद्र
गायक : लता मंगेशकर आणि उषा मंगेशकर
चित्रपट : *आझाद*

हे गाणं अनेक अर्थानं भगिनीप्रेमाचा करिष्मा सोदाहरण स्पष्ट करतं. सई आणि सुब्बुलक्ष्मी, मद्रासच्या दोन तरुण बहिणी, मुथ्थुस्वामी पिल्लई यांच्या शिष्या. त्यांच्या अरंगेत्रमनंतर दोन वर्षांनंतर त्या अशा काही नाचल्या की, *आझादच्या* सेटवर त्यांच्या भरतनाट्यममधील कलाकौशल्यानं सारेच चकीत झाले होते; पण तरीही हा चित्रपट शेवटी दिलीप कुमारचा चित्रपट म्हणूनच पाहिला गेला.

गीतकार आणि संगीतकार, राजेंद्र कृष्ण आणि सी. रामचंद्र यांच्या जोडगोळीनं, तमिळ भाषेचा गंध असलेल्या *अपलम चपलम* या शब्दांना साध्या; पण ठेका धरायला लावणाऱ्या हिंदुस्थानी भाषेचा तडका देण्याचं ठरवलं आणि त्यामुळेच हे गाणं इतकं रंजक झालं.

सई आणि सुब्बुलक्ष्मी यांनी किमान तेरा तमिळ चित्रपट आणि आणखी एक हिंदी चित्रपट केला. भरतनाट्यमशिवाय त्या दोघी कथ्थक आणि लोकनृत्य शैलीतही

नृत्य करायच्या. त्या काळात ही काहीशी असाधारण बाब होती; पण ही अशा एका भारताची नांदी होती ज्याच्या या विविधतेमुळे, अगदी कर्मठही एकाच कल्पना प्रकारात न अडकता पुढे जात इतरही गोष्टींचा स्वीकार आणि प्रसार करायचे.

या आठवणीत राहणाऱ्या गाण्यात भर म्हणून मंगेशकर बहिणींचा आवाज होता. उषा, जी या दोघींमध्ये कमी प्रसिद्ध होती, तिने लता दिदींसोबत आपली सर्वांत अवखळ अशी प्रतिभा सादर केली. यानंतर लता एका दंतकथेत रूपांतरित होणार होती. आता आपल्या सर्वांनाच हे माहिती आहे.

आझाद हा वर्षभरापूर्वी प्रदर्शित झालेल्या *मलाईक्कल्लन* अर्थात डोंगरातील चोर या तमिळ चित्रपटाचा रिमेक होता. या चित्रपटाच्या माध्यमातून तमिळ सिनेमामध्ये रॉबिनहूडची कल्पना शिरली होती. मूळ तमिळ चित्रपटांत एम. करुणानिधी यांचे संवाद होते आणि एम. जी. रामचंद्रन (एमजीआर) आणि भानूमती हे त्या चित्रपटाच्या मुख्य भूमिकेत होते.

वर्षाची सुरुवात झाली ती जानेवारीत तमिळनाडू येथील 'अवादी'मध्ये भरलेल्या काँग्रेसच्या अधिवेशनाने. या अधिवेशनानमध्ये काँग्रेसने 'समाजवादी पद्धतीचा समाज' विकसित करणं, हा आपला उद्देश असल्याचं घोषित केलं. तोवर पहिली पंचवार्षिक योजना लागू झाली होती. सर्वांना समानता देण्याचं महत्त्वाकांक्षी ध्येय साध्य करताना समाजवादाचा स्वीकार करणं हा पुढे जाण्याचा मार्ग होता, त्यामुळे काँग्रेस पक्षानं 'अवादी ठरावा'चा स्वीकार केला.

एप्रिल १९५५मध्ये, भारतानं इंडोनेशियामध्ये भरलेल्या बांडूंग परिषदेत सहभाग घेतला. या परिषदेमध्ये २९ आशियाई आणि आफ्रिकन देशही सहभागी झाले होते. पुढच्या काही दशकात जगावर या परिषदेचा परिणाम जाणवत राहणार होता. हा मोठ्या शक्यतांनी भरलेला काळ होता कारण विसाव्या शतकाच्या सुरुवातीस आणि मध्यास जगाच्या एका मोठ्या भागातून वसाहतवादी राज्याचा शेवट झाला होता. शीतयुद्धाच्या काळात बांडुंग परिषदेनं जगाकडे बघण्याचा एक नवा दृष्टिकोन दिला. इंडोनेशिया, भारत, बर्मा आणि श्रीलंका यांच्या नेतृत्वात, स्व-हीत आणि स्व-प्रतिपादनाची एक नवी चौकट तयार करण्यात आली.

संयुक्त राष्ट्रांची सनद आणि पंतप्रधान जवाहरलाल नेहरूंची पंचसूत्री (एकमेकांची प्रादेशिक अखंडता आणि सार्वभौमिकतेविषयी आदर, पारस्परीक अनाक्रमण, एकमेकांच्या अंतर्गत बाबींमध्ये हस्तक्षेप न करणे, एकमेकांच्या फायद्यासाठी समानता आणि सहकार्य आणि शांततापूर्ण सहअस्तित्व), यांनी प्रेरित होऊन एक दहा कलमी मसूदा एकमतानं स्वीकारण्यात आला. अलिप्ततावादाला अनेक आव्हानांना सामोरं जावं लागणार होतं; पण परिषदेमुळे जगाला खडबडून जाग आली आणि भारताचं राष्ट्रीय सकल उत्पन्न, अर्थव्यवस्था किंवा 'मध्यमवर्गा'ने इतरांना त्याच्याकडे लक्ष वेधून घेण्याच्या कितीतरी आधी जगाला भारताकडे आणि त्याच्या राजकीय नेतृत्वाकडे लक्ष द्यावं लागलं. आपली स्व-प्रतिमा आणि आपली

उद्दिष्टे यांच्यात भर टाकण्यासाठी भारताला ही एक कवायतच करावी लागली होती. यामुळे भारताच्या विकासासाठी, त्याला स्वतःच्या पायावर उभं राहण्यासाठी मदत झाली आणि त्याचं खरं स्वरूप जाणण्यासही मदत झाली. वसाहतवाद संपुष्टात आल्यानंतर या देशाचे लोक स्वतःकडे कसे बघतात आणि त्यांना नेमकं काय साध्य करायचं आहे, हे यातून स्पष्ट होत होतं.

यामुळे पंतप्रधान नेहरूंचा करिष्मा मायदेशामध्ये अधिकच वाढला. त्यांना या वर्षी राष्ट्रपती राजेंद्र प्रसाद यांच्याकडून भारतरत्न सन्मान देण्यात आला.

सन १९५५मध्ये भारताला त्याचा पहिला अधिकृत 'संगणक' मिळाला. त्याआधी भारताचा पहिला संगणक म्हणजे एक साधं ॲनालॉग यंत्र होतं, जे १९५३मध्ये कलकत्त्यातील इंडियन स्टॅटिस्टिकल इन्स्टिट्यूट येथे तयार करण्यात आलं होतं. त्याचा उपयोग एकरेषीय सूत्रे सोडवण्यासाठी केला जात होता; पण या वर्षी ब्रिटनमधून दहा लाख रुपये खर्चून ब्रिटिश बनावटीचा एचईसी-२एम हा संगणक आयात करण्यात आला. हा एक अवाढव्य संगणक होता. त्याची लांबी १० फूट, रुंदी ७ फूट आणि उंची ६ फूट होती. त्याला कि-बोर्ड, मॉनिटर इत्यादी काहीच नव्हतं, इतकंच नाही तर त्यामध्ये प्रोसेसरही नव्हता आणि त्यात ३ केबी इतकी 'मोठी' मेमरी होती. पंचिंग काड्र्सचा उपयोग करून त्यात माहिती टाकली जायची आणि त्याला जोडलेल्या प्रिंटरमधून अपेक्षित निकाल प्रिंट होऊन यायचा. या संगणकाला १६ आकडी क्रमांकाचं वर्गमूळ काढण्यासाठी पंधरा मिनिटं लागायची; पण तरीही त्याचा उपयोग गुंतागुंतीची डिफरन्शियल इक्वेशन्स (इतर अनेक गोष्टींसोबत) सोडवण्यासाठी व्हावा म्हणून होमी जे. भाभा यांच्याकडे त्याची रवानगी करण्यात आली. त्या काळात ते टाटा इन्स्टिट्यूट ऑफ फंडामेंटल रिसर्च येथे कार्यरत होते.

नरिंदर सिंह कपानी यांचा पंजाबमधील मोगा या गावात जन्म झाला होता. ते आधी इंडियन ऑर्डिनन्स फॅक्टरी सर्विस येथे कामाला लागले. त्यानंतर पुढे लंडन येथिल इंपेरियल कॉलेजमध्ये ते शिक्षणासाठी गेले. कपानी यांनी पुढे जाऊन 'फायबर ऑप्टिक्स'ची संकल्पना शोधून काढली. सन १९६०च्या सायंटिफीक अमेरिकनमध्ये ती प्रसिद्ध झाली. याच वर्षी, त्यांनी हॅरोल्ड हॉपकिन्स यांच्या सोबत काचेच्या तंतूमधून प्रतिमा प्रसारीत करण्यासंबंधी एक महत्त्वाचा शोध लावला.

१९५५मध्ये उपखंडातील सर्वांत मोठी व्यावसायिक बँक असलेल्या इंपेरियल बँक ऑफ इंडियाचं स्टेट बँक ऑफ इंडियात रूपांतर झालं.

सिंधू खोऱ्यामध्ये विकसित झालेली संस्कृती ही अनेक अर्थानं आजही एक गूढच आहे. तिची लिपी आजही वाचता येऊ शकत नाही. त्याकाळात अस्तित्वात असलेल्या नदी-खोऱ्यातील अन्य संस्कृतीपेक्षा ती वेगळी होती. आधी व्यक्त करण्यात आलेल्या अंदाजापेक्षा ती कितीतरी मोठी असल्याचं सिद्ध झालं. याच वर्षी, गुजरातमधील अहमदाबाद जिल्ह्यातील लोथल या गावात एका प्राचीन बंदराचा शोध लागला.

याच वर्षी भारताची राष्ट्रीय बुद्धिबळ स्पर्धा आंध्र प्रदेशातील एलुरू येथे भरवण्यात आली. ही पहिली स्पर्धा आर. सी. सप्रे (महाराष्ट्र) आणि डी. वेंकेय्या (आंध्र प्रदेश) यांनी जिंकली.

याच वर्षापासून भारत पेट्रोलियमने लिक्विफाईड पेट्रोलियम गॅस (एलपीजी) चं उत्पादन सुरू करून सिलिंडरच्या माध्यमातून ते विकण्यास सुरुवात केली. गॅस सिलिंडर हा भारताच्या चूलमुक्तीच्या दिशेने होणाऱ्या प्रवासातील महत्त्वाचा आणि अपरिहार्य असा टप्पा होता. चूलमुक्तीमुळे स्वयंपाक बनवणं सोपं होणार होतं. ही गोष्ट घरगुती कामांपासून बायकांची सुटका होण्याशी संबंधित होती.

याच वर्षी हिंदू मॅरेज ॲक्ट १९५५ अस्तित्वात आला. ज्याद्वारे हिंदू विवाहांचं वर्गीकरण झालं आणि त्यामध्ये अनेक सुधारणाही घडल्या. ब्रिटिश काळातच याची प्रक्रिया सुरू झाली होती. जवाहरलाल नेहरूंच्या सुधारणावादी दृष्टिकोनामुळे हा कायदा अमलात आला. उजव्या हिंदू गटाकडून याला कडाडून विरोध झाला. श्यामा प्रसाद मुखर्जी हे त्याचं नेतृत्व करत होते. त्यांनी पुढे भारतीय जनसंघाची स्थापना केली, त्यामुळे नेहरूंनी निवडणुका होईपर्यंत हे विधेयक लांबणीवर टाकलं, त्यामुळे या विलंबाचा निषेध म्हणून बी. आर. आंबेडकर यांनी केंद्रीय मंत्रिमंडळातून राजीनामा दिला.

नेहरूंना राष्ट्रपती राजेंद्र प्रसाद यांच्याकडूनही विरोध सहन करावा लागला. राजेंद्र प्रसाद हे सामाजिकदृष्ट्या परंपरावादी होते; पण अल्पसंख्य समुदायांमध्ये सुधारणावादी कायदे लागू करण्यासाठी आधी हिंदू कायद्यांत सुधारणा करणं अत्यंत गरजेचं आहे, असा नेहरूंचा दृढ विश्वास होता, त्यामुळे १९५०च्या दशकाच्या सुरुवातीस पुढे ढकलण्यात आलेल्या अनेक सुधारणावादी विधेयकांवर या वर्षी पुन्हा चर्चा सुरू झाली : विवाह, वारसाहक्क आणि वारसदार, संमती वय आणि पालकत्त्व, दत्तक आणि देखभाल आदी अनेक विधेयकांचा यामध्ये होतो. हिंदू मॅरेज ॲक्ट हा यांतील पहिला कायदा होता.

जून १९५५मध्ये नेहरूंनी लिहिलं : 'जरी आपण असंख्य समस्या आणि अडचणींनी घेरलेले असलो आणि कधी कधी त्यामध्ये बुडून जाण्याची वेळ आली तरीही, या देशांत आशेचा किरण कधीही नष्ट होत नाही. आपल्या भविष्यावर असलेली आपली श्रद्धा आणि काही मूलभूत तत्त्वांवर असलेला आपला विश्वास यांनीच आजवर आपल्याला मार्गदर्शन केलं आहे. पहाटवाऱ्याच्या मंद झुळुकेची सुरुवात झाली आहे. भारताच्या आजवरच्या प्रदीर्घ आणि चढ-उतार असलेल्या इतिहासात एका नव्या युगाच्या प्रारंभाची चाहुल लागत आहे.'

बहुशः तमिळी वाटणारं, पायाला ठेका धरायला भाग पाडणारं, *अपलम चपलम* कितीतरी हिंदी भाषिक चाहत्यांकडून गुणगुणलं जात होतं, भारतातील भाषावाद अधिकाधीक गंभीर होत चालला होता आणि त्यामुळे पुढील वर्षी भारताच्या नकाशात बदल घडणार होते.

१९५६ : ऐ दिल है मुश्किल जीना यहाँ

ऐ दिल है मुश्किल जीना यहाँ
जरा हटके जरा बच के
ये है मुंबई मेरी जान

गीतकार : मजरूह सुल्तानपुरी
संगीतकार : ओ. पी. नय्यर
गायक : मोहम्मद रफी आणि गीता दत्त
चित्रपट : *सीआयडी*

ऐ दिल है मुश्किल जिना यहाँ ही एका त्रिकुटाची निर्मिती होती. या त्रिकुटानं १९५०च्या दशकात बॉक्स ऑफिसवर यशाची नव्यानं व्याख्या केली. मोहम्मद रफी यांनी कॉमेडियन जॉनी वॉकरला दिलेला आवाज, सोबतीला ओ. पी. नय्यर यांचं संगीत, असं हे गाणं होतं. *ओह माय डार्लिंग, क्लेमेंटाईन* या उडत्या चालीच्या पाश्चिमात्य अमेरिकन लोकगीतावर या गाण्याची चाल आधारलेली होती. ही चाल खरं तर मजरूह सुल्तानपुरी यांच्या शब्दांना विरोधाभासी अशी होती कारण हे गीत एका अवाढव्य शहराच्या अमानवीय जगण्यावरचं भाष्य होतं. शहरी जीवनाच्या लहरीपणाशी संबंधित होतं. वॉकरचं मजेत चालणं आणि त्याच्या चेहऱ्यावरील एकमेवाद्वितीय हास्य यामुळे त्यातला बोचरेपणा कमी होतो आणि प्रेक्षकाला एक वेगळाच आनंद मिळतो. या गाण्याचा नायक मुंबईतल्या रस्त्यांवरून टांग्यातून फेरफटका मारत असतो. गाण्याच्या उत्तरार्धात कुमकुमची वॉकरशी भेट होते आणि तिच्यासाठी गीता दत्त यांनी आपला आवाज दिला आहे.

गुरू दत्त यांनी या चित्रपटाची निर्मिती केली होती. या चित्रपटातूनच त्यांचे दीर्घकाळ सहाय्यक दिग्दर्शक राहिलेले राज खोसला यांनी आपल्या स्वतंत्र दिग्दर्शनाची सुरुवात केली. या चित्रपटामध्ये देव आनंद आणि शकीला हे मुख्य भूमिकेत होते. या चित्रपटातून वहीदा रहमान यांचे हिंदी चित्रपटसृष्टीमध्ये पदार्पण झाले. *प्यासातील* उदासवाण्या किंवा *सीआयडीसारख्या* नाट्यमय चित्रपटांतल्या थरारक वातावरणातून चित्रपटामध्ये एक हलका फुलका विराम देण्यासाठी वॉकर यांच्यावर चित्रित झालेल्या त्या काळातील अनेक गाण्यांप्रमाणेच हे एक गाणं होतं. वॉकरचं खरं नाव होतं बद्रुद्दीन जमालुद्दीन काझी. या चित्रपटांत त्यानं पाकीटमाराची भूमिका केली होती. तो लोकांवर आदळत चालत राहतो आणि अशा प्रत्येक धडकेनंतर त्याच्या हातात कोणाची पर्स किंवा पॉकेट आलेलं असतं – पण शहराबद्दलचं त्याचं तत्त्वज्ञान हे अफाट असं आहे.

मुंबईमध्ये राहत असताना वॉकर हे आधी बेस्ट बसचे कंडक्टर होते. तिकिटं देताना ते प्रवाशांना गमतीच्या गोष्टी किंवा किस्से सांगून हसवायचे. बसथांब्यांची नावं सांगण्याची त्यांची स्वतःची अशी एक खास शैली होती. अभिनेता बलराज साहनी बसनं प्रवास करत असताना, या शैलीनंच त्यांचं लक्ष वेधून घेतलं असावं. त्या वेळी बलराज हे गुरू दत्त यांच्या *बाजी* (१९५१) चित्रपटासाठी पटकथा लिहीत होते. त्यांनी गुरू दत्त यांच्याकडे वॉकरची शिफारस केली. दत्त यांच्यासमोर एका दारुड्याच्या भूमिकेसाठी यशस्वी चाचणी दिल्यानंतर, त्यांचा *बाजीच्या* कलाकारांमध्ये लगेच समावेश झाला. तेव्हा तो चित्रपट जवळपास तयार होत आला होता. त्यातली त्यांची भूमिका ही अर्थातच दारुड्याचीच होती. भूमिकेमुळे खूश झालेल्या गुरू दत्त यांनी लगेच काझीचं नामकरण जॉनी वॉकर असं करून टाकलं. ती गुरू दत्त यांची आवडती व्हिस्की होती. काझी मात्र प्रत्यक्षात कधीही दारूला स्पर्श करत नसत.

त्याचदरम्यान डॉ. बी. आर. आंबेडकर यांनी त्यांच्या दोन लाख अनुयायांसोबत बौद्ध धर्म स्वीकारण्याचं ठरवलं. ते जरी हिंदू म्हणून जन्माला आले असले तरी ते हिंदू म्हणून मरणार नाहीत, सन १९३५मध्ये त्यांनी अशी घोषणा केली होती. बौद्ध झाल्यानंतर दोन महिन्यांच्या कालावधीतच, आंबेडकरांचं निधन झालं. त्या आधी, जूनमध्ये त्यांनी हिंदू वारसाहक्क कायद्याचं लिखाण संपवलं होतं. या कायद्यानुसार एखाद्याच्या मृत्युनंतर मृत्युपत्राची तरतूद नसताना मागे राहिलेल्या संपत्तीत पुरुष वारसांसोबतच महिला वारसदारांनाही वारसाहक्क मिळण्याची सोय झाली होती, आंबेडकरांच्या हिंदू सुधार विधेयकाचाच हा एक भाग होता. ज्याच्या मंजुरीसाठी त्यांनी कायदामंत्री म्हणून जोरदार प्रयत्न केले; पण त्यांच्या हयातीत त्याला यश मिळालं नव्हतं. राष्ट्रीय स्वयंसेवक संघ, हिंदू महासभा, भारतीय जनसंघ आणि काँग्रेस पक्षातील परंपरावादी गटाचा तीव्र विरोध असतानाही, नेहरूंनी या विधेयकाचे चार भाग केले आणि मग त्यांची कायद्यामध्ये यशस्वी निर्मिती केली.

१९५३मध्ये स्थापन झालेल्या राज्य पुनर्रचना आयोगाच्या शिफारशींच्या आधारे नोव्हेंबरमध्ये राज्य पुनर्रचना विधेयक संसदेत मंजूर झालं. त्यात चौदा राज्ये आणि सहा केंद्रशासित प्रदेशांचा समावेश होता. न्यायमूर्ती फजल अली, के. एम. पणिक्कर आणि हृदयनाथ कुंजरू हे त्या आयोगाचे सदस्य होते. त्यांनी ऑक्टोबर १९५५मध्ये आपला अहवाल सादर केला. काही सुधारणा करून सरकारनं आयोगाच्या जवळपास सर्वच शिफारशी स्वीकारल्या.

आयोगाच्या शिफारशी आणि कायद्याविरुद्धची सर्वांत तिखट प्रतिक्रिया महाराष्ट्रात उमटली. तिथे सगळीकडे दंगली भडकल्या. जानेवारीत मुंबई येथे पोलिसांच्या गोळीबारांत ऐंशी लोक ठार झाले. अखेरीस दबावापुढं नमतं घेत सरकारनं जून १९५६मध्ये मुंबई प्रांताचं विभाजन करून महाराष्ट्र आणि गुजरात ही दोन स्वतंत्र राज्यं निर्माण करण्याचं ठरवलं. मुंबई शहराचं केंद्रशासित प्रदेशात रूपांतर होणार होतं; पण त्याला मराठी माणसांनी पुन्हा एकदा कडाडून विरोध केला. जुलैमध्ये नेहरूंनी बृहत् द्विभाषिक मुंबईच्या निर्मितीचा निर्णय मागे घेतला. या निर्णयाला महाराष्ट्र आणि गुजरातमधील लोकांचा विरोध होता. मुंबईला महाराष्ट्रामध्ये समाविष्ट केलं जात नसल्याच्या निषेधार्थ तत्कालीन केंद्रीय अर्थमंत्री सी. डी. देशमुख राजीनामा दिला. गुजराथी लोकांना मुंबई त्यांच्या राज्यात हवी होती. हा प्रश्न असाच चिघळत राहणार होता आणि त्यातून दंगली आणि जाळपोळीच्या घटना वाढणार होत्या, तसंच मुंबईतील काँग्रेस पक्षाचा मतदारही कमी होणार होता.

१९५६मध्ये जेव्हा फुटीरतावाद्यांनी ए. झेड. फिझो यांच्या नेतृत्वाखाली स्वतंत्र राज्याची घोषणा केली, तेव्हा नेहरूंनी नागालँडमधील फुटीरतावाद्यांच्या हिंसक चळवळीविरुद्ध कठोर भूमिका घेतली. नेहरूंनी तिथं सैन्य पाठवलं. जोरदार लष्करी कारवाईच्या बळावर तिथे शांतता आणि सुव्यवस्था निर्माण होईल, आपला कधीच विजय होऊ शकणार नाही याची बंडखोरांनाही जाणीव होईल, अशी त्यांना आशा होती. यांतूनच पूर्वोत्तर राज्यांसाठी १९५८मध्ये आर्म्ड फोर्सेस स्पेशल पॉवर्स ॲक्ट (अफस्पा) निर्माण झाला. हा कायदा १९४२च्या आर्म्ड फोर्सेस (स्पेशल पॉवर्स) ऑर्डीनन्सवर आधारित होता. यामागे 'सैन्यातील काही निवडक अधिकाऱ्यांना विशेष अधिकार' देण्याचा उद्देश होता. यातला उपरोधिक भाग असा की १९४२चा हा वटहुकूम ब्रिटिश व्हॉइसरॉयच्या गव्हर्नमेंट ऑफ इंडिया ॲक्ट, १९३५ (सेक्शन ७२)वर आधारित होता आणि तो काँग्रेस पक्षाच्याच चले जाव चळवळीला मोडून काढण्यासाठी अस्तित्वात आला होता.

जानेवारी १९५६मध्ये युगोस्लाव्हियातील ब्रिओनी येथे युगोस्लाव्हियाचे अध्यक्ष जोसिप ब्रॉझ टिटो, इजिप्तचे अध्यक्ष गमाल अब्देल नासेर आणि भारतीय पंतप्रधान जवाहरलाल नेहरू यांची एक बैठक झाली ज्यांतून अलिप्ततावादी चळवळीचा जन्म झाला. अमेरिका आणि ब्रिटनने जेव्हा अलिप्ततावादी चळवळीतून

बाहेर पडण्यासाठी इजिप्तवर दबाव टाकला, तेव्हा प्रतिक्रिया म्हणून इजिप्तने सुवेझ कालव्याचं राष्ट्रीयीकरण केलं. त्या वेळी भारतानं एक प्रस्ताव मांडला. त्यामध्ये इजिप्तद्वारे कालव्यावर नियंत्रण, त्याचा वापर करण्यासाठी एक सल्लागाराची भूमिका आणि वाद सोडवण्यासाठी ऑगस्टमध्ये झालेल्या लंडन परिषदेतील सयुक्त राष्ट्रांच्या सनदेचा मार्गदर्शिका म्हणून उपयोग करणे इत्यादी मुद्दे मांडण्यात आले होते. त्याला इजिप्तसहीत सर्वांकडूनच व्यापक समर्थन मिळालं. नंतर, जेव्हा फ्रान्स आणि ब्रिटन यांनी इस्राईलला इजिप्तवर आक्रमण करायला भाग पाडलं आणि सुवेझवर त्यांच्या फौजा उतरल्या, तेव्हा नेहरूंनी त्याची 'नागडं आक्रमण' आणि 'वसाहतवादी प्रवृत्तींचं पुनरुज्जीवन' अशी संभावना केली. संयुक्त राष्ट्रांच्या निगराणीखाली ज्यावेळी पाश्चिमात्य फौजा माघारी फिरत होत्या, त्या वेळी शांतता कायम ठेवण्यासाठी भारतीय फौजांनी मोठ्या प्रमाणात आपला सहभाग त्यात नोंदवला.

ऑक्टोबरमध्ये जेव्हा सोव्हिएत युनियनने त्यांच्या फौजा हंगेरीत पाठवल्या त्या वेळेस, भारतानं त्याचा अधिकृत निषेध केला नसला तरी, नेहरूंनी सोव्हिएत युनियनवर टीका केली आणि आपला संताप व्यक्त करत बुडापेस्टला दोन वर्षं भारतीय राजदूत नेमला नाही. सोव्हिएतने याची भरपाई करण्यासाठी, काश्मीरचा मुद्दा जेव्हा राष्ट्रसंघाच्या सुरक्षा परिषदेसमोर आला तेव्हा ते तटस्थ राहण्याची भूमिका घेतली. ते पुन्हा आपल्या नकाराधिकाराकडे परत आले खरे; पण त्यांतून भारताची डळमळीत परिस्थिती स्पष्ट झाली.

जेव्हा पाश्चिमात्य देश, विशेषतः अमेरिका भारताला मदत करण्यास तयार नव्हते, तेव्हा सोव्हिएत युनियनने तत्काळ पुढाकार घेत भिलाई पोलाद प्रकल्प स्थापन्यास मदत केली. विशेषतः जड उद्योगांच्या क्षेत्रातील भारताची औद्योगिकीकरणाची गरज, भारताला सोव्हिएत युनियनच्या जवळ नेण्यास उपयुक्त ठरली. हा सर्व पी. सी. महालनोबिस यांच्या संकल्पनेतून साकारलेल्या योजनेचा भाग होता. दुसऱ्या पंचवार्षिक योजनेचा औद्योगिक प्रगतीवर भर होता. या योजनेमध्ये सार्वजनिक उद्योगांची प्रमुख भूमिका होती.

सप्टेंबरमध्ये भारतीय आयुर्विमा महामंडळाचे राष्ट्रीयीकरण करण्यात आलं आणि त्याच महिन्यात भारताच्या सार्वजनिक क्षेत्रातील सर्वाधिक फायदेशीर आणि सन्मानित कंपनी, ऑइल अँड नॅचरल गॅस कार्पोरेशनची स्थापनाही झाली. ऑक्टोबरमध्ये, नवी दिल्लीत सरकारी मालकीचं अशोका हॉटेल सुरू झालं. हे भारतातील पहिलं पंचतारांकित आलिशान हॉटेल होतं जे युनेस्को प्रतिनिधींना राहण्यासाठी बांधण्यात आलं होतं. त्यांची युरोप बाहेर होणारी पहिली परिषद अशोका हॉटेलमध्ये होणार होती. दिल्लीमध्ये याच वर्षी ऑल इंडिया इन्स्टिट्यूट ऑफ मेडिकल सायन्सेसची (एम्स)ची सुरुवात झाली. एम्सच्या बांधकामासाठी न्यूझीलंड सरकारनं मदत केली होती. आजही एम्स हीच भारतातील सर्वांत प्रतिष्ठित वैद्यकीय संस्था आहे.

याच वर्षी बलबीर सिंह (सिनियर) यांच्या नेतृत्वाखाली भारतीय हॉकी संघानं मेलबर्न ऑलिम्पिकमध्ये आणखी एक सुवर्ण पदक जिंकलं. ऑस्ट्रेलियन टेस्ट क्रिकेट संघानेही त्यांचा पहिला भारत दौरा केला आणि तीन सामन्यांची मालिका २-० अशा फरकानं जिंकली.

देशातील प्रमुख विरोधी पक्ष असलेल्या कम्युनिस्ट पार्टी ऑफ इंडियानं त्यांच्या पालघाट (आता पलक्कड) अधिवेशनात तोपर्यंत असलेल्या भूमिकेत दोन महत्त्वाचे बदल केले. भारतानं १९४७मध्ये स्वातंत्र्य प्राप्त केलं असून, ते आता सार्वभौम प्रजासत्ताक आहे, हे त्यांनी स्वीकारलं. सरकारी धोरणं आता भांडवलशाहीच्या बाजूने आहेत. ती लोकविरोधी धोरणं आहेत आणि भांडवलदारांना मात्र त्यात सवलती मिळत आहेत. अशी त्या पक्षाची भूमिका होती. काँग्रेसला पर्याय म्हणून एक लोकशाही आघाडी उभारणं हे पक्षाचं प्रमुख कार्य आहे, असं त्यांचं मत होतं. मात्र ही काँग्रेस-विरोधी नसेल कारण काँग्रेसमध्येही अनेक लोकशाहीवादी लोक आहेत फक्त त्यांचं मन वळवून त्यांना त्यांच्या नेत्यापासून वेगळं करावं लागणार होतं.

दरम्यान ऑगस्टमध्ये, भारतानं अणुयुगात प्रवेश केला. अप्सरा ही भारताची पहिली अणुभट्टी ट्रॉम्बे, मुंबई येथे कार्यान्वित झाली. भारतातीलच नव्हे तर आशिया खंडातलीदेखील ही पहिली अणुभट्टी होती. सुलोचना मोदींची महापौरपदी निवड झाल्यानंतर, या शहराला पहिल्या महिला महापौर मिळण्याचा मान लाभला. त्या केवळ तीन महिनेच या पदावर काम करू शकल्या. मुंबई हे शक्यतांचं, घटनांचं शहर होतं आणि इथल्या लोकांना, *जरा हटके जरा बच* के जगावं लागत होतं कारण *ये है मुंबई मेरी जान.*

१९५७ : ये दुनिया अगर मिल भी जाये

ये महलों, ये तख़्तों, ये ताजों की दुनिया
ये इन्साँ के दुश्मन समाजों की दुनिया
ये दौलत के भूखें रिवाजों की दुनिया
ये दुनिया अगर मिल भी जाये तो क्या है?

गीतकार : साहिर लुधियानवी
संगीतकार : एस. डी. बर्मन
गायक : मोहम्मद रफी
चित्रपट : *प्यासा*

प्यासा हा आजवर तयार करण्यात आलेला सर्वांत महान हिंदी चित्रपट मानला जातो. हा चित्रपट हिंदी सिनेमाच्या चौकटीतच तयार करण्यात आला होता; पण तरीही तो त्याच्यापलीकडे गेला, त्यामुळेच तो भारतीय तसेच परदेशी प्रेक्षकांनाही आकर्षित करतो. *टाईम* मासिकाने प्रसिद्ध केलेल्या यादीतील पाहिल्याच पाहिजेत अशा शंभर चित्रपटांपैकी एक असलेला *प्यासा*, त्याचं कथानक, अभिनय, कॅमेरा, काव्य, संगीत, गायन आणि अप्रतिम गाण्यांसाठी नावाजला जातो. हा चित्रपट एका बेरोजगार कवीविषयी आहे. त्या कवीची भूमिका गुरू दत्तने केली आणि तोच त्याचा दिग्दर्शकदेखील होता. हा कवी आधी अपयशी ठरतो; पण तो मेला आहे अशा चुकीच्या समजुतीनंतर मात्र तो प्रचंड गाजतो. तो स्वतःच्याच शोकसभेला हजेरी लावतो; पण शेवटी जगाचा त्याग करून दूर निघून जातो.

चित्रपटाचा गीतकार साहिर लुधियानवी हा सुविख्यात कवी होता. त्याच्या एका कवितासंग्रहाचं, *परछाईयाँ* हे नाव चित्रपटातील कवीच्या काव्यसंग्रहालादेखील देण्यात आलं आहे. या कवितासंग्रहामुळेच तो कवी त्याच्या तथाकथित मृत्यूनंतर प्रसिद्ध होतो. *प्यासामधील* साहिरची गीतं ही सर्वाधिक प्रसिद्ध आणि लोकप्रिय हिंदी चित्रपट गीतांपैकी एक आहेत. एस. डी. बर्मन यांनी त्या गीतांना संगीत दिलं. मोहम्मद रफी आणि गुरू दत्तची पत्नी गीता दत्त यांनी मिळून ती गायलेली आहेत. दुर्दैवानं बर्मन आणि साहिर यांनी एकत्र काम करण्याची ही शेवटची वेळ होती कारण यानंतर त्यांच्यातील अहकांराची लढाई सुरू झाली.

या चित्रपटांत मोठ्या प्रमाणात ख्रिश्चन प्रतीकं आणि संदर्भ आहेत, असं रॅशेल ड्वॉयर नमूद करते. त्यामध्ये *ये दुनिया अगर मिल भी जाये*, या गाण्याचाही समावेश होतो. जेव्हा कवी या जगातून दूर जाण्याचा निर्णय घेतो, तेव्हा त्याच्याच आठवणीत त्याचं यश साजरं केलं जात असतं. त्या वेळी चित्रपटाच्या शेवटी हे गाणं येतं. मोहम्मद रफी यांनी अल्प संगीतासोबत हे गाणं गायलं आहे. या अप्रितम गाण्यात, कोरस म्हणून मॅथ्यूचं वचन (१६.२६) आहे : जरी माणसाला सारं जग मिळालं आणि त्याचा आत्मा मात्र तो हरवून बसला तर त्याला त्याचा काय लाभ होईल? या गाण्यात जेव्हा गुरू दत्त येतो, तेव्हा तो ख्रिस्त जसा रिकाम्या कबरीशेजारी उभा राहतो, त्याप्रमाणे आपल्या पाठीवर प्रकाश घेत दरवाज्यात उभा राहतो, हे या चित्रपटातील सर्वोत्कृष्ट दृश्य आहे. गाणं एखाद्या कुजबुजीसारखं सुरू होतं, मग त्याचा संगीतस्वर वाढत जातो. या गीतातून प्रकट होणारी कवीची हे जग जाळण्याची इच्छादेखील बायबलमधलीच आहे, मॅथ्यू ३.१२ : 'कधी न विझणाऱ्या आगीत तो सारा भूस्सा जाळून टाकेल...'

ये दुनिया अगर मिल भी जाये ही एक अभिजात कलाकृती आहे याचं कारण म्हणजे गुरू दत्तची त्याच्या कलेवरची जबरदस्त पकड : चित्रीकरण, लयबद्ध संपादन, निखालस प्रकाशयोजना आणि व्ही. के. मूर्थींचा अलगद फिरणारा कॅमेरा, ज्यामुळे संगीताचा आणि गाण्यांचा प्रभाव कितीतरी जास्त वाढतो. कथानकामध्ये एकाच वेळी ध्वनी आणि दृश्य यांची एकसंध सुसंगती साधणारं चित्रपट निर्मितीचं हे अद्वितीय उदाहरण आहे. एक गडद आणि उदास चित्रपट असलेल्या *प्यासाला* प्रदर्शनानंतर समीक्षकांकडून फारसा प्रतिसाद लाभला नाही आणि तो बॉक्स ऑफिसवर यशस्वी होईल असंही कोणाला वाटलं नाही; पण त्याला यश लाभलं. या वर्षांत *नया दौर, मदर इंडिया आणि मुसाफिरसारखे* चित्रपटही प्रदर्शित झाले होते.

हे वर्ष म्हणजे भारतीय स्वातंत्र्याच्या दशकपूर्तीचं वर्ष होतं आणि *प्यासा* ही गुरू दत्तची त्याच्या सभोवताली असलेल्या भ्रष्टाचार आणि अवनतीकरणावरची प्रतिक्रिया होती. ती *जिन्हे नाझ हैं हिंद पर वो कहाँ हैं* या गाण्यांतून व्यक्त झाली; पण

ती राजकीय असण्यापेक्षा नैतिक किळस जास्त होती – सभोवतालच्या जगावरचा त्याचा प्रणयासक्त, परिणामहीन प्रतिसाद तो त्याच्या सुंदर कवितांमधून दाखवतो.

राजकीय अपेक्षांबाबतचा नैतिक तिटकारा हा मुंध्रा प्रकरणांतून स्पष्ट होतो. हा स्वतंत्र भारतातील पहिला प्रमुख आर्थिक घोटाळा होता. लोकसभेमध्ये ४ सप्टेंबर रोजी काँग्रेस खासदार राम सुभग सिंह यांनी एका फारशा प्रसिद्ध नसलेल्या वर्तमानपत्रामध्ये या घटनेसंबंधी आलेल्या बातमीचा हवाला देत प्रश्न विचारला. जून १९५७मध्ये, लाइफ इन्शुरन्स कॉर्पोरेशनने (एलआयसी) सहा कंपन्यांमधून १.२४ कोटी रुपयांचे खोटे शेअर्स विकत घेतले, हे लवकरच हे उघड झालं. या शेअर्सची मालकी हरिदास मुंध्रा या कलकत्त्यास्थित उद्योगपतीकडे होती. आपल्या लहानशा इतिहासात एलआयसीनं केलेली ही सर्वाधिक मोठी गुंतवणूक होती; पण नियमावलीच्या विरुद्ध जात, गुंतवणूक समितीला या निर्णयात सहभागी करून घेण्यात आलं नव्हतं.

एलआयसीच्या निर्णयावर स्पष्टीकरणाची मागणी धरून लावली ती फिरोझ गांधी यांनी. एखाद्या दैनंदिन टीव्ही मालिकेतील अचानक घेतलेलं वळण वाटावं, अशी ही घटना होती. कारण ते नेहरूंचे जावई होते. त्या दोघांमध्ये दुरावा निर्माण झाला होता. लोकसभेतील घणाघाती भाषणांत फिरोज गांधी यांनी आरोप केला की, मुख्य अर्थ सचिव एच. एम. पटेल आणि अर्थ मंत्री टी. टी. कृष्णम्माचारी यांनी एलआयसीची चौकशी पुढे ढकलली. प्रतिसादादाखल नेहरूंनी, १९५८च्या सुरुवातीस मुंबई हायकोर्टाचे माजी मुख्य न्यायाधीश एम. सी. छगला यांच्या अध्यक्षतेखाली एक सदस्यीय चौकशी आयोगाची नेमणूक केली.

छगला आयोगाच्या सुनावण्या जाहिररीत्या करण्यात आल्या, त्याला लोकांची इतकी गर्दी व्हायची की, न्यायालयाबाहेर जमलेल्या लोकांना ऐकू जावं म्हणून लाऊडस्पिकर्स लावण्यात आले होते. छगला यांनी वेगानं काम करत एक महिन्यातच आपला अहवाल सादर केला. त्यामध्ये कृष्णम्माचारी यांच्यावर ठपका ठेवण्यात आला. त्यांनी पुढे १८ फेब्रुवारी १९५८ रोजी आपल्या पदाचा राजीनामा दिला. मुंध्राला नवी दिल्लीतील क्लॅरीजेस हॉटेलमधून अटक करण्यात आली, त्यानं पुढं तुरुंगात बावीस वर्षं घालवली.

या घटनेतून हेच दिसून आलं की, एका नव्या राष्ट्राची निर्मिती, ही एक प्रदीर्घ आणि सतत चालणारी प्रक्रिया असणार होती, त्यात आव्हानेही होती, अडथळे, फाटाफूट आणि पिछेहाटही असणारच होती. त्या वेळी नेहरूंनी म्हटल्याप्रमाणे : व्यक्तिशः मला वाटतं की, आपल्या सर्वांपुढील सर्वांत मोठं काम हे भारताची एकत्रित आर्थिक विकास एवढंच नाही तर भारतीय लोकांची मानसिक आणि भावनिक एकता हेदेखील आहे.

यांतील एक मोठं आव्हान हे भाषेच्या प्रश्नाच्या रूपानं घिरट्या घालत होतं.

१९५६मध्ये अधिकृत भाषा आयोगानं आपला अहवाल सादर केल्यानंतर, अधिकृत भाषेचा वाद तीव्रतेनं उफाळून आला. केंद्र सरकारच्या कार्यालयीन कामकाजांत हिंदीनं हळूहळू इंग्रजीची जागा घ्यावी आणि १९६५पर्यंत निर्णायक बदल घडून यावा, अशी आयोगानं शिफारस केली. आयोगाचे दोन सदस्य, पश्चिम बंगाल आणि तमिळनाडू या प्रांतांमधील होते. त्यांनी या प्रस्तावाला विरोध करत इतर सदस्यांवर आरोप केला की, ते हिंदीचे पक्षपाती आहेत. इंग्रजीचा वापर सुरू ठेवावा असं आपलं मत त्यांनी नोंदवलं.

आयोगाचा अहवाल खास सयुक्त संसदीय समितीकडे परीक्षणासाठी पाठवण्यात आला; पण राम मनोहर लोहिया यांचा संयुक्त समाजवादी पक्ष आणि जनसंघ यांनी आक्रमक चळवळ सुरू केली. ही चळवळ पुढे दोन वर्षं चालू राहिली. लोहियांच्या अनुयायांनी सुरू केलेल्या भडकावू पद्धतींपैकी एका पद्धतीनुसार दुकानं आणि इतर ठिकाणांवरच्या इंग्रजी फलकांवर काळं फासण्याची चळवळ सुरू झाली. नेहरूंनी, मात्र अत्यंत संयमानं आणि काळजीनं ही परिस्थिती हाताळली. अधिकृत भाषा देशाच्या कोणत्याही भागावर कधीच लादण्यात येणार नाही आणि हिंदी भाषा लागू करण्याचा कोणताही निर्णय घेण्याआधी अहिंदी भाषिकांच्या इच्छांचा आदर करण्यात येईल याची त्यांनी वारंवार खात्री दिली.

जेव्हा देशात लोकसभा आणि विधानसभांसाठी दुसऱ्या सार्वत्रिक निवडणुका झाल्या, त्यामुळे लोकशाही व्यवस्था आणि प्रक्रिया यांची मुळं देशात अधिक खोलवर रुजली. ज्यात १९५२च्या ४६ टक्क्यांच्या तुलनेत थोडी वाढ होत ४७ टक्के लोकांनी मतदान केलं. १९३ लाख भारतीयांनी मतदानासाठी नोंदणी केली. यामध्ये ९४ टक्के प्रौढ महिलांचा समावेश होता. तीन आठवड्यांच्या कालावधीत निवडणुका घेण्यात आल्या. त्यावर साडेचार कोटी रुपयांचा खर्च झाला. तो मागच्या निवडणूक खर्चापेक्षा कमी होता. या निवडणुकीमध्ये काँग्रेस पक्षासाठी आणि त्यांच्या सरकारसाठी जनादेश मिळाला. यामध्ये नेहरू हे पक्षाचे मुख्य प्रचारक आणि पक्षासाठी मतं खेचून आणणारे नेते होते.

काँग्रेस पक्षानं पुन्हा एकदा लोकसभेत बहुमत प्राप्त केलं; पण या वेळेस त्यांचं मताधिक्य मात्र कमी झालं. काही राज्यांमध्ये काँग्रेसच्या एकाधिकारशाहीला भगदाडं पाडण्याशिवाय उजवे किंवा डावे पक्ष फार जास्त आव्हान देऊ शकले नाही. खरं तर, केरळमध्ये कम्युनिस्ट पार्टी ऑफ इंडियाला सरकार स्थापन करण्याची संधी मिळाली होती. लोकशाही मार्गानं निवडून आलेलं हे जगातलं पहिलं साम्यवादी सरकार होतं. सन १९५९मध्ये नेहरूंनी हे सरकार बरखास्त केलं आणि तिथे राष्ट्रपती राजवट लागू झाली. हा निर्णय म्हणजे त्यांच्या उत्तुंग लोकशाहीवादी कारकिर्दीवरचा डाग आहे.

सार्वत्रिक निवडणुकीनंतर जयप्रकाश नारायण यांनी राजकारणातून संन्यास घेतला. पक्षीय राजकारण भारतासाठी उपयुक्त नाही असं त्यांचं मत होतं. त्यांनी पक्षविहिन लोकशाहीची भलावण केली. याच काळात नेहरू त्यांच्या लोकप्रियतेच्या आणि जनमान्यतेच्या कळसावर होत. आता त्यांचा वाढदिवस हा राष्ट्रीय बालदिन म्हणून अधिकृतरीत्या घोषित झाला होता.

स्वातंत्र्याच्या एक दशकानंतर, भारतानं नया पैसा चलनात आणला. भारतीय नाणी कायद्याद्वारे दशमान पद्धतीची नाणी चलनात आणण्यात आल्यानंतर १९६४मध्ये नया हे संबोधन हटवण्यात आलं. याच दशमान पद्धतीत पोस्टाची तिकिटं आणि पोस्टाची सामग्रीही रुजू झाली. नवीन राष्ट्रीय दिनदर्शिकादेखील स्वीकारण्यात आली. ही कालगणना इसवी सनापेक्षा ७८ वर्षं मागं होती.

चांगल्या साहित्यनिर्मितीसाठी आणि त्याच्या परवडणाऱ्या किमतीतील उपलब्धतेसाठी, नॅशनल बुक ट्रस्टची स्थापना करण्यात आली. याच वर्षी सेंट्रल वेअरहाउसिंग कॉर्पोरेशन आणि एक्सपोर्ट रिस्क इन्शुरन्स कॉर्पोरेशनचीही स्थापना झाली.

रेडिओ सिलोनवर मुख्यतः हिंदी गाणीच वाजवण्यात यायची. त्याच्याशी स्पर्धा करण्यासाठी म्हणून ऑल इंडिया रेडिओनं विविध भारती नावाची नवी सेवा सुरू केली. तिला लवकरच प्रचंड लोकप्रियता मिळणार होती.

याच वर्षी भारतीय भूमीवर प्रथमच डेव्हिस कप सामने खेळवण्यात आले. रामनाथन कृष्णन यांच्या नेतृत्वाखाली भारतीय संघानं त्यात विजय मिळवला.

नोव्हेंबरमध्ये, राष्ट्रपती राजेंद्र प्रसाद यांनी इंडिया गेटच्या परिसरामध्ये राष्ट्रीय युद्ध स्मारकाचं उद्घाटन केलं. हे स्मारक दुसऱ्या महायुद्धामध्ये लढताना आपल्या प्राणांचं बलीदान देणाऱ्या २५ हजार भारतीय सैनिकांच्या स्मरणार्थ होतं. स्वातंत्र्य चळवळीत जीवाचं बलिदान दिलेल्या आणि स्वातंत्र्य मिळाल्यानंतर अनेक युद्धांत प्राणाची बाजी लावणाऱ्यांच हे युद्ध स्मारक अजूनही लोकांच्या प्रतिसादाची प्रतिक्षा करत आहे. जे आता या जगात नाहीत त्यांना *'ये दुनिया अगर मिल भी जाये तो क्या है...'*

१९५८ : सुहाना सफर

सुहाना सफर
और ये मौसम हसीं
हमें डर है की
हम खो न जाये कहीं

गीतकार : शैलेंद्र
संगीतकार : सलील चौधरी
गायक : मुकेश
चित्रपट : *मधुमती*

पुनर्जन्माच्या कल्पनेवर आधारलेला *मधुमती* हा चित्रपट त्याच्या कथानकानं आणि संगीतानं प्रेक्षकांना जसा मंत्रमुग्ध करून गेला, तसाच तो अभिजात हिंदी चित्रपटांसाठीही एक मापदंड बनला. पुढील दशकांतील अशा अनेक चित्रपटांसाठीही तो प्रेरणास्रोत ठरला होता. या चित्रपटासोबत ज्यांची नावं जोडली गेली आहेत त्यावरूनच याची कल्पना येऊ शकते, कथा आणि पटकथा : ऋत्विक घटक, संवाद : राजेंद्र सिंह बेदी, छायाचित्रण : दिलीप गुप्ता, संकलन : हृषीकेश मुखर्जी, संगीत : सलील चौधरी. हे सर्व होतं बिमल रॉय यांच्या दिग्दर्शनाखाली हा चित्रपट निर्माण झाला. रॉय हे त्यांच्या आधीच्या गंभीर प्रकृतीच्या अभिजात कलाकृतींमुळे प्रसिद्ध होते. त्यांमध्ये *दो बिघा जमीन (१९५३)*, *बिराज बहू (१९५४) आणि देवदास (१९५५)*चा समावेश होता. यातील *देवदास* हा जरी समीक्षकांनी नावाजलेला असला तरी त्याला व्यावसायिक यश मात्र लाभलं नव्हतं, त्यामुळे

रॉय तणावात होते; पण *मधुमतीनं* सारे विक्रम मोडले. बॉक्स ऑफिसवरील चार कोटींच्या गल्ल्यासोबत *मधुमती* हा त्या वर्षांतील सर्वाधिक कमाई करणारा चित्रपट ठरला, ज्याची आजच्या तुलनेतली कमाई ५०० कोटींच्या जवळपास जाईल.

चित्रपटानं हिंदीतील सर्वोत्कृष्ट चित्रपट म्हणून राष्ट्रीय चित्रपट पुरस्कार जिंकला आणि नऊ फिल्मफेअर पुरस्कारही पटकावले – ज्यात सर्वोत्कृष्ट चित्रपट, सर्वोत्कृष्ट दिग्दर्शन, सर्वोत्कृष्ट संगीत, सर्वोत्कृष्ट महिला पार्श्वगायन, सर्वोत्कृष्ट संवाद, सर्वोत्कृष्ट कला दिग्दर्शन आणि सर्वोत्कृष्ट छायाचित्रणचा समावेश होता – त्या काळात एकाच चित्रपटाला मिळालेले हे सर्वाधिक सन्मान होते. मंत्रमुग्ध करणारं आणि कालातीत असं संगीत या ब्लॉकबस्टर चित्रपटाचा आत्मा होता. हे संगीत आजही गुणगुणलं जातं. वितरकांना मात्र तेव्हा सलील चौधरी हे संगीतकार म्हणून या चित्रपटात नको होते कारण ते कमनशिबी मानले जायचे. मुख्य भूमिका करणाऱ्या दिलीप कुमारचा वितरकांना पाठिंबा होता. नौशादनं या चित्रपटाला संगीत द्यावं अशी त्यांची इच्छा होती; पण रॉय यांनी चौधरींना एक संधी देण्याचं ठरवलं. त्यांनी दिलीप कुमारची समजूत काढली. जर चौधरींचं संगीत चांगलं झालं नाही तर ते त्यांना बदलतील, असं ते दिलिप कुमारना म्हणाले. *मधुमतीच्या* प्रदर्शनानंतर चौधरींनी १९ चित्रपटांना संगीत देण्याचे करार केले, या कमनशिबीपणाबद्दल काय बोलणार?

रॉय यांच्या मुलगी रिंकी भट्टाचार्यनं लिहिलेल्या *बिमल रॉयज् मधुमती : अनटोल्ड स्टोरीज् फ्रॉम बिहाइन्ड द सिन्स* या पुस्तकात चित्रपटाची ओळख बनलेली चाल, *सुहाना सफर और ये मौसम हँसीं* या गीताची निर्मिती कशी झाली याची गोष्ट सांगितली आह. ही गोष्ट त्यांना सलील चौधरी यांच्या मुलानं, संजोयनं सांगितली होती : 'बाबा आणि शैलेंद्र एक दिवस खंडाळ्याला गेले. खंडाळा घाटाच्या माथ्यावर ते उभे असताना त्यांना तिथं एक मेंढपाळ त्याच्या मेंढ्या गोळा करताना दिसला. तो एक आरोळी ठोकत होता जी 'उर्रर'सारखी ऐकू येत होती. त्याच ठिकाणी बाबांनी *सुहाना सफर* या गीताची सुरुवातीची सुरावट लिहून काढली. यामध्ये त्या मेंढपाळाची आरोळीही होती.'

रिंकी भट्टाचार्य सांगतात की, मुकेशऐवजी हे गाणं आधी तलत महमूद गाणार होते. असं मानण्यात येतं की, या अप्रतिम गाण्याचा गायक म्हणून तलत महमूद यांचा विचार करण्यात आला होता. मुकेशजी त्या वेळी आर्थिक अडचणींतून चालले होते. त्यांची परिस्थिती पाहून हे गाणं मुकेशजींना देण्यात यावं, असं तलत महमूद यांनी सुचवलं. त्या काळातील हे निर्मळ वातावरण होतं. २९ एप्रिल रोजी नेहरूंनी काँग्रेस संसदीय दलाला पाठवलेल्या त्यांच्या पत्रांतही हेच दिसून येतं.

त्या वेळेस लोकप्रियतेच्या आणि जनमान्यतेच्या शिखरावर असणारे नेहरू लिहितात की, ...सरकारचा सदस्य होऊन आता मला आता साडेअकरा वर्षांहून

जास्त काळ लोटला आहे आणि भारताचा पंतप्रधान म्हणून मी साडेदहा वर्षांपासून काम करत आहे... ही वर्षं अत्यंत अवजड कामांची आणि समस्यांची होती... प्रधानमंत्र्याच्या कामातून कधीही विश्रांती मिळत नाही, ते सातत्यानं आणि अथकपणे सुरूच असतं. शांतपणे विचार करण्यासाठी फारच थोडा वेळ मिळतो. मला आता वाटतं की, मला आता असा काही काळ मिळायलाच हवा की, जेव्हा या रोजच्या कामांतून मी मोकळा होईन आणि स्वतःसाठी पंतप्रधान म्हणून नाही तर भारताचा एक नागरिक म्हणून विचार करू शकेन... त्यामुळे मी पक्षातल्या माझ्या सहकाऱ्यांसमोर माझे विचार मोकळेपणानं मांडायचं ठरवलंय आणि त्याप्रमाणे वागण्याची परवानगी मी त्यांच्याकडून मिळवली आहे. मला हे सांगायलाच हवं की, राष्ट्रपतींशीही या विषयासंबंधाने बोललो आहे; पण शेवटचा निर्णय आपल्या पक्षाकडेच राहिलं.

काँग्रेस पक्षानं या मुद्द्यावर चर्चा केली आणि ३ मे रोजी नेहरूंनी पक्षाच्या इच्छेसमोर मान तुकवत पंतप्रधान पदावरून दूर होण्याचा आपला विचार दूर केला.

नेहरूंच्या दबावाखाली, ८ जानेवारी रोजी शेख अब्दुल्ला यांची तुरुंगातून सुटका करण्यात आली - १९५३मध्ये त्यांचं सरकार बरखास्त करण्यात आल्यानंतर त्यांना अटक करण्यात आली होती. त्या वेळी त्यांनी काश्मिरी स्वातंत्र्याचा पुरस्कार केला होता; पण त्यांना तीन महिन्यानंतर पुन्हा अटक करण्यात आली कारण त्यांनी त्यांची फुटीरतावादी चळवळ पुढे सुरूच ठेवली होती.

दरम्यान, केरळमधील साम्यवादी सरकार, त्यांच्या सुधारणावादी शैक्षणिक विधेयकामुळे वादाच्या भोवऱ्यात सापडले. या विधेयकाच्या विरोधात ख्रिश्चन समाज आंदोलनासाठी रस्त्यावर उतरला. लोकशाही मार्गाने निवडून आलेले हे साम्यवादी सरकार परदेशी निरीक्षकांसाठी एक गूढ विषय ठरला होता. हंगेरीयन लेखक जॉर्ज माईक्ससाठी जेव्हा भारतात प्रवास करत होता, तेव्हा त्यालादेखील असंच वाटत होतं. केंद्रातील लोकशाही सरकारनं एका साम्यवादी राज्याचं काय करायचं? असा त्याला प्रश्न पडला. जर कॅलिफोर्निया किंवा विस्कॉन्सिन प्रांत - आणि मी मान्य करतो, काहीशी अनपेक्षितपणे - अचानक साम्यवादी बनले तर अमेरिकेचे प्रशासन काय करेल? आणि पुन्हा, ज्याच्या उरावर लोकशाही ठाण मांडून बसली आहे अशा एका साम्यवादी सरकारनं तरी काय करायचं?

असे प्रश्न डाव्यांकडून उपस्थित केले जात असतानाच, सी. राजगोपालाचारी, जे राजाजी म्हणून जास्त प्रसिद्ध होते, उजव्या विचारसरणीकडे याचा पर्याय शोधत होते. सन १९५९मध्ये स्वतंत्र पक्ष सुरू करण्याच्या वर्षभर आधी त्यांनी मेमध्ये एक लेख प्रकाशित केला, ज्याचं शीर्षक होत : 'वाँटेड : इंडिपेंडंट थिंकिंग.' त्यांनी असा युक्तिवाद केला की, 'कोणत्याही ठोस विरोधाशिवाय लोकप्रिय, आवडत्या लोकांची सत्ता दीर्घकाळ असणं हे भारतातील स्वतंत्र विचार नाहीसे होण्याचं मुख्य

कारण आहे.' कारण खरंतर, एका सुदृढ लोकशाहीला असे विरोधक हवे असतात जे वेगळा विचार करतील आणि त्याच त्या गोष्टीची ते इच्छा धरणार नाहीत. सर्वांच्या हिताचा उत्साहाने विचार करणाऱ्या नागरिकांचा असा हा एक समूह असेल. तथाकथित वंचितांपासून अधिकाधीक मतं गोळा करण्याच्या उद्देशानं विचार करणारे हे लोक नसतील. हे लोक सत्ताधारी पक्षापेक्षा लोकांचा जास्त विचार करतील. असे विरोधक जे विवेकाला आवाहन करतील...

दरम्यान, विज्ञान आणि तंत्रज्ञानाचा समावेश असणाऱ्या उच्च शिक्षणासाठी संस्थांच्या निर्मितीमध्ये केंद्र सरकार व्यग्र होतं. आयआयटी मुंबईचं जुलैमध्ये उद्घाटन झालं त्यामध्ये पहिल्याच वर्षी शंभर विद्यार्थ्यांनी प्रवेश घेतला. ज्यांचे वर्ग काही वेळेस सिल्क अँड आर्ट सिल्क मिल्स रिसर्च असोसिएशनच्या वरळी येथील इमारतीत भरत होते कारण पवईमधील इमारती अजून बांधून तयार नव्हत्या. ऑगस्टमध्ये औरंगाबाद येथे मराठवाडा विद्यापीठाची स्थापना करण्यात आली तर ऑक्टोबरमध्ये गंगटोक येथे इन्स्टिट्यूट ऑफ तिबेटॉलॉजीची स्थापना झाली. नोव्हेंबरमध्ये, भारताला त्याची पहिली स्फोटकांची फॅक्टरी मिळाली जी गोमिया येथे उभी राहिली. आज हे शहर झारखंडमध्ये आहे.

सरते शेवटी, सर्वोच्च न्यायालयाला त्याची स्वतःची इमारत मिळाली, जी दिल्लीच्या हृदयस्थानी अभिजात भारतीय शैलीत बांधण्यात आली होती. ११७ फूट उंचीच्या मध्यवर्ती घुमटासहीत तिचं एकूण क्षेत्रफळ १८.८५ लाख चौरस फुट इतकं होतं.

या वर्षी गांधी जयंतीच्या दिवशी सरकारनं जाहीर केलं की, ते आता मेट्रीक सिस्टीम (दशमान पद्धती) कडे वळणार आहेत. ही पद्धत तोवर जगन्मान्य झाली होती.

हे वर्ष आणखीही काही पहिल्यांदाच घडलेल्या गोष्टींसाठी ओळखलं जातं. विख्यात गांधीवादी विचारवंत विनोबा भावे यांना पहिला मॅगसेसे पुरस्कार मिळाला, तर विल्सन जॉन याने जागतिक हौशी बिलियर्डस स्पर्धा जिंकून वैयक्तिकरीत्या जागतिक स्पर्धा जिंकणारा तो पहिला भारतीय बनला. एप्रिलमध्ये व्हॉइस अॅडमिरल आर. डी. कटारी यांच्या रूपानं भारतीय नाविक दलाला त्यांचा पहिला भारतीय प्रमुख लाभला. आव्हानांच्या रणभूमीवर आनंदाचे क्षण असणाऱ्या या वर्षातील देशाचा प्रवास हा खरोखरच सुहाना सफर और ये मौसम हँसी असाच होता.

१९५९ : वक्त ने किया क्या हँसीं सितम

वक्त ने किया
क्या हँसीं सितम
तुम रहे न तुम
हम रहे न हम

गीतकार : कैफी आझमी
संगीतकार : एस. डी. बर्मन
गायिका : गीता दत्त
चित्रपट : *कागझ के फुल*

असे फारच कमी चित्रपट असतात जे प्रदर्शित झाल्यावर आधी मोठ्या प्रमाणावर नाकारले जातात आणि नंतर मात्र काळाच्या ओघात ते सार्वकालिक अभिजात चित्रकृती म्हणून प्रसिद्धीला येतात. हिंदी चित्रपटांच्या इतिहासात, अशा चित्रपटांच्या यादीत पहिला क्रमांक लागतो तो *कागझ के फुल* या चित्रपटाचा. हा चित्रपट प्रदर्शित झाला तेव्हा व्यावसायिकदृष्ट्या आणि समीक्षात्मकदृष्ट्याही प्रचंड अपयशी ठरला होता; पण १९८०च्या दशकात त्याची अभिजात कलाकृती म्हणून पुन्हा ओळख निर्माण झाली आणि आता तो हिंदी चित्रपटांमधील सर्वोत्कृष्ट कलाकृती म्हणून गणला जातो. प्रचंड व्यावसायिक यश आणि समीक्षकांकडून गौरवल्या गेलेल्या *प्यासा* चित्रपटानंतर *कागझ के फुल* हा चित्रपट आला. यासाठी गुरू दत्तने दोन वर्षं मेहनत घेतली होती. चित्रपटाच्या अपयशानं मात्र गुरू दत्तला असा जबर झटका बसला की त्यानंतर त्यानं कुठल्याही चित्रपटासाठी दिग्दर्शन करायचंच नाकारलं आणि त्याच्या व्यक्तिगत आयुष्यातही तो पूर्णपणे कोलमडला.

चित्रपट उद्योग जगतातील चढ-उतारांचं चित्रण करणारा *कागज़ के फुल* हा अभिजात चित्रपट मानला जात असला तरीही त्याचं संगीत आणि गाणी ही मात्र गुरू दत्तच्या इतर चित्रपटांप्रमाणे हव्या तितक्या उच्च दर्जाची नव्हती; पण *वक्त ने किया क्या हँसीं सितम* हे कालातीत आणि गीता दत्तच्या आयुष्यातील कदाचित सर्वश्रेष्ठ गाणं आहे. ती या साध्या सरळ चालीच्या गाण्यामध्ये समरस झाली आहे. तिच्या आवाजातली वेदना काळजाला भिडणारी आहे. हे गाणं लिहिणाऱ्या कैफी आझमींनी नसरीन मुन्नी कबीर यांना सांगितलं की; 'एस. डी. बर्मन यांनी सादर केलेली एक मूळ धून सर्वांनाच आवडली; पण चित्रपटात या गाण्यासाठी कुठलाच योग्य प्रसंग नव्हता आणि मग हिंदी चित्रपटांत जे असंख्य वेळा घडत आलं आहे, तेच घडलं. गुरू दत्तच्या हुकुमावरून एक जागा तयार करण्यात आली.' आझमी यांनी या चालीवर दोन गाणी लिहिली होती; पण दोन्ही नाकारण्यात आली. गुरू दत्त यांनी मग ही धून दुसऱ्या कुठल्या तरी चित्रपटात वापरली जावी सुचवलं; पण नंतर त्यांना या गाण्यासाठी एक नवीन आणि योग्य प्रसंग सुचला. त्यानुसार आझमींना नवे शब्द सुचले आणि हे अमर गाणं जन्माला आलं.

वक्त ने किया या गाण्यामध्ये एक संस्मरणीय प्रसंग आहे ज्यात छतावरून ओघळलेल्या प्रकाशाचे दोन समांतर कवडसे नायिका वहीदा रहमान यांच्या चेहऱ्यावर पडून तो उजळवून टाकतात. सिनेमास्कोपमध्ये चित्रित करण्यात आलेला *कागज़ के फुल* हा पहिला भारतीय चित्रपट आहे. चित्रपटाचे सिनेमॅटोग्राफर व्ही. के. मूर्थी यांनी नंतर एक आठवण सांगितली आहे; 'मी फोकस स्पॉटलाइट वापरला असता तर समांतर किरणांऐवजी पसरलेला प्रकाश मिळाला असता.' दहा दिवस चाललेल्या चित्रीकरणाच्या तिसऱ्या दिवशी, मूर्थी सांगतात की, त्यांनी 'प्रॉडक्शनच्या लोकांना मी माझ्यासाठी जवळपास चार फूट उंच आणि तीन फूट रुंद असे दोन मोठे आरसे आणायला सांगितले, मी त्यातला एक आरसा गच्चीवर ठेवला आणि त्यातून प्रकाश परावर्तित करून तो आत अरुंद जागेत ठेवलेला दुसऱ्या आरशावर सोडला. दुसऱ्या आरशामुळे मी तो प्रकाश कोणत्याही बाजूला वळवू शकत होतो. सोबतच मी थोड्या धुळीचा आणि धुराचाही उपयोग केला.' अशा पद्धतीने एक अभिजात छायाचित्रण पूर्ण झालं.

त्या वर्षीचं गाजलेलं संगीतही एस. डी. बर्मन यांच्याकडूनच आलं; पण बिमल रॉय यांच्या *सुजातासाठी.* या चित्रपटामध्ये उपदेशाचे कोणतेही डोस न पाजता गांधीजींच्या अस्पृश्यताविरोधी लढ्याचा पुरस्कार करण्यात आला होता. हा चित्रपट लेखक, पत्रकार सुबोध घोष यांच्या कादंबरीवर आधारित होता. चित्रपटातील नायिकेचंच नाव चित्रपटाला देण्यात आलं होतं. घोष यांनी त्याआधी महात्मा गांधींच्या चळवळीत काम केलं होतं. या वर्षाची सुरुवात दुसऱ्या एका गांधींसह झाली. या वर्षी फेब्रुवारीमध्ये इंदिरा गांधींची काँग्रेस पक्षाच्या अध्यक्षपदी निवड

झाली. पक्षाच्या त्या चौथ्या महिला अध्यक्षा होत्या. जरी त्या स्वातंत्र्यसैनिक आणि काँग्रेस वर्किंग कमिटीच्या सदस्या असल्या तरी, या घटनेविषयी नेहरू म्हणाले की; 'याविषयी मला आधी कुणीही माहिती दिली नाही आणि माझ्यासाठी ही आश्चर्याची बाब होती. मी या मुद्द्यावर खूप विचार केला आणि नंतर असं ठरवलं की; या सर्व प्रकारापासून मी लांबच राहिलेलं बरं. यात मी कुठलीच ढवळाढवळ करण्याचा प्रयत्न करू नये. या निर्णयाचे आपले असे काही तोटेही आहेतच, असं फार तर म्हणता येईल.'

'सामान्यपणे बघता, मी पंतप्रधान असताना माझ्या मुलीनं काँग्रेस अध्यक्ष व्हावं ही काही चांगली गोष्ट नाही,' असा नेहरूंचा दृष्टिकोन होता. इंदिराजींची निवड करणाऱ्या पक्षावर याचा फारसा काही परिणाम झाला नाही. इंदिरा गांधींच्या अध्यक्षीय कारकिर्दीमध्ये आणि त्यांच्याच आग्रहामुळे, नेहरूंच्या लोकशाहीसंदर्भातल्या विश्वासार्हतेवर सर्वांत मोठा डाग पडला. केरळातील साम्यवादी सरकारच्या शैक्षणिक धोरणांवरून विरोधी पक्षानं गदारोळ माजवला होता, त्यामुळे ते बरखास्त करण्यात आले.

तिबेटमधील उठावानंतर दलाई लामा हे त्यांच्या हजारो अनुयायांसोबत भारतात स्थलांतरित झाले त्यामुळे या वर्षानं भारत-चीन संबंधांमध्ये एक मोठी उलथापालथ झालेली पाहिली. तेजपूरला जाण्याआधी त्यांनी भारतीय भूमीवरची आपली पहिली रात्र तवांग येथील बौद्ध मठात घालवली. तीन आठवड्यांच्या आत त्यांना दिल्ली येथे नेहरूंच्या भेटीस नेण्यात आलं. भारतानं १९५४ सालच्या कराराद्वारे तिबेटवरील चीनचा अधिकार मान्य केला होता तरीही, नेहरूंनी तिबेटी लोकांना राजकीय आश्रय बहाल केला. त्यांना विजनवासातील सरकार स्थापन करण्यास आणि कोणत्याही प्रकारच्या राजकीय कृती करण्यास मात्र मनाई होती; पण चीनला ते रुचलं नाहीच. त्यानंतर त्यांनी लवकरच लडाख येथे कोंगका खिंडीत गस्त घालणाऱ्या भारतीय टेहळणी तुकडीवर हल्ला चढवला. यामध्ये पाच भारतीय पोलिस मारले गेले आणि कित्येकांना पकडण्यात आलं. भारत-चीन सीमेवर अन्यत्रही अशाच कुरबुरी सुरू होत्या आणि त्यामुळे सरकारला आपलं सीमा धोरण नव्यानं आखणं भाग पडलं. त्यांनी नव्या आगेकूच करण्याच्या धोरणाचा अंगीकार केला. यानुसार भारतीय फौजा आपल्या सीमेच्या रक्षणासाठी सीमेलगत किंवा त्याच्या जवळ छोट्या चौक्यांची मालिका उभारणार होती.

चीनच्या वाढत्या आक्रमकतेमुळे नेहरूंना एका लाजीरवाण्या प्रसंगाला सामोरं जावं लागलं. लष्कर प्रमुख जनरल के. एस. थिमय्या यांनी नेहरूंचे मित्र आणि संरक्षण मंत्री व्ही. के. कृष्ण मेनन यांच्याबरोबर झालेल्या शाब्दिक चकमकीनंतर आपल्या पदाचा राजीनामा दिला. आपल्याला मुख्य धोका हा चीनकडून नाही तर, पाकिस्तानकडून आहे, असं मेनन अट्टहासानं सांगत होते. मेनन यांनी थिमय्या

आणि अन्य वरिष्ठ सेनाधिकाऱ्यांना दिलेल्या उद्धट वागणूकीमुळे या संघर्षाला खरा उत आला. 'संरक्षणमंत्र्यांच्या हाताखाली मला आणि माझ्या दोन्ही सहकारी सैन्य प्रमुखांना आपल्या जबाबदाऱ्या पार पाडणं अशक्य आहे,' असं थिमय्या यांनी नेहरूंना ३१ ऑगस्ट रोजी लिहून कळवलं. ही बातमी फुटली आणि संसदेत यावर प्रश्न विचारण्यात आले. नंतर नेहरूंनी थिमय्या यांना आपल्या कार्यालयात बोलावून घेतलं आणि दोन प्रदीर्घ बैठका झाल्यानंतर राजीनामा मागे घेण्यासाठी त्यांचं मन वळवलं.

भारत आणि चीन यांच्यादरम्यान निर्माण झालेला तणाव लक्षात घेता, काँग्रेस पक्ष डाव्या विचारांकडे वळला. नागपूर अधिवेशनात 'भविष्यामध्ये शेतीचा विकास करताना सहकारी संयुक्त शेतीची पद्धत अंगीकारण्यात यावी' असा एक ठराव मंजूर करण्यात आला. सुरुवातीला सहकारी सेवा मंडळांची स्थापना करण्यात येणार होती आणि नंतर त्यांचं ऐच्छिकरीत्या सहकारी शेती मंडळांमध्ये रूपांतर होणार होतं. सोबतच, जमिनीच्या मालकीवर मर्यादा आणून राज्य सरकार अन्नधान्याचा व्यापार करणार होतं. या निर्णयाला पक्षातून आणि बाहेरूनही विरोध होऊ लागला, काही प्रयोग अपयशी ठरले आणि जमिन मालकीची मर्यादा सोडता, इतर प्रस्ताव शांतपणे बासनात गुंडाळून ठेवण्यात आले.

१५ सप्टेंबरला, राष्ट्रपतींच्या हस्ते देशात दूरदर्शनची सेवा सुरू करण्यात आली. फिलिप्स इंडियाकडून यासाठी सरकारला आवश्यक त्या उपकरणांचा पुरवठा करण्यात आला. दिल्लीमध्ये एक लहानसा ट्रान्समिटर आणि कामचलाऊ स्टुडियो उभारण्यात आला होता. ही सेवा आठवड्यात दोन कार्यक्रम प्रसारित करण्यापासून सुरू झाली. यामध्ये मंगळवार आणि शुक्रवार संध्याकाळी प्रत्येकी एक तासाचे कार्यक्रम असायचे.

जर्मनीच्या सहयोगानं ३१ जुलै रोजी आयआयटी मद्रासची उभारणी झाली तर याच वर्षात आयआयटी कानपूरचीही स्थापना झाली.

जुलैमध्येच *फेमिना* हे महिला मासिक सुरू झालं. संपादिका होती इरीना तल्यारखान. पन्नास पैसे किंमत असलेल्या या मासिकाच्या सुरुवातीला २१ हजार प्रती वितरित झाल्या. येत्या चार दशकांच्या काळात ते दहा लाखांचा आकडा ओलांडणार होते, सोबतच मिस इंडिया स्पर्धा भरवण्याचा मानही त्यांनाच मिळणार होता.

याच वर्षाच्या शेवटास, अमेरिकेचे राष्ट्राध्यक्ष ड्वाईट डी. आयसेनहॉवर यांनी भारताला भेट दिली. भारताला भेट देणारे ते पहिले अमेरिकेचे अध्यक्ष ठरले. त्या आधी फेब्रुवारीमध्ये अमेरिकेतील नागरी हक्कांच्या चळवळीतील नेते मार्टीन ल्युथर किंग ज्युनियर यांनी भारताचा दौरा केला होता.

दरम्यान, भारतीय हवाई दलाला त्यांचं नवं नक्षीदार बोधचिन्ह मिळालं. या वर्तुळाकार बोधचिन्हामध्ये हिमालयीन गरुडाचा समावेश होता, त्यावर राष्ट्रचिन्ह असलेले तीन सिंह होते आणि खाली त्यांचं बोधवाक्य होतं, *नभ: स्पृशम् दीप्तम्।* आकाशाला गौरवाने स्पर्श करणे असा त्याचा अर्थ होता. हवाई दलातील प्रत्येक सैनिकाचं ते स्वप्न होतं. त्यासोबतच स्वतंत्र भारतानं, आणखी एका वसाहतवादी ब्रिटिश प्रतीकाशी असलेला आपला संबंध तोडून टाकला, ज्यावर कदाचित ब्रिटिश खिन्नपणे म्हणतील, '*वक्त ने किया क्या हँसीं सितम.*'

१९६०चं दशक

दोन युद्धं आणि तीन पंतप्रधान

ऐ मेरे प्यारे वतन

दोन युद्धं, तीन पंतप्रधान, राज्य सीमांची पुन:आखणी, भ्रमनिरास, हरित क्रांतीची सुरुवात.

1.

2.

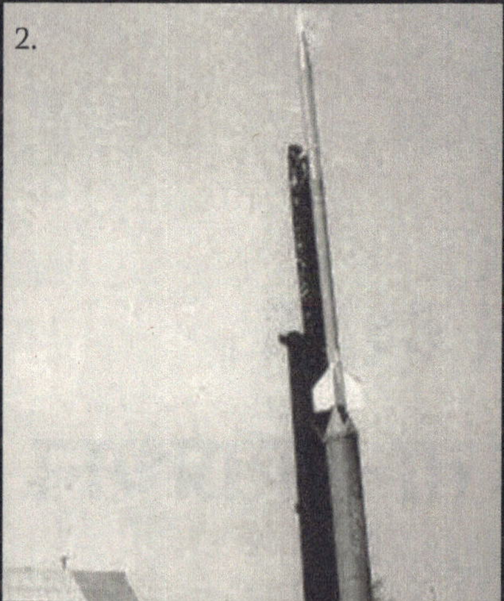

3.

१) कलांचा आश्रयदाता : नृत्यांगना मृणालिनी साराभाई यांच्यासोबत जवाहरलाल नेहरू.

२) भारताच्या अवकाश यात्रेचा प्रारंभ : थुंबा इक्वेटोरीयल रॉकेट लाँच स्टेशनवरून पहिलं रॉकेट अंतराळात धाडण्यासाठी सुरू असलेली तयारी (तिरुअनंतपुरम).

३) नेहरूंनी निवडलेले वारसदार, पंतप्रधान लालबहादूर शास्त्री एका शाळेचं उद्घाटन करताना.

४) १९६२च्या चीन-भारत युद्धाची पुनर्भेट : *हकिकत* चित्रपटाचं पोस्टर.

4.

१९६० : प्यार किया तो डरना क्या

प्यार किया तो डरना क्या
प्यार किया कोई चोरी नहीं की
छुप छुप आहें भरना क्या
परदा नहीं जब कोई खुदा से
बंदों से परदा करना क्या

गीतकार : शकील बदायुनी
संगीतकार : नौशाद
गायिका : लता मंगेशकर
चित्रपट : *मुगले-ए-आझम*

आरसे महालातील शेकडो हेलकावणाऱ्या प्रतिमांची संगत करत उजळलेली मधुबाला ज्या वेळी पडद्यावर अवतरते, त्या वेळी आर. डी. माथूर यांची खिळवून टाकणारी छायाचित्रण या वर्षीच्या *मुगले-ए-आझम* चित्रपटात आपले लक्ष वेधून घेते. *मुगले-ए-आझम* आणि त्यातली गाणी, हे वैभव, सढळ हस्ते केलेला खर्च आणि मोहकता या गोष्टींसंबंधीचं एक रूपक ठरलं आहे.

प्यार किया तो डरना क्या, हे गीतकार शकील बदायुनी यांच्या सर्वोत्कृष्ट गाण्यांपैकी एक मानलं जातं. या गाण्यामध्ये *परदा नहीं जब कोई खुदा से, बंदों से परदा करना क्या*, या ओळी एका नृत्यांगनेकडून निर्भयपणे उच्चारल्या जातात. या गाण्यामध्ये ती एका बादशहाच्या, अकबराची भूमिका करणाऱ्या पृथ्वीराज कपूरच्या नजरेला थेट नजर भिडवते आणि अखेरीस त्याला त्याची नजर खाली करायला भाग पाडते. हा या चित्रपटामधील एक अविस्मरणीय प्रसंग आहे.

एका क्षुल्लक नाचकाम करणाऱ्या मुलीसाठी शहजादा सलीम जेव्हा आपलं प्रेम व्यक्त करतो, तेव्हा मुघल सल्तनतीमधला बेबनाव उघडकीस येतो. भारतानं जेव्हा साठच्या दशकात प्रवेश केला, त्या वेळी अशाच पद्धतीने सत्तेची उलथापालथ झाली, अनिश्चितता वाढली. देशामध्ये एक घुसळण सुरू झाली.

प्रेमापासून वंचित झालेल्या पिढ्यांकडून *प्यार किया तो डरना क्या* या ओळी आजही भारतात उच्चारल्या जातात. या पिढ्या या चित्रपटाच्या कित्येक दशकांनंतर जन्माला आल्या आहेत. *मुगले-ए-आझम* या चित्रपटासंदर्भातल्या गोष्टी या चित्रपटाच्या कथेइतक्याच प्रसिद्ध आहेत, त्यामुळे जेव्हा कृष्णधवल चित्रपटांचं रंगीत चित्रपटांमध्ये रूपांतर करण्याची वेळ आली, तेव्हा सर्वांत आधी *मुगले-ए-आझमची* निवड झाली, यात काही नवल नाही.

असं सांगतात की, शकील बदायुनी यांनी लिहिलेली दोन गाणी नौशाद यांना आवडली नाहीत म्हणून ती नाकारली गेली. त्यानंतर पहाटेपर्यंत सुरू असलेल्या एका बैठकीत नौशाद यांनी गीतकाराला आग्रह केला की, त्यानं प्रेम करणं म्हणजे काही चोरी नाही, असा आशय असलेल्या उत्तर प्रदेशात म्हटल्या जाणाऱ्या एका लोकगीताचा आधार घ्यावा. त्याच त्याग आणि धाडसाचा एका सत्ताधीशासमोर पुनरुच्चार करावा.

या चित्रपटाची तयारी अनेक वर्षं सुरू होती, कारण चित्रपटाचे दिग्दर्शक के. आसीफ यांनी १९४४मध्येच या दंतकथेवर आधारित एक नाटक पाहिलं होतं आणि त्यांच्या डोक्यात ती कल्पना घट्ट बसली होती. सरतेशेवटी हा चित्रपट तयार झाला आणि तोवरच्या कोणत्याही चित्रपटापेक्षा हा महागडा ठरला. कारण, के. आसीफ यांनी यात खर्चाबाबत कुठलीही तडजोड केली नव्हती. एका एका गाण्यावर एखाद्या चित्रपटाएवढा खर्च झाला. *मोहे पनघट पे नंदलाल छेड गयो रे* यासारख्या लोकगीतांनी यात आणखी रंग भरले. या चित्रपटात अशी अनेक वैविध्यपूर्ण गाणी आली होती आणि हे गाणं गायलं होतं प्रख्यात शास्त्रीय गायक बडे गुलाम अली खाँ साहेब यांनी. त्यांनीच *प्रेम जोगन बन के* आणि *शुभ दिन आयो* ही गाणीही गायली.

प्यार किया तो डरना क्या या गाण्याचे भीतिदायक पडसाद त्या वर्षी संपलेल्या एका न्यायालयीन खटल्यातही ऐकू आले. *के. एम. नानावटी विरुद्ध महाराष्ट्र सरकार* असा तो खटला होता आणि या खटल्याचा शेवट भारतीय न्यायालयातील पंचव्यवस्था समाप्त होण्यानं झाली.

सन १९५९पासून मुंबई येथील आयएनएस *म्हैसुर* या युद्धनौकेवर सेकंड-इन-कमांड या पदावर काम करणाऱ्या एका तगड्या, बेधडक नाविक अधिकाऱ्यानं त्याची इंग्लिश बायको सिल्वियाच्या प्रियकराची (प्रेम आहुजा), त्याच्या बेडरूममध्ये अगदी जवळून गोळ्या झाडून हत्या केली. सिल्वियानं त्याच्यावरचं आपलं प्रेम

व्यक्त केल्याच्या अगदी थोड्या वेळातच ही हत्या झाली. मग एका नाट्यमय घडामोडीत शोभावं त्याप्रमाणे नानावटी जवळच्या पोलीस ठाण्यात गेला आणि त्यानं आपल्या अपराधाची कबुली दिली.

या घटनेनंतर जो गदारोळ उठला, त्यामुळे एक सार्वजनिक स्तरावर लढला गेलेला अभूतपूर्व खटल्याची चौकशी सुरू झाली. यात असे फारच कमी लोक होते ज्यांचं या प्रसंगात 'योग्य काय आहे' यावर निश्चित मत नव्हतं. लोकांनी खुन्याला जवळपास माफीच देऊन टाकली होती. *ब्लिट्झ* मासिक आणि त्याचे करिष्माई संपादक रूसी करंजिया, यांनी तो अधिकारी आणि त्याच्या बायकोचा प्रियकर यांच्यावर अनेक विस्तृत आणि काहीसे भडक असे अनेक लेख प्रकाशित केल्यानंतर, त्याला या खून प्रकरणात माफी देण्याची मागणी केली. जेव्हा न्यायालयातील पंचांनी सत्र न्यायालयात त्याला निर्दोष घोषित केलं, तेव्हा त्याविरुद्ध मुंबई उच्च न्यायालयात अपील करण्यात आलं. तिथे या निर्णयावर आक्षेप घेण्यात आला. *मुंबई फेबल्स*चे लेखक ग्यान प्रकाश हे नानावटी खटल्याला भारतातली पहिली 'माध्यमीय सुनावणी' मानतात. ते याला भारताचा स्वतःचा ओ. जे. खटला असं संबोधतात (अमेरिकेतील अलीकडच्या काळातील कृष्णवर्णीय खेळाडू ओ. जे. सिम्पसन याचा खटला, ज्यात त्याच्यावर आपल्या माजी पत्नीचा आणि तिच्या प्रियकराचा खून केल्याचा आरोप ठेवण्यात आला होता). असं म्हणतात की; ज्या पद्धतीने *ब्लिट्झ*नं या खटल्याचं वार्तांकन केलं आणि 'लोक'मत गोळा केलं त्यावरून पाठिंबा मिळवण्यासाठी लोकांचा एक शस्त्र म्हणून कसा परिणामकारक उपयोग केला जाऊ शकतो ते दिसून आलं. तेव्हाच्या न्यायालयानं अशी भूमिका घेतली की, लोकांनी नानावटीला दिलेल्या प्रचंड पाठींब्यामुळे पंचांच्या निर्णयावरही प्रभाव पडला. त्यानंतर ही पंच व्यवस्था रद्द करण्यात आली.

५ सप्टेंबर १९६० रोजी सर्वोच्च न्यायालयानं के. एम. नानावटीच्या अपीलावर एक आदेश दिला. या खटल्याच्या सुमावणीदरम्यानच राम जेठमलानींचा उदय झाला. ते तेव्हा एक सुयोग्य फौजदारी वकील म्हणून सरकारी पक्षाला मदत करत होते. सरतेशेवटी तुरुंगात तीन वर्षं घालवल्यानंतर राज्यपाल विजयालक्ष्मी पंडित यांनी नानावटीला माफी प्रदान केली. त्या आधी मृत प्रेम आहुजाच्या बहिणीनंही या माफीला मान्यता दिली होती.

त्यानंतर या जीवनातील नाट्यपूर्ण, वास्तविक घटनाक्रमावर जवळपास तीन चित्रपट प्रदर्शित झाले, ये रास्ते हैं प्यार के (१९६३), अचानक (१९७३) आणि रुस्तम (२०१६).

या महत्त्वपूर्ण खटल्याशिवाय आसाममधील बंगाल्यांच्या विरोधातील दंगलींशी संबंधित घटनांनी १९६०च्या वृत्तपत्रांची पानं भरून गेली होती. फाळणीनंतर आसाममध्ये स्थलांतरित झालेल्या बांगलादेशी लोकांवर स्थानिक आसामी

भाषिकांचा हक्क हिरावून रोजगार बळकावण्याचे आरोप करण्यात आले. लवकरच, गोष्टी इतक्या वेगानं हाताबाहेर गेल्या की, आसाम राज्यामध्ये आसामी भाषा हीच अधिकृत भाषा असेल; पण सोबतच बंगाली भाषिकांची बहुसंख्या असलेल्या भागात बंगालीच्या वापरालाही मान्यता असेल, असं गृहमंत्री लाल बहादूर शास्त्री यांना आसामात जाऊन पुन्हा सांगावं लागलं. येत्या दशकांत या गोष्टी पुन्हा एकदा भारतामध्ये डोकं वर काढणार होत्या.

या वर्षी भाषिक आधारावर मुंबई प्रांताचं गुजरात आणि महाराष्ट्र या दोन राज्यांमध्ये विभाजन करण्यात आलं, तरीही मुंबई ही भारताची आर्थिक राजधानी म्हणून कायम राहिली.

आंतरराष्ट्रीय पातळीवरही १९६०च्या दशकात सांस्कृतिक आणि राजकीय घडामोडींची वादळं उठणार होती. आता मागे वळून पाहताना दिसतं की, भारतावरदेखील याचा प्रभाव पडणार होता; पण १९५०च्या आशेनं भारलेल्या दशकानंतरच्या या पहिल्या वर्षांत येऊ घातलेल्या गोंधळाची आणि संशयाची जाणीव व्हावी, असं काहीच महत्त्वाचं घडलं नाही.

खेळांच्या मैदानावर भारतासाठी हे घडामोडींचं वर्ष होतं. रोम ऑलिम्पिकमध्ये भारतीय हॉकी संघाला जबर धक्का बसला. १९२८ नंतर प्रथमच, भारत हॉकीतलं सुवर्ण पदक जिंकू शकला नाही, अंतिम सामन्यात पाकिस्ताननं भारताचा पराभव केला.

मैदानी खेळांमध्ये, ज्या देशांत धावण्याच्या शर्यतींविषयी काहीच माहिती नव्हती तिथे मिल्खा सिंह याचं धावणं एक दंतकथा बनली होती. ४०० मीटर्स धावण्याच्या अंतिम फेरीत मिल्खा सिंहनं चौथा क्रमांक पटकावत ४५.६ सेकंदांची वेळ नोंदवली. पुढील ४४ वर्षे हा राष्ट्रीय विक्रम अबाधित राहणार होता.

याच वर्षी गुरू दत्तचा *चौदहवी का चांद* हा यशस्वी चित्रपट प्रदर्शित झाला. या चित्रपट याच नावाचं शीर्षकगीतही होतं. एस. डी. बर्मन यांनी *कागझ के फुलच्या* अपयशानंतर दत्त यांच्यासोबत काम करायला नकार दिल्यामुळे, रवी हे या चित्रपटाचे संगीतकार होते. लखनौतील गतकालीन नवाबी वातावरणातला प्रेमाचा त्रिकोण असणारा हा चित्रपट होता. *चौदहवी का चांद* हे गाणं भारतातील जुन्या जमीनदारी व्यवस्थेशी परिचित आणि सहानुभूती राखून असलेल्या महत्त्वपूर्ण भागाचं स्मरण करून देतं.

१९६१ : ऐ मेरे प्यारे वतन

ऐ मेरे प्यारे वतन
ऐ मेरे बिछडे चमन
तुझ पे दिल कुर्बान

गीतकार : प्रेम धवन
संगीतकार : सलील चौधरी
गायक : मन्ना डे
चित्रपट : *काबुलीवाला*

कलकत्त्याच्या एका खोलीत बसलेल्या अस्वस्थ आणि अशांत अफगाणी पात्रांवरून जेव्हा कॅमेर फिरत जातो, तेव्हा पायघोळ पठाणी पोषाख, अस्ताव्यस्त दाढ्या असलेले चेहरे कॅमेरामध्ये सावकाशपणे कैद केले जातात. शेवटी तो कॅमेरा बलराज साहनीच्या पात्रावर स्थिरावतो. तो मन्ना डेच्या आवाजात, आपल्या मातृभूमीच्या काबूलच्या आठवणीत गाणं गात आहे. ४.५८ मिनिटं चालणाऱ्या *ऐ मेरे प्यारे वतन* या गाण्यातून रवींद्रनाथ टागोरांच्या *काबुलीवाला* या कथेतल्या साऱ्या वेदना जिवंत होतात.

ही कथा आहे रोजगारासाठी कलकत्त्याला आलेल्या एका सुका मेवा विकणाऱ्या विक्रेत्याची. तिथे त्याची भेट एका लहान मुलीशी होते, जी त्याला मागे सोडून आलेल्या त्याच्या मुलीची आणि मायदेशाचीही आठवण करून देते. हा चित्रपट ज्या मूळ बंगाली चित्रपटावर आधारित होता, त्याला रवी शंकर यांचं संगीत होतं. या चित्रपटात एकही गाणं नसलं तरी, त्याला बर्लिन चित्रपट महोत्सवात

उत्कृष्ट संगीतासाठीचं पारितोषिक मिळालं होतं. याच्या हिंदी पुनर्निमितीसाठी *ऐ मेरे प्यारे वतन* या गाण्यासारखे प्रसंग मुद्दाम तयार करावे लागले, तरीही हा चित्रपट वेगळा होता कारण पन्नास आणि साठच्या दशकांतील चित्रपटांचा मुख्य भाग असलेलं एकही प्रेमगीत या चित्रपटात नव्हतं.

सलील चौधरींची मधुर चाल आणि मन्ना डे यांनी हे गाणं गाण्यासाठी स्वतःच्या गायनशैलीत केलेला बदल हे या गाण्याचं बलस्थान होतं. मदन मोहन याविषयी एक दीर्घ निःश्वास सोडून असं सांगतात की, हे 'अत्यंत प्रतिकूल परिस्थितीतही अंतरंगातील शाश्वत शांतीची भावना प्रकट करणारं' गाणं आहे. हे गाणं रेकॉर्ड करणाऱ्या बी. एन. शर्मांनी मन्ना डे यांना त्यांच्या आवाजात काही बिघाड झाला आहे का असं विचारलंदेखील होतं.

हे गाणं लिहिणारे प्रेम धवन पुढे जाऊन *शहीद* आणि *पूरब और पश्चिम* या चित्रपटांसाठी आणखीही काही लोकप्रिय देशभक्तीपर गाणी लिहिणार होते. या संस्मरणीय चित्रपटाच्या निर्मितीत त्यांचा मोलाचा वाटा होता. धवन यांनी १९४६मध्ये गीतकार म्हणून पदार्पण केलं होतं. ते नृत्य दिग्दर्शकही होते आणि त्यांचा शास्त्रीय संगीताचाही अभ्यास होता. त्यापूर्वी, त्यांनी ब्रिटिशांच्या विरोधात अनेक राजकीय कार्यक्रमांमध्ये भाग घेतला होता, कम्युनिस्ट पार्टी ऑफ इंडिया आणि मुंबईच्या इंडियन पिपल्स थिएटर असोसिएशनचे (इप्टा) सदस्य म्हणून ते विख्यात होते.

या गाण्याचं आणि या काळाचं वैशिष्ट म्हणजे हे गाणं प्रचंड गाजलं. त्यामध्ये जरी एक अफगाण फळविक्रेता काबूलमधील त्याच्या घराची आठवण काढून ते गात होता तरी त्यामधून भारतीयांची देशभक्ती अधोरेखित होत होती.

चीनच्या हालचालींचे पडसाद उमटू लागल्यावर भारतात लवकरच देशभक्तीची कल्पना गुंतागुंतीची होत गेली. चीनलगतच्या सीमेवरून अडचणीत आणणारे प्रश्न जन्माला येत होते. या संघर्षामुळे पंतप्रधान नेहरूच नव्हे तर त्यांच्या पक्षातील आणि अन्य पक्षीय लोकही चिंतेत पडले होते. चाऊ एन लाय यांच्यासोबतची शिखर परिषद फसली होती आणि भारत सरकार आता श्वेतपत्रांवर श्वेतपत्रं सादर करत होतं.

प्रमुख विरोध पक्षांपैकी समाजवादी आचार्य कृपलानी आणि जनसंघाचे अटल बिहारी वाजपेयी तसेच काँग्रेस सदस्यांनीही या वर्षी संसदेत केलेल्या भाषणांमुळे नेहरू द्विधा मनःस्थितीत सापडले होते. हे वर्ष प्रधानमंत्र्यांसाठी सोपं जाणार नव्हतं, परिस्थिती हाताबाहेर जाऊ नये म्हणून त्या वेळी ते चीनसोबतच संबंध सुधारण्यासाठी सर्वतोपरी प्रयत्न करत होते. तरीदेखील एकीकडे जमिनीवर घडणाऱ्या घटना, प्रतिकूल लोकमत आणि डोळ्यांवर कातडं ओढून बसलेला संरक्षणमंत्री कृष्ण मेनन यांच्यामुळे ते अडचणीत सापडले होते.

इतिहासकार श्रीनाथ राघवन यांनी या वर्षीच्या सुरुवातीस, मंत्रिमंडळाच्या परराष्ट्र व्यवहार समितीच्या सदस्यांनी कृष्ण मेनन यांच्या घेतलेल्या एका भेटीविषयी लिहिलं आहे. या भेटीत त्यांनी, चीननं जर भारतीय भागात चौक्या उभारल्या तर त्यांच्या मागोमाग जाऊन, ज्यावर 'चीननं आपला हक्क दाखवलाय; पण त्यावर कब्जा मिळवलेला नाही,' अशा भागात चौक्या उभारण्याचं सुचवलं. राघवन लिहितात, 'या सूचनांवर कोणतीही कारवाई करण्यात आली नाही, बहुतेक सैन्य दलानं यांतील साहित्यसामग्री पोहोचवण्याच्या अडचणींचं कारण दिलं असावं.' दौलत बेग ओल्डी येथील भारतीय चौकीपासून फक्त चार मैल पूर्वेकडे चीप चाप खोऱ्यात जेव्हा चीननं आपली चौकी उभारली, तेव्हा भारतातला तणाव अधिकच वाढला. प्रधानमंत्र्यांनी त्यांच्या सैन्य आणि नागरी सल्लागारांची २ नोव्हेंबर १९६१ रोजी भेट घेतली आणि एक 'पुढे जाण्याचं धोरण' आखण्यात आलं. यानंतर चीनला आणखी चौक्या उभारण्यापासून तसेच गस्त घालण्यापासून रोखण्याचा उद्देश होता.

नेहरूंनी संसदीय भाषणांत सांगितलं असलं तरी 'पुढे जाण्याचं धोरण,' मात्र पूर्णपणे प्रत्यक्षात उतरलं नाही आणि दोन्ही बाजूंनी अडचणी वाढतच गेल्या. नेहरू आणि मेनन यांनी १९६० आणि १९६२च्या दरम्यान सैन्यावरचा खर्च प्रत्यक्षात कमी केला होता, तसं करताना त्यांनी सैन्य दलाची अधिक सामग्री विकत घेण्याची मागणीही नजरेआड केली; पण सैन्यप्रमुख जनरल पी. एन. थापर आणि चिफ ऑफ ग्राऊंड स्टाफ, जनरल बी. एम. कौल यांनीदेखील त्यांच्या अहवालात या मागणीची तातडीने गरज आहे हे नमूद केलं नाही. वस्तुतः भारताला एक अचूक आणि केंद्रीभूत विश्लेषण संस्थेचा अभाव जाणवत होता. 'मर्यादित संघर्षा'चा अर्थ काय होतो किंवा चीनच्या तुकड्या आणि त्यांच्या रसद सामग्रीचा कसा सामना करायचा ते कदाचित ही संस्था सांगू शकली असती.

या दरम्यान, पश्चिम किनाऱ्यावर अधिक लष्करी हालचाली घडत होत्या. गोवा स्वतंत्र व्हावा म्हणून एक दशकाहून अधिक काळ गोव्यातील पोर्तुगीज शासनाविरोधात अहिंसात्मक चळवळी होत होत्या, सरतेशेवटी १८ डिसेंबरला भारतानं गोवा स्वतंत्र करण्यासाठी आपलं सैन्य आत घुसवलं. दीड दिवसाच्या 'ऑपरेशन विजय'नंतर, पोर्तुगीज गव्हर्नरनं शरणागती पत्करली आणि गोवा स्वतंत्र भारताचा भाग झाला.

हे वर्ष फाळणीनंतरच्या भारतातील पहिल्या मोठ्या हिंदू-मुस्लीम दंगलीसाठीही लक्षात राहणार होतं. जबलपूरमध्ये उसळलेल्या जातीय दंगलींमुळे तिथल्या विणकरांना व विडी कामगारांना फटका बसला. सोबतच मोठ्या प्रमाणात जीवितहानीही झाली. दशकभराच्या शांततेनंतर पेटलेल्या या दंगली खोल घाव मागे सोडून जाणार होत्या. जातीय दंगली कशा घडवल्या जातात याचं हे एक उदाहरण होतं आणि या दशकातील अन्य खळबळजनक घटनांची ती नांदीच होती.

दशकाची सुरुवात बऱ्याचशा नाट्यमय घडामोडींनी होत असतानाच अनेक गोष्टी घडत होत्या, ज्यामुळे *प्यारे वतन* एका कोंडीत सापडला होता. जमीनदारी काळातील प्रेमाच्या त्रिकोणाचं गडद पण उत्कंठावर्धक चित्रण करणाऱ्या *साहिब, बिबी और गुलाम* या गुरू दत्तच्या चित्रपटामुळे लोकप्रिय संगीतानं नवी उंची गाठली होती. त्याच्या रोमांचक कथानकाला तितक्याच जबरदस्त संगीताची साथ मिळाली, जे संगीत आजही मनाचा तळ ढवळून टाकतं. आपला मोठा भाऊ अशोक कुमार यांच्या सांगण्यावरून, किशोर कुमार यांनी त्यांच्या विनोदी भूमिका आणि गाणी गाण्याचा यशस्वी शिरस्ता कायम ठेवला. सलील चौधरी यांच्यासारख्या संगीतकारांनी लोकसंगीताचा प्रभाव आणि शास्त्रीय संगीताच्या सीमारेखा ओलांडून पुढे जाण्याचा प्रवास सुरू ठेवला. *हाफ टिकट* या चित्रपटात किशोर कुमार आणि हेलन यांच्यावर, *वो एक निगाह क्या मिली, तबियत ही मचल गयी*, हे गाणं चित्रित झालं. या गाण्यामधून पाश्चात्त्य संगीताचा चांगलाच प्रभाव जाणवतो. *छाया* चित्रपटात, तलत महमूद आणि लता मंगेशकर यांनी गायिलेलं एक गाणं प्रत्यक्षात मोझार्टच्या एका सुरावटीवर आधारित होतं.

१९६२ : *कही दीप जले कही दिल*

दुश्मन है हजारों यहा जान के
जरा रखना कदम पहचान के
कई रूप में है कातील
जरा देख ले आकर परवाने

गीतकार : शकील बदायुनी
संगीतकार : हेमंत कुमार
गायिका : लता मंगेशकर
चित्रपट : *बीस साल बाद*

कही दीप जले कही दिल हे गाणं बहुधा अस्तित्वातच येणार नव्हतं. लता मंगेशकर यांना दम्याचा आणि सायनसचा त्रास सुरू झाल्यामुळे त्यांनी व्यावसायिक गाणी गाणं बंद केलं होतं. त्यांचा आवाज जाण्याची भीती असतानादेखील त्यांनी हे गीत गायलं.

या गाण्यातल्या लकेरी आणि झपाटलेपणाची जी भावना त्यांनी आणली आहे – कदाचित त्या तेव्हा आपल्या वैयक्तिक आयुष्यात अतिशय अस्थिर असल्यामुळेही असेल – त्याला शकीलच्या शब्दांची योग्य साथ लाभली. या गाण्यातून एक अमानवीय आणि अतृप्तीची भावना जागृत होते. या चित्रपटासाठी सर आर्थर कॉनन डॉयल्स यांच्या द *हाऊंड ऑफ द बास्करविले* या कथेचं कौतुकास्पद रूपांतर करण्यात आलं. हे गाणं आजही लोकप्रिय आहे. अनेक विलक्षण आणि असामान्य चाली नावावर असलेल्या हेमंत कुमार यांना कधीही एस. डी. बर्मन किंवा सलील

चौधरी यांच्याप्रमाणे प्रसिद्धी लाभली नाही; पण त्यांची रवींद्र संगीतावरची हुकूमत त्यांच्या संगीतातलं गहीरेपण वाढवण्यास उपयोगी पडली.

गाण्याचे शब्द एका स्त्रीचं मनोगत आहे जी दलदलीच्या जागेत राहते आणि तिथून बाहेर पडता येत नसल्यामुळे इतरांना धोक्याचा इशारा देते, पुढच्या संकटाबद्दल सावध करू पाहते : *दुश्मन है हजारों यहा जान के । कई रूप में है कातील.* जरी फेब्रुवारीमध्ये जवाहरलाल नेहरूंनी आपल्या तिसऱ्या सार्वत्रिक निवडणुकांमध्ये विजय मिळवला असला तरी जवाहरलाल नेहरूंना या वर्षी ज्या पद्धतीच्या अडचणींना सामोरं जावं लागणार होतं ते बघता, या गीताचे हे शब्द एक प्रतीक म्हणूनही पाहिले जाऊ शकतात. चीनला खूप जास्त सवलत देण्यात आल्यामुळे आणि सरते शेवटी देशाच्या सर्वांत मोठ्या शेजाऱ्याशी युद्धात उतरल्यामुळे पक्षातून आणि बाहेरूनही त्यांच्यावर अनेक हल्ले होत होते. चीनला सामोरं जाताना त्यांच्या दुर्बलतेविषयी टोमणे मारले जात होते.

फेब्रुवारी महिना तसा सुखद होता. आठवडाभर चाललेल्या निवडणूक कार्यक्रमानंतर, स्वतंत्र भारतानं त्याचं तिसरं सरकार निवडलं आणि जवाहरलाल नेहरू पुन्हा एकदा पंतप्रधान झाले. काँग्रेसनं लोकसभेच्या ४९४ जागांपैकी ३६१ जागा जिंकल्या. १९५२ आणि १९५७च्या निवडणुकांमध्ये दोन सदस्यीय मतदारसंघ होते (आज अस्तित्वात असलेल्या पद्धतीप्रमाणे तेव्हा जागा आरक्षित नसायच्या); पण १९६२च्या निवडणुकीमध्ये एकही द्विसदस्यीय मतदारसंघ नव्हता. कम्युनिस्ट पार्टी ऑफ इंडियानं २९ जागा जिंकत दुसरा क्रमांक पटकावला आणि तो प्रमुख विरोधी पक्ष बनला. एकत्रित कम्युनिस्ट पार्टीने निवडणुका लढवलेली ही शेवटची सार्वत्रिक निवडणूक ठरली.

या वर्षीच्या निवडणुकांमध्ये मत दिलेल्या मतदारांना ओळखण्यासाठी पहिल्यांदाच त्यांच्या बोटावर पुसल्या न जाणाऱ्या शाईचा उपयोग करण्यात आला. ही साधी पद्धत इतर अनेक देशांकडूनही उपयोगात आणण्यात येणार होती; पण कितीतरी काळानंतर? तर एकविसाव्या शतकाच्या दुसऱ्या दशकात.

अकाली दल आणि द्रविड मुन्नेत्र कळघम (डीएमके) यांचा याच लोकसभेत पहिल्यांदा प्रवेश झाला आणि प्रादेशिक पक्षांच्या जोरदार उदयाची ती नांदी ठरली. भाषिक राज्ये तयार झाल्याच्या काही काळानंतरच हे घडलं, ही एक वस्तुस्थिती होती. त्यांच्याशी लढणं आता भाग होतं. काही वरीष्ठ नेते पक्षापासून दूर जात असले तरीही, या निवडणूक विजयानं काँग्रेस पक्षाची मांड आणखी घट्ट बसली.

ऑक्टोबरमधील शरद ऋतू हा वसंतासारखा उबदार नव्हता. चीनी फौजा थेट भारतीय भूभागात शिरल्यावर, भारत त्याच्या पहिल्या मोठ्या युद्धासाठी सज्ज झाला. अक्साई चीनमधून तिबेटला जाणारा महामार्ग सुरक्षित ठेवण्याची चिंता भारताला भेडसावत होती. जेव्हापासून चीननं तिबेटवर आपला हक्क सांगितला

होता, तेव्हापासून केवळ सीमारेषेचा विवादच नाही तर दलाई लामा आणि भारत यांच्यातील संबंध हेदेखील भारत-चीन तणावाचं कारण होतं. २४ ऑक्टोबरपर्यंत चीननं लडाखच्या उत्तर आणि मध्य भागात नियंत्रण मिळवलं होतं असा त्यांचा १९६० सालचा दावा होता. नॉर्थ ईस्ट फ्रंटीयर एजन्सी (नेफा) या भागात त्यांनी मॅकमोहन रेषेलगतच्या भारतीय चौक्या वेगानं ताब्यात घेतल्या.

ऑक्टोबर महिना अत्यंत त्रासदायक होता. संरक्षण मंत्री व्ही. के. कृष्ण मेनन यांना प्रचंड विरोध होत होता आणि त्यांच्या राजीनाम्याची किंवा निलंबनाची मागणी वेळोवेळी केली जात होती. सरतेशेवटी नेहरूंना त्यांचा राजीनामा स्वीकार करणं भाग पडलं. स्वतंत्र भारताच्या राजकीय उत्कर्षात आलेल्या अचानक बदलाचंही हे एक चांगलं उदाहरण होतं. अगदी वर्षभरापूर्वीच गोवा भारताशी जोडल्याच्या पार्श्वभूमीवर, मेनन यांनी उत्तर मुंबईतील पोटनिवडणूक त्यांचे कट्टर प्रतिस्पर्धी आचार्य कृपलानी यांना हरवून आरामात जिंकली होती; पण आता त्यांना भारत-चीन युद्धातील भारताच्या ढिसाळ नियोजनाची जबाबदारी स्वीकारावी लागली आणि वर्षभरातच मंत्रिमंडळातून बाहेर पडावं लागलं.

व्ही. के. कृष्ण मेनन हे अलिप्ततावादी चळवळीचे कडवे पुरस्कर्ते होते आणि त्यांच्या तीक्ष्ण मतांसाठी ते पाश्चिमात्य नेत्यांकडून तिरस्कारले जायचे. अत्यंत हजरजबाबी, दिमाखदार आणि वक्तृत्वकुशल दिसत असले तरीही, ते त्यांच्या उद्धटपणा आणि पाल्हाळीकपणामुळे इतरांकडून कठोर टिकेचे भागीदारही व्हायचे, ते एकमेव भारतीय मंत्री होते ज्यांचा सायमन आणि गारफन्कलच्या *ए सिम्पल डिझल्टरी फिलिप्पीक* (१९६५) या गाण्यामध्ये नामोल्लेख होता.

आता संरक्षण मंत्रालयही सांभाळत असलेल्या पंतप्रधान नेहरूंवर प्रचंड दबाव होता. आपलं व्यापक धोरण हे राजकीय स्तरावर सांभाळण्यात येईल; पण तपशीलवार धोरणं आणि विशेषतः डावपेच यांच्याविषयी लष्कराच्या विचारानुसारच धोरण ठरवण्यात येईल, असं जरी त्यांनी सैन्य प्रमुखांना सांगितलं असलं तरी विश्लेषक असं सांगतात की ऐन मोक्याच्या क्षणी लष्कराच्या सर्वोच्च नेतृत्वात बदल करण्याचा निर्णय, शेवटी घातक ठरला. या निर्णयामध्ये राजकीय नेतृत्वाची महत्त्वाची भूमिका होती,

चीननं मध्यंतरात, भारताला आक्रमक म्हणून रंगवलं आणि चीनी पंतप्रधान चाऊ एन लाय यांनी भारताला तीन मुद्द्यांवर आधारित उपाय सुचवला; पण भारताच्या दृष्टीनं, त्या उपायाचा स्वीकार करणं म्हणजे, चीननं बळजबरीनं बळकावलेला तो सर्व भूभाग चीनला देणं असा होता. ही लढाई चालूच राहिली. नेहरूंनी मदतीसाठी सोव्हिएत रशियाचे पंतप्रधान निकिता ख्रुश्चेव्ह यांना आवाहन केलं; पण त्यांनी त्याकडे दुर्लक्ष केलं. नेफा प्रांतात आता चीन अगदी आसामपर्यंत चालून येईल अशी परिस्थिती निर्माण झाली होती. मात्र, नेहरू अमेरिकेचे राष्ट्राध्यक्ष

जे. एफ. केनेडी यांच्याकडे मदत मागत असतानाच, २१ नोव्हेंबर रोजी चीनने एकतर्फी युद्धबंदी घोषित केली आणि भारताची पुढची मानहानी टळली.

भारतासाठी या पराभवाचे दूरगामी परिणाम झाले. ते काय होते हे फक्त भारतीयांनीच नाही तर जगानेही पाहिले. काश्मीरच्या मुद्द्यावर २६ डिसेंबर रोजी सुरू होणाऱ्या पाकिस्तान आणि चीनबरोबरच्या शिखर परिषदेमध्ये पाकिस्तान त्यांच्या १९४८च्या आविर्भावात गेला आणि झेड. ए. भुट्टो यांनी भारताच्या परराष्ट्र सचिवांना 'तुम्ही एक पराभूत राष्ट्र आहात, माहित आहे ना?' असं सुनावलं.

पराभवामुळे जवाहरलाल नेहरूंच्या भारतातील प्रतिमेला तडा गेला, त्यामुळे वर्षभरापूर्वी जे नेते त्यांच्यासमोर अगदी खुजे होते, तेही व्यवस्थापनातील ढिसाळपणासाठी आणि तयारीतल्या दिरंगाईसाठी त्यांची खरडपट्टी काढताना दिसले. गरीब राष्ट्रांमध्ये भ्रातृभाव राहायला हवा या नेहरूंच्या श्रद्धेला यामुळे जबर हादरा बसला. बांडुंग धोरण निष्क्रिय ठरलं होतं आणि १९४९च्या चीनी क्रांतीपासून भारतानं आंतरराष्ट्रीय मंचावर चीनला जो पाठिंबा दर्शवला होता, त्यासोबतच पंचशीलच्या माध्यमातून शांततापूर्ण सहअस्तित्वाची ग्वाही दिली होती, त्या सर्व गोष्टी अचानक वस्तुस्थितीशी विसंगत भासू लागल्या. सोव्हिएत युनियनने भारताची पाठराखण केली नाही, ही बाब अनेकांना दुखावून गेली.

या मुद्द्यावर कम्युनिस्ट पार्टी ऑफ इंडियामध्ये तीव्र असे अंतर्गत मतभेद उफाळून आले. सरचिटणीस अजोय घोष यांचं निधन आणि नेहरू सरकारची पाठराखण करणाऱ्या श्रीपाद अमृत डांगे यांचा उदय पक्षामध्ये आणखी दुफळी निर्माण होण्यास कारणीभूत ठरला. सीमेवरचा आक्रमकपणा हा गरजेचा नव्हता आणि त्यावरचा उपाय हा शेजाऱ्याशी युद्ध करून नाही तर बोलून शोधण्याची गरज होती असं एका मोठ्या वर्गाला वाटत होतं. त्यामुळे सीपीआय ही सरकारच्या भूमिकेला दुजोरा देत नव्हती. आक्रमण झाल्यानंतरही कित्येक दिवस कम्युनिस्ट पक्ष शांतच राहिल्यामुळे त्यांच्या भूमिकेविषयी संशय वाढू लागला. देशामध्ये स्वभिमानाला तडा गेल्याची भावना जसजशी वाढू लागली तसतशी कम्युनिस्ट हे देशाच्या भावनेशी एकरूप नसल्याचं चित्र रंगवण्यात येऊ लागलं. २६ ऑक्टोबर रोजी आणीबाणी लागू झाल्यानंतर हजारो कम्युनिस्टांना अटक करण्यात आली. घटनेच्या कलम ३५२चा उपयोग करण्याची ही पहिलीच वेळ होती.

त्याच वेळी महात्मा गांधींची हत्या करणाऱ्या कट्टर हिंदुत्ववादी लोकांशी संबंध असल्याचा संशयित जनसंघाने त्यांची राष्ट्रवादी विश्वासार्हता सिद्ध करण्यासाठी या प्रसंगाचा उपयोग केला. अटल बिहारी वाजपेयी आणि इतरांनी त्यांच्या वक्तृत्वकलेने रान उठवले.

एप्रिलमध्ये, दशमान पद्धतीची वजनमापे सार्वत्रिक करण्यात आली. तोवर देभभरात त्यांचा सर्वत्र स्वीकार झाला होता.

१९६३ : चलो एक बार फिर से

चलो एक बार फिर से, अजनबी बन जायें हम दोनों
वो अफसाना जिसे अंजाम तक लाना ना हो मुमकीन
उसे एक खुबसुरत मोड दे कर छोडना अच्छा

गीतकार : साहिर लुधियानवी
संगीतकार : रवी
गायक : महेंद्र कपूर
चित्रपट : *गुमराह*

बी. आर. चोप्रा हे मोठ्या, खर्चिक चित्रपटांतून सामाजिक बदल पुढे रेटणारे आणि धाडसी कल्पनांचा पुरस्कार करणारे दिग्दर्शक होते. त्यांनी *गुमराह*मध्ये एका प्रेमत्रिकोणाची कथा रंगवली होती. त्यामधलं *चलो एक बार फिर से, अजनबी बन जाये* हे गाणं अनेक कारणांसाठी संस्मरणीय ठरलं आहे.

न मिळालेल्या तीव्र प्रेमाच्या मानवीय भावनांचं प्रकटीकरण करणाऱ्या या गीताचे शब्द हे कवी साहिर लुधियानवी यांच्या *तल्खियाँ* या काव्यसंग्रहातील आहेत. त्यांचे चरित्रकार अक्षय मनवाणी सांगतात की, हे गीत आधी *खुबसुरत मोड* या शीर्षकाखाली प्रसिद्ध झालं होतं.

या गाण्याच्या चित्रीकरणाच्या केंद्रस्थानी असलेल्या पियानोवर हे गाणं वाजवण्यात येतं आणि तिन्ही कलाकार त्या काही मिनिटांच्या अवकाशात त्यांच्यातील अत्यंत गुंतागुंतीच्या भावना सक्षमपणे प्रकट करतात. या चित्रपटाचा सारांश कळण्यासाठी केवळ हे एक गाणं बघणंच पुरेसं आहे. त्याकाळातील अनेक

गाण्यांमध्ये अशाप्रकारे दिवाणखान्यातील कौटुंबिक परिस्थितीचं चित्रण करण्यासाठी पियानोचा उपयोग करण्यात आला आहे. कारण, त्यामुळे दिग्दर्शकाला इतर अनेक भावनिक गोष्टी सूचित करण्यासाठी बराच अवकाश लाभतो.

या चित्रपटांत हे गाणं गाणारं पात्र रंगवलं आहे सुनील दत्त यांनी. एका मुलीच्या प्रेमात आकंठ बुडालेला तो एक कलावंत आहे. त्या मुलीची भूमिका माला सिन्हाने केली आहे. तिचं लग्न एका कामात गढून गेलेल्या वकिलाशी झालेलं असतं. ही भूमिका अशोक कुमारने केली आहे. या परिस्थितीत संशयी नवरा हा प्रसंग जुळवून आणतो. कारण, त्याला आपल्या पत्नीचा प्रतिसाद जोखून पाहायचा असतो. तिघेही, समोरच्या दृश्यामध्ये आलटून पालटून येतात, गाण्याच्या प्रत्यके कडव्यासोबत आपला स्वतःचा निष्कर्ष काढतात. ते आपल्या खऱ्या भावना लपवून ठेवण्याचा प्रयत्न करत असतात.

गुमराह बऱ्याच अंशी विवाहाच्या 'लक्ष्मणरेषे'च्या आतच राहत असला तरीही, हा एक विवाह संस्थेबाहेरील प्रेमाचा शोध घेण्याचा प्रयत्न होता. या प्रेमावर कोणत्याही नैतिकतेचं अथवा गुन्हेगारीचं आरोपण करण्यात आलेलं नाही. हा चित्रपट बदललेल्या भारताची झलक दाखवतो आणि सामाजिक मान्यतांवर प्रश्नचिन्हं लावतो. हा प्रयत्न तसा दुबळा आहे आणि शेवटी चित्रपटामध्ये लग्नसंस्थेचीच भलावण करण्यात आली असली तरी, या गाण्यात जेव्हा प्रियकर एका विवाहित महिलेसंबंधीच्या आपल्या तीव्र भावना जाहीर करतो, तेव्हा त्याची ती प्रेयसीही त्याला मान्यता देताना दिसते.

हे गाण आजही, अनेक अपूर्ण किंवा अधुऱ्या कथांची आठवण करून देतं. महेंद्र कपूर यांनी ते अतिशय सुंदरपणे सादर केलं आहे आणि १९६०च्या *चौदहवी का चाँद* चित्रपटामुळे शिखरावर पोहोचलेल्या रवीनं त्याला सुरेल चाल लावली आहे.

वस्तुस्थितीही अशी होती की, या गीताच्या माध्यमातून साहिर त्याच्या हृदयाच्या जवळ असलेल्या कुणाविषयी तरी सांगत होता. एका समकालीन कवयित्रीला, अमृता प्रितमला उद्देशून हे गाणं आहे असे अंदाज आजही व्यक्त केले जातात. साहिर अविवाहित होता, तरीही अमृता प्रितमच्या सहमतीनेच त्याने तिच्याशी जवळीक साधली होती. (ती, दुसऱ्या कोणाशी तरी विवाहबद्ध झाली होती, साहिरशी झालेल्या अबोल आणि दीर्घकाळच्या भेटींनंतर ती त्यानं फेकून दिलेली सिगारेटची थोटकं उचलून प्यायची). तो १९६०मध्ये सुधा मल्होत्राच्या प्रेमात पडला होता मग तो तिच्याविषयी बोलत होता का? की ही प्रेम कथा अशीच इथे सोडून द्यावी, कारण त्याचा स्वीकार किंवा त्याची वाच्यता लोकांमध्ये करणं शक्य नव्हतं? असं तो सुचवत होता. या गोष्टींची खातरजमा करण्यासाठी त्याच्या चरित्रकारांना बरंच काम करावं लागेल.

सन १९६३ उजाडलं तेव्हा देशाची परिस्थितीदेखील, चित्रपटातील मध्यवर्ती संशयाची कल्पना, अपूर्ण प्रेम, अनेक आश्वासनांची खैरात तरीही एका अस्वस्थ, गोंधळाच्या वातावरणाशी मिळतीजुळती होती. चीनबरोबर महिनाभर चाललेल युद्ध हरल्यानंतर त्याचे खरे परिणाम भारतावर दिसू लागले. १९५०च्या दशकातील वचनं जसजशी मागे पडली तशी १९६०च्या दशकात भारतामध्ये तणाव वाढण्याची चिन्हे दिसू लागली होती.

सत्तेवर आल्यानंतर वर्षभरांतच जवाहरलाल नेहरू हे दुःखानं घेरले गेले. ज्या पद्धतीने घटना घडल्या त्यानं ते हादरले होते. ज्यासाठी ते लढले होते आणि त्यांचा ज्यावर दृढ विश्वास होता, त्या मूलभूत तत्त्वांवरच प्रश्नचिन्हं निर्माण झालं होतं, अगदी भारताच्या 'नियतीशी असलेल्या करारा'विषयी बोलण्याच्या कितीतरी आधीची ही तत्त्व होती.

नेहरूंची अस्वस्थता सोडली, तर १९६३चं हेच वर्ष होतं, ज्यात समाजवादी आणि हिंदू पुनरुज्जीवनवाद्यांना उभारी मिळाली. एक प्रमुख समाजवादी नेते राम मनोहर लोहिया यांनी प्रजा समाजवादी पक्षाची स्थापना केली. ते नेहरूंचे सौम्य विरोधक होते, आता एका पोटनिवडणुकीत ते जनसंघाबरोबर जाऊन मिळाले. इतकंच नाही तर त्यांनी स्वतंत्र पक्ष आणि साम्यवाद्यांनाही नेहरूंच्या विरोधात एकत्र येण्याचं आवाहन केलं.

राजकीय मुख्यप्रवाहात घडलेल्या या संथ बदलामुळे जनसंघाच्या पुनर्वसनाचा मार्ग मोकळा झाला. महात्मा गांधींच्या हत्येमध्ये भूमिका असलेल्या संघाच्या विचारधारेचा प्रभाव जनसंघावर असल्यामुळे ते मागे पडले होते. पोटनिवडणुकांनंतर मीनू मसानी, आचार्य कृपलानी आणि राम मनोहर लोहिया यांचा लोकसभेत प्रवेश झाला.

चीनशी झालेल्या युद्धातील पराभवानंतर, ऑगस्ट १९६३मध्ये लोकसभेत आचार्य कृपलानी यांनी पहिला अविश्वास प्रस्ताव दाखल केला. सरकारनं तो सहजपणे फेटाळून लावला तरीही चार दिवस चाललेल्या अटीतटीच्या वादविवादांमुळे नेहरू सरकारभोवती असलेल्या अजिंक्य तटबंदीचे अनेक चिरे ढासळले गेले.

याच दरम्यान, तमिळनाडूच्या मुख्यमंत्र्यांनी सादर केलेल्या तथाकथित कामराज योजनेनुसार मंत्र्यांना आपापली पदं सोडून पक्षासाठी काम करण्याचं आवाहन करण्यात आलं. या योजनेनुसार सहा केंद्रीय मंत्र्यांनी आपापले राजीनामे सादर केले.

चीनशी झालेल्या युद्धामुळे आर्थिक असुरक्षिततेही भर पडली. परदेशी गंगाजळीत घट होऊ नये म्हणून, सोन्यावर नियंत्रण लागू झालं. अर्थमंत्री मोरारजी देसाई यांनी १४ कॅरेटपेक्षा जास्त सोन्याच्या दागिन्यांवर बंदी आणली. या कायद्यानुसार एका व्यक्तीला आणि एका कुटुंबाला अनुक्रमे २ आणि ४ किलो सोनं आणि चांदी बाळगण्याची परवानगी होती आणि तेही फक्त दागिन्यांच्या स्वरूपातच. दागिने घडवण्यासाठी किंवा दागिन्यांचं दुकान टाकण्यासाठी परवाना गरजेचा होता.

द बॉम्बे बुलियन असोसिएशन (मुंबई सोने-चांदी संघटना) या निर्णयामुळे इतकी हादरली की, त्यांना त्यांच्या सदस्यांच्या नुकसान भरपाईसाठी, झवेरी बाजारातील त्यांची मुख्य इमारत विकावी लागली.

जानेवारीत राष्ट्रीय पक्षी म्हणून मोराची निवड करण्यात आली.

या वर्षी भारताला त्याची पहिली महिला मुख्यमंत्री मिळाली. सुचेता कृपलानी यांनी उत्तर प्रदेशात मुख्यमंत्रिपदाचा कार्यभार स्वीकारला. त्या समाजवादी नेते आचार्य कृपलानी यांच्या पत्नी होत्या. त्यांनी स्वातंत्र्यसंग्रामात सहभाग घेतला होता. त्या इंद्रप्रस्थ कॉलेज आणि सेंट स्टिफन कॉलेजच्या माजी विद्यार्थिनी होत्या आणि बनारस हिंदू विद्यापीठात त्यांनी अध्यापनही केलं होतं. त्यांनी चले जाव आंदोलनात भाग घेतला होता. सन १९५२ व १९५७मध्ये खासदार म्हणून तर १९६२मध्ये आमदार म्हणून त्या निवडून आल्या होत्या.

उत्तर भारत वर्ग-जाती आणि रोजगाराच्या मुद्द्यांवर १९८९मध्ये जागा झाला असला, तरी दक्षिण भारतानं या प्रश्नांशी संबंधित अनेक अडथळे आधीच अनुभवले होते. १९६२मध्ये, म्हैसुर प्रांतानं घोषित केलं की समाजामध्ये मागास लोक आहेत आणि समाजातील अती मागासवर्ग आणि मागासवर्गीयांना ६८ टक्के जागा राखिव ठेवण्यात येतील. याला २३ अर्जदारांनी सर्वोच्च न्यायालयांत आव्हान दिलं. त्यांनी असा मुद्दा उपस्थित केला की, मागासवर्गीयांची यादी जातीच्या आधारावर तयार केली गेली आहे आणि हे घटनाबाह्य आहे. त्यावर ६८ टक्क्यांचं आरक्षण हे घटनेच्या कलम १६(४)च्या विरोधात आहे, असा न्यायालयानं निकाल दिला. एम. आर. बालाजी आणि अन्य विरुद्ध म्हैसुरू प्रांताच्या खटल्यात, असं ठरलं की मागासवर्गीयांसाठी जास्तीतजास्त ५० टक्केच आरक्षण ठेवण्यात येईल. यामध्ये नंतरच्या काळात सुधारणा करण्यात आली; पण त्या काळात हा एक महत्त्वाचा निकाल होता.

सन १९६३मध्येच भारताच्या अवकाश युगाचा प्रारंभ झाला. अवकाश संशोधन आणि उच्च वातावरणीय थरांच्या संशोधनासाठी एक किंवा दोन घनीभूत इंधनावर चालणारे रॉकेट वापरण्यात आले. २१ नोव्हेंबर रोजी तिरूअनंतपुरम जवळील थुंबा येथून भारतानं आपलं पहिलं रॉकेट अवकाशात धाडलं.

डिसेंबरच्या शेवटास, काश्मीर पुन्हा एकदा गदारोळात सापडलं, जेव्हा हजरतबल (प्रेषित मोहम्मदचा केस) येथील पवित्र अवशेष नाहिसे झाले. आठवड्याभरातच हा अवशेष गूढ पद्धतीने परत आला तरीही, त्यामुळे लवकरच निर्माण होणाऱ्या ताणतणावांची आणि त्यांच्या परिणामांची ती नांदी ठरणार होती.

वेदनादायक, गोंधळाच्या परिस्थितीत अनेक महत्त्वाच्या घटना घडत असल्या तरीही १९६३चा भारत हा एका *खुबसुरत मोडपासून* खूप दूर होता ज्याची सारा देश अपेक्षा करत होता.

१९६४ : होके मजबूर मुझे उसने भूलाया होगा

जहर चुपके से दवा जानके खाया होगा
दिल ने ऐसे भी कुछ अफसाने सुनाये होंगे
अश्क आँखों ने पिये और ना बहाये होंगे

गीतकार : कैफी आझमी
संगीतकार : मदन मोहन
गायक : मोहम्मद रफी, तलत महमूद, मन्ना डे आणि भूपेंद्र
चित्रपट : *हकिकत*

वेगवेगळ्या चित्रपटांच्या प्रदर्शनामुळे गाजलेल्या या वर्षांत, राज कपूरचा महत्त्वाकांक्षी चित्रपट *संगम* हा संगीताच्या दृष्टीनेही प्रचंड गाजला. *वो कौन थी, मिस्टर एक्स, दोस्ती* आणि *लीडर* चित्रपटाच्या संगीतावरही चांगली चर्चा रंगली होती; १९६२च्या निराशेतून १९६३च्या गोंगाटात विसावलेली देशाची भावस्थिती चेतन आनंद यांच्या *हकिकत* हे अगदी सुयोग्य नाव असलेल्या चित्रपटातून ती पूर्णपणे प्रकट झाली होती. मदन मोहन यांच्या संगीतानं आणि कैफी आझमींच्या शब्दांनी एका राष्ट्राच्या वेदनेला आणि चिंतेला गीताचं रूप दिलं होतं.

सर्वांत हटके गोष्ट होती, एका अनपेक्षित गाण्याची, *होके मजबूर मुझे उसने भूलाया होगा.* हे गाणं सैनिकांच्या एका समूहावर चित्रित झालं होतं, ते आपल्या घराची आणि कुटुंबाची आठवण करत आहेत. त्यांना युद्धामुळे हे सगळं सोडून यावं लागलं आणि त्यांच्या प्रेयसींना त्यांचं प्रेम आणि स्नेहभावनांपासून दुरावताना त्यांच्याविना कोणत्या अडचणींना सामोरं जावं लागतं याचं ते चित्रण होतं.

कैफीची शैली, साध्या पण कुशल पद्धतीने आघाडीवर लढणाऱ्या सैनिकांची आणि घरी असलेल्या त्यांच्या प्रियजनांची वेदना जिवंत करते. मदन मोहनचं संगीत आणि एक अत्यंत विलक्षण कल्पना ज्यामध्ये चार सैनिक एका छावणीत, कडाक्याच्या थंडीत, हातात मग घेऊन गाणं गात आहेत, त्यांतून केवळ ते सैनिक आपल्या प्रेयसींना आठवत आहेत एवढंच दिसून येत नव्हतं...

दिल ने ऐसे भी कुछ अफसाने सुनाये होंगे
अश्क आँखों ने पिये और न बहाये होंगे

१९६२च्या युद्धाला दोन वर्षं उलटली असली तरीही भारत त्याच्या नंतरच्या परिणामांपासून झुंझत होता. याचं सर्वांत मोठं उदाहरण होतं जवाहरलाल नेहरू यांचं अचानक वयस्क होणं आणि जी गोष्ट आजवर त्यांनी एकहाती सांभाळली होती, त्यावरचं त्यांचं सुटलेलं नियंत्रण. या वर्षी त्यांना मोठ्या आजारपणाला सामोरं जावं लागलं. ओडिशामध्ये काँग्रेसच्या एका बैठकीत ते आजारी पडले.

नेहरूंची उघडपणे जाणवणारी अशक्तता आणि खालावणारी तब्येत ही काश्मिरी पेचप्रसंगालाही समांतर जात होती. लाल बहादूर शास्त्रींना 'बिनखात्याचे मंत्री' म्हणून नेहरूंना मदत करण्यासाठी मंत्रिमंडळात आणलं गेलं, त्यांनी प्रेषित मोहम्मदांचा पवित्र केस नाहीसा झाल्यानंतर (हजरतबल) उद्‌भवलेला गोंधळ सावरण्यासाठी मोठी भूमिका बजावली. शास्त्रींनी कौतुकास्पद पद्धतीने ही कठीण परिस्थिती हाताळली आणि अवशेषाची अधिकृतता पटवण्यासाठी केलेला 'दिदार' (पवित्र अवशेषांचं दर्शन) राजकीय पातळीवर सरकारची बाजू सांभाळून घेणारा ठरला.

एप्रिलमध्ये, नेहरू सरकारनं शेख अब्दुल्ला यांना वर्षभराच्या बंदीवासानंतर तुरुंगातून मुक्त केलं. एप्रिल आणि मे महिन्यात काश्मीरसभोवतालच्या प्रदेशात अत्यंत अनपेक्षित हालचाली आणि गोंधळ निर्माण झाला होता.

शेख अब्दुल्ला, मद्रासमध्ये सी. राजगोपालाचारी यांना भेटले. या खासगी बैठकीत एक 'सन्मानजनक तोडगा' सुचवण्यात आला. त्यानुसार भारत किंवा पाकिस्तानला विजयाचा दावा करण्यात येणार नव्हता; पण त्याच वेळी काश्मिरी लोकांना एक सन्मानाचं स्थान मिळणार होतं. यानंतर दिल्ली येथे पंतप्रधान नेहरू यांच्यासोबत दीर्घ आणि तपशीलवार चर्चा घडल्या, ज्यात त्यांच्यासोबत आणखी तिघे जण होते : परराष्ट्र सचिव, पाकिस्तानचे उच्चायुक्त आणि अलिगढ मुस्लीम विद्यापीठाचे कुलगुरू. 'राजाजी फॉर्म्युला' आणि इतर प्रस्तावांनी सार्वमताची शक्यता फेटाळून लावली. भारत आणि पाकिस्तानने संयुक्तपणे संरक्षण आणि परराष्ट्र व्यवहार सांभाळत असताना काश्मीरला अन्य बाबतीत स्वायत्तता प्रदान करावी किंवा भारत, पाकिस्तान आणि काश्मीर यांचे एक संघराज्य होऊ शकते का यासाठी प्रयत्न करण्यात आले.

पाकिस्तानचे अध्यक्ष, फिल्ड मार्शल अयुब खान यांनी शेख अब्दुल्ला यांना पाकिस्तान भेटीचं निमंत्रण दिलं. शेख अब्दुल्ला यांना त्याचा आनंद झाला; पण त्यांच्या मनात त्या वेळी काय चाललं होतं याची फारशी माहिती उपलब्ध नाही. पाकिस्तानला जाण्याआधी, २० मे रोजी त्यांनी नेहरूंची एक प्रदीर्घ भेट घेतली. या वेळेस, पंडित नेहरू आणि शेख अब्दुल्ला यांच्यात असलेला गाढ विश्वास त्यांनी एकमेकांच्या हेतूंविषयी आणि राजकारणाविषयी केलेल्या जाहीर निवेदनातून दिसून आला.

अब्दुल्ला यांचं पाकिस्तानात जोरदार स्वागत झालंच सोबत त्यांच्या सन्मानार्थ अनेक स्नेहभोजनंही आयोजित करण्यात आली. शेख अब्दुल्ला यांची भारताच्या धर्मनिरपेक्षतेशी असलेली उघड बांधिलकी पाकिस्तानी उच्चवर्गीयांना संत्रस्त करून गेली असली तरी अयुब खान यांनी जूनच्या मध्यात नेहरूंना भेटण्याचं मान्य केलं आणि २६ मे १९६४ रोजी पाकिस्तानात अब्दुल्ला यांनी या भेटीची घोषणा केली.

पण २७ मे चा दिवस, पंतप्रधान नेहरू यांना झोपेतून उठताना पाहू शकला नाही आणि आदल्या रात्री त्यांनी एका नोटपॅडवर रॉबर्ट फ्रॉस्टच्या - promises to keep and miles to go before I sleep - या ओळी लिहून आणखी काम करत राहण्याची इच्छा प्रकट केली होती; परंतु नेहरू युग आता संपुष्टात आलं होतं. ऑल इंडिया रेडिओनं त्यांच्या दुपारच्या बातमीपत्रात नेहरूंच्या निधनाची बातमी जाहीर केली.

अंतरीम पंतप्रधान म्हणून गुलजारीलाल नंदा यांचा शपथविधी झाल्यानंतर काँग्रेस अध्यक्ष के. कामराज यांनी नेहरूंचे खरे वारसदार कोण ठरतील याची चाचपणी सुरू केली. मोरारजी देसाई यांच्या नावावर थोडी चर्चा झाली खरी; पण शेवटी जवाहरलाल नेहरू यांचे निकटचे सहकारी लालबहादूर शास्त्री यांच्या नावावर एकमत झालं.

या वर्षानं भीषण जातीय दंगली अनुभवल्या. कशा प्रकारे जमावाकडून हिंसा घडवण्यात येते, दंगली कशा भडकवण्यात येतात, ही गोष्ट यातून उघड झाली. दंगलींच्या माध्यमातून ठरावीक समाजाची जास्तीत जास्त आर्थिक हानी तर होतेच; पण दंगली झाल्यानंतर कुठलाही ठोस निष्कर्ष निघत नाही. जमशेदपूर, राऊरकेला आणि कलकत्ता तसेच पूर्व भारतातील अनेक भागांत दंगली आणि गंभीर हिंसाचार घडून आला. अनेकांनी याचा संबंध पूर्व पाकिस्तानातून आलेल्या स्थलांतरितांशी आणि त्यांच्यासोबतच आलेल्या तिथल्या हिंदू अल्पसंख्याकांवरच्या अत्याचारांशी लावला. नेहरूंचे अंत्यसंस्कार होत असताना फाळणीतील हिंसाचाराच्या आठवणी पुन्हा उफाळून आल्या. ११ जून रोजी, नेहरूंच्या इच्छेनुसार त्यांची अस्थिरक्षा भारतभर विखूरण्यात आली. शास्त्रींनी पंतप्रधानपदाची शपथ घेऊन आपल्या छोट्या पण महत्त्वाच्या कारकिर्दीची सुरुवात केल्याच्या दोन दिवसांनंतर हे घडलं. पंतप्रधान शास्त्रींनी नाखूश असलेल्या इंदिरा गांधींना माहिती आणि नभोवाणी मंत्रिपद दिलं.

सन १९६४मध्ये देशात आणखी एक महत्त्वाची घटना घडली - तोवरचा प्रमुख विरोधी पक्ष असलेल्या कम्युनिस्ट पार्टी ऑफ इंडियात पडलेली फूट. ११ एप्रिल रोजी, सीपीआयचे ३२ सदस्य पक्षातून बाहेर पडले आणि त्यांनी कम्युनिस्ट पार्टी ऑफ इंडिया (मार्क्सवादी) (सीपीआय (एम))ची स्थापना केली. त्यावरून गेल्या काही वर्षांत पक्षाच्या विचारधारेविषयी असलेले तीव्र मतभेद दिसून आले. भारताला समाजवादाकडे नेण्यासंदर्भात हे मतभेद असले तरीही नाराजीचा मुख्य मुद्दा काँग्रेसच्या देशांतर्गत धोरणांविषयीच होता. स्वातंत्र्यापासून हा वाद सुरू होता. सीपीआयमधला एक गट असं मानत होता की, काँग्रेस सरतेशेवटी भारताला समाजवादाकडे नेईल तर दुसऱ्या गटाला असं वाटत होतं की, काँग्रेसच्या देशांतर्गत धोरणांमुळे जमीनदारांचं उच्चाटन होणार तर नाहीच उलट भांडवलदारांसाठीच नवीन मार्ग निर्माण होईल, त्यामुळे पक्षात फूट पाडली आणि सीपीआय (एम)ची स्थापना झाली.

नोव्हेंबरमध्ये याच वर्षांत दिल्लीच्या सीमाभागातील एक खेड्यात हरित क्रांतीची बीजं रोवण्यात आली. जौंती नावाच्या गावातील पंधरा शेतकऱ्यांनी सोनोरा ६४ प्रजातीचा गहू त्यांच्या शेतात पेरला. हरियाणाच्या सीमेलगत, उत्तर-पश्चिम दिल्लीतील या खेड्यांत ७० एकर शेतजमिनीवर या कमी उंचीच्या मेक्सिकन प्रजातीची पेरणी करण्यात आली. भारतीय कृषी संशोधन संस्थेच्या शास्त्रज्ञांनी सोनोरा ६४, सोनोरा ६३, लेर्मा रोजो ६४-ए आणि मेयो ६४ या गव्हाच्या वाणाचं १०० किलो बियाणं आयात करून, १९६३-६४च्या रब्बी हंगामात त्यांची पेरणी केली. दिल्ली, लुधियाना, पंतनगर, कानपूर आणि इंदौरमध्ये चाचणी करून जमिनीवर त्यांची पेरणी केल्याच्या वर्षभरानंतर हे घडलं होतं. अनेक ठिकाणी केलेल्या या चाचण्यांमुळे उत्साहीत झाल्यानंतर असं ठरवण्यात आलं की पुढच्याच हंगामात प्रत्यक्ष शेतीमध्येच या जास्त धान्य देणाऱ्या वाणांची लागवड करण्यात यावी.

हे शेवटचं वर्ष होतं, जेव्हा भारतानं हॉकीमध्ये त्यांचं वर्चस्व गाजवलं. टोकियो ऑलिम्पिकमध्ये भारतीय संघानं सुवर्णपदक पटकावलं. त्यानंतर थेट १९८०च्या, मॉस्को ऑलिम्पिकमध्येच भारत सुवर्णपदक जिंकणार होता. मात्र त्या वेळी हॉकी खेळणारे अनेक मातब्बर देश या स्पर्धेत भाग घेणार नव्हते.

सन १९५७मध्ये आलेल्या नया पैशाचं १ जून १९६४ रोजी पैसा म्हणून नामकरण झालं. याच वर्षी नेहरूंच्या सन्मानार्थ १ रुपया आणि ५० पैशाचे नाणे काढण्यात आले. सन १९६४मध्येच भारतानं त्याचं पहिलं जेट ट्रेनर, एचजेटी-१६चं उड्डाण पाहिलं.

१९६५ : आज फिर जीने की तमन्ना है

काँटों से खिंच के ये आँचल
तोड के बंधन बांधी पायल
कोई ना रोको दिल की उडान को
दिल वो चला आहा हा हा हा

आज फिर जीने की तमन्ना है
आज फिर मरने का इरादा है

गीतकार : शैलेंद्र
संगीतकार : एस. डी. बर्मन
गायिका : लता मंगेशकर
चित्रपट : *गाईड*

सन १९६५मध्ये अति काम करणाऱ्या एका पुराणवस्तू संशोधकाची सुंदर आणि प्रतिभावान नृत्यांगना असलेल्या बायकोची, रोझीची भूमिका करणारी वहीदा रहमान या चालीवर झुलत असते आणि तिच्या मागे असतो लोकांच्या मनावर आणि हृदयांवर राज्य करणारा राजू गाईड, देव आनंद.

याच नावाच्या इंग्रजी कादंबरीवर आधारलेला हा चित्रपट आपल्या काळाच्या खूप पुढे होता – आणि हे गाणं, विशेषतः स्त्री, पुरुष, त्यांच्यातील नातेसंबंध आणि त्यांच्या एकमेकांविषयीच्या भूमिका यांच्यामधील अनेक शक्यता दर्शवतं. या चित्रपटाचा आणखी एक विशेष म्हणजे हा चित्रपट इंग्रजीतही तयार करण्यात

आला होता; पण त्याला अमेरिकेत फार प्रतिसाद लाभला नाही. या चित्रपटाचे लेखक आर. के. नारायणन यांनी त्याचं 'मिसगायडेड गाईड' असं वर्णन केलं होतं; पण हिंदीत हा चित्रपट त्याच्या संगीतामुळे गाजला, यातलं प्रत्येक गाणं हा कथानकातील महत्त्वाचा भाग आहे.

असं सांगतात की, देव आनंद आणि त्यांची पत्नी कल्पना कार्तिक यांनी या कादंबरीची प्रत लेखिका पर्ल एस. बक आणि चित्रपट निर्माता टॅड डॅनिएलेवस्की यांना भेट म्हणून दिली होती. जेव्हा दोघांनीही या कादंबरीवर आधारित चित्रपट निर्मितीविषयक शक्यतांबद्दल अनेक चांगल्या गोष्टी सांगितल्या, तेव्हा देव आनंद यांनी नारायणन यांना चित्रपटासाठी कादंबरीचे हक्क विकत मागितले.

सुरुवातीला या चित्रपटाची गाणी लिहिण्यासाठी हसरत जयपुरी यांची निवड करण्यात आली होती पण संगीतकार एस. डी. बर्मन आणि दिग्दर्शक विजय 'गोल्डी' आनंद या दोघांनाही हसरतची गाणी आवडली नाहीत. नंतर त्यांनी गाण्यांसाठी शैलेंद्रशी संपर्क केला. हसरत यांना किती पैसे मिळाले, असं शैलेंद्रनं त्यांना विचारलं. त्या रकमेत जर आणखी एक लाख रुपये टाकले तर त्याला आनंद होईल, असं तो म्हणाला. सन १९६४मध्ये, एकाही गीतकारानं इतके पैसे मागितले नव्हते; पण शैलेंद्रला ते मिळाले आणि पुढे इतिहास घडला.

या पूर्ण गाण्यात, रोझी उन्हाचा आणि वाऱ्याचा मनसोक्त अनुभव घेत असते (उन्हाचा स्पर्श नसलेले खोल खड्डे आणि मृतावशेषांमध्ये जास्त रस असलेल्या तिच्या बेपर्वा नवऱ्याच्या अगदी विरुद्ध), राजू गाईड तिला एकदाही स्पर्श करत नाही; पण त्यांच्यातील सहज सखाभाव आणि तिच्या आयुष्यातील त्याच्या असण्याचं महत्त्व काही मार्मिक प्रतीकांद्वारे दर्शवलं जातं. तो तिच्या चपला एका काठीत धरून चालतो तेव्हा, तिला एकीकडे मुक्त करत तर दुसरीकडे जेव्हा ती घोडागाडीतील गवताच्या गंजीवरून झुलते तेव्हा, ती पडणार नाही याची काळजी घेतो तेव्हा किंवा जेव्हा ती एका प्राचीन किल्ल्याच्या भिंतीवरून खाली वाकून पाहते तेव्हा, *आज फिर जीने की तमन्ना है* या ओळी गाताना हा सखाभाव दिसून येतो. प्रत्यक्षात असं दिसतं की, तिनं मरणाऐवजी जगण्याचा स्वीकार करावा हेच राजूचं काम आहे.

१९६५च्या भारताला, जीवन आणि मृत्यू यांच्यादरम्यान बरंच काही निवडायचं होतं.

नेहरूंच्या निधनानंतरच्या पहिल्याच वर्षामध्ये लालबहादूर शास्त्री हे हळूहळू सत्तेवर नियंत्रण मिळवत होते. या वर्षीचा गणराज्य दिन अत्यंत लक्षवेधी ठरला आणि शास्त्रींना ज्या संघर्षाला पुढे सामोरं जावं लागणार होतं त्याची इथून सुरुवात झाली.

घटना स्वीकारल्यानंतर साधारण पंधरा वर्षांनी हिंदी ही भारताची अधिकृत भाषा म्हणून जाहीर करण्याचं ठरलं होतं. १९४०च्या दशकात या विषयावर घनघोर

चर्चा झाली होती आणि घटना समितीतील दक्षिण भारतीय सदस्यांनी यावर आपला कडवा निषेध व्यक्त केला होता, त्यामुळे हा निर्णय पंधरा वर्षं पुढे ढकलण्यात आला होता. हिंदीला राष्ट्रभाषा म्हणून घोषित करण्याचा प्रयत्न पूर्णपणे अपयशी ठरला, त्याबरोबरच तिला एकमेव अधिकृत भाषेचा दर्जाही तिला मिळू शकला नाही.

दक्षिणेत, विशेषतः तमिळनाडूत याची तीव्र प्रतिक्रिया उमटली आणि राज्यभर प्रचंड निदर्शनं उफाळून आली. गणराज्य दिनाच्या दहा दिवस आधी, सी. अण्णादुराई यांनी शास्त्रींना पत्र लिहिलं. जर हिंदी भाषेला लादण्याचे प्रयत्न असेच सुरू राहिले तर त्यांना २६ जानेवारीचा दिवस शोकदिन म्हणून पाळणं भाग पडेल, असा त्यात उल्लेख होता; पण केंद्रानं त्याकडे दुर्लक्ष केलं. राज्य सरकारनं निदर्शनं नियंत्रणात आणण्याचा प्रयत्न केला, त्यासाठी पोलिस आणि केंद्रीय सैन्य दलांनाही बोलावण्यात आलं. त्याचे पुढे गंभीर राजकीय परिणाम होणार होते, त्यामुळे काँग्रेसची पिछेहाट झाली आणि द्रविड मुन्नेत्र कळघमच्या (डीएमके) उदयासाठी ही मोठी संधी ठरली.

अनेक अर्थानं, ही घटना एका जुन्या प्रसंगाची आठवण करणारी होती. १९३७मध्ये मद्रास प्रेसिडेन्सी सरकारचे प्रमुख सी. राजगोपालाचारी यांनी हिंदी शिकणं अनिवार्य केलं आणि त्यामुळे द्रविड चळवळीला जस्टीस पार्टीद्वारे मोठं पाठबळ लाभलं. १९४०मध्ये हा निर्णय मागे घेण्यात आला; पण तोवर प्रेसिडेन्सीच्या जवळपास सर्वच भागांत निदर्शनांचं लोण पसरलं होतं आणि परिणामी ई. व्ही. रामस्वामी (पेरियार) हे द्रविड चळवळीचे सर्वोच्च नेते म्हणून पुढे आले होते.

१९६५मध्ये, जेव्हा हिंदीला एकमेव अधिकृत भाषा बनवण्याची पंधरा वर्षांची मुदत संपत आली होती, तेव्हा तमिळनाडूमध्ये पुन्हा एकदा निदर्शनांना सुरुवात झाली. या वेळेपर्यंत, हिंदी लादण्याचा प्रयत्न हा आर्य-द्रविड यांच्यातील वादाचा मुद्दा बनला होता - उत्तरेकडील आर्य दक्षिणेतील द्रविडांवर सांस्कृतिक आक्रमण करत असल्याचा हा आरोप होता.

आंदोलनं शांत करण्यासाठी - ज्यामध्ये अनेकदा हिंसक कृत्ये आणि बऱ्याचदा स्वतःला जाळून घेण्याचा प्रयत्न झाला होता - लालबहादूर शास्त्रींना अखेर त्या राज्याला खात्री द्यावी लागली की, इंग्रजीचा दुसरी अधिकृत भाषा म्हणून वापर सुरूच राहील. फेब्रुवारीमध्ये जेव्हा भाषा धोरणात बदल होणार असल्याचे जाहीर करण्यात आले, तोपर्यंत निदर्शनं सुरूच होती. ११ फेब्रुवारीला, ऑल इंडिया रेडिओवर, पंतप्रधान लालबहादूर शास्त्रींनी निदर्शनं शांत करण्यासाठी पाच कलमी आश्वासन दिलं. त्यांचा स्वतःचा हिंदीला पाठिंबा असतानाही, निदर्शनांची तीव्रता आणि केंद्रातील तमिळनाडूच्या दोन मंत्र्यांच्या राजीनाम्यामुळे त्यांचे हात बांधले गेले होते; पण बदलांचा स्वीकार झाल्यानंतर, बाकीच्यांनाही काही सांगायचं होतं, विशेषतः पश्चिम भारतातील दिग्गजांना. खरं सांगायचं, तर ज्यांना आपण शांत केलं

आणि भाषिक राज्ये तयार करून त्याचा बंदोबस्त केला असं भारताला वाटलं होतं, त्यांच्याशी भविष्यात अजूनही सामना करायचा होता.

सन १९६५च्या उत्तरार्धात भारत-पाकिस्तान संघर्षानं आणखी गोंधळाची परिस्थिती उद्भवली. १९६२च्या युद्धांत चीनकडून भारतीय फौजांना लाजीरवाणा पराभव पत्करावा लागला. त्यामुळे पाकिस्तानी सैन्यामध्ये खोट्या श्रेष्ठत्त्वाची भावना निर्माण झाली. चीनच्या पाठींब्यानं भारताला त्रस्त करण्यासाठी, पाकिस्ताननं त्यांच्या ताब्यात असलेली काश्मीरमधली काही जमीन चीनला देऊ केली. वेगवेगळ्या पाश्चिमात्य सैन्य आघाड्यांचा सदस्य असल्यामुळे पाकिस्तानला अमेरिकेचे मदत आणि सैन्य उपकरणांचाही फायदा झाला. पाकिस्तान हा राजकीयदृष्ट्या स्थिर होता आणि ख्यातनाम अर्थतज्ज्ञांनी पाकिस्तानची अर्थव्यवस्था ही अन्य विकसित देशांसाठी उदाहरण असल्याचं म्हटलं होतं.

अयुब खान यांची, 'योग्य जागी आणि योग्य वेळी दोनचार मजबूत ठोसे बसले तर हिंदू आत्मविश्वासाला तडा जाईल,' ही भावना पाकिस्तानी फौजांनी एप्रिल १९६५मध्ये कच्छच्या रणात झालेल्या मर्यादित संघर्षात केलेल्या चमकदार कामगिरीमुळेही वाढली होती. आंतरराष्ट्रीय कच्छ लवादाने दिलेल्या निकालात, ३५० चौरस किलोमीटरचा भूभाग पाकिस्तानला देण्यात आल्याने शास्त्री हे दबावाखाली आले होते.

या दरम्यान, १९६२च्या निराशाजनक कामगिरीमुळे भारत त्याच्या सशस्त्र दलांना आधुनिक आणि सशक्त करण्याच्या प्रक्रियेमध्ये व्यस्त होता आणि १९६५चं वर्ष हे पाकिस्तानसाठी एक अनुकूल संधी ठरणार होतं. अयुब यांचे तरुण आणि महत्त्वाकांक्षी परराष्ट्र मंत्री, जुल्फिकार अली भुट्टो हे 'फाळणीत अपूर्ण राहिलेलं काम' पूर्ण करण्यसाठी काश्मीरमध्ये अल्जिरीयासारखा उठाव करण्याची बतावणी करत होते. ऑपरेशन जिब्राल्टरमागेही भुट्टोचंच डोकं होतं. त्याद्वारे पाकिस्तानला जम्मू आणि काश्मीरमध्ये मोठ्या प्रमाणात घुसघोरी करून, घातपात आणि विनाशकारी कृत्ये करून उठावाची स्थिती निर्माण करायची होती.

ऑपरेशन जिब्राल्टरच्या अपयशानंतर, पाकिस्ताननं ऑपरेशन ग्रँड स्लॅममधून जम्मूचा ताबा मिळवून श्रीनगरला उर्वरीत भारतापासून तोडण्याची योजना आखली. शास्त्रींनी आंतरराष्ट्रीय सीमेलगत चढाई करण्याचा निर्णय घेऊन पाकिस्तानला चकीत केलं. चीनचा धोका लक्षात घेऊन भारतानं पूर्व पाकिस्तानवर मात्र आक्रमण केलं नाही.

काश्मिरातील पाकिस्तानी सैन्याचा पाठिंबा असलेले बंडखोर, भारताची सत्ता उलथवण्यासाठी मदत करतील या भ्रमात असलेल्या, अयुब आणि त्यांचा सैन्य दल प्रमुख याह्या खान, यांना भारतानं दुसरी आघाडी उघडल्यानंतर जबर धक्का बसला.

सन १९६५चं युद्ध केवळ बावीस दिवसांत संपलं. सैन्याला दारूगोळ्याची कमतरता आहे आणि सैन्याचे रणगाडे मोठ्या प्रमाणात नष्ट झाले आहेत, अशी जनरल जे. एन. चौधरी यांची चुकीची समजूत झाली होती, त्यामुळे त्यांनी शास्त्रींना युद्धबंदीचा सल्ला दिला. वस्तुतः स्वतः पंतप्रधान आणखी काही दिवस युद्ध सुरू ठेवण्यासाठी अनुकूल होते. कदाचित त्यामुळे भारताला एक देदीप्यमान विजय मिळू शकला असता.

या वर्षी लालबहादूर शास्त्रींनी जय जवान जय किसानचा अविस्मरणीय नारा दिला, तसेच १ डिसेंबर रोजी सीमा सुरक्षा दलाची स्थापनाही झाली.

याच वर्षी खासगी खाणीमध्ये एक सर्वांत मोठी दुर्घटना घडली. २८ मे रोजी, बिहारमधील धनबाद जवळच्या ढोरी येथील खासगी खाणीत स्फोटामुळे लागलेल्या आगीत २६८ कामगार जळून ठार झाले.

१९६६ : ओ हसीना जुल्फोंवाली

ओ हसीना जुल्फोंवाली जाने जहाँ
ढुंढती है काफिर आँखें किस का निशाँ
मेहफील मेहफील ऐ शमा फिरती हो कहाँ

गीतकार : मजरूह सुल्तानपुरी
संगीतकार : राहुल देव बर्मन
गायिका : मोहम्मद रफी आणि आशा भोसले
चित्रपट : *तिसरी मंझिल*

ओ *हसीना जुल्फोंवाली* हे गाणं आजही सुरू असलेलं बोलणं थांबवतं आणि त्याला अगणित कारणंही आहेत. १९६६मध्ये *तिसरी मंझिल* हा थरारक चित्रपट प्रदर्शित झाला. याच्या संगीताला रॉक एन रोलचा तडका होता. गाण्याचे शब्द बदलत्या काळानुसार असले तरी दर्जा आणि अर्थाच्या बाबतीत त्यात तडजोड नव्हती; पण त्याच वेळी त्याच्या तालावर तुमचे पायच नाही, तर तुमच्या काळजाचेही ठोके चुकतील असं त्याचं संगीत होतं.

हेलन, बर्मामध्ये जन्मलेली एक अद्‌भुत नृत्यांगना. ती हरमन बेंजामिन यांच्या नृत्यदिग्दर्शनाखाली थिरकली. ते भारतातल्या चित्रपटसृष्टीच्या सुरुवातीच्या काळातील नृत्यदिग्दर्शक होते. १९६०च्या अखेरीस ते शिखरावर होते. या चित्रपटाचं संगीतही अत्यंत खास असं आहे – मजरूह सुल्तानपुरी यांचं लेखन असलेलं – राहुल देव बर्मन (पंचम) यांचं हे पहिलं गाजलेलं संगीत होतं. ते सांगतात की, मजरूह यांनी त्यांना पूर्णवेळ संगीत दिग्दर्शक म्हणून काम करण्यास ताकद दिली

आणि त्यामुळे या प्रतिभावंत संगीतकाराला त्याच्या तेवढ्याच महान वडिलांच्या, एस. डी. बर्मन यांच्या सावलीतून बाहेर पडता आलं. त्यांचा पाश्चिमात्य स्पर्श आणि उत्साह, पुढच्या वीस वर्षांत हिंदी चित्रपट संगीतावर आपला प्रभाव गाजवणार होता.

हे गाणं नायिकेची छेड काढणारं आहे जी एका रेस्टारेंटमध्ये, साडी नेसून, गांभीर्याचा आव आणून बसली आहे. नायकाची भूमिका करणारा शम्मी कपूर हेलनसोबत तिच्या अवतीभोवती उड्या मारत नाचत आहे. त्या काळात हिंदी सिनेसृष्टीत पदार्पण केलल्या शर्मिला टागोर यांचं असं मत आहे की, नृत्यांगना हेलनसारखी पात्रं आणि काही खलनायिका, या अशा काही भावना दाखवण्याचं उत्तम माध्यम ठरायच्या ज्या पारंपरिक नायिका कधीच दाखवू शकत नव्हत्या. 'नायिकेच्या वतीने आणि अत्यंत मोकळेपणानं त्या जे बोलू नये ते बोलायच्या. वासना, तीव्र इच्छा आणि इतर भावना व्यक्त करायच्या.' हेलननं हे सारं अत्यंत कौशल्यानं केलं. मजरूहचे शब्द, त्याचे *काफीर आँखें*, हे आशा पारेखने साकारलेल्या थंड वृत्तीच्या नायिकेवरचं आरोपपत्रच आहे. ती शम्मी कपूर निभावत असलेल्या पात्राकडे सरळ दुर्लक्ष करते. हे दृश्य मस्त जमून आलं होतं. हेलनच्या माध्यमातून शम्मी तिला विचारतो की, तिची भिरभिरणारी नजर कुठं तरी स्थिर होणार आहे का, *मेहफील मेहफील ये शमा फिरती हो कहाँ.* हेलनचं अंग-प्रत्यंग दाखवणारं जबरदस्त नृत्य, त्यामध्ये तिचं समाधान करू शकणाऱ्या प्रियकराच्या शोधाची आस आहे. तिला उल्हसित करेल अशा प्रियकराचा ती शोध घेत आहे. हे नृत्य अशा अनेक साच्यांकडे बोट दाखवते जे तोडले जाणार होते. बऱ्याचशा प्रमाणात अपघातानं पण त्याच वेळी प्रामुख्याने आपल्या धोरणांमुळे देश एका नव्या युगात पदार्पण करणार होता.

सन १९६६चं वर्ष वेगवान विकासामुळे ओळखलं जातं आणि पहिल्यांदाच घडलेल्या काही गोष्टींमुळेही. उदाहरणार्थ रिटा फारिया ही मिस वर्ल्ड स्पर्धा जिंकणारी पहिली भारतीय बनली. वैद्यकीय अभ्यासक्रमाची विद्यार्थिनी असलेल्या रिटानं आपल्या सहकारी डॉक्टरशी लग्न केलं आणि ती ब्रिटनमध्ये स्थिरावली.

किरकोळ गोष्टी सोडल्या, तर वर्षाची सुरुवात भारतासाठी अत्यंत वाईट ठरली. पंतप्रधान लालबहादूर शास्त्री हे ताश्कंदमध्ये पाकिस्तानचे अध्यक्ष अयुब खान यांच्यासमवेत होते. सोव्हिएत रशियाचे पंतप्रधान अॅलेक्सी कोस्योगिन यांनी दोन शेजाऱ्यांमध्ये दीर्घकाळ शांतता नांदावी यासाठी शिखर परिषद आयोजित केली होती, त्यामुळे बराच काथ्याकुट आणि तहविषयक सभा झाल्यानंतर १० जानेवारी रोजी ताश्कंद जाहीरनाम्यावर सह्या झाल्या. भारतानं युद्धात जिंकलेल्या हाजी पीरसारख्या महत्त्वाच्या जागा परत करण्याचं ठरवलं. त्याचबरोबर ५ ऑगस्ट १९६५च्या मूळ स्थितीवर येण्याचं मान्य केलं. युद्धकैदी परत करणे, राजनैतिक संबंध पुन्हा प्रस्थापित करणे आणि भविष्यातील संघर्षात सैन्यशक्तिचा वापर करण्यात येणार नाही असे करार झाले. यानुसार काश्मीरमध्ये जनमत घेण्याचा मुद्दा बाजूला ठेवण्यात आला,

त्यामुळे हा जाहीरनामा महत्त्वपूर्ण ठरला. हा निर्णय पुढे जाण्याच्या दृष्टीने महत्त्वाचा होता, तसेच १९४९ सालच्या सीमारेषेला यात मान्यता देण्यात आली.

ताश्कंद कराराच्या काही तासांनंतर, लालबहादूर शास्त्री यांचं रात्री झोपेतच हृदयविकाराच्या झटक्यानं निधन झालं. त्याचा देशाला जबर धक्का बसला. दुसऱ्या दिवशी त्यांचा मृतदेह भारतात आणण्यात आला. १२ जानेवारी रोजी त्यांच्यावर अंत्यसंस्कार करण्यात आले.

माहिती आणि नभोवाणी मंत्री असलेल्या इंदिरा गांधी यांनी १९ जानेवारी रोजी पंतप्रधान म्हणून पदग्रहण केलं. त्याआधी त्यांनी पश्चिम भारतातील दिग्गज नेते मोरारजी देसाई यांच्यावर मात केली आणि मग पंतप्रधानपदावरची त्यांची प्रदीर्घ आणि वादळी कारकीर्द सुरू झाली. हेच वर्ष होतं जेव्हा ज्येष्ठ समाजवादी नेते राम मनोहर लोहिया यांनी संसदेत त्यांचा *गुंगी गुडीया* म्हणून उल्लेख केला.

पंतप्रधानपद स्वीकारल्यानंतर लगेचच इंदिरा गांधींनी वॉशिंग्टनला अधिकृत भेट देण्याचं ठरवलं. सलग दोन वर्षांच्या दुष्काळामुळे भारतात अन्नधान्याचा तुटवडा निर्माण झाला होता आणि आंतरराष्ट्रीय बाजारांतून अन्न विकत घेण्यासाठी आवश्यक ते परकीय चलन भारताजवळ नव्हतं, त्यामुळे त्यांनी यूएस पब्लिक लॉ ४८० (पीएल ४८०) अंतर्गत गव्हाची मदत घेण्याचा निर्णय घेतला. इंदिरा गांधींचं स्वागत करताना लिंडन जॉन्सन यांनी दिलदारपणा दाखवला असला, तरीही राजकीय घडामोडींनी परिस्थिती बिघडवली आणि गहू हा लवकरच राजकीय फुटबॉल बनला. इंदर मल्होत्रा यांच्या म्हणण्यानुसार 'व्हिएतनाम युद्ध चालू असताना, अमेरिकेनं हनोई आणि हैफाँग येथे केलेल्या बॉम्बहल्ल्याचा भारतानं निषेध केल्यावर चिडलेल्या, तापट टेक्सननं (लिंडन जॉन्सन), अन्नधान्याची वाहतूक अशी काटेकोरपणे नियंत्रित केली की, भारताला जगण्यासाठी शब्दशः प्रत्येक जहाजावर अवलंबून राहावं लागलं. प्रत्येक घासागणिक, आपण थोडीफार मानहानीदेखील गिळत होतो. पोप आणि राष्ट्रसंघाचे सरचिटणीस जे म्हणत आहेत तेच भारतदेखील म्हणत आहे, असं जेव्हा भारतानं सांगितलं तेव्हा जॉन्सन यांनी, पोप आणि सरचिटणीसांना आपल्या गव्हाची गरज नाही, असा टोमणा मारला. भारतामध्ये अनेकांनी अमेरिकन गव्हाला नकार देण्याची मागणी करायला सुरुवात केली.'

हा प्रसंग आणि नेहरूंच्या काळात घडलेल्या अशाच एका घटनेमुळे, अन्न सुरक्षा आणि अन्नधान्य उत्पादनातली स्वयंनिर्भरता प्राप्त करण्याची तीव्रतेनं गरज भासू लागली.

कृषितज्ज्ञ डॉ. नॉर्मन बोरलॉग यांनी, त्यांच्या १९६३ आणि १९६४च्या भारत भेटीत हरित क्रांतीचा प्रस्ताव मांडला होता. त्याला पहिलं प्रोत्साहन मिळालं ते लालबहादूर शास्त्री यांनी सी. सुब्रह्मण्यन यांची कृषिमंत्री म्हणून नेमणूक केल्यानंतर. नॉर्मन बोरलॉग यांना १९७०मध्ये नोबेल पुरस्कार मिळाला. त्यांनी मेक्सिकोत असताना, लहान आकाराच्या, उच्च-उत्पादन देणाऱ्या, रोगप्रतिकारक क्षमता

असलेल्या गव्हाच्या प्रजाती विकसित केल्या होत्या. हरित क्रांतीचे जनक डॉ. एम. एस. स्वामीनाथन आठवण सांगताना म्हणतात 'सन १९६६मध्ये, आम्ही गहू, तांदूळ आणि बाजरीसाठी, उच्च उत्पादन देणाऱ्या प्रजातींच्या पेरणीचे कार्यक्रम सुचवले. सरकारनं त्याला मान्यता दिली. या योजनेनुसार ३२ दशलक्ष हेक्टर शेतजमिनीवर ही पेरणी होणार होती. त्याच वेळी, आम्ही मेक्सिकोतून दोन जातींचे १८ हजार टन बियाणे आयात केले. कारण, शेतकऱ्यांकडून त्याला प्रचंड मागणी होती. त्यानंतर जे घडलं त्याला पंजाबमधील चमत्कार म्हणून ओळखलं जातं.'

जून १९६६मध्ये पुढील वर्षीच्या निवडणुकांना सात महिने बाकी असताना, पंतप्रधान इंदिरा गांधी यांनी रुपयाचं अवमूल्यन झाल्याचं जाहीर केलं. आजवर ब्रिटिश पाऊंडशी जोडला गेलेला रुपया, आंतरराष्ट्रीय बाजारांत ६० टक्क्यांनी घसरला. प्रचंड आर्थिक तूट, तेलाचा वाढीव खर्च आणि पश्चिमेकडून मिळणारी मदत बंद होण्यासाठी ही गोष्ट कारणीभूत ठरली. अवमूल्यनामुळे निर्यात स्वस्त होण्यास मदत होईल, अशी इंदिरा गांधींना आशा होती.

नोव्हेंबरमध्ये, शेकडो नागा साधूंनी संसदेवर चाल करून जात गोहत्येवर बंदी आणण्याची मागणी केली, ज्यामुळे अननुभवी इंदिरा गांधी काहीशा आश्चर्यचकित झाल्या. साधूंनी संसदेच्या परीसरात शिरकाव केला आणि पोलिसांनी अश्रुधुराची नळकांडी फोडल्यानंतर उडालेल्या गोंधळात सहा जणांचा मृत्यू झाला. ही गोष्ट इंदिराजींनी गांभीर्यानं घेतली आणि गृहमंत्री गुलजारीलाल नंदा यांना पदच्युत केलं. त्यांची या मागणीला सहानुभूती होती. त्याहीपेक्षा महत्त्वाचं म्हणजे या प्रसंगानं इंदिरा गांधींना राजकीय पटलावर साधू आणि जनसंघाच्या थेट विरोधात आणून ठेवलं. त्यांनी देशभरात काँग्रेसविरोधी चळवळी सुरू करण्यासाठी या प्रसंगाचा उपयोग केला. गोहत्येवर कायद्यानं बंदी आणण्यासंदर्भात इंदिरा गांधींनी एक उच्चस्तरीय समिती गठीत केली. समितीचे अध्यक्ष होते माजी सरन्यायाधीश ए.के. सरकार तर सदस्यांमध्ये इतरांसोबतच वर्गिस कुरीयन आणि रा. स्व. संघाचे प्रमुख एम. एस. गोळवलकर यांचाही समावेश होता; पण सरकारला असा कोणताही अहवाल देण्यात ही समिती अपयशी ठरली.

दोन वर्षांआधी शैक्षणिक क्षेत्रातील सुधारणांसाठी नेमण्यात आलेल्या कोठारी आयोगानं या वर्षी आपला २८७ पानांचा अहवाल सादर केला. भारताच्या शैक्षणिक धोरणांत त्यांनी काही मूलभूत सुधारणा सुचवल्या ज्यांत, १०+२+३ पद्धत किंवा शाळेत भाषा शिकवण्यासंबंधी सूचना होती उदाहरणार्थ त्रिभाषा सूत्र. अजूनही त्याचा भारतात उपयोग होतो.

खेळांमध्ये, भारतीय पुरुष हॉकी संघानं बँकॉक येथे पाकिस्तानचा पराभव करून पहिल्यांदाच एशियाड खेळातील सुवर्णपदक जिंकलं. टेनिसमध्ये भारत या वर्षी प्रथमच, डेव्हिस चषक स्पर्धेच्या अंतिम फेरीत पोहोचला.

१९६७: ऐसा मौका फिर कहाँ मिलेगा

ऐसा मौका फिर कहाँ मिलेगा
हमारे जैसा दिल कहाँ मिलेगा
आओ तुम को दिखलाता हूँ
पॅरिस की इक रंगीन शाम
देखो देखो देखो देखो देखो
ॲन इव्हनिंग इन पॅरिस

गीतकार : शैलेंद्र
संगीतकार : शंकर-जयकिशन
गायक : मोहम्मद रफी
चित्रपट : *ॲन इव्हनिंग इन पॅरिस*

युरोपातील मजेशीर धांगडधिंगा, शम्मी कपूर सोबत एक चांगली आणि एक वाईट मुलगी अशा दुहेरी भूमिकेत शर्मिला टागोर. नायक हेलिकॉप्टरमधून खाली झुलतोय आणि नायिका फ्रेंच रिव्हिएरात स्विमसुटमध्ये वॉटर-स्किईंग करते आहे. शैलेंद्रचे शब्द साधे, चटकन पकडता येणारे आहेत आणि कधी न संपणाऱ्या चांगल्या काळाचं ते आश्वासन देतात. *आसमान से आया फरिश्ता* या आणखी एका गाण्यात शर्मिला टागोरनं नि:संकोचपणे घातलेल्या स्विमसुटमुळे हे निश्चित झालं की, भारतीय चित्रपटांच्या इतिहासात या चित्रपटाची नोंद ही हिंदी चित्रपट नायिकेनं – खलनायिका किंवा सहनायिका नाही – बिकिनी घातली म्हणून होईल.

ॲन इव्हनिंग इन पॅरिस हा मसाला चित्रपट आहे. दिग्दर्शक शक्ती सामंता यांनी पूर्णत: मनोरंजनासाठी आणि चित्रपटाच्या कक्षा रुंदावण्यासाठी त्याचा वापर केला. शीर्षक गीत (जर्मनीमधील हॅम्बर्ग येथे चित्रित झालेलं) प्रेक्षकांना चॅम्प्स-एलिसिस किंवा प्लेस डी ल कॉन्कॉर्ड येथे एका सुखवादी मोहाच्या रोमांचक सफरीवर घेऊन जाते. ज्या पद्धतीने या चित्रपटांत इच्छा व्यक्त केल्या गेल्या आहेत किंवा ठळकपणे दाखवल्या आहेत त्यात कुठलाच संकोच नाही - जसा तो त्याच्या इंग्रजी शीर्षकातही नाही. *ॲन इव्हनिंग इन पॅरिस* - पलायनवाद हा त्या काळातील चित्रपटांचा गुणधर्मच होता.

सन १९६७मध्ये स्वतंत्र भारत वीस वर्षांचा होत असताना, पलायनवादाचीच मोठ्या प्रमाणात गरज होती. अनेक वादग्रस्त मुद्द्यांनी पुन्हा डोकं वर काढलं होतं - त्यामुळे भारतीय राजकारणातील अनेक नवनवीन प्रवाह काही दशकांनंतर दृढ होणार होते; पण १९६७ हे वर्ष एरव्हीच्या भारतीय राजकारणातील पहिल्या बिघाडासाठी लक्षात राहणार होत. जवाहरलाल नेहरू यांच्या अनुपस्थित, त्यांच्या मृत्यूनंतर झालेल्या पहिल्या सार्वत्रिक निवडणुकांत मोठ्या प्रमाणात राजकीय घुसळण झाली.

नवीन कणखर पंतप्रधान लाभलेल्या काँग्रेसमध्ये मोठ्या प्रमाणात पक्षांतर्गत संघर्षाला सुरुवात झाली होती. इंदिरा गांधींना जुन्या विचारसरणीचे नेते असलेल्या उपपंतप्रधान मोरारजी देसाई यांच्याकडून थेट आव्हान मिळालं होतं. पंतप्रधानपदावर आपला हक्क असताना इंदिरानं ती तो बळकावला, असं त्यांना वाटत होतं.

फेब्रुवारीत झालेल्या निवडणुकीत, काँग्रेसनं चौथ्या लोकसभेत २८२ जागा जिंकून आणि ४० टक्क्यांहून जास्त मते मिळवत बहुमत कायम राखलं; पण मागील निवडणुकांच्या तुलनेत त्यांना ७० जागा कमी मिळाल्या; पण फूट पडल्यानंतर कम्युनिस्ट पक्ष दुबळा झाला होता. आता ते प्रमुख विरोधक राहिले नव्हते. स्वतंत्र पार्टी, जो व्यापाऱ्यांमध्ये लोकप्रिय आणि परंपरावादी पक्ष होता, त्यानं कमालीची कामगिरी करत ४४ जागा जिंकल्या आणि भारतीय जनसंघही पुढे सरकला. एकाही विरोधी पक्षाला दहा टक्क्यांहून जास्त मतं मिळवता आली नाहीत तरीही काँग्रेसला मोठ्या राज्यांत चांगलीच माघार घ्यावी लागली. अपक्ष आणि इतरांनीही चांगलं प्रदर्शन केलं, भारतीय राजकारणातील घुसळणीचा तो संकेत होता. आपली पहिली लोकसभा निवडणूक लढण्यासाठी इंदिरा गांधींनी रायबरेलीची निवड केली होती. तो त्यांच्या स्वर्गीय पतीचा, फिरोज गांधींचा मतदारसंघ होता.

१९६७ हे वर्ष सर्वांत जास्त लक्षात राहते विधानसभा निवडणुकींसाठी. या निवडणुकांमध्ये काँग्रेसनं सहा राज्यांत आपली सत्ता गमावली, हे पहिल्यांदाच घडलं होतं, विशेषतः तमिळनाडू आणि पश्चिम बंगालमध्ये. हिंदीविरोधी दंगली उसळल्यानंतर दोन वर्षांनी तमिळनाडूत झालेला पराभव हा प्रादेशिक महत्त्वाकांक्षांना जास्त महत्त्व देणाऱ्या पक्षांच्या उदयाचा संकेत ठरला. मागील काही वर्षांत राज्यभरात

वाढती बेरोजगारी, भाषिक प्रश्न यावर सातत्यानं उग्र आंदोलनं करत तसेच समर्पित भावनेनं पक्षकार्य केल्यामुळे, द्रविड मुन्नेत्र कळघम (डीएमके) हा पक्ष पुढे आला होता. पुढील दशकात त्याचे मोठे परिणाम झाले कारण काँग्रेसला तिथे अजूनही सत्तेत येता आलेलं नाही.

पश्चिम बंगालमध्येही, नव्यानं जन्मलेल्या सीपीआय (एम) पक्षानं बांगला काँग्रेस आणि युनायटेड फ्रंटसारखे इतर लहान डावे पक्ष यांच्या सोबतीनं काँग्रेसचा पराभव केला आणि या महत्त्वाच्या राज्यातलं पहिलं बिगर काँग्रेसी सरकार स्थापन केलं. बांगला काँग्रेसचे अजोय मुखर्जी मुख्यमंत्री झाले आणि सीपीआय (एम)चे ज्योती बसू उपमुख्यमंत्री.

अन्य घडामोडींत, पश्चिम बंगालमध्ये, युनायटेड फ्रंट-लेफ्ट फ्रंट यांनी एक चर्चा घडवून आणली. त्यामध्ये सरकारमध्ये सहभागी होण्यासंबंधी वाद रंगला. या चर्चेत ज्योती बसूंची बाजू जिंकली आणि डाव्यांनी सत्तेत सहभाग घेतला. त्याच वेळी, सिलगुडीतील नक्षलबारीत घडलेल्या घटना भारतीय राजकारणाच्या शब्दकोशांत एका नव्या शब्दाची, नक्षलवादाची, भर टाकणार होत्या.

इथली चहाच्या मळ्यांची अर्थव्यवस्था ही मोठ्या मळ्यांत काम करणाऱ्या शेतकऱ्यांच्या शोषणावर आधारित होती. सीपीआय (एम)द्वारा नियंत्रित आणि कट्टरतावादी कनु सन्याल यांच्या नेतृत्वाखालील कृषक समितीनं जमीनदारांशी थेट संघर्ष केला. मोर्चे काढण्यापासून सुरू झालेल्या या आंदोलनामध्ये संघटीत हिंसक निदर्शनं, पोलिसांसोबतच्या झटापटी लवकरच सामान्य गोष्टी झाल्या आणि या आंदोलनामध्ये एका पोलिस शिपायाचा मृत्यू झाला. शेतकरी आता सशस्त्र झाले होते आणि त्यांनी कित्येक जमीनदारांचा खूनही केला होता त्यामुळे पोलिसांनी माघार घेतली.

नक्षलबारी आंदोलनांतील अनेक नेत्यांना तुरुंगात डांबण्यात आलं आणि आंदोलक शेतकऱ्यांना थोपवण्यात आलं. राज्यातील युनायटेड फ्रंट-लेफ्ट फ्रंट सरकारसाठी हा कठीण निर्णय होता.

उत्तर भारतातील अनेक राज्यांत - उत्तर प्रदेश, बिहार, मध्यप्रदेश आणि हरियाणा - काँग्रेसचा विजय झाला असला तरीही त्यांना निसटतं बहुमत मिळालं होतं. त्यामुळे, संयुक्त विधायक दलाची कल्पना रुजण्यासाठी मदत मिळाली. यात जनसंघ, स्वतंत्र पक्ष आणि समाजवादी पक्षाचा समावेश होता. त्यांना काँग्रेसमधून फुटून निघालेल्या आमदारांची मदत मिळाली जे केवळ सत्ता हस्तगत करण्यासाठी एकत्र आले होते.

उत्तर प्रदेशात शेतकरी नेते चरण सिंह यांच्या नेतृत्वाखाली हे घडलं. संयुक्त विधायक दल, हा भारतीय राजकारणातील आणखी एक धाडसी प्रयोग होता.

त्यामध्ये समाजवादी विचारणीच्या लोकांनी जनसंघाशी हात मिळवणी केली होती (जनसंघ ही राष्ट्रीय स्वयंसेवक संघाची राजकीय शाखा होती, १९४८साली महात्मा गांधींच्या हत्येनंतर आलेली बंदी आणि मानहानीमुळे सत्तेत येण्यासाठी ते आतूर झाले होते.) काँग्रेस-विरोधी आघाडीनं प्रबळ होण्याची प्रक्रिया सुरू झाली होती. ही केवळ नेतृत्व करणाऱ्या लोकांची खेळी नव्हती. मध्यम जातीय समाज, शेतकरी आणि जमीनदार, ज्यांना राजकीय सत्तेत हिस्सेदारी मिळाली नव्हती त्यांनी या मार्गानं अनेक राज्यांत त्याची मागणी केली होती. कुर्मी, लोध, यादव, वोक्कलिग, वेल्लाळ, रेड्डी आणि कम्मा सारख्या अनेक राज्यांत पसरलेल्या जातीसमूहांना या प्रयोगामुळे राजकीय सत्तेचा थेट अनुभव मिळणार होता. नेहरू आणि शास्त्री यांच्या लागोपाठच्या मृत्यूनंतर काँग्रेसमध्ये आलेल्या अस्ताव्यस्तपणामुळे तसेच काँग्रेसमधील धुरीणांविरोधात लढण्याच्या नावाखाली कोणाशीही हातमिळवणी करण्याच्या समाजवाद्यांच्या पश्चात्तापाच्या अभावी या प्रक्रियेला खतपाणी मिळालं. मुलायम सिंह यादव जे अद्याप उत्तर प्रदेशातील राजकीय पटलावरचे महानायक व्हायचे होते, त्यांनी याच वर्षी, संयुक्त सोशालिस्ट पार्टीचे (राम मनोहर लोहियांच्या नेतृत्वाखालील एसएसपी), विधानसभेचे उमेदवार म्हणून राजकारणात प्रवेश केला.

बिहारमध्ये, निवडणुकीनंतर, सहा पक्षांनी एक डळमळीत आघाडी स्थापन करत सत्ता मिळवली खरी; पण १९६६च्या गंभीर अवर्षणानंतर उद्‌भवलेल्या भयंकर दुष्काळाला सामोरं जाणं त्यांना फारच त्रासाचं गेलं. १९४३नंतर भारतानं एवढ्या मोठ्या प्रमाणातील दुष्काळ टाळण्यात यश मिळवलं होतं; पण बिहारची परिस्थिती आणि केंद्र किंवा राज्य सरकारनं पुढाकार घेण्यात दर्शवलेली अक्षमता याचे भयानक परिणाम लोकांच्या जगण्यावर झाले. पॉल ब्रास यांनी असं नोंदवलं आहे की, स्थानिक वृत्तपत्रं, *सर्चलाईट* आणि *इंडियन नेशन* यांनी दुष्काळावर विस्तृत बातम्या देत हे राज्यातील तोवरचं सर्वांत भीषण संकट असल्याचं उघडपणे सांगितलं.

ओडिशामध्ये झालेल्या निवडणुकीत काँग्रेसला स्वतंत्र पार्टी आणि जमीनदारांच्या एका गटाकडून जबरदस्त पराभव स्वीकारावा लागला.

१९६७मध्ये इंदिरा गांधी आणि सिंडीकेट म्हणून ओळखले जाणारे पक्षातील जुने जाणते यांच्यातील संघर्ष अधिक तीव्र झाला. मोरारजी देसाई हे अर्थमंत्री आणि उपपंतप्रधान होते. या वर्षी जेव्हा के. कामराज यांनी आपल्या पक्षाध्यक्षपदाचा कार्यकाळ पूर्ण केला, तेव्हा त्यांच्या जागी त्यांच्याच गटातील एस. निजलिंगप्पा यांची निवड झाली. ही इंदिराजींची निवड नव्हती. नोकरशाहीतील जवळच्या लोकांकडून विशेषतः, पी. एन. हक्सर यांच्या सल्ल्यानुसार, सिंडीकेटवर मात करण्यासाठी, इंदिरा गांधींनी डाव्या विचारांकडे आपला मोर्चा वळवला.

मे १९६७मध्ये काँग्रेस पक्षानं एक दहा मुद्द्यांचा ठराव पारीत केला. त्यामधून प्रामुख्यानं त्यांचा कथित समाजवादी अवतार दिसून येत होता. या ठरावामध्ये संस्थानी तनखे रद्द करणे, बँकांवर सामाजिक नियंत्रण आणणे, शहरी मालमत्तेवर निर्बंध लागू करणे, औद्योगिक एकाधिकारशाहीला आळा घालणे इत्यादी प्रस्ताव होते. पंरपरावादी सिंडीकेट सदस्यांमध्ये त्यामुळे बरीच अस्वस्थता निर्माण झाली; पण त्यामुळेच इंदिरा गांधींना एक वैचारिक मार्ग आखण्याचं बळ मिळालं. त्याआधारचे त्यांनी जुन्या पदाधिकाऱ्यांविरोधात आपलं म्हणणं लावून धरलं.

तेलंगण आणि आंध्र प्रदेशातील श्रीकाकुलम येथेही जमीनदारी शोषणाच्या विरोधात थेट कारवाई करून कामगारांच्या हितांचं रक्षण करण्याची चिथावणी मिळाल्यानंतर काही उठाव झाले.

तीन वर्षांपूर्वीच स्थापन झालेल्या सीपीआय (एम)मध्ये पुन्हा फुट पडून सीपीआय (मार्क्सवादी-लेनिनवादी) गटाची स्थापना झाली. या पक्षातले नेते आणि कार्यकर्ते जमीनदारांना किंवा वर्गशत्रूंना आणि सीपीआय (एम)च्या सदस्यांना 'उजवीकडे झुकलेले' म्हणून समजत होते. त्यांना जीवानीशी संपवण्यात विश्वास असलेल्या नेत्यांचा आणि कार्यकर्त्यांचा या नव्या पक्षात समावेश होता .

नक्षलवादी हे, माओ झेडाँग यांनी ५ जानेवारी १९३० साली क्रांतिकारकांना लिहिलेल्या एका पत्राकडे खूप आकर्षिले गेले असल्याचे दिसत होतं 'साम्राज्यवादी, शक्तिशाली नेते आणि जमीनदार यांच्याविरोधात क्रांतीची एक प्रचंड लाट उसळणार आहे, हे आम्हाला दिसत आहे. ती अटळ आहे आणि लवकरच येणार आहे. संपूर्ण चीनमध्ये वाळक्या अळ्यांचा बुजबुजाट झाला आहे आणि लवकरच त्या जळून खाक होतील. एक ठिणगीदेखील संपूर्ण जंगल जाळू शकते, अशा आशयाची म्हण ही या परिस्थितीचं उत्तम वर्णन करते.'

ही 'जंगलातली आग' अर्थातच कधी लागली नाही; पण नक्षलबारीनं एक विचार नक्कीच पेटवला जो आता भारतीय गणराज्याशी लढाई करण्याच्या कल्पनेला समानार्थी आहे.

या वर्षानं देशाला एक मुस्लीम राष्ट्रपती मिळताना पाहिलं. ६ मे रोजी, प्रख्यात अर्थतज्ज्ञ आणि स्वातंत्र्यसैनिक डॉ. झाकिर हुसैन यांनी प्रजासत्ताकाचे तिसरे राष्ट्रपती म्हणून शपथ घेतली.

१९६८ : कजरा मोहब्बतवाला

कजरा मोहब्बतवाला
अंखियों में ऐसा डाला
कजरे ने ले ली मेरी जान
हाय रे मैं तेरी कुर्बान

गीतकार : शम्सुल हुदा बिहारी
संगीतकार : ओ. पी. नैय्यर
गायक : शमशाद बेगम आणि आशा भोसले
चित्रपट : *किस्मत*

सन १९६० चं दशक, हे हिंदी चित्रपट संगीताचे शब्द वापरायचे तर 'आधुनिक काळा'च्या (म्हणजेच पाश्चिमात्य) प्रभावासोबत पुढे सरकत होतं. त्यात जायव्हिंग, जाझ किंवा रॉक-एन-रोल उठून दिसत होते. नवीन पद्धतीच्या संगीताचा स्वीकार केल्यामुळे आणि प्रामुख्यानं त्याच त्या भारतीय तोंडावळ्यातून बाहेर आल्यामुळे हिंदी संगीतक्षेत्र खुश होतं; पण त्याच वेळी इतर प्रवाहही त्यांचं काम करत होतेच. भारतातील समृद्ध परंपरांच्या अखंड प्रवाहातून ते संगीत निर्माण झालं होतं. त्यामध्ये कालसुसंगत बदल करून, त्याचं आयुष्य वाढवण्यात येत होतं. ज्यामुळे ती गाणी संस्मरणीय ठरली आणि भविष्यात त्यांचच प्रथम रिमिक्स गाण्यात रूपांतर झालं.

कजरा मोहब्बतवाला हे त्या यादीत निर्विवादपणे पहिल्या स्थानावर आहे. शम्सुल हुदा बिहारींचे शब्द या गाण्यात शब्दशः आग लावतात. तो एक असा

प्रतिभावंत होता ज्याला आधुनिक गीतकार हळुवार होऊन आठवतात. त्यांनी काही अत्यंत सुंदर कविता रचल्या ज्यांना पुढे चाल लावण्यात आली. त्यातील ग्रामीण रूपकांना समकालीन वळण देण्यात आलं आहे. हे गाणं, ज्यात ओ. पी. नैयर यांचं संगीत आणि शमशाद बेगम व आशा भोसले यांची असामान्य जोडगोळी आहे, ते त्या काळात प्रचंड गाजलं. आता ते अभिजात गीत म्हणून स्थापित झालं आहे. जरी हा काळ लता मंगेशकर यांच्या आवाजातील गोडव्याप्रती इमान बाळगणाऱ्या प्रेक्षकांचा असला तरी, शमशाद बेगम आणि आशा भोसले यांच्या आवाजातील मादकता आणि नखरेलपणादेखील कधी मागे पडला नाही. ज्या पद्धतीनं हे गाणं चित्रित करण्यात आलंय त्यामुळेही त्यांचा खास आवाज अधिकच प्रभावी ठरला.

या गाण्याचं चित्रण हे नेहमीसारखं नव्हतं आणि या गाण्याला मिळालेल्या अपार लोकप्रियतेचं तेही एक कारण आहे. नायक विश्वजितने खोटे स्तन, केसांचा विग आणि साडी परिधान केली होती. ते अशी आठवण सांगतात की, तालमीच्या वेळेस, 'तिचा पदर कधीच जागेवर राहत नव्हता.' ते अनिच्छेनं काम करायचे. त्यांची नायिका बबिता ही पठाणी वेष घालून नाचते. ते पुढे सांगतात, 'अदा आणि नखरे,' करणं फार कठीण नव्हतं कारण त्यांच्या शेजारच्या नाट्यगृहांत त्यांनी अनेक वेळा पुरुषांना बायकांच्या भूमिका करताना पाहिलं होतं, तरीही एक कमालीचं वेगळं गाणं, रंगमंचावरील कला म्हणून सादर केलं गेलं, ज्याला पी. एल. राजूचं उत्साही नृत्यदिग्दर्शन होतं. दिग्दर्शक मनमोहन देसाई यांनाही त्याचं इतकं महत्त्व वाटत होतं की, तेही सेटवर आठवडाभर सुरू असलेल्या तालमीसाठी हजर राहायचे.

लोकसंगीताच्या चालीवरची धून, ज्यात कजरा म्हणजेच प्रेमाच्या काजळाचा सुंदर संदर्भ होता. यामध्ये स्त्रियांचा जगाविषयी असलेला दृष्टिकोनही दिसून येत होता, १९६८च्या वेगवान आणि पण तुलनेनं कमी संवेदनशील काळाला हे गाणं सुसंगत होतं. राजकीय नकाशात मोठ्या प्रमाणात बदल झालेला भारत नव्या गोष्टींशी जुळवून घेत होता.

सन १९६२च्या भारत-चीन युद्धांत भारतानं जाहीर केलेली आणीबाणी अखेर उठवण्यात आली. ही गोष्ट फारशी माहिती नाही की नेहरू तसेच शास्त्रींनाही आणीबाणीच्या तरतूदी उठवणं गरजेचं वाटत नव्हतं. आणीबाणीतील अनेक तरतुदींचा अंतर्गत धोके उदाहरणार्थ नक्षलवाद हाताळण्यासाठी राज्यांकडून उपयोग केला जात होता; पण आपल्या कार्यकाळाच्या दुसऱ्या वर्षी इंदिरा गांधींवर सरतेशेवटी ती मागे घेण्याची जबाबदारी येऊन पडली.

निवडणुकीतील डीएमकेच्या विजयामुळे मद्रास प्रांतात झालेल्या लक्षणीय बदलानंतर, राज्यातील सत्ताधारी पक्षाच्या आग्रहावरून, लोकसभेनं मद्रास प्रांताचं नाव बदलणं मान्य केलं आणि जानेवारी १९६९ पासून तमिळनाडू म्हणून ते प्रचलित झालं.

या वर्षीच्या मे महिन्यात, कर्मचारी कल्याणाच्या दृष्टीनं महत्त्वाचं असलेलं 'पब्लिक प्रॉव्हिडेन्ट फंड' (भविष्य निर्वाह निधी) विधेयक मंजूर करण्यात आलं.

विज्ञानाच्या क्षेत्रांत १९६८ने अनेक महत्त्वाचे संकेत दिले. भारतीय वंशाच्या पण आता अमेरिकेत स्थायिक झालेल्या डॉ. हरगोबिंद खोराना यांना वैद्यकशास्त्र आणि शरीरवैद्यकशास्त्रीतील नोबेल पुरस्कार मिळाला, त्यामुळे भारतात जल्लोष करण्यात आला. स्वातंत्र्यानंतर पहिल्यांदाच एखाद्या भारतीय वंशाच्या माणसाला हा पुरस्कार मिळाला होता (स्वातंत्र्यपूर्व काळात या आधी रवींद्रनाथ टागोर आणि सी. व्ही. रमण यांना हे पुरस्कार मिळाले होते).

डिसेंबरमध्ये थुंबा, केरळ येथून भारतानं मेनका हा त्याचा पहिला हवामान उपग्रह, अवकाशात धाडला. याच वर्षी, डॉ. प्रफुल्ल कुमार सेन आणि त्यांच्या पथकानं, मुंबईतील केईएम हॉस्पिटलमध्ये, आशियातील पहिली हृदय प्रत्यारोपण शस्त्रक्रिया यशस्वीरीत्या पार पाडली.

योजना आयोगानं तिसऱ्या पंचवार्षिक योजनेच्या शेवटी घेतलेल्या तीन वर्षांच्या अवकाशातील हे दुसरं वर्ष होतं. १९६६ साली संपलेल्या पहिल्या तीन पंचवार्षिक योजनांमध्ये, राज्यांना विशेष चर्चा न करता साधनसामग्रीचा पुरवठा करण्यात आला होता; पण आता त्यावर पुनर्विचार करण्यात येऊन तो देण्यासाठी एक नियमावली तयार करण्यात आली होती. ज्यामुळे त्यावर तक्रारी किंवा टीका करणं शक्य नव्हतं. ही महत्त्वाची गोष्ट होती कारण, केंद्रात काँग्रेसचं सरकार असलं तरी अनेक राज्यांत आता विरोधी पक्षांचं सरकार होतं.

१९६९ : तुम पुकार लो

होंठ पे लिये हुये, दिल की बात हम
जागते रहेंगे और, कितनी रात हम
मुख्तसर सी बात है
तुम से प्यार है
तुम्हारा इंतेझार है
तुम पुकार लो

गीतकार : गुलजार
संगीतकार : हेमंत कुमार
गायक : हेमंत कुमार
चित्रपट : खामोशी

सन १९५९च्या, *दीप ज्वेले जाई* या बंगाली चित्रपटाची पुनर्निर्मिती असलेली *खामोशी* ही हेमंत कुमार, त्याची पत्नी बेला आणि संगीत संयोजक मनोहारी सिंह यांची संगीतकार आणि गायक म्हणून सर्वोत्कृष्ट कृती मानली जाते. गुलजारच्या शब्दांना, भावनाप्रधान हिंदुस्थानातील छोट्या ओळींना, हेमंत कुमारच्या रवींद्र संगीताच्या प्रशिक्षणात आणि शांततेत उत्तम साथ लाभली आहे. आता ज्याला अभिजात मानलं जातं त्या *तुम पुकार लो*, गाण्याचं चित्रीकरण आणि संदर्भ यामुळे एक नवी वाट तेजाळली गेली.

हा चित्रपट एका कामकरी महिलेच्या आयुष्यावर प्रकाशझोत टाकतो. मानसिकदृष्ट्या कमकुवत आणि रुग्ण असलेल्या घरी नर्स म्हणून काम करणाऱ्या

नायिकेची भूमिका वहीदा रहमान यांनी केली आहे. ती आपल्या कामातील अडचणींशी तसेच दोन पुरुषांबरोबर तयार झालेल्या तिच्या भावनिक बंधांमुळे निर्माण झालेल्या परिस्थितीशी झगडत असते. राजेश खन्ना आणि धर्मेंद्र यांनी दोन्ही रुग्णांच्या भूमिका साकारल्या आहेत. दोन्ही रुग्णांच्या वेदना आणि त्यांच्या यातनांची खोली त्यासोबतच वहीदाचा स्वतःचा संभ्रम वाढतच राहील अशी परिस्थिती आहे. यामध्ये गाणी महत्त्वाची भूमिका बजावतात.

ज्या मार्मिकतेने असित सेन, यांनी बंगाली चित्रपट दिग्दर्शित केला होता, ती मार्मिकता हिंदीतही आली होती. बंगाली आवृत्तीत, असित सेन यांनी जी भूमिका केली होती तीच भूमिका धर्मेंद्रनं हिंदी चित्रपटात केली होती. या चित्रपटात ते प्रेक्षकांकडे आपली पाठ फिरवून वावरतात, या गाण्यातही तसंच होतं. *ई रात तोमार आमारची* जी धून असित सेन यांना या चित्रपटात वापरायची होती, ती हेमंत कुमार यांनी पाच वर्षांपूर्वीच *ये नयन* डरे डरे या गाण्यासाठी वापरली होती. त्यांनी *ई रातच्या* आशयाला जवळपास जाणारी एक धून तयार केली आणि गुणवंत आणि बहुश्रुत असलेले संगीत संयोजक मनोहारी सिंह यांच्या मदतीनं त्यात एक दीर्घ शीळ घातली. ते एक सॅक्सोफोनिस्ट होते. त्यांनी एस. डी. बर्मन यांच्या बहुसंख्य चित्रपट संगीतासाठी संगीत संयोजक म्हणून काम केलं होतं. कमल बोसची छायाचित्रण, पडद्यावर प्रत्येक फ्रेममध्ये रेंगाळते. वास्तवात तिथे फारसं काहीच घडत नाही. ही फ्रेम काळाचा वेग मंदावते आणि गुलजार आणि हेमंत कुमार यांच्या शाब्दिक, सांगीतिक आणि सादरीकरणातील भागीदारीचं सोनं करते.

अनेक पातळ्यांवर अस्वस्थता आणि गोंधळाने भरलेल्या दशकाच्या शेवटी, १९६९मध्ये भारतदेखील एका मध्यबिंदूवर होता आणि वेगवेगळ्या दिशेला ओढला जात होता. फाळणीपासून देशानं न पाहिलेल्या जातीय दंगली, १९६०च्या दशकात मोठ्या प्रमाणात उसळल्या आणि नेहरूंच्या आश्वस्त करणाऱ्या, कणखर नेतृत्वाची उणीव सर्वांनाच जाणवली. १९५४ आणि १९६६ दरम्यान, दर वर्षी सरासरी ७०.२ जातीय दंगली घडल्या. १९६७मध्ये हा आकडा २०९वर गेला, १९६८मध्ये ३४६ आणि १९६९मध्ये हा आकडा होता ५१९.

शहरी वस्त्यांतील जातीय तणाव, मृत्यू आणि अस्ताव्यस्तता यांच्या क्रमिक पुस्तकातील 'केस स्टडी'साठी १९६९मधील अहमदाबाद दंगलीचं उदाहरण आजही दिलं जातं. ज्यात केवळ जुने सामाजिक बंध आणि सौहार्दच नष्ट झाले नाहीत तर वर्गीय आणि राजकीय आधारावर विकसित झालेल्या शहरांची आधुनिक व्यवस्थाही उद्ध्वस्त झाली, उदाहरणार्थ औद्योगिक अहमदाबादेतील मोठा कामकरी वर्ग.

सन १९६७च्या सार्वत्रिक निवडणुकांमध्ये सत्ता टिकवण्यात यश आलं असलं, तरी काँग्रेसला बसलेल्या तडाख्यातून, नको असलेल्या पंतप्रधान इंदिरा गांधीही

सुटल्या नव्हत्या. त्यांचे उपपंतप्रधान मोरारजी देसाई यांनी काँग्रेस पक्षाध्यक्ष एस. निजलिंगप्पा यांच्या साथीनं इशारा दिला की इंदिरा गांधींची काम करण्याची हातोटी आणि पक्षातील जुन्या लोकांच्या पारंपरिक कल्पनांविरोधात त्यांनी बाळगलेला द्वेष, यामुळे हे निश्चित झालंय की, देशाच्या राष्ट्रपतीपदाची निवडणूक ही भारतीय राजकारणावर नियंत्रण ठेवणारं एक मोठं स्पर्धा नाट्य बनलं आहे.

स्वर्गीय झाकिर हुसैन यांची जागा भरून काढण्यासाठी, पक्षानं त्यांचा उमेदवार म्हणून आता इंदिरा गांधींना अनुकूल नसणाऱ्या नीलम संजीव रेड्डी यांची निवड केली. ते जुन्या सिंडीकेटचे सहानुभूतीदार, आंध्र प्रदेशचे माजी मुख्यमंत्री आणि तत्कालीन लोकसभेचे सभापती होते. इंदिरा गांधींना याचा अंदाज आला होता की, पक्षाध्यक्षांच्या नेतृत्वाखाली आणि त्यांचे कडवे विरोधक असलेले जुने नेते, हे सारे पंतप्रधान म्हणून त्यांच्या हालचालींवर नियंत्रण ठेवण्यासाठी ही निवडणूक अत्यंत अटीतटीची करणार आहेत. भारतावर याचे काय परिणाम होणार आहेत याची तोवर कोणालाच माहिती नव्हती, कारण त्या वेळेपर्यंत राष्ट्रपतींचं कार्यालय हे उत्सवी पद मानलं जायचं, निवडून आलेल्या प्रधानमंत्र्याला शह देण्याचं स्थान तर ते नक्कीच नव्हतं.

कोणताही धोका स्वीकारण्याची तयारी नसलेल्या, इंदिरा गांधींनी ऑल इंडिया काँग्रेस कमिटीच्या बेंगलुरू येथील बैठकीत, त्यांच्याच उमेदवाराला विरोध करण्याचं ठरवलं. त्यांना दुसरा उमेदवार हवा आहे, असं त्यांनी स्पष्ट केलं. तो उमेदवार आंध्र प्रदेशचाच होता, तत्कालीन उपराष्ट्रपती व्ही. व्ही. गिरी. त्यांच्यासोबत त्यांचे घनिष्ट संबंध होते. तरीदेखील संजीव रेड्डी हेच पक्षाचे अधिकृत उमेदवार म्हणून कायम राहिले. बेंगलुरू येथील कमिटीची बैठक अन्य कारणांसाठीही महत्त्वपूर्ण ठरली, कारण इंदिरा गांधींच्या प्रसिद्ध काश्मिरी पंडित सल्लागारांच्या सल्ल्यानुसार (डी. पी. धर, पी. एन. धर, पी. एन. हक्सर), त्यांनी केंद्राच्या डावीकडे झुकलेले नेते म्हणून ठाम भूमिका घेण्याचं ठरवलं आणि पक्षातील तरुण तुर्क अर्थात उत्साही समाजवादी गटाच्या बाजूनं असल्याचं जाहीर केलं. दिल्लीत परतल्यावर त्यांनी काही तातडीचे निर्णय घेतले.

त्यांनी कट्टर शत्रू असलेल्या मोरारजी देसाई यांच्याकडचं अर्थ मंत्रालय काढून घेतलं. ही अशी एक चाल होती, ज्यामुळे त्यांनी थेट तिच्या शत्रूंना उघड उघड आव्हान दिलं. त्यानंतर त्यांनी आणखी पुढे जात, दोन वर्षांपूर्वी जारी केलेल्या दहा सूत्री प्रस्तावानुसार देशातील १४ खासगी बँकांच्या राष्ट्रीयीकरणाचा अध्यादेश जारी केला. त्यांनी त्या वेळी असा युक्तिवाद केला की देशातील सर्वसमावेशक विकासाला चालना देण्यासाठी, बँकांवर केवळ 'सामाजिक नियंत्रण' असणं पुरेसं नाही. जर बँका जनतेच्या मालकीच्या झाल्या तर त्या, 'लाखो शेतकरी, कारागीर आणि अन्य स्वयंरोजगार करणाऱ्या लोकांना' कर्ज देऊ शकतील. त्या केवळ मोठ्या औद्योगिक घराण्यांपुरत्याच मर्यादित राहणार नाहीत.

वर्तमानपत्रांत दिलेल्या निवेदनांतून इंदिरा गांधींनी बँकांचं राष्ट्रीयीकरणहा एक मोठा निर्णय असून, त्याला ९५ टक्के भारतीयांचा पाठिंबा आणि फक्त मोठ्या उद्योगांच्या एका विभागाकडूनच विरोध होत असल्याचं सांगितलं. वर्तमानपत्रं या लोकांचं प्रतिनिधित्व करतात, असं त्या म्हणाल्या. या अध्यादेशाला सर्वोच्च न्यायालयांत आव्हान देण्यात आलं. सर्वोच्च न्यायालयानं हा अध्यादेश रद्द केला. न्यायालयाचा निकाल रद्दबातल करण्यासाठी नवा अध्यादेश जारी करण्यात आला.

ऑगस्टमधील राष्ट्रपती निवडणुकीसाठीची लढाई जोर पकडत असतानाच, इंदिरा गांधींनी पक्षाचे अधिकृत उमेदवार, संजीव रेड्डींसाठी प्रचार करण्याचं नाकारलं. त्याऐवजी त्यांनी मागे राहून अपक्ष उमेदवार व्ही. व्ही. गिरी यांचा प्रचार केला. जेव्हा जुन्या जाणत्या नेत्यांना ही जाणीव झाली की इंदिरा गांधी शांतपणे काँग्रेसमधील तरुण नेत्यांच्या माध्यमातून एक परिणामकारक मोहीम राबवत आहते, तेव्हा काँग्रेसचे पक्षाध्यक्ष निजलिंगप्पा यांनी स्वतंत्र पक्ष आणि जनसंघाला, त्यांचे उमेदवार निवृत्त न्यायाधिश के. सुब्बा राव यांच्याऐवजी, संजीव रेड्डी यांना पाठिंबा देण्यासाठी साकडं घातलं.

ही गोष्ट इंदिरा गांधींना पुरेशी होती आणि नैतिकतेच्या उच्च भूमिकेचा आव आणत त्यांनी सिंडीकेटवर पक्षहिताशी द्रोह केल्याचा आरोप केला. पक्षातील जुन्या लोकांकडून त्यांच्यावर जाहिरपणे रेड्डींचा प्रचार करण्यासाठी दबाव निर्माण करणम सुरूच असलं तरीही त्यांनी ते करण्याचा नाकारलं आणि त्याऐवजी, निवडणुकीच्या काही दिवस आधीच, सदसद्विवेकबुद्धीला अनुसरून मत देण्याचा आग्रह धरला. त्यामुळे वरिष्ठ काँग्रेस नेत्यांनी रेड्डींना मतं दिली; पण इंदिरा गांधींनी बहुसंख्य पक्ष सदस्यांना गिरींसाठी मत देण्यास राजी केलं आणि दुसऱ्या पसंतीच्या मतांच्या आधारे त्यांनी निवडणूक जिंकली.

पक्षातील संबंध दुरावण्यासाठी सिंडीकेटला बसलेला हा तडाखा अखेरचा ठरला आणि निजलिंगप्पा आणि इंदिरा गांधी यांच्यात बराच पत्रव्यवहार झाला. त्याचा शेवट १२ नोव्हेंबरला पक्षशिस्तीचं कारण देत इंदिरा गांधींच्या पक्षातून हकालपट्टीत झाला. परिणामी डिसेंबरमध्ये प्रतिस्पर्धी काँग्रेसची दोन अधिवेशनं भरली कारण पक्ष आता दुभंगला होता : काँग्रेस 'ओ' (ऑर्गनायझेशन) ही जुन्या नेत्यांची संघटना आणि काँग्रेस 'आर' (रिक्विझिशनिस्ट), इंदिरा गांधींच्या पाठीराख्यांची संघटना. निजलिंगप्पा पुढे जाऊन इंदिरा गांधींवर विभूतीपुजेला उत्तेजन दिल्याचा आरोप करणार होते. इंदिरा गांधींनी, त्यांच्या सल्लागारांच्या मदतीने, ही विचारधारांची लढाई असल्याचं चित्र रंगवलं. ही लढाई पक्षातील जुने उद्योग-व्यवसाय समर्थक आणि त्या डाव्या विचारांकडे झुकलेल्या, गरिबांच्या समर्थक आणि समाजवादी अर्थव्यवस्थेवर धर्मनिरपेक्ष विश्वास असलेल्यांमध्ये होती.

संसदेत २२० लोकसभा सदस्यांनी इंदिरा गांधीवर विश्वास ठेवला, तरीही काँग्रेस (आर)ला ४५ खासदार कमी पडले, त्यामुळे त्यांनी पाठिंब्यासाठी आपला मोर्चा स्वतंत्र पार्टी आणि कम्युनिस्ट पार्टी ऑफ इंडियाकडे वळवला. अत्यंत प्रागतिक आर्थिक धोरणाची आशा आणि जातीयवादाविरोधातील ठाम भूमिका यामुळे सीपीआयनं काँग्रेसच्या डाव्या विचारसरणीकडे वळण्याला एक उत्तम संधी मानली.

या वर्षी स्थापन झालेल्या इंडियन स्पेस रिसर्च ऑर्गनायझेशननं (इस्रो), सात वर्षांआधीच्या इंडियन नॅशनल कमिटी फॉर स्पेस रिसर्चची जागा घेतली. देशाच्या उभारणीत अवकाश तंत्रज्ञानाची भूमिका आणि महत्त्व समजावून सांगण्यात डॉ. विक्रम साराभाई हे आघाडीवरचे शास्त्रज्ञ होते. अनेक निकडीच्या गरजा असलेल्या गरीब देशात, इसरोसारखी संस्था असणं ही प्राथमिकता आहे याचा प्रचार करण्यात त्यांची महत्त्वाची भूमिका होती.

१९७०चं दशक
लोकशाहीचा अस्त आणि उदय

आनेवाला पल जानेवाला है

**एक युद्ध ज्यानं पाकिस्तानचे दोन तुकडे केले,
तेल-किमतीचा भडका, आण्विक चाचणी, आणीबाणी
आणि भारताला त्याचं पहिलं बिगर-काँग्रेसी सरकार मिळतं.**

१) बांगलादेशची मुक्ती : १६ डिसेंबर १९७१ रोजी, पाकिस्तानी सैन्याचे लेफ्टनंट १) जनरल ए. ए. के. नियाझी, भारताचे लेफ्टनंट जनरल जे. एस. अरोरा यांच्यासमोर शरणागती पत्करताना.

२) देश आणीबाणीच्या वादळात अडकलेला असतानाच १९७५मध्ये *शोले* हा धमाकेदार चित्रपट प्रदर्शित झाला.

३) १९७७मध्ये इंदिरा गांधींना सत्तेतून हटवून लोकशाहीची पुनर्स्थापना.

४) आणीबाणीच्या विरोधकांचे प्रतीक असलेले जयप्रकाश नारायण, फेब्रुवारी १९७७मध्ये एका जाहीर सभेत भाषण करताना.

(छायाचित्र : इंडियन एक्स्प्रेस छायाचित्र संग्रह)

1.

2.

3.

4.

१९७० : जिंदगी का सफर है ये कैसा सफर

जिंदगी का सफर है ये कैसा सफर
कोई समझा नही कोई जाना नही
है ये कैसी डगर चलते है सब मगर
कोई समझा नही कोई जाना नही

गीतकार : इंदीवर
संगीतकार : कल्याणजी-आनंदजी
गायक : किशोर कुमार
चित्रपट : *सफर*

जिंदगी का सफर है ये कैसा सफर... या गाण्याशिवाय किशोर कुमार-राजेश खन्ना यांच्या गाण्यांचा कोणताही चांगला संग्रह अपूर्णच राहील; पण *सफर* चित्रपटातील हे चिंतनशील गाणं, अभिनेता-गायक असलेल्या किशोरदांच्या अन्य कित्येक लोकप्रिय गाण्यांपेक्षा वेगळं आहे. असित सेनच्या या चित्रपटासाठी कल्याणजी-आनंदजी यांनी संगीत दिलं आणि इंदीवर यांनी चेतना जागवणारे शब्द लिहिले. इंदीवर हे श्यामालाल बाबू राय यांचं टोपण नाव होतं. ते १९२४मध्ये उत्तर प्रदेशातील झाँसीत जन्मले होते. स्वातंत्र्य संग्रामात आझाद या टोपणनावाने लिहीत असताना ब्रिटिशांनी त्यांना तुरुंगात टाकलं होतं. *मल्हार* या चित्रपटासाठी १९४९ साली लिहिलेल्या, *बडे अरमानों से रख्खा है बलम तेरी कसम*, या गाण्यानं ते प्रसिद्धीस आले. साठ, सत्तर आणि ऐंशीच्या दशकांतील अनेक गाजलेली गीतं त्यांनी लिहिली तरीदेखील, किती लोकांना माहिती आहे की नाझिया हसन यांच्यासाठी

लिहिलेली, *आप जैसा कोई मेरी जिंदगी में आये* आणि *लैला ओ लैला* ही अजरामर गाणी इंदीवर यांची आहेत?

त्या काळातील राजेश खन्नाच्या, उदास, तात्त्विक शैलीच्या गाण्यांना लक्षात ठेवूनच *सफर*चं शीर्षक गीत तयार करण्यात आलं होतं. खन्नानं स्वतःची जादू चालवून त्या पात्राची हताशा प्रेक्षकांपर्यंत पोहोचवली. केवळ कसबसं जगत राहणं म्हणजे खरं जगणं नसतं, हा विश्वास त्याने दिला. *जिंदगी को बहुत प्यार हमने किया, मौत से भी मोहब्बत निभायेंगे हम,* या ओळींमधून ते विशेषत्वानं जाणवतं. सन १९६९ ते १९७१ दरम्यानच्या लागोपाठ गाजलेल्या सतरा चित्रपटांपैकी एक असलेला *सफर* हा १९५८च्या *चलाचल* या बंगाली चित्रपटाची पुनर्निर्मिती होती. तो असित सेन यांनीच दिग्दर्शित केला होता. या चित्रपटानं असित सेन यांना सर्वोत्कृष्ट दिग्दर्शकाचा फिल्मफेअर पुरस्कार जिंकून दिला. या वर्षात, देव आनंदचा *प्रेम पुजारी*, शक्ती सामंतांचा *कटी पतंग* आणि राज कपूर यांचा *मेरा नाम जोकर* हे चित्रपट प्रदर्शित झाले होते. या सर्वांमधला एक समान धागा म्हणजे त्यांचे संस्मरणीय संगीत, जे आजदेखील लोकप्रिय आहे. जरी *प्रेम पुजारी* व्यावसायिकदृष्ट्या यशस्वी ठरला नसला, तरी *मेरा नाम जोकर* मात्र सणकून आपटला, त्यामुळे कपूर घराणं आर्थिकदृष्ट्या अडचणीत आलं. *मेरा नाम जोकर* हा चित्रपटदेखील २५५ मिनिटं लांबीचा होता. त्यामध्ये दोन मध्यंतरं होती. या चित्रपटाच्या चित्रीकरणाला सहा वर्षं लागली होती. राज कपूर यांनी त्याचं 'त्यांचा आवडता चित्रपट' म्हणून वर्णन केलं आहे.

*मेरा नाम जोकर*मध्ये चार गीतकार होते. ज्यांपैकी प्रसिद्ध हिंदी कवी गोपालदास नीरज यांनी *ये भाई जरा देख के चल* हे अत्यंत लोकप्रिय गीत लिहिलं. योगायोगानं नीरज हेच *प्रेम पुजारी या* चित्रपटाचेही गीतकार होते. यामध्ये *फुलों के रंग से, शोखियों में घोला जायें, ताकत वतन की हम से है* आणि *रंगीला रे तेरे रंग में* अशी जबरदस्त गाणी होती. यातील शेवटचं गाणं देव आनंद यांच्या 'नवकेतन'च्या चित्रपटामधील सार्वकालिक लोकप्रिय गाणं होतं. नीरज, हे हिंदी साहित्याचे प्राध्यापक होते. अपयशी चित्रपटांचे यशस्वी गीतकार असा त्यांच्यावर शिक्का पडला आणि ते लवकरच कविता आणि शैक्षणिक विश्वात परतले.

राजेश खन्नाचं वाढतं यश आणि राज कपूरच्या अपयशामुळे लक्षात राहिलेल्या या वर्षांत तीन बड्या स्टार्सकडून – राज कपूर, दिलीप कुमार आणि देव आनंद यांची सद्दी संपून– राजेश खन्नाकडे स्टारडम आल्याचं खरोखर जाणवलं; पण फक्त सिने उद्योगांतच नाही तर देशाचं राजकारण आणि अर्थव्यवस्थेतही अशीच उलथापालथ घडत होती. सन १९६९ मधील काँग्रेस पक्षाच्या फुटीनंतर, इंदिरा गांधींनी लोकसभेत पूर्ण बहुमत नसलेली पंतप्रधान म्हणून सत्ता गाजवली. डाव्यांच्या पाठिंब्यामुळे, त्यांच्या सत्ताकाळात समाजवादी धोरणांना आणखी चालना मिळाली.

त्यांनी बरखास्त झालेल्या संस्थानांच्या संस्थानिक कुटुंबांना मिळणारा तनखा रद्द करण्यासाठी, घटनात्मक सुधारणा विधेयक आणल गेलं.

१९४९ साली, भारताशी एकरूप होऊन आपली सत्ता सोडण्याच्या बदल्यात, संस्थानिकांना तनखा देण्यात येणार होता, जो प्रत्येक संस्थानाच्या वार्षिक उत्पन्नाच्या साधारणपणे साडेआठ टक्के असणार होता. ही रक्कम वेगवेगळी होती ज्यात हैदराबादच्या निझामाला वर्षाला ४३ लाख रुपये तर, गुजरातमधील कटोडीयाच्या संस्थानिकांना वर्षाला केवळ १९२ रुपये मिळणार होते. ५५५ संस्थानिकांपैकी ३९८ जणांना वर्षाला ५० हजारांपेक्षा कमी रक्कम मिळणार होती. १९४७मध्ये भारतीय खजिन्यावर यामुळे ६ कोटींचा बोजा पडला जो नंतर हळूहळू कमी करण्यात येणार होता. १९७० साली जेव्हा तनखे रद्द करण्याचा निर्णय घेण्यात आला, तेव्हा सर्व माजी संस्थानिकांना मिळणारा हा तनखा होता केवळ वार्षिक ४ कोटी रुपये. सरदार पटेल यांनी संसदेत दिलेल्या घटनात्मक वचनाचा हा एक भाग होता, ज्याला अनेक काँग्रेस सदस्यांचा विरोध होता, जे या संस्थानिकांना ब्रिटिशधार्जीणे म्हणून बघत होते.

जून १९६७मध्ये, ऑल इंडिया काँग्रेस कमिटीने तनखा रद्द करण्यासाठी एक ठराव संमत केला. तनखा देण्याची संकल्पना आणि विशेषाधिकार हे 'समानतावादी सामाजिक व्यवस्थे'शी विसंगत होते. २ सप्टेंबरला लोकसभेत घटना विधेयक (२४ वी दुरुस्ती) १९७० सादर करण्यात आले. १५४ विरुद्ध ३३२ मतांनी ते मंजूर झाले. राज्यसभेत आवश्यक त्या दोन तृतीयांश बहुमत मिळवण्यात त्याला एका मतानं अपयश आलं. तिथे विधेयकाच्या बाजूने १४९ आणि विरोधात ७५ मते पडली. संसदेत अपयश आल्यानंतर इंदिरा गांधींनी राष्ट्रपती व्ही. व्ही. गिरी यांना संस्थानिकांची मान्यता रद्द करण्यास सांगितलं. एन. ए. पालखीवाला यांनी सर्वोच्च न्यायालयात या निर्णयाला आव्हान दिलं आणि इंदिरा गांधींना घाईघाईनं माघार घ्यावी लागली; पण फक्त एक वर्षासाठीच कारण त्यानंतर त्यांच्याजवळ घटना दुरुस्ती करण्यासाठी संसदेत बहुमत होतं.

तनखा रद्द करणं ही एक वादग्रस्त बाब ठरली. ऑपरेशन फ्लडमुळे सरतेशेवटी भारत दूध आणि दुग्धजन्य उत्पादनांत स्वयंपूर्ण झाला असला तरी त्याची सुरुवात जवळपास दुर्लक्षितच राहिली. अमूलची सुरुवात करणाऱ्या वर्गीस कुरीयन यांनी ऑपरेशन फ्लडचं नेतृत्व केलं. दुधाच्या उत्पादनात वाढ (दुधाचा महापूर), ग्रामीण उत्पन्नात वाढ आणि ग्राहकांना रास्त किंमत देणे, असे त्याचे उद्देश होते. राष्ट्रसंघाच्या जागतिक अन्न कार्यक्रमासोबत नॅशनल डेयरी डेव्हलपमेंट बोर्डानं मार्चमध्ये पहिल्या टप्प्यासाठी एक करार केला. त्यानुसार ऑपरेशन फ्लडमध्ये भारतातील उच्च दर्जाचे १८ दूध उत्पादक जोडण्यात आले. भारतातील दिल्ली, मुंबई, कोलकाता आणि मद्रास या ४ महत्त्वाच्या शहरांमध्ये या दूध उत्पादकांचे ग्राहक होते.

सन १९६५ साली पंतप्रधान लालबहादूर शास्त्री यांच्या इच्छेनुसार कुरीयन यांच्या अध्यक्षतेखाली नॅशनल डेयरी बोर्डाची स्थापन करण्यात आली होती. कुरीयन यांच्या अटीनुसार, या बोर्डाचं मुख्यालय गुजरातमधील आणंद, येथे असणार होतं. ते शेतकऱ्यांकडूनच पैसा गोळा करून बोर्डाला सरकारी नियंत्रणापासून मुक्त ठेवणार होते.

सरकारी नियंत्रणापासून मुक्त राहण्याच्या आपल्या तत्त्वाला जागत, कुरीयन यांनी ऑपरेशन फ्लडला जो अर्थपुरवठा केला तो या सहकारी संस्थेनंच कमावलेला होता. जागतिक अन्न कार्यक्रमाच्या अंतर्गत मिळालेली १२६,००० टन दूध भुकटी आणि ४२,००० टन तूप विकून त्यांना हा नफा मिळाला होता. ऑपरेशन फ्लडला आधी अनेक अडचणी आल्या आणि अनेकांनी त्याच्या क्षमतेवरही संशय घेतला. कुरीयन सांगतात, 'मला वाटतं की ऑपरेशन फ्लड कोणालाच समजलं नव्हतं, हा प्रकल्प अपयशी व्हावा असं अनेकांना वाटत होतं. ते यशस्वी होईल असंही कोणाला वाटत नव्हतं कारण हा जगातला सर्वांत मोठा डेअरी प्रयोग होता. इतकंच नाही तर तो कृषी क्षेत्रातला आजवरचा सर्वांत मोठा प्रयोग होता. मी जेव्हा ही कल्पना मांडली, तेव्हा अनेकांनी सल्ला दिला की, इतका मोठा विचार करू नका. मी म्हटलं की नाही. आम्हाला हिंमत दाखवाविच लागेल. ज्याचा भारतासारख्या मोठ्या देशावर प्रभाव पडेल, अशा गोष्टी आम्हाला कराव्याच लागतील.' १९७४पर्यंत, मदर डेअरीची दिल्लीत सुरुवात झाली होती आणि नकाराचे सारे सूर शांत झाले होते. दुग्ध उत्पादनातली आपली स्वयंपूर्णता आता इतकी गृहीत धरली जाते की १९७०मधील धवल क्रांतीच्या औपचारिक सुरुवातीची आठवणदेखील कुणाला येत नाही.

मार्च १९७१मध्ये लोकसभेच्या निवडणुका घेण्यात येतील, अशी घोषणा २७ डिसेंबर रोजी इंदिरा गांधींनी केली. या निवडणुका वेळापत्रकाच्या एक वर्ष आधी होत्या. या निवडणुकांची घोषणा म्हणजे एक असा प्रवास होता जो १९७१च्या अत्युच्च्य आनंदापासून काही वर्षांनंतर होणाऱ्या अकल्पनीय अधोगतीकडे नेणारा असणार होता. एक असा प्रवास, *जो कोई समझा नही, कोई जाना नही*, या गाण्याप्रमाणे होता.

१९७१ : जिंदगी कैसी है पहेली

कभी देखो मन नही जागे
पिछे पिछे सपनों के भागे
इक दिन सपनों का राही
चला जाये सपनों के आगे कहाँ
जिंदगी कैसी है पहेली हाये
कभी तो हँसाये, कभी तो रुलाये

गीतकार : योगेश
संगीतकार : सलील चौधरी
गायक : मन्ना डे
चित्रपट : *आनंद*

जिंदगी कैसी है पहेली, हे गाणं, साध्या हिंदीत लिहिणाऱ्या लखनौच्या कवी योगेश गौर यांची मुंबईतील ही पहिली ठळक कामगिरी होती. तोवर ते मारधाड असलेल्या चित्रपटांसाठी गाणी लिहीत होते. या दशकात नंतर ते बासू चॅटर्जींच्या चित्रपटांतून गीतकार म्हणून चमकले असले तरीही हे खास गाणं होतं. सलील चौधरी यांची धून मूलत: भारतीय असली तरी त्यात अनेक पाश्चिमात्य वाद्यांचाही समावेश होता, ज्यात ट्रम्पेटही होता. गाण्याच्या प्रारंभीपासूनच त्याचा भरदार सूर घुमू लागतो.

धीरगंभीर समुद्राची सुयोग्य पार्श्वभूमी लाभलेल्या या विचारप्रवृत्त करणाऱ्या गाण्यांत मुख्य नायकाचं, आनंदचं तत्त्वज्ञान सामावलेलं आहे, ज्याची भूमिका राजेश

खन्ना करतो. राजेश खन्ना पूर्ण बटनं लावलेल्या खादीच्या फिकट कुर्त्यात आहे (त्याची ओळख बनलेला गुरू कुर्ता). तो किनाऱ्यावरून चालत आहे. त्याच्या हातात चपला आहेत. आयुष्यातल्या कडू-गोड आठवणी एका नावेतील तीन कोळी, फुगे उडवणारी मुलं आणि किनाऱ्यावर आदळून शांत होणाऱ्या लाटांमध्ये तो घेरलेला आहे; पण हे गाणं, हृषीकेश मुखर्जी यांनी कल्पिलेल्या मूळ चित्रपटाचा भाग नव्हतं.

या चित्रपटाचे मूळ गीतकार गुलजार हे होते. त्यांनी *मैंने तेरे लिये ही सात रंग के सपने* चुने हे गीत लिहिलं होतं आणि योगेश यांनी *कही दूर जब दिन ढल जाये* हे. सलील चौधरींनी योगेश यांना त्यांच्या आणखी एका चालीसाठी गाणं लिहायला सांगितलं, तर इकडे हृषीकेश मुखर्जी यांनी आधीच गुलजारांना गीतं लिहायला सांगितली होती. गुलजार यांनी *जीया लागे ना* लिहिलं तर योगेश यांनी *ना रो अँखियाँ*. त्यामुळे सेटवर एकच गोंधळ उडाला होता; पण रेकॉर्डिंगसाठी गुलजार यांची गाणी वापरण्यात आली. निर्माता एल. बी. लछमन यांच्यासाठी योगेश काही गाणी लिहित होते, त्यांनी त्यांच्या मित्राला हृषीकेश मुखर्जीला सांगून, योगेश यांच्याकडून आणखी एक गाणं लिहून घ्यायला सांगितलं.

कथेत आणखी एका गाण्यासाठी कोणताही योग्य प्रसंग नसल्यामुळे, *जिंदगी कैसी है पहेली* हे शीर्षक गीत म्हणून लिहिण्यात आलं. जेव्हा राजेश खन्ना यानं ध्वनिमुद्रित झालेलं हे गाणं ऐकलं तेव्हा ते त्याच्यावर चित्रित व्हावं असा हट्ट त्यानं धरला. राजेश खन्नासाठी मन्ना डे यांनी गायलेलं हे पहिलंच एकल गाणं होतं. योगेश यांनी या गाण्याचं तिसरं कडवंही लिहिलं होतं जे मन्ना डे त्यांच्या गाण्यांच्या कार्यक्रमांत नेहमी गायचे.

'*जिंदगी...*' या गाण्याचे चे अनेक लोकांसाठी अनेक अर्थ होतात. आयुष्याविषयी बोलताना, त्याच्या मुळाकडे जाताना आणि त्याचं नंतर काय होतं, याविषयी एक प्रश्नात्मक चर्चा करताना त्यात एक सहजपणा आहे जो फक्त एका उत्तम हिंदी चित्रपटातच आढळू शकतो. आनंदमध्ये अमिताभ बच्चन एका अंतर्मुख डॉक्टरची भूमिका करतो तर राजेश खन्ना एका धडाकेबाज पण चिंतनशील कर्करोगग्रस्त रोग्याची भूमिका करतो. तो आयुष्य समग्रतेनं जगण्याचा निश्चय करतो. ज्या प्रकारे, मुंबईतील एका विशिष्ट चौपाटीवर एकाच प्रसंगात एकीकडे आनंदी राजेश खन्ना आणि दुसरीकडे खिन्न अमिताभ बच्चन होता, भारतासाठीही हे वर्ष तसंच विरोधाभास आणि आश्चर्यानं भरलेलं होतं.

वेळापत्रकाच्या एक वर्ष आधी सार्वत्रिक निवडणुका घेऊन, इंदिरा गांधींनी भूतकाळापासून एक महत्त्वपूर्ण फारकत घेतली. त्यांच्या अल्पमतातील सरकारवरवर असलेले न्यायालयिन निर्बंध झुगारून देण्याचा हा एक प्रयत्न होता. फेब्रुवारीमध्ये दोन आठवड्यांत निवडणुका संपन्न झाल्या. जवळपास सुरुवातीपासूनच इंदिरा गांधींच्या

नेतृत्वावरील जनमताचा विश्वास असंच या निवडणुकांचं स्वरूप तयार झालं होतं. जेव्हा *न्यूजवीक* मासिकानं त्यांना विचारलं की निवडणुकीत कोणते महत्त्वाचे मुद्दे आहेत, तेव्हा त्या गमतीनं म्हणाल्या – मीच मुद्दा आहे. काँग्रेस (ओ), भारतीय जनसंघ, स्वतंत्र पार्टी, संयुक्त सोशालिस्ट पार्टी आणि प्रजा सोशालिस्ट पार्टीचा समावेश असलेल्या नॅशनल डेमोक्रेटीक फ्रंटने त्यांचा एकमेव मुद्दा जाहीर केला – 'इंदिरा हटाव.' एका अत्यंत प्रेरणादायी प्रतिसादात पंतप्रधान गांधी यांनी जाहीर केलं की, कोणतीही एक व्यक्ती हा मुद्दा असू शकत नाही आणि त्यांना फक्त गरिबीच्या अरिष्टातून त्यांच्या लोकांची मुक्ती करायची आहे : *वो कहते है इंदिरा हटाव, मैं कहती हूँ गरिबी हटाव.* गरिबी हटाव ही त्यांची, युद्धातील आरोळी ठरणार होती आणि त्यातून त्यांच्या पंतप्रधानपदाची पायाभरणीही होणार होती. या सगळ्या धामधुमीत भारत आपल्या राष्ट्रीयत्वाच्या आणखी एका विशिष्ट पर्वात जाणार होता.

माध्यमांनी जरी एक अटीतटीची लढत असल्याचे सांगितलं तरी इंदिरा गांधींच्या काँग्रेस (आर) पक्षाने निवडणुकांमध्ये सर्वांनाच धूळ चारत, ३५२ जागांसहीत दोन तृतियांश बहुमत मिळवलं तर विरोधी आघाडीला केवळ ५१ जागा जिंकता आल्या. डाव्या पक्षांनी ४८ जागा जिंकल्या. स्वतंत्र पार्टी आणि जनसंघासाठी ही शेवटची निवडणूक असणार होती. पुढच्या दशकात जनसंघाचा भारतीय जनता पार्टी म्हणून नवा अवतार होणार होता.

पण निवडणुका हाच इंदिरा गांधींसाठी उत्कर्षबिंदू नव्हता. डिसेंबरमधील भारत–पाकिस्तान युद्ध, ज्याचा शेवट पूर्व पाकिस्तानातील ढाका येथे, पाकिस्तानी फौजांनी जाहीर शरणागती पत्करण्यात झाला, हा कदाचित त्यांच्या सार्वजनिक आयुष्यातला अत्युच्च क्षण होता. ९० हजारांहून जास्त पाकिस्तानी सैनिकांना युद्धबंदी करण्यात आलं. भारताच्या निर्णायक लष्करी विजयानं बांगलादेशाची निर्मिती झाली. अमेरिकन आणि चीनी पाठिंबा मिळूनही पाकिस्तानी सैन्याची मानहानी टळू शकली नाही. बंगाली लोकांवर केलेल्या अत्याचारांमुळे त्यांनी ती स्वतःवर ओढवून घेतली होती. हा भारतीय सैन्याचा विजय तर होताच; पण विशेषतः त्याचे उत्तुंग सैन्यप्रमुख, जनरल एस. एच. एफ. जे. माणेकशॉ आणि इंदिरा गांधींच्या राजकीय इच्छाशक्तिचा आणि त्यांच्या मुत्सदेगिरीचाही हा विजय होता. यामुळे शीतयुद्धातील समीकरणांत एक पायाभूत बदल झाला. त्यानुसार भारतानं सोव्हिएत युनियनशी मैत्री करार केला. भारत आपला मार्ग बदलून ज्या एका बृहत् समूहात समाविष्ट होऊ इच्छित होता, त्या दृष्टीने हा प्रसंग अत्यंत महत्त्वाचा होता. पुढच्या दशकात जनता पक्षाचं सरकार यात बदल करण्याचा प्रयत्न करणार होतं.

जो देश केवळ चोवीस वर्षांपूर्वी मुस्लिमांची मातृभूमी म्हणून निर्माण झाला होता, त्या पाकिस्तानच्या विभाजनामुळे, भारतात अनेक भुतं वास्तव्याला येणार होती आणि कित्येक नवी भुतं मुक्त होणार होती. इतिहासकार श्रीनाथ राघवन यांनी सांगितल्याप्रमाणे :

'भारत आणि पाकिस्तानमध्ये उफाळलेली प्रक्षुब्ध भावना पूर्णपणे समजून येण्यासारखी होती. भारतानं केवळ एक निर्णायक लष्करी विजयच मिळवला नव्हता तर १९४७पासून उपखंडाला झपाटून टाकलेल्या द्विराष्ट्रवादाच्या भुताचाही कायमचा बंदोबस्त केला होता.' या विजयानंतर इंदिरा गांधींचा दुर्गा म्हणून गौरव केला गेला. त्यांनी स्वतःवरचं *गुंगी गुडीया* आणि पंडितजी की *बिटीयाचं* जोखडही फेकून दिलं.

अन्न सुरक्षिततेशी झगडत असणाऱ्या भारत नावाच्या कोड्यातील अनेक गोष्टी आता सुटत चालल्या होत्या. हरित क्रांतीच्या पहिल्या टप्प्यात अन्नधान्याचं विक्रमी उत्पादन झालं. १९६६मधील ७२ टनांपासून ते आता १०८ टनांपर्यंत वाढलं होतं त्याच काळात, आयात मात्र १० टनांपासून २ टनांपर्यंत घसरली होती. अर्थतज्ज्ञ बिप्लब दासुगप्ता यांनी त्या वेळी म्हटल्याप्रमाणे सगळीकडे आशावादाची भावना होती. हे चमत्कारी बियाणं भारताची अन्न समस्या कायमची संपवेल असा विश्वासही होता.

बँकांच्या राष्ट्रीयीकरणाचा खटला न्यायालयात हरल्यानंतर, इंदिरा गांधींनी २५वी घटना दुरुस्ती करून खासगी बँकांचं राष्ट्रीयीकरण केलं. त्यांच्या डाव्या वळणाच्या धोरणांमधील हा एक महत्त्वाचा टप्पा होता, ज्यामुळे त्यांच्या गरिबी-विरोधी धोरणांना आणि कार्यक्रमांना चांगला आधार मिळाला.

या वर्षामध्ये जनगणना होणार होती आणि स्थलांतरण, त्यातही पूर्वीच्या पूर्व पाकिस्तानातून होणारं स्थलांतर प्रचंड होतं. १९७१च्या जनगणनेपासून, जन्मस्थानाशी संबंधित प्रश्नांबरोबरच, राहण्याच्या अंतिम ठिकाणावरूनही माहिती गोळा करणं सुरू झालं.

पोर्ट ऑफ स्पेन, वेस्ट इंडिज येथे ६ मार्च १९७१ रोजी, सुनील मनोहर गावस्कर याने क्रिकेटमध्ये पदार्पण केलं जो पुढे त्याच्या कौशल्यामुळे आणि चिकाटीने, भारतीयांच्या आणखी एका वेडाला, क्रिकेटला आकार देणार होता. त्यानं ही चार कसोटी सामन्यांची मालिका १५४.८० धावांच्या सरासरीनं संपवली. ज्यात त्याची चार शतकं होती. भारतानं त्यांचा वेस्ट इंडिजमधील पहिला मालिका विजय नोंदवला. याच वर्षातील इंग्लंड दौऱ्यात मात्र गावस्करला चांगला खेळ करता आला नाही. तिथे अजित वाडेकरच्या नेतृत्वाखाली भारतानं आपली पहिली कसोटी मालिका जिंकली.

आनंदमध्ये, भारताचा पहिला सुपरस्टार राजेश खन्ना, मंदपणे हसतो, जे इंदिरा गांधींच्या, जिच्यासमोर इतर सारे खुजे वाटतात, त्या कणखर नेतृत्वाखाली बदलणाऱ्या भारताचं प्रतीक आहे; पण तो खिन्न आणि चिडचिडा वाटणारा डॉ. बाबू मोशाय, अमिताभ बच्चन यापुढे आक्रमक अँग्री यंग मॅन म्हणून चित्रपटसृष्टीवर आपलं वर्चस्व गाजवणार होता.

१९७२ : चलो दिलदार चलो

चलो दिलदार चलो
चाँद के पार चलो
हम हैं तैयार चलो
चलो दिलदार चलो
चाँद के पार चलो

गीतकार : कैफ भोपाली

संगीतकार : गुलाम मोहम्मद

गायक : मोहम्मद रफी आणि लता मंगेशकर

चित्रपट : *पाकीजा*

चलो दिलदार चलो, चाँद के पार चलो... या गाण्यामधून मधून त्या मोहक आणि प्रणयरम्य प्रेमयुगाचं काव्य झिरपतं, जे कमाल अमरोहीचा *पाकीजा* हा चित्रपट प्रदर्शित होईपर्यंत घसरणीला लागलं होतं. अनेक मुजरे असलेल्या या चित्रपटांत हे एक प्रणयासक्त गाणं होतं. रफीसाहेब यात फक्त मुखडा गात सहगायकाचं काम करतात; पण गाण्याच्या मध्यंतरात एका आलापीमुळे ते चमकून जातात. लता मंगेशकर गाण्याचा अंतरा गात गाण्याची समाप्ती करते. हे गाणं अथांग समुद्र आणि आकाशाच्या पार्श्वभूमीवर आहे जिथे हे प्रेमीयुगुल नाव चालवत आहेत. अनेक वर्षांनंतर, सारेगम कंपनीने *पाकीजा रंग-बरंग* हा अल्बम प्रकाशित केला. यामध्ये चित्रपटांत न घेतलेली गाणी समाविष्ट होती. या अल्बममध्ये लता मंगेशकरांच्या आवाजातील या गाण्याची वेगवान आवृत्ती आहे.

या अतिलोकप्रिय आणि गौरवलेल्या संगीताचे दिग्दर्शक होते, गुलाम मोहम्मद ज्यांनी आयुष्यभर नौशाद साहेबांची संगत केली व ते करत असतानाच स्वतः काही स्वतंत्र चित्रपटांनाही संगीत दिलं. नौशाद यांनीही या चित्रपटाला पार्श्वसंगीत दिलेलं आहेत. त्यांनी आणखी तीन गाणीही केली आहेत जी पार्श्वभूमीवर विविध ठिकाणी वापरण्यात आली आहेत. चित्रपटांत एकूण अठरा गाणी होती; पण अखेरीस केवळ सहा गाणी राहिली. त्याआधी किंवा नंतरच्या मुजरा असलेल्या कोणत्याही गाण्यांना फिकं पाडणारं, हिंदी चित्रपटामधलं हे अद्वितीय संगीत होतं.

पण *पाकीजा* प्रदर्शित झाला त्यावेळेस, हिंदी चित्रपट संगीतानं आपला मोर्चा पश्चिमेकडे वळवला होता. आर. डी. बर्मन आणि किशोर कुमार त्यावर अधिराज्य गाजवत होते. त्या वर्षीच्या अन्य चित्रपटांत *व्हिक्टोरीया नं. २०३, सीता और गीता, जवानी दिवानी, अमर प्रेम, दुश्मन, परिचय* आणि *बेईमान* यांचाही समावेश होता. परिस्थिती अशी होती की, पाकीजाच्या प्रदर्शनापूर्वी, पैसे गुंतवणाऱ्या लोकांना चित्रपटाचं संगीत बदलून हवं होतं आणि त्याजागी काहीतरी 'चालू' संगीत त्यांना पाहिजे होतं. अमरोहींनी त्यांना आपला निर्णय सांगितला की, ते एका मृत व्यक्तीचा विश्वासघात करणार नाहीत – संगीतकार गुलाम मोहम्मद यांचं १९६७मध्ये निधन झालं होतं – ज्यांनी त्यांच्याकडे ही सुंदर गाण्यांची *अमानत* सोपवली होती. 'ते हयात असते, तर त्यांनी संगीत बदलायला होकार दिला असता आणि मीही त्याला मान्यता दिली असती,' असं त्यांनी पैसे गुंतवणाऱ्या लोकांना सांगितलं.

भक्तिभावाने पाहिल्या जाणाऱ्या अनेक चित्रपटांप्रमाणे, *पाकीजाभोवतीही* अनेक दंतकथा गुंफलेल्या आहेत. त्यांतील चिरकाल टिकलेली दंतकथा म्हणजे 'मीना कुमारी यांच्या मृत्यूमुळेच *पाकीजा* गाजला' ही होती; पण चित्रपट प्रदर्शित झाल्याच्या नऊ आठवड्यानंतर मीना कुमारी यांचा मृत्यु झाला, तोपर्यंत हा चित्रपट लोकांनी उचलून धरला होता. अनेकांना असं वाटतं की चित्रपटाच्या निर्मितीसाठी कमाल अमरोहींनी चौदा वर्षे घेतली कारण ते मंदगतीनं चित्रपटनिर्मिती करत होते. सन १९५८मध्ये त्यांनी हा चित्रपट सुरू केला; पण १९६०मध्ये रंगीत चित्रपटांची फॅशन आल्यानंतर त्यांनी या कृष्ण-धवल चित्रपटाचे भाग मोडीत काढले. त्यानंतर साधारणपणे वर्षभरानंतर, परदेशामध्ये मोठ्या पडद्यावरील सिनेमास्कोपची लाट आल्यानंतर, अमरोहींनी पुन्हा एकदा तोवर चित्रित केलेला रंगीत सिनेमा मोडीत काढला कारण त्यांनी मेट्रो-गोल्डविन-मेयर कंपनीकडून मानधनाच्या शर्तीवर सिनेमास्कोप लेन्स हस्तगत केल्या होत्या. १९६४ ते १९६८च्या दरम्यान चित्रपट पुन्हा एकदा रखडला, कारण तेव्हा कमाल अमरोही आणि त्यांची पत्नी मीना कुमारी यांच्यात मतभेद उफाळून आले होते.

पाकीजा हा भूतकाळातून पुढे ढकलत आणलेला चित्रपट होता आणि १९७२ सालच्या घटना तशाच होत्या, ज्या १९७१मधल्या घटनांचा मागोवा होता.

१९७१मध्ये पाकिस्तानच्या विरोधातील लष्करी विजय आणि लोकसभा निवडणुका जिंकल्यानंतर, इंदिरा गांधींनी मार्चमध्ये तेरा राज्यांत निवडणुका जिंकल्या. हा खरोखर इंदिरा गांधींचा विजय होता. अटल बिहारी वाजपेयी यांच्या निरीक्षणानुसार विरोधकांनी २७०० उमेदवार उभे केले होते तर सत्ताधारी पक्षानं त्या विरोधात प्रत्येक मतदारसंघात एकच उमेदवार उभा केला होता, तो म्हणजे इंदिरा गांधी. फक्त पश्चिम बंगालमधील विजय वादग्रस्त ठरला जिथे, काँग्रेस-सीपीआय आघाडीने सीपीआय(एम)चा पराभव केला. त्यासाठी पोलीस संरक्षणात मोठ्या प्रमाणावर जबरदस्तीने सामूहिक मतदान केलं गेलं.

भारताच्या ताब्यातील ९० हजार पाकिस्तानी सैनिकांचं काय करायचं याचा निर्णय अजून झाला नव्हता. व्हर्साय येथे पहिल्या महायुद्धातील विजेत्यांनी केलेली चूक लक्षात घेऊन भारतानं पाकिस्तानला समान वागणूक देत, त्याचा मानसन्मान जपला. जूनमध्ये झेड. ए. भुट्टो आणि इंदिरा गांधी यांच्यादरम्यान सखोल चर्चा झाली. भारताला 'अनाक्रमणाचा करार' हवा होता; पण त्याला 'परस्परांच्याविरोधात बळाचा त्याग' यावरच समाधान मानावं लागलं. तहाच्याऐवजी भारताला करारावरच समाधान मानावं लागलं. भारतानं भुट्टोंना काश्मीर मुद्द्यावरून दबावाखाली आणलं नाही, कारण त्यामुळे पाकिस्तानात त्यांच्याविरोधात वातावरणनिर्मिती झाली असती. जम्मू आणि काश्मिरातील शस्त्रसंधीची रेखा हीच नियंत्रण रेखा असेल, असं ठरवण्यात आलं आणि सरतेशेवटी तीच आंतरराष्ट्रीय सीमा होईल, असं तोंडी आश्वासन देण्यात आलं. भुट्टोंनी लवकरच आपला शब्द फिरवला. १४ जुलै रोजी त्यांनी पाकिस्तानी संसदेत तीन तासांचं लांबलचक भाषण दिलं. काश्मिरी लोकांच्या कोणत्याही स्वातंत्र्य चळवळीला आपला पाठिंबा असल्याचं त्यांनी वचन दिलं. शिमला करार यशस्वी ठरला कारण, 'पाकिस्ताननं, जम्मू आणि काश्मीरमधील लोकांच्या स्वयंनिर्णयाच्या हक्कावर तडजोड केली नाही,' असं ते म्हणाले.

पूर्वोत्तर भागामध्ये सातत्यानं चाललेल्या राजकीय पुनर्रचनेचा भाग म्हणून सरकारनं तीन नवी राज्ये निर्माण केली - मणिपूर, मेघालय आणि त्रिपुरा. १९४९मध्ये मणिपूर आणि त्रिपुरा ही संस्थानी राज्ये भारतीय गणराज्याचा भाग होऊन भारतात विलीन झाली. आसामचा काही भाग वेगळा करून, २ एप्रिल १९७० रोजी मेघालयची स्वायत्त राज्य म्हणून स्थापना झाली, नंतर जानेवारी १९७२मध्ये त्याचं पूर्ण राज्यात रूपांतर करण्यात आलं.

दरम्यान, आपली समाजवादी आर्थिक धोरणं राबवत, इंदिरा गांधींनी नवीन कमाल जमीन धारणा मर्यादा लागू केल्या. त्यांचा असा विश्वास होता की ग्रामीण भागांतील गरिबांकडे जमीन नसल्यामुळेच नक्षल समस्या आणि शेतीतील तणाव वाढत आहेत. प्रत्येक व्यक्तीसाठी जमिनीची धारण क्षमता कमी करतानाच, कडक नियम तयार करण्यात आले. हा कायदा कडक करण्यात आल्यामुळे त्यातल्या

पळवाटा बंद झाल्या. यापूर्वी या पळवाटांचा आधार घेऊनच श्रीमंत जमीनदारांनी आपल्या जमिनी वाचवल्या होत्या. १९६७मध्ये सुरू झालेल्या हरित क्रांतीने, अन्नधान्याच्या वाढीच्या रूपात आपला प्रभाव दाखवणं सुरू केलं तरीही, देशभरात एक दशांशाहून कमी ग्रामीण जिल्ह्यांनाच याचा फायदा झाला होता. अजूनही पिकं मोठ्या प्रमाणात मॉन्सूनवरच अवलंबून होती. या वर्षीच्या तुटवड्याचा – मागील वर्षांतील बांगलादेशी शरणार्थींच्या समस्येमुळे – भारताला अन्नधान्याची आयात करावी लागणार होती. जागतिक स्तरावर अन्नाच्या किमतीतही मोठी वाढ झाली होती आणि इंदिरा गांधींनी, त्यांच्या पहिल्या कार्यकाळात अमेरिकेकडून धान्य आयात करताना झालेली मानहानी लक्षात घेऊन, धान्य आयातीसाठी महत्त्वपूर्ण परदेशी गंगाजळी खर्च करण्याचा निर्णय घेतला, त्यामुळे त्यांना सार्वजनिक वितरण व्यवस्थेसाठी तब्बल ११० लाख टन धान्य उपलब्ध करता आलं. एक मानवीय संकट टळलं; पण महागाई वाढतच होती, जुलै १९७२ ते जून १९७३ दरम्यान, अन्नधान्याच्या किमती २४ टक्क्यांनी वाढल्या.

पंतप्रधान गांधींनी, संसदेच्या माध्यमातून वन्यजीव संरक्षण कायदाही संमत केला, त्यामुळे अभयारण्ये आणि राष्ट्रीय उद्यानांच्या निर्मितीचा मार्ग मोकळा झाला. ज्यात वन्य प्राणी शिकारीवर बंदीसोबतच, अनेक कठोर प्रतिबंध आणि नियम लागू झाले. भारतात केवळ १८०० वाघच शिल्लक राहिले आहेत हे व्याघ्रगणनेत स्पष्ट झालं, त्यामुळे १९७३मध्ये व्याघ्र प्रकल्पाचा शुभारंभ झाला. पंतप्रधानांनी राजस्थानात अरबांकडून होणाऱ्या माळढोक पक्ष्यांच्या शिकारीवर बंदी आणली. पाकिस्तानात आजही अशी शिकार सुरूच आहे. वन्य जीवनाविषयी त्यांना असलेला कळवळा हा त्यांच्या वैयक्तिक आवडीमुळे होता – इंदिरा गांधींच्या वडिलांनी ते डेहराडून तुरुंगात असताना त्यांच्यासाठी विख्यात पक्षितज्ज्ञ डॉ. सलीम अली यांचं एक पुस्तक पाठवलं होतं, त्यामुळे त्यांचा पक्षिनिरीक्षणांतील रस वाढला होता – आणि त्यांची ही बांधिलकी केवळ वरवरची नव्हती. भुट्टोंसोबत शिमला कराराविषयी चर्चेच्या फेऱ्या सुरू असतानाही, त्यांनी बिहारच्या मुख्यमंत्र्यांना एक पत्र पाठवलं होतं. त्या वेळी एका आमदारानं विकास प्रकल्पासाठी समृद्ध मदनपूर वनक्षेत्र हस्तांतरित करण्यात यावं अशी मागणी केली होती. त्यांनी मुख्यमंत्र्यांना अरण्य हस्तांतराची प्रक्रिया थांबवण्यास सांगितलं होतं.

या वर्षी भारतीय स्वातंत्र्याला पंचवीस वर्षे पूर्ण झाली, त्यानिमित्तानं लोकसभेची एक विशेष बैठक मध्यरात्री आयोजित करण्यात आली. भारतानं १९४७पासून बरीच प्रगती केली असली तरीही ती अपुरी आहे अशी एक धारणा होती. १९५०च्या ६.६ दशलक्ष किलोवॅट विजेच्या तुलनेत भारत आता ५६ दशलक्ष किलोवॅट वीज उत्पादन करत होता; पण त्याच वेळी भारतातील गरिबांची संख्या ही जवळपास वीस कोटी इतकी प्रचंड होती. साक्षरतेचा दर जरी वाढला असला

तरी, १९४७च्या तुलनेत १९७२मध्ये निरक्षरांचं प्रमाण जास्त होतं. केरळमधील ६० टक्के साक्षर महिलांच्या तुलनेत ग्रामीण बिहारमध्ये केवळ ४ टक्के महिला साक्षर होत्या. स्वातंत्र्याच्या रौप्यमहोत्सवी वर्षात, भारतातील सुदूर दक्षिणेतील राज्यानं, सर्वांत पुरोगामी आणि समानतावादी राज्य म्हणून भारतात स्वतःची ओळख निर्माण केली होती. या राज्याला निसर्गसौंदर्याचं वरदान लाभलं होतं की, तुमच्या प्रिय व्यक्तीला तिथे घेऊन जाण्याची कुणालाही इच्छा होईल, कदाचित असं करताना तुम्ही गुणगुणालही...*चलो दिलदार चलो, चाँद के पार चलो...*

१९७३ : चुरा लिया है तुमने जो दिल को

चुरा लिया है तुमने जो दिल को
नजर नही चुराना सनम
बदल के मेरी तुम जिंदगानी
कही बदल न जाना सनम

गीतकार : मजरूह सुल्तानपुरी
संगीतकार : आर. डी. बर्मन
गायक : आशा भोसले आणि मोहम्मद रफी
चित्रपट : *यादों की बारात*

चुरा लिया है तुमने जो दिल को... हे आर. डी. बर्मन यांचं असं एक अभिजात गाणं आहे जे काळासोबत जुनं झालेलं नाही. यातील वाद्यांचे ध्वनी पाश्चिमात्य आहेत, विशेषतः सुरुवातीला वाजणारी गिटार आणि मध्यंतरात वाजणारी वाद्ये; पण तरीही हे अस्सल भारतीय गाणं आहे. एखाद्याला असं वाटेल की, आर. डी. बर्मन यांचं हे अभिजात गाणं किशोर कुमार यांनी गायला हवं होतं; पण इथे आशा भोसलेंच्या जोडीला मोहम्मद रफी आहेत. सन १९७०च्या दशकातील अनेक गाण्यांप्रमाणेच इथेही मोहम्मद रफी हे सहगायक म्हणून आहेत. आशा भोसलेंच्या आवाजाने तर जादूच केली आहे.

नासिर हुसैन यांचे चित्रपट हे नेहमीच लयबद्ध चाली आणि जबरदस्त संगीतासाठी ओळखले जायचे आणि *यादों की बारात* त्याला अपवाद नव्हता. त्यांचं गाण्यांचं चित्रीकरण, नेपथ्य, केसांचे टोप, अभिनेत्यांचे हावभाव आणि कपडे

हे त्या काळातील भावावस्था पकडण्यासाठीच असायचे. झीनत अमानच्या मादक अदाकारीवर चित्रित केलेलं हे गाणं – तिचा सहकलाकार विजय अरोरा, जो आज विस्मृतीच्या पडद्याआड गेला आहे – गाण्याच्या मोहकतेत आणि आयुष्यामध्ये भर टाकतं, तसंच याच प्रकारच्या उत्तेजक, पाश्चिमात्य गाण्यांनी भारलेल्या त्या काळातही ते सर्वांत उठून दिसतं.

यादों की बारात हा चित्रपट सलीम–जावेद यांनी लिहिला होता, ज्याची पटकथा 'हरवले आणि सापडले' या सूत्रावर आधारित होती जे हिंदी सिनेमांचं मुख्य कथानक म्हणून नंतर प्रसिद्ध झालं. या चित्रपटात अनेक अभिनेत्री असल्या तरीदेखील संगीत वगळता या चित्रपटातला खरा स्टार होता धर्मेंद्र.

यादों की बारात हा मौजमजा असलेला चित्रपट होता, तर त्याच वर्षी प्रदर्शित झालेला *गर्म हवा* हा भारतातील मुस्लिमांची ओळख आणि फाळणीच्या चिघळलेल्या जखमांचा शोध घेणारा चित्रपट होता. या चित्रपटासाठी उर्दू कथाकार इस्मत चुगताई यांच्या एका लघुकथेचं शमा झैदी आणि कैफी आझमी यांनी रूपांतरण केलं. दिग्दर्शक एम. एस. सथ्यु यांचा तो पहिलाच प्रयत्न होता. या चित्रपटामध्ये १९४७ची फाळणी आणि १९४८मधील गांधी हत्येनंतर, पाकिस्तानात गेलेल्या मुस्लीम समुदायातील अनेक लोकांप्रमाणे पाकिस्तानात जाण्यासाठी उत्सुक नसलेल्या आग्रा येथील एका मुस्लीम कुटुंबाला काय काय भोगावं लागतं याचं चित्रण आहे. १९७३मध्ये चित्रपटाला, सेन्सॉर बोर्डाचे प्रमाणपत्र मिळवण्यासाठी जवळपास वर्षभर झगडावं लागलं होतं. २०१४मध्ये चित्रपटाची डिजिटल आवृत्ती प्रदर्शित झाली, तेव्हा सथ्यु यांनी १९७३ सालातील एक आठवण सांगितली, 'या चित्रपटामुळे समाजामध्ये तणाव निर्माण होईल, अशी त्यांच्या मनात शंका होती. बाळ ठाकरे आणि लालकृष्ण आडवाणी यांच्यासारख्या राजकीय नेत्यांनी चित्रपटावर सडकून टीका केली. आडवाणींनी हा चित्रपट न पाहताच त्याचं परीक्षण लिहिलं. त्यानंतर, ते जेव्हा माहिती आणि प्रसारण मंत्री झाले, तेव्हा त्यांनी ऐकीव माहितीवरून परीक्षण लिहिल्याबद्दल माफी मागितली.' हा चित्रपट बलराज साहनी यांच्या सर्वोत्कृष्ट अभिनयासाठी प्रसिद्ध आहे, चित्रपटाचं डबिंग संपल्यानंतर दुसऱ्याच दिवशी त्यांचं निधन झालं. साहनी यांनी मिर्झा सलीमची भूमिका केली आहे. तो स्वसंशयानं पीडित आहे. त्याला १९४७मध्येच देश सोडून जायला हवं होतं का? घर कुठं आहे – आणि भारतात मुस्लीम असणं म्हणजे नेमकं काय आहे?

हे लक्षात घ्यायला हवं की, भारतीय मुस्लीम ओळख आणि पाकिस्तान या विषयाशी निगडित असलेला हा चित्रपट धार्मिकदृष्ट्या संवेदनशील ठरू शकला असता. भारतानं नुकतंच बांगलादेशातील स्वातंत्र्ययुद्ध जिंकून, द्विराष्ट्रवादाच्या कल्पनेला मूठमाती दिली होती. इंदिरा गांधी त्यांच्या सत्तेच्या शिखरावर होत्या; पण सथ्युच्या विनंतीवरून त्यांनी चित्रपट पाहिल्यानंतर आणि पडद्यावर दाखवण्याची

परवानगी दिल्यानंतरही, हा चित्रपट प्रदर्शित होऊ शकला नाही. त्यांच्यासाठी १९७३ हे वर्ष कठीण होतं, कारण महागाई २० टक्क्यांपेक्षा जास्त झाली होती. जागतिक बाजारपेठेत एप्रिल महिन्यात तेलाच्या किमती २०० टक्क्यांनी भडकल्या होत्या. ऊर्जा क्षेत्राचं राष्ट्रीयीकरण करून काहीच उपयोग झाला नव्हता. त्याचप्रमाणे इंदिरा गांधींनी त्यांच्या घरापासून संसदेपर्यंत घोडागाडीतून जाण्याचं अतिप्रसिद्ध नाटकही निरुपयोगी ठरले होते.

तेल, धान्य आणि खतांच्या प्रचंड आयात खर्चामुळे, सरकारला परदेशी विनिमयाच्या नियंत्रण आणि संवर्धनासाठी कायदा आणावा लागला, फॉरेन एक्सचेन्ज रेग्युलेशन ॲक्ट किंवा फेरा. फेराच्या २९व्या कलमानुसार भारतात काम करणाऱ्या परदेशी कंपन्यांना, ज्यांच्यामध्ये मातृकंपन्यांची ४० टक्क्यांहून जास्त गुंतवणूक होती, ती कमी करणं बंधनकारक होतं. त्यासाठी त्यांना २ वर्षांचा अवधी देण्यात आला. कोक आणि आयबीएम यांनी त्याला नकार दिला तर कोलगेटसारख्या अनेकांनी होकार दिला; पण यापैकी कोणतीही गोष्ट, सरकारला बॅलन्स ऑफ पेमेंटच्या (देण्यातील शिल्लक रक्कम) संकटावर मात करण्यास साहाय्यक ठरली नाही आणि सरकारला आंतरराष्ट्रीय नाणेनिधीकडून कर्ज घ्यावं लागलं. त्यामध्ये तेलासाठी असलेल्या विशेष देणगीचाही समावेश होता.

या सर्व आर्थिक अडचणी असतानाही, इंदिरा गांधींच्या सर्वाधिक लोकप्रिय नेता – कदाचित एकमेव नेता – म्हणून झालेल्या उदयामुळे, शेख अब्दुल्ला आणि नागा बंडखोर सरकारसोबतच्या प्रदीर्घ वाटाघाटीमध्ये सहभागी झाले. डिसेंबरमध्ये, इंदिरा गांधी नागालँडच्या दहाव्या स्थापनादिनासाठी कोहिमाला गेल्या. भूमिगत नागा नेत्यांना त्यांनी 'बाहेर या आणि नागालँडच्या उभारणीत योगदान द्या' असं म्हणत आवाहन केलं. त्याची परिणती तीन महिन्यांनतरच्या विधानसभा निवडणुकांमध्ये झाली.

२४ एप्रिलला भारताच्या राजकीय रचनेवर दीर्घकालीन परिणाम करणारी एक घटना घडली. सर्वोच्च न्यायालयाचे सरन्यायाधीश एस. एम. सिकरी आणि बारा न्यायाधीश, यांनी एकत्र येऊन न्यायालयीन इतिहासातील सर्वाधिक महत्त्वाचा निकाल दिला. *केशवानंद भारती विरुद्ध केरळ राज्य सरकार* या खटल्याची सुनावणी ६८ दिवस सुरू होती, खटल्याच्या तयारीसाठी घेतलेली प्रचंड मेहनत आणि विद्वत्ता दमछाक करणारी होती, तेव्हाच्या ॲटर्नी जनरल (महाधिवक्ता)ने ७१ देशांच्या राज्यघटनांचा विश्लेषणात्मक तक्ताच तयार केला होता.

७ विरुद्ध ६ या अत्यल्प बहुमतानं न्यायालयानं निकाल दिला की, भारतीय राज्य घटनेच्या चौकटीत अशी काही विशिष्ट तत्त्वं आहेत जी अनतिक्रमणीय आहेत आणि त्यामुळे संसदेला त्यांत दुरुस्ती करता येऊ शकत नाही. ही तत्त्वं

साधारणपणे 'घटनेची मूलभूत रचना' म्हणून ओळखली जातात. मूलभूत रचनेची ही तत्त्वप्रणाली भारतीय लोकशाहीचं रक्षण करणार होती हे भविष्यात घडलेल्या प्रसंगामधून सिद्ध झालं. आपल्या राज्यघटनेच्या इतिहासात केशवानंद भारती यांना कायमच एक सन्माननिय स्थान लाभेल. मूलभूत रचना सिद्धान्ताचे उदात्तीकरण करतानाच, आपण मनात याची जाणीव ठेवणं महत्त्वाचं आहे की, त्या सिद्धान्ताची दुर्बल मुळं आणि न्यायाधीशांची आवड आणि पूर्वग्रह, संधी आणि परिस्थितीचे अपघात यांनी तर्कशक्ती आणि तिच्या जाणीवपूर्वक निर्मितीपेक्षा जास्त मोठी भूमिका बजावली आहे.

प्रत्यक्ष निकाल देताना मोठ्या प्रमाणात वादविवाद घडला होता. नऊ न्यायाधीशांनी अकरा वेगवेगळे निकाल दिले, ज्यात काही मुद्द्यांवर सहमती होती तर काहींवर नव्हती – मुख्य न्यायमूर्ती एस. एम. सिकरी, न्यायाधीश जे. एम. शेलात, के. एस. हेगडे, ए. एन. ग्रोव्हर, बी. जगनमोहन रेड्डी, डी. जी. पालेकर, एच. आर. खन्ना, ए. के. मुखर्जी आणि वाय. व्ही. चंद्रचुड. सहा न्यायाधीश – सरन्यायाधीश एस. एम. सिकरी आणि न्यायाधीश जे. एम. शेलात, के. एस. हेगडे, पी. जगनमोहन रेड्डी, ए. एन. ग्रोव्हर आणि एस. मुखर्जी – यांचं असं मत होतं की संसदेचे अधिकार हे मर्यादित आहेत, कारण घटनेमध्येच तिच्या अंगभूत आणि ध्वनित केलेल्या मर्यादा आहेत. त्यामध्ये काही मूलभूत अधिकारांचाही समावेश होतो. सहा अन्य न्यायाधीश – न्यायाधीश ए. एन. रे, डी. जी. पालेकर, के. के मॅथ्यू, एस. एन. द्विवेदी, एम. एच. बेग आणि वाय. व्ही. चंद्रचूड – यांचं असं मत होतं की, घटनेत बदल करण्याच्या संसदेच्या अधिकारांवर कोणत्याही मर्यादा नाहीत. फक्त एक न्यायाधीश, एच. आर. खन्ना यांनी मात्र कुठलीच बाजू घेतली नाही. त्यांनी संसदेचा घटनेत बदल करण्याचा अधिकार उचलून धरला; पण या अधिकारामुळेच तिला फक्त 'सुधारणा' करता येत, असं त्यांचं मत होतं. त्याच वेळेस 'घटनेच्या मूलभूत रचनेच्या चौकटीला संसदेने अबाधित' ठेवायला हवं, असंही ते म्हणाले. पाच महिन्यांची मेहनत आणि सांगोपांग चर्चा झाल्यानंतर आलेला हा एक निराशाजनक निकाल होता. कुणालाही बहुमत नाही, कुणालाही अल्पमत नाही, निकाल नेमका काय आहे ते कुणीही सांगू शकत नाही, अशी ती परिस्थिती होती.

असं असताना संसदेला घटनेच्या मूळ चौकटीत बदल करण्याचा अधिकार नाही ही गोष्ट न्यायालयानं बहुमतानं उचलून धरली, हे कसं काय म्हटलं गेलं? अकरा न्यायाधीशांनी आपापलं निकालपत्र वाचून दाखवल्यानंतर लगेच, मुख्य न्यायाधीश एस. एम. सिकरी यांनी, ज्यांचं असं मत होतं की, संसदेचे अधिकार हे घटनेच्या निर्मितीपासून आणि ध्वनित अर्थानेच मर्यादित आहेत, घाईघाईने तयार केलेला एक निकाल, खंडपीठामधील तेरा न्यायाधीशांना सहीसाठी दिला. त्याचं

नाव होतं – 'बहुमताचा दृष्टिकोन.' 'बहुमताच्या दृष्टिकोना'मधील एक निष्कर्ष असा होता की, 'घटनेची मूलभूत रचना किंवा चौकटीमध्ये सुधारणा करण्याचा संसदेला अधिकार नाही.' न्यायमूर्ती एच. आर. खन्ना यांच्या निकालपत्रातील निष्कर्षांमधून हा निकाल स्वीकारण्यात आला होता. न्यायालयातील नऊ न्यायाधीशांनी या निकालावर सह्या केल्या. अन्य चौघांनी सही करण्यास नकार दिला. दुसऱ्या दिवशी सरन्यायाधीश निवृत्त झाले.

या निकालाची आधीच माहिती मिळाल्यामुळे सरकारनं, भारताच्या नव्या सरन्यायाधीशांची नेमणूक करताना, बहुमताच्या बाजूने निर्णय दिलेल्या तीन न्यायाधीशांचा ज्येष्ठताक्रम बाजूला सारला – न्यायाधीश जे. एम. शेलात, के. एस. हेगडे आणि ए. एन. ग्रोव्हर हे ते तीन न्यायाधीश. त्याऐवजी ए. एन. रे यांची दुसऱ्या दिवशी सरन्यायाधीश म्हणून नियुक्ती करण्यात आली.

निवृत्त सरन्यायाधीशांच्या सन्मानार्थ सर्वोच्च न्यायालयाच्या कर्मचारी वर्गानं २५ एप्रिल रोजी ठेवलेल्या स्नेहभोजनाच्या वेळी, त्यांनी रे यांना सांगितलं, 'तुम्ही ज्या दिवशी सरन्यायाधीशपद स्वीकारलं, त्या दिवसाचा तुम्हाला पश्चात्ताप होईल.' ए. एन. रे यांनी सरन्यायाधीश म्हणून काम करताना, केशवानंद भारती खटल्याच्या निकालाला कुणी आव्हान दिलं नसतानाही त्याच्या पुनर्विचाराचा केलेला प्रयत्न आणि एखाद्याला बेकायदेशीररीत्या स्थानबद्ध करून ठेवण्याबाबत हेबियस कॉर्पसच्या संबंधाने दिलेला निकाल यामुळे त्यांनी न्यायालयीन भ्रातृभावाचा आदर पुढे गमावला.

१९७४ : *कई बार यूँ ही देखा है*

कई बार यूँ ही देखा है
ये जो मन की सीमा रेखा है
मन तोडने लगता है
अंजानी प्यास के पिछे
अंजानी आस के पिछे
मन दौडने लगता है

गीतकार : योगेश
संगीतकार : सलील चौधरी
गायक : मुकेश
चित्रपट : *रजनीगंधा*

कई बार यूँ ही देखा है, ये जो मन की सीमा रेखा है... हिंदी चित्रपटांच्या संदर्भात हे गाणं दोन कारणांमुळे खूप दुर्मीळ आहे. कदाचित, ही पहिलीच वेळ होती, जेव्हा मुकेशनं पडद्यावर एका नायकासाठी हे गाणं गायलं नव्हतं आणि या गाण्यातून एका नायिकेची भावनिक द्विधावस्था प्रकट होते; पण एक पुरुष गायक तिच्या या मनोवस्थेला आपला आवाज देतो. हे गाणं, ज्यानं मुकेशजींना राष्ट्रीय पुरस्कार मिळवून दिला, ते मुळात लता मंगेशकर गाणार होत्या. त्यांनी यासाठी तीन हजार रुपयांचं मानधन मागितलं; पण एका लो-बजेट चित्रपटासाठी ते खूप जास्त आहे, असं निर्मात्यांना वाटलं. त्यानंतर ते मुकेशकडे गेले. मुकेशने केवळ एक हजारात गाणं गाण्याचं मान्य केलं. शैलेंद्र यांच्या निधनानंतर, सलील

चौधरींचे लाडके गीतकार योगेश यांनी शब्दबद्ध केलेलं *रजनीगंधा* चित्रपटातील हे गीत, सलील चौधरींच्याच बंगाली गाण्यावर, *आमी चोलते चोलते थेमे गेच्चीवर* आधारित होतं.

बासू चटर्जींनी दिग्दर्शित केलेला *रजनीगंधा* हा चित्रपट हिंदी लेखक मन्नू भंडारी यांच्या, यही सच है, या एका लघुकथेवर आधारित होता आणि त्यात दोन नवोदित कलाकारांनी पदार्पण केलं – विद्या सिन्हा आणि अमोल पालेकर. चित्रपटातील मुख्यपात्र दीपाची भूमिका विद्या सिन्हानं केली होती. ती नायिका आपल्या काळाच्या पुढे होती आणि तिच्या आयुष्यात आलेल्या दोन पुरुषांसोबत असलेल्या भावनिक चढ-उतारांचा ती शोध घेत असते. *कई बार यूँ ही देखा है...* हे गीत एका टॅक्सीमध्ये चित्रित करण्यात आलं होतं. या गाण्यातील पात्राकडून कमीत कमी हावभाव किंवा अभिव्यक्ती केली जाते; पण मध्येच ऐकू येणारं संगीत हे गडबडगोंधळाची संवेदना जागी करते. या गाण्यासाठी गीतकार योगेश गौर यांना चित्रपटाच्या पटकथेत खोलवर बुडी मारावी लागली. त्यांनी हे गाणं घडवलं, विशेषतः यातील, *ये जो मन की सीमा रेखा है, मन तोडने लगता है* या अत्यंत महत्त्वाच्या ओळी 'जो सामने है वही सच है' या चित्रपटातील संवादावर आधारित होती.

रजनीगंधामुळे कमी-खर्चिक लोकप्रिय चित्रपटांसाठी एक वेगळी बाजारपेठ निर्माण होण्यास मदत झाली. या चित्रपटांमध्ये कोणतेही प्रस्थापित स्टार्स नव्हते. हे चित्रपट मुख्य प्रवाहातील हिंसा, क्रोध, आणि क्रूरता यांच्यापेक्षा वेगळ्या धाटणीने आणि संवदेनशीलतेने बनवण्यात आले होते. शहरी मध्यमवर्गीय प्रेक्षकांसाठी असलेली मल्टीप्लेक्स चित्रपटांची ही १९७०च्या दशकातील आवृत्ती होती. या प्रेक्षकांना कलात्मक चित्रपट नको होते आणि धंदेवाईक हिट चित्रपटही नको होते.

याच वर्षामध्ये श्याम बेनेगल यांच्या *अंकुर* चित्रपटामुळे समांतर चित्रपट लोकप्रिय होऊ लागले होते, हा शबाना आझमी यांचाही पहिलाच चित्रपट होता. समीक्षकांनी गौरवलेल्या *अंकुर* या चित्रपटानं, पाच लाख रुपयांच्या निर्मितीखर्चावर एक कोटी रुपयांचा गल्ला गोळा करत व्यावसायिक यशही मिळवलं; पण या वर्षातील सर्वांत गाजलेला चित्रपट होता, *रोटी, कपडा और मकान*, जो मनोज कुमार यांचा अनेक दिग्गज कलाकार असलेला चित्रपट होता. या चित्रपटात बेरोजगारीच्या प्रश्नाचं आणि त्या काळातील असंतोषाचं प्रतिबिंब पडलं होतं. याचं शीर्षक पाकिस्तानी पंतप्रधान झेड. ए. भुट्टो यांनी एका जाहीर भाषणांत दिलेल्या घोषणेवर आधारित होतं. या शीर्षकावरून इंदिरा गांधींची समाजवादी विचारधाराच दिसून येत होती. या राजकारणाची सुरुवात १९६०च्या दशकाच्या उत्तरार्धात झाली होती. राजकीय शहाणपण दाखवत, या चित्रपटाच्या शेवटी इंदिरा गांधींचं साठेबाजाविरुद्ध असलेलं एक भाषणही दाखवण्यात आलं आहे.

साठेबाजी हे मोठं संकट होतं, कारण महागाई, विशेषतः अन्नधान्याची महागाई, मोठ्या प्रमाणात वाढली होती. यासाठी जागतिक बाजारपेठेतील तेलाचं संकट आणि पैसे भरण्यातील तफावतीचं संकट कारणीभूत होतं. स्वतंत्र भारतातील ही सर्वांत तीव्र महागाई होती, नोव्हेंबर १९७३ ते डिसेंबर १९७४ दरम्यान, एकदाही महागाईचा दर वीस टक्क्यांहून खाली उतरला नव्हता आणि जूनपासून पुढचे चार महिने तो ३० टक्क्यांपेक्षा जास्त होता. सप्टेंबरमध्ये, महागाई ३४.६ टक्क्यांवर पोहोचली, तेव्हापासून पुन्हा कधीच हा आकडा गाठला गेलेला नाही; पण नंतर वर्षाअखेरीस ती २५.४ टक्क्यांवर घसरली. १९७५मध्ये महागाई शून्याच्या खाली गेली. फेब्रुवारीमध्ये १४० अर्थतज्ज्ञांच्या एका गटाने पंतप्रधान इंदिरा गांधी यांना महागाई ताब्यात ठेवण्याच्या धोरणासंबंधानं एक निवेदन दिलं.

सरकारनं ठोक धान्य व्यापाराचं राष्ट्रीयीकरण मागे घेतलं; पण मजुरी, पगार आणि भत्ते यांच्यावर निर्बंध लादण्यात आले. काळाबाजार करणारे, साठेबाज आणि तस्करांवर कारवाईसाठी कडक आंतरिक सुरक्षा कायदे लागू करण्यात आले. महागाईवर नियंत्रण ठेवण्यासाठीचे उपाय शोधण्यासाठी अर्थ खात्यानं स्थापन केलेल्या एका गटामध्ये, मनमोहन सिंह हे अर्थव्यवहारविषयक सचिव या नात्याने सहभागी होते. ते सांगतात की, 'श्रीमती गांधींकडे धोका पत्करण्याची क्षमता होती, आणि किमती स्थिर ठेवतानाच गुंतवणूक आणि वाढीला धक्का पोहोचेल, अशी कोणतीही भीती सरकारमध्ये नव्हती.'

जसं कोणत्याही लोकशाहीत बऱ्याचदा घडतं तसंच आर्थिक संकट हे राजकीय संकटाला सोबत घेऊन येतं. याची सुरुवात झाली ती गुजरातमधून. अहमदाबाद येथील एल. डी. इंजिनियरिंग कॉलेजच्या विद्यार्थ्यांनी खाणावळीच्या वाढलेल्या दराविरोधात निदर्शनं केली. या निदर्शनांचं पुढे राज्यभरात झालेल्या महागाईविरोधातील विद्यार्थी आंदोलनात रूपांतर झालं. पुढे जाऊन आपल्या देशात प्रचंड बदल घडवून आणलेल्या चळवळीची ही नांदी होती. चळवळीला योग्य दिशा देण्यासाठी, विविध विरोधी राजकीय पक्षांच्या विद्यार्थी संघटनांकडून नवनिर्माण समितीची स्थापना करण्यात आली. राज्य सरकारचं नेतृत्व चिमणभाई पटेल करत होते. त्यांना विधानसभेच्या १६८ पैकी १४० सदस्यांचा पाठिंबा होता. प्रचंड भ्रष्टाचाराच्या, विशेषतः राज्यातील सर्वाधिक लोकप्रिय खाद्यतेल असलेल्या शेंगदाणा तेलाच्या किंमती वाढू देऊन नफेखोरी केल्याच्या आरोपावरून निदर्शनं करणारे विद्यार्थी मुख्यमंत्र्यांची चिमण चोर म्हणून निर्भत्सना करत होते. सरकारनं फेब्रुवारीत सत्ता सोडली आणि राज्यात राष्ट्रपती राजवट लागू झाली. गांधीहत्येनंतर गांधीवादी बनलेले स्वातंत्र्ययुद्धातील एक आदरणीय स्वातंत्र्यसैनिक जयप्रकाश नारायण उर्फ जेपी यांनी अहमदाबादला भेट दिली आणि त्यांनी विधानसभा विसर्जीत होत नाही तोवर विद्यार्थ्यांना आंदोलन करत राहण्याचं आवाहन केलं. त्यांतून पुन्हा

हिंसाचार उफाळला ज्यात ९५ लोक मारले गेले. ११ मार्च रोजी मोरारजी देसाई आमरण उपोषणाला बसले आणि त्यानंतर १५ मार्च रोजी शरणागती पत्करत, केंद्र सरकारनं विधानसभा भंग केली.

नवनिर्माण चळवळीच्या यशामुळे, भारतीय जनसंघ, एसएसपी, सीपीआय आणि काँग्रेस (ओ) या राजकीय पक्षांच्या विद्यार्थी शाखांना बिहारमध्ये, काँग्रेस सरकारच्या भ्रष्टाचार आणि अपकृत्यांविरोधात संघटित होण्याची प्रेरणा मिळाली. *पुरा राशन पुरा काम, नही तो होगा चक्का जाम*, अशा घोषणा देत त्यांनी निदर्शनं सुरू केली. फेब्रुवारी १९७४मध्ये, सीपीआयची विद्यार्थी संघटना, एआयएसएफ, ही वैचारीक मतभेदांमुळे या आंदोलनातून वेगळी झाली आणि अन्य विद्यार्थी संघटनांनी छात्र संघर्ष समितीची स्थापना केली. १८ मार्च रोजी ही समिती, विधानसभा बरखास्तीची मागणी करत विधानसभेवर चालून गेली. त्यांचा पोलिसांशी संघर्ष झाला. या संघर्षामध्ये तिघांचा मृत्यू झाला आणि मग राज्यभर या विरोधाचं लोण पसरलं. विद्यार्थ्यांच्या मागणीवरून, जेपींनी चळवळीचं नेतृत्व करण्यासाठी त्यामध्ये उडी घेतली. बिहार चळवळ आता जेपी चळवळ बनली कारण विद्यार्थ्यांना त्यांच्या शाळांवर बहिष्कार घालण्याची विनंती करण्यात आली. एप्रिलपर्यंत रस्त्यावरील निदर्शनं तीव्र झाली होती. ५ जून रोजी, गांधी मैदानावर, जेपींनी एका जाहीर सभेत संपूर्ण क्रांतीचं आवाहन केलं. त्याच वेळी जॉर्ज फर्नांडिस यांच्या नेतृत्वात झालेल्या रेल्वे कर्मचाऱ्यांच्या संपामुळे देशाचं दळणवळण ठप्प झालं होतं.

नेहरू-गांधी परिवाराचे जुने मित्र असलेले जेपी आणि इंदिरा गांधी यांच्यात चर्चा सुरू झाली; पण सहा आठवड्यांतच ती निष्फळ ठरली. ऑगस्टमध्ये जेपी बिहारमध्ये परतले ते या चळवळीला देशव्यापी करण्यासाठीच. जेपींच्या काही जुन्या सहकाऱ्यांनी त्यांना इशारा दिला की, चळवळीचं स्थानिक नेतृत्व हे जनसंघाच्या हाती चाललं आहे. स्वतंत्र भारतात होणारी निदर्शनं ही गांधीवादाच्या तत्त्वाला सोडून आणि लोकशाहीला घातक अशी आहेत. १ नोव्हेंबर रोजी जेपी आणि इंदिरा गांधी यांच्यात झालेल्या अंतिम वाटाघाटी निष्फळ ठरल्या. जेपींनी बिहार विधानसभेच्या बरखास्तीचा प्रस्ताव नाकारला. त्यांनी अन्य राज्यांच्या बरखास्तीची मागणी करू नये, अशी अट त्यांना घालण्यात आली होती. वर्षअखेरीस, राजकीय ध्रुवीकरण अटळ झालं आणि अनेकांनी जेपी चळवळीला स्वातंत्र्याची दुसरी चळवळ म्हणून गौरवलं.

या सर्व गदारोळातच १८ मे रोजी भारतानं पोखरण येथे एक आण्विक चाचणी पूर्ण केली. त्याला 'शांतीपूर्ण आण्विक विस्फोट' असं नामाभिधान देण्यात आलं होतं. पंतप्रधान इंदिरा गांधींनी, भाभा अणू संशोधन केंद्रातील शास्त्रज्ञांना, त्यांनी तयार केलेल्या आण्विक उपकरणाची चाचणी करण्यास हिरवा कंदील दाखवला होता. गुप्तता पाळण्यासाठी, या उपकरणाच्या विकसनात आणि चाचणीत, ज्या

विकासप्रक्रियेचा किंवा निर्णय प्रक्रियेचा समावेश होता त्यांच्या फार कमी नोंदी जपून ठेवण्यात आल्या होत्या. या चाचणीला 'स्मायलिंग बुद्ध' असं सांकेतिक नाव देण्यात आलं होतं. या मागे पंतप्रधान कार्यालयातील पी. एन. धर यांची सूचना असल्याची पूर्ण शक्यता आहे.

सिक्कीमचं वरवर स्वतंत्र असलेलं राज्य इंदिरा गांधी यांनी जेव्हा ताब्यात घेतलं तेव्हा नवी दिल्लीचा पाठिंबा असलेल्या, भारताला अनुकूल अशा पक्षानं निवडणुकीत एक वगळता सर्व जागा जिंकल्या; पण या दोन्ही कामगिऱ्या इंदिरा गांधींना तात्पुरती मोकळीक देणाऱ्याच ठरल्या कारण त्यांचे विरोधक निदर्शनाची तीव्रता वाढवत त्यांना घटनात्मक प्रश्न विचारून भंडावून सोडत होते.

१९७५ : तेरे बिना जिंदगी से कोई शिकवा तो नही

काश ऐसा हो तेरे कदमों से
चुन के मंझिल चले और कही दूर कही
तुम अगर साथ हो, मंझिलों की कमी तो नही
तेरे बिना जिंदगी से कोई शिकवा तो नही

गीतकार : गुलजार
संगीतकार : आर. डी. बर्मन
गायक : किशोर कुमार आणि लता मंगेशकर
चित्रपट : *आँधी*

तेरे बिना जिंदगी से कोई शिकवा तो नही... हे गाणं गुलजार-आर. डी. बर्मन जोडीची ओळख बनलेलं गाणं आहे. त्यांनी दिलेलं संगीत १९७०च्या दशकातच नाही, तर १९८०च्या दशकातही सर्वाधिक लोकप्रिय होतं. सर्वांत महत्त्वाचं म्हणजे ही गाणी आजदेखील अत्यंत लोकप्रिय आहेत. ही गाणी काळाच्या कसोटीवर खरी उतरली आहेत. इतकंच नाही, तर *तेरे बिना जिंदगी से कोई...* हे गाणं यू ट्यूबवर सर्वाधिक हिट्स मिळवणारं जुनं गाणं ठरलं आहे. आर. डी. बर्मन यांनी बंगाली गीतकार गौरीप्रसन्न मजुमदार यांच्या सोबतीनं *जेते जेते पाथे होलो देरी...* हे बंगाली गाणं रचलं होतं. ते ऐकल्यानंतर गुलजार यांनी हे हिंदी गाणं लिहिलं. लता-किशोर जोडीचं हे आणखी एक गाणं आहे. ज्या पार्श्वभूमीवर ते गायलं जातं ज्यांतून एका मध्यमवयीन जोडप्याचा आंतरिक प्रणयरम्य भावकल्लोळ प्रकट होतो. या गाण्याच्या मध्यंतरात काही तीक्ष्ण सुरावटी जशा आहेत त्याचप्रमाणे सुचित्रा सेन आणि संजीव कुमार यांच्यात आलटून पालटून झालेले काही संवादही आहेत.

कॅमेरा दोन्ही पात्रांच्या चेहऱ्यावरील हावभाव टीपत असतो तर पार्श्वभूमीवर असलेलं, अनंतनाग येथील उद्ध्वस्त मार्तंड मंदिर त्यांच्या भावनिक स्थितीचं रूपक बनतं.

गुलजार एक किस्सा सांगतात, गाण्यातील एका प्रसंगात सुचित्रा सेनचे डोळे ओलावतात; पण ती अश्रू ढाळू शकत नाही. श्रीमती सेन यांनी मला ते कडवं वाजवायला सांगितलं, *तुम जो कह दो तो आज की रात चाँद डुबेगा नही...* त्यांनी डोळे मिटून त्या ओळी ऐकल्या तर हरीभाई (संजीव कुमार) त्यांच्या डोळ्यांच्या कोपऱ्यात बोट रुतवून उभे होते. मग सेन यांनी हाताची खूण करून संगीत थांबवायला सांगितलं. हरीभाईंनीही गाणं वाजत असलेला टू-इन-वन बाजूला न्यायला सांगितला. दोघेही अभिनयासाठी तयार होते. त्यांनी एकमेकांकडे असं पाहिलं जणू त्यांना, *रात को रोक लो, रात की बात है, और जिंदगी बाकी तो नही...* या एका ओळीतून व्यक्त होणारी संपूर्ण आयुष्यभर असलेली असोशी जगायची होती.

शोले, दिवार, जय संतोषी माँ यांच्यासारखे अतुलनीय चित्रपट जरी या वर्षी प्रदर्शित झाले असते तरीही *आँधीनं* आपलं स्थान टिकवून ठेवलं. चित्रपटाच्या संदर्भात निर्माण झालेला मोठा राजकीय वादही यासाठी उपयुक्त ठरला. हा चित्रपट पंतप्रधान इंदिरा गांधी यांच्या जीवनावर आणि त्यांचे दुरावलेले पती फिरोज गांधी यांच्याबरोबर असलेल्या संबंधावर आधारित आहे अशी या राजकीय नाट्याची प्रसिद्धी करण्यात आली. दक्षिण भारतातील एका पोस्टरमध्ये, 'तुमच्या प्रधानमंत्र्यांना पडद्यावर पाहा,' असं जाहीर करण्यात आलं होतं, तर दिल्ली डेलीमधील जाहिरातीत, 'स्वातंत्र्योत्तर भारतातील एका महान महिला राजकीय नेत्याची कथा' म्हणून चित्रपटाची स्तुती केली गेली. गुलजार यांनी नंतर स्पष्ट केलं की, सेन यांची भूमिका ही कॉंग्रेस नेत्या तारकेश्वरी सिन्हा आणि इंदिरा गांधी यांच्यावरून प्रेरित होती.

नवलाची बाब म्हणजे कोणताही अडथळा न येता हा चित्रपट प्रदर्शित झाला पण वीस आठवडे चालल्यानंतर त्याच्यावर बंदी घालण्यात आली. गुजरात विधानसभा निवडणुकांच्या दरम्यान विरोधकांनी इंदिरा गांधींची प्रतिमा डागाळण्यासाठी चित्रपटातील सेन यांचं पात्र ज्या दृश्यांत सिगारेट ओढते व दारू पिते, ती दृश्यं दाखवण्यास सुरुवात केली, त्यामुळे ही बंदी घालण्यात आली. गुलजारने ही समस्या सोडवण्यासाठी चित्रपटांत एका दृश्याची भर घातली ज्यांत नायिका इंदिरा गांधी यांच्या छायाचित्रासमोर उभी राहते आणि पंतप्रधान माझ्या आदर्श आहेत असं सांगते. सेन यांच्या पात्राप्रमाणेच, इंदिरा गांधी या अनेक भारतीयांसाठी आदर्श होत्या; पण परिस्थिती आणखी बिघडतच चालली होती. २५ जूनच्या मध्यरात्री त्यांनी कुप्रसिद्ध आणीबाणी लादली.

आणीबाणीची घोषणा सर्वांनाच चकित करून गेली, ज्यात त्यांच्या मंत्रिमंडळातील सदस्यांचाही समावेश होता. या मंत्र्यांना पहाटे झालेल्या एका बैठकीत पूर्वलक्षी प्रभावानं या निर्णयाचं समर्थन करण्यास सांगितलं गेलं. २६ जूनच्या पहिल्या काही तासांतच,

मुख्यत : उत्तरेकडील राज्यांमध्ये मेन्टेनन्स ऑफ इन्टर्नल सेक्युरिटी ॲक्ट (मीसा) या दडपशाही कायद्याखाली, जेपी चळवळीतील शेकडो प्रमुख कायकर्त्यांना अटक करण्यात आली. सामान्य राजकीय प्रक्रियांना स्थगिती देण्यात आली, अधिकाऱ्यांना अमर्याद अधिकार देण्यात आले आणि घटनेच्या कलम १९अंतर्गत देण्यात आलेले मूलभूत अधिकार आणि आश्वासित नागरी सुविधा निलंबित करण्यात आल्या. बातम्या बाहेर पडू नयेत म्हणून जिथून बहुतेक प्रमुख राष्ट्रीय वृत्तपत्रांचं प्रकाशन व्हायचं त्या बहादूरशाह जफर मार्गावरील वीज पुरवठा खंडित करण्यात आला; पण द *स्टेट्समन* आणि *हिंदुस्थान टाइम्स* यांनी आपल्या आवृत्त्यांमध्ये याच्या बातम्या दिल्या, कारण त्यांचे मुद्रण विभाग नवी दिल्लीच्या कॅनॉट प्लेस भागात होते. ही मात्र, फक्त एक सुरुवातच होती. डिसेंबरमध्ये, सरकारनं एक अध्यादेश काढला, ज्यामुळे वृत्तपत्रं, मासिकं आणि अन्य प्रकाशनं यांच्यावर कठोर नियंत्रण आलं तर काहींवर पूर्व-बंदीही लादण्यात आली. वर्तमानपत्रांच्या स्वातंत्र्यासाठी लढणाऱ्या प्रेस कौन्सिल ऑफ इंडिया या स्वायत्त संस्थेलाही रद्दबातल ठरवण्यात आलं.

आणीबाणीची बीजं तिच्या घोषणेच्या दोन आठवड्यांपूर्वी पेरली गेली होती. अलाहाबाद उच्च न्यायालयाचे तत्कालीन न्यायाधीश जगमोहन लाल सिन्हा यांनी भ्रष्टमार्गाने निवडणूक प्रक्रिया राबविल्याच्या बारांपैकी दोन आरोपांमध्ये इंदिरा गांधी यांची निवडणूक रद्द केली. उत्तर प्रदेश सरकारनं त्यांच्या निवडणुकीसाठी मोठी तयारी केली होती आणि निवडणुकीचा प्रचार सुरू झाल्यानंतरदेखील त्यांचा निवडणूक मध्यस्थ अजूनही सरकारी सेवेतच होता. न्यायमूर्ती सिन्हा यांनी निकालाला वीस दिवसांची स्थगिती देत, त्यावर सर्वोच्च न्यायालयात आव्हान देण्याची मूदत दिली. २३ जून रोजी सर्वोच्च न्यायालयाच्या अवकाशकालीन खंडपीठानं निकालावर सशर्त स्थगिती दिली. पंतप्रधान संसदेत उपस्थित राहू शकतात; पण त्यांच्या आव्हान याचिकेवर अंतिम सुनावणी होईपर्यंत त्यांना मतदान करता येणार नाही, असा निकाल देण्यात आला. अखेरीस २५ जून रोजी पश्चिम बंगालचे मुख्यमंत्री आणि ख्यातनाम वकील, एस. एस. रे यांनी आणीबाणीसाठी अध्यादेश तयार करण्यास मदत केली. राष्ट्रपतींनी त्यावर मध्यरात्री सही केली.

आणीबाणी लादल्यानंतर काही दिवसांनी, राष्ट्रीय स्वयंसेवक संघ, जमात-ए-इस्लामी, आनंद मार्ग आणि त्यांच्याशी संबंधित संघटनांवर बंदी आणली गेली आणि त्यांच्या कार्यकर्त्यांची धरपकड झाली. हे अटकसत्र आणीबाणीच्या १९ महिन्यांच्या काळात सुरूच होतं, ज्यात १,१०,००० लोकांना 'मिसा' आणि डिफेन्स ऑफ इंडिया रूल्स (डीआयआर) अंतर्गत पकडण्यात आलं. मात्र, बहुतांशी लोकांना काही दिवसांनी किंवा महिन्यांनी सोडून देण्यात आलं. जेपींना १२ नोव्हेंबर रोजी तब्येतीच्या कारणावरून सोडण्यात आलं. अन्य विरोधी नेते अशोक मेहता, अटल बिहारी वाजपेयी आणि चरण सिंह यांना १९७६मध्ये सोडण्यात आलं.

आणीबाणी मंजूर करण्यासाठी २१ जुलै रोजी संसदेमध्ये चर्चा झाली, ज्यात सर्व विरोधी सदस्यांनी या प्रस्तावाच्या विरोधात मतदान केलं. 'ही कृती पूर्णपणे आपल्या घटनेच्या चौकटीमध्येच करण्यात आली आहे . आणीबाणी ही राज्यघटना नष्ट करण्यासाठी नाही तर घटनेच्या आणि आपल्या लोकशाहीच्या रक्षणासाठी लागू करण्यात आली आहे,' इंदिरा गांधींनी लोकसभेत आणीबाणीच्या निर्णयाचं समर्थन करताना हे सांगितलं.

यानंतर सरकारनं ३८वी घटना दुरुस्ती केली. यानुसार आणीबाणी जाहीर केल्यानंतर न्यायालयात आव्हान देण्यास बंदी घालण्यात आली. रिप्रेझेंटेशन ऑफ पिपल्स ॲक्ट (लोकप्रतिनिधी कायदा)मध्ये सुधारणा करण्यात येऊन, इंदिरा गांधींच्या खटल्यातील सर्वोच्च न्यायालयाचा निकाल अवैध ठरवण्यात आला आणि त्याला पुढे कोणतेही कायदेशीर आव्हान देता येणार नाही याची तरतूद करण्यात आली. नागरी स्वातंत्र्य नाकारण्यात आलं आणि बळाचा वापर करून संप व निदर्शनं चिरडण्यात आली. जे राष्ट्रविरोधी कारवाया करत आहेत त्यांच्याविरोधात आपण कठोर कारवाई करत आहोत, हे दाखवण्याचा सरकारचा निश्चय होता.

सुरुवातीच्या काही महिन्यांत, आणीबाणीला एक सर्वसाधारण मान्यता लाभली होती, कारण सामाजिक शिस्त आणि सार्वजनिक व्यवस्थेत ठळक सुधारणा दिसून आल्या होत्या. सरकारी कार्यालये आणि सार्वजनिक सेवांमध्ये तत्काळ सुधारणा घडल्या, रेल्वे गाड्या वेळेवर धावू लागल्या. तस्कर-विरोधी कारवाई सर्वाधिक लोकप्रिय ठरली. या कारवाईमध्ये जवळपास २००० तस्करांना अटक करण्यात आली ज्यांत हाजी मस्तान आणि युसुफ पटेल हे कुख्यात गुंडही होते. ही सुरुवातीची स्वीकृती अशी होती की विनोबा भावेंनीही आणीबाणीचं 'अनुशासन पर्व' म्हणून वर्णन केलं होतं.

सर्वाधिक सुधारणा घडून आली ती अर्थव्यवस्थेत. त्या वर्षी मागील पाच वर्षांतील सर्वांत चांगल्या मॉन्सुनचंही अर्थव्यवस्थेला पाठबळ लाभलं. अन्नधान्य आणि खाद्यतेल उत्पादनात २१ टक्के वाढ झाली, औद्योगिक उत्पादनात ६ टक्के आणि निर्यातीत २१ टक्के वाढ झाली. जीडीपी अर्थात सकल राष्ट्रीय उत्पन्नाचा दर अत्यंत प्रभावी म्हणजे ८.५ टक्के झाला, तसेच महागाई कमी झाली, ज्यामुळे अन्नधान्याच्या किमती २० टक्क्यांनी घसरल्या. जे. आर. डी. टाटांसहित सर्व अग्रणी उद्योगपती उघडपणे आणीबाणीचं समर्थन करत होते. याची नोंद *टाइम* मासिकाच्या ऑक्टोबरमधील अंकानेही घेतली. 'सामाजिक सुधारणा घडवून आणण्याचा झपाटा लावण्याची दुर्मीळ संधी साधत प्रधानमंत्र्यांनी व्यापक पाठिंबा मिळवला आहे' असं म्हटलं होतं. हा एकतर्फी दृष्टिकोन होता, कारण भारतीय लोक त्यांचं जीवन जगत असले तरीही लोकशाहीशिवाय त्या जगण्याला काहीच अर्थ नव्हता.

१९७६ : कभी कभी मेरे दिल में खयाल आता है

कभी कभी मेरे दिल में खयाल आता है
की जैसे तू मुझे चाहेगी उम्रभर यूँ ही
उठेगी मेरी तरफ प्यार की नजर यूँ ही
मैं जानता हूँ की तू गैर है मगर यूँ ही

गीतकार : साहिर लुधियानवी
संगीतकार : खय्याम
गायक : मुकेश
चित्रपट : *कभी कभी*

कभी कभी मेरे दिल में खयाल आता है... हे गीत ऐकणाऱ्याला तत्काळ एका प्रणयरम्य युगात घेऊन जातं, जेव्हा जग केवळ सहज सुंदर दिसायचं. इतर वेळेला असा अनुभव क्वचितच येतो. मुकेशचा आर्त स्वर, खय्यामची सुरेल चाल, अमिताभ आणि राखी यांची जोडगोळी आणि काश्मीरचं सौंदर्यपूर्ण वातावरण कैद करत जाणारं छायाचित्रण हे सारं अप्रतिम आहे; पण हे कालातीत आणि अभिजात गाणं मुख्यतः साहिरच्या शब्दांमुळे अजरामर झालं आहे. हे गीत म्हणजे १९६० साली प्रसिद्ध झालेल्या त्याच्या *तल्खियाँ* या काव्यसंग्रहातील *कभी कभी* याच शीर्षकाच्या उर्दू कवितेची साधी सोपी आवृत्ती आहे. शुद्ध उर्दूच्या भाषेमध्ये लिहिलेल्या या मूळ कवितेत कवीची त्याच्या प्रेयसीपासून झालेली ताटातूट व्यक्त करणारी एक खिन्न आणि अधिक गडद भावना होती. चित्रपटामध्ये नंतर, मूळ कवितेतील एक कडवं अमिताभच्या आवाजात म्हटलं गेलं आहे. या कडव्यातून

त्याच्या पूर्वप्रेयसीपासून, झालेल्या वेदनापूर्ण विरहाची व्यथा मांडली जाते. या पूर्वप्रेयसीची भूमिका राखीनं केली आहे. या चित्रपटाच्या माध्यमातून उर्दू कवितेला वाहिलेली ही अगदी योग्य अशी आदरांजली होती. हा चित्रपट साहिरच्या मूळ कवितेपासून प्रेरित होता.

कभी कभी या चित्रपटाच्या संगीतानं (याच्या इंग्रजी शीर्षकात अंकशास्त्रानुसार जास्तीचा ई समाविष्ट करण्यात आला होता, घरलहळ घरलहळश) खय्याम यांना फिल्मफेअर पुरस्कार जिंकवून दिला आणि या गाण्यानं मुकेश आणि साहिर यांनाही तोच सन्मान मिळवून दिला. खय्याम यांनी अगोदर १९५० साली चेतन आनंदच्या एका चित्रपटासाठी ही चाल रचली होती. गीता दत्त आणि सुधा मल्होत्रा यांच्या आवाजात ध्वनीमुद्रित झालेलं ते गाणं कधीच प्रदर्शित झालं नाही. गाण्याच्या चालीप्रमाणेच कभी कभी हा चित्रपटदेखील प्रेमाचा रम्य भूतकाळ आणि गुंतागुंतीचे संबंध यांवर प्रकाशझोत टाकतो. *जंजीर*, *शोले* आणि *दिवार* यांमुळे अमिताभची अँग्री यंग मॅन म्हणून ओळख प्रस्थापित झाली होती. या चित्रपटांत त्याने एका प्रणयासक्त नायकाची भूमिका साकारली असली तरीही चित्रपटाच्या बराचशा भागात तो खिन्न, कडवट आणि रागीट स्वभावाचा दाखवलेला आहे. या वर्षी प्रदर्शित झालेल्या *दस नंबरी*, *नागीन* आणि *फकिरा*. या सर्व गाजलेल्या चित्रपटांमध्ये जे बहुतेक नेहमीचेच मसाला चित्रपट होते, हा चित्रपट उठून दिसला. सामान्य दर्जाच्या चित्रपटांनी बॉक्स ऑफिसवर गाजवलेलं राज्य हे आणीबाणीत भरडला जाणाऱ्या देशाच्या तत्कालीन स्थितीचं प्रतिबिंब होतं.

सुरुवातीच्या काळात जरी भीती वाटत असली तरी, अन्य दडपशाही राजवटींच्या तुलनेत भारतामध्ये आणीबाणीचं स्वरूप हे सौम्यच होतं. इंदिराजींच्या ताब्यातील भारतात अधिकारशाही असली तरी एक पक्षीय हुकूमशाही नक्कीच नव्हती. इंदिरा गांधींकडे पक्षातील प्रशिक्षित सैनिकांच्या तुकड्या नव्हत्या, तशी एखादी संबंधित विचारधाराही नव्हती किंवा त्यांच्याकडे बहुमताचा सामाजिक आधारही नव्हता तर त्यांच्या आदेशांचं पालन करणारी केवळ एक आज्ञाधारक नोकरशाही होती. अमेरिकन विद्वान ग्रॅनविल ऑस्टीन नोंदवतात की 'आणीबाणीचा कुरूप चेहरा असला तरी १९७६मधली नवी दिल्ली म्हणजे हिटलरच्या ताब्यातील बर्लिन नव्हतं.' लोकांनी सुरुवातीला कोणत्याही प्रतिकाराविना आणीबाणीचा स्वीकार केला, कारण ते तिच्याकडे एक विशिष्ट परिस्थिती नियंत्रणात आणण्यासाठी केलेला तात्कालिक उपाय म्हणून बघत होते. त्यांच्या दृष्टीने आणीबाणी हा सरकारचा पर्याय होऊ शकत नाही तसाच तो लोकशाहीची जागाही घेऊ शकत नाही.

पण घटना दुरुस्ती करण्यात आली आणि ज्या सार्वत्रिक निवडणुका फेब्रुवारीमध्ये व्हायच्या होत्या त्या दोनदा पुढे ढकलण्यात आल्या, आधी फेब्रुवारीत आणि नंतर नोव्हेंबरमध्ये. नोव्हेंबरमध्ये लोकसभेची मुदत १८ मार्च १९७८पर्यंत

पुढे वाढवण्यात आली. १८ डिसेंबर रोजी राष्ट्रपतींनी ४२व्या घटना दुरुस्तीवर सही केली. ज्याच्या वीस पानांच्या दस्तऐवजामुळे संसदेला अभूतपूर्व अधिकार प्राप्त झाले, न्यायालयीन चौकशीपासून विधिमंडळाला अधिक सुरक्षितता आणि केंद्राला राज्य सरकारांवर जास्तीचे अधिकार मिळाले.

आणीबाणीविषयीचा लोकांचा दृष्टिकोन बदलायला सुरुवात झाली तसतसा इंदिरा गांधींनी नियम, कायद्यांना गुंडळून ठेवण्यास सुरुवात केली आणि विरोधी नेत्यांना त्यांचं म्हणणं ऐकण्यासाठी अधिक श्रोते मिळण्यास प्रारंभ झाला. पुढे, प्रधानमंत्र्यांचा लहान मुलगा, संजय गांधी याचा घटनाबाह्य सत्ता केंद्र म्हणून उदय झाला. तो अधिकारांचं केंद्रीकरण, निकामीकरण आणि गैरवापर तसंच संस्थांवरची दडपशाही वाढण्यास कारणीभूत ठरला. जरी त्याच्याकडे पक्षात किंवा सरकारमध्ये कोणतीही अधिकृत जबाबदारी नसली तरीही शासकीय फायली, मंत्रिमंडळाची कागदपत्रे त्याच्याकडे पोहोचायची आणि तोंडी आदेश देऊन तो सरकारच्या निर्णय प्रक्रियेत हस्तक्षेप करायचा. तो बन्सी लाल यांच्यासारखे काही निवडक केंद्रीय मंत्री, तसेच आज्ञाधारक कनिष्ठ मंत्री उदाहरणार्थ प्रणव मुखर्जी, ओम मेहता आणि नवीन चावलांसारखा स्वतःहून निवडलेला नोकरशहा यांच्यामार्फत काम करायचा. निर्णय प्रक्रियेत त्याच्या म्हणण्याला इतकं महत्त्व आलं होतं की, नवीन नौदल प्रमुखाची नेमणूक करण्यासाठी दोन रिअर ॲडमिरल्सची मुलाखत घेतली जात होती तेव्हा संजय गांधी संरक्षणमंत्री बन्सी लाल यांच्या बरोबरीनं बसला होता. लोकप्रिय पार्श्वगायक किशोर कुमार यांची गाणी ऑल इंडिया रेडिओ आणि दूरदर्शनवरून प्रसारित करण्यास ४ मेपासून बंदी घालण्यात आली होती (आणीबाणीच्या समाप्तीपर्यंत ही बंदी कायम होती) कारण त्यांनी मुंबईतील एका काँग्रेस मेळाव्यात गाण्यांच्या सादरीकरणास नकार दिला होता.

एप्रिलपर्यंत, समांतर सत्ता म्हणून संजय गांधीचा उदय झाला होता. तो त्याच्या आईनंतर देशातील दुसऱ्या क्रमांकाची शक्तिशाली व्यक्ति म्हणून ओळखला जाऊ लागला. माध्यमांमध्ये त्याच्यावर मोठ्या प्रमाणात बातम्या यायच्या, मुख्यमंत्र्यांकडून त्याचं धडाक्यात स्वागत व्हायचं आणि पक्षाकडून त्याच्यासाठी मेळावे आयोजित केले जायचे. युवक काँग्रेसच्या माध्यमातून या तीस वर्षीय तरुणाभोवती त्याच्याशी एकनिष्ठ असणारं दल उभं करण्यात येऊ लागलं ज्यामुळे त्याला अनुयायी, कार्यकर्ते आणि त्याच्याशी वैयक्तिकरीत्या निष्ठावंत असणारी संघटना लाभली. त्या वर्षांत, युवक काँग्रेसने ५० लाख सदस्यांची नोंदणी केल्याचा दावा केला. नोव्हेंबर महिन्यात पक्षाच्या गुवाहाटी येथील अधिवेशनात स्वतः इंदिरा गांधींनी युवक काँग्रेसचा उदय मान्य केला. युवक काँग्रेसनं 'आमच्यावरचं लक्ष हिरावून घेतलं' आहे, असं त्या भाषणात म्हणाल्या. माध्यमांनीही त्याचा जयजयकार करायला सुरुवात केली, खुशवंतसिंह लिहितात, 'संजय गांधी यांनी राजकीय नेतृत्वाला एक नवं परिमाण

दिलं आहे. त्यांच्या आवतीभोवती खुशामतखोर किंवा संशयास्पद माणसांचा कंपू नाही, तो निर्व्यसनी आहे, तो एक साधं आयुष्य जगतो... त्याचे शब्द म्हणजे निरर्थक बडबड नसून त्यांच्यात कृती करणारी शक्ती असते.'

जुलैमध्ये, संजयने त्याचा स्वतःचा पाच कलमी कार्यक्रम पुढे आणला. तो पंतप्रधान इंदिरा गांधींच्या वीस कलमी कार्यक्रमालाही झाकोळून टाकणारा आणि स्पर्धा करणारा होता. हुंड्याची प्रथा नष्ट करणे, कुटुंब नियोजन, वृक्षारोपण, साक्षरता प्रसार आणि जातिभेदाचा अंत करणे हे त्यातील मुद्दे होते. यापैकी कुटुंब नियोजन आणि शहरी सौंदर्यीकरण ज्यांत झोपडपट्टी हटवण्याचाही समावेश होता, हे कार्यक्रम जलद कृती कार्यक्रमांतर्गत राबवायचे होते, त्यासाठी आधिकारीक यंत्रणा आणि बळाचाही वापर केला गेला. या नाठाळ अपरिपक्व वागण्याचा शेवट आणीबाणीतील काही अतिरेकी गोष्टींमध्ये झाला, विशेषतः उत्तर भारतात. जबरदस्तीने केलेल्या नसबंदीमुळे, लोकांमध्ये एक भीतीची मानसिकता तयार झाली आणि ती सर्वत्र पसरत गेली. त्याचा शेवट सत्तेच्या विरोधातील नाराजीमध्ये झाला. घटनाबाह्य अधिकारक्षेत्र म्हणून संजयचा उदय झाल्यानंतर लोकांची खात्रीच पटली की ही तात्पुरती अधिकारशाही आता काही लोकांमार्फत चालवल्या जाणाऱ्या दीर्घकालीन हुकूमशाहीत बदलली आहे.

दरम्यान, संघाने सरकारसोबत शांतिपूर्ण संबंध ठेवण्यासाठी आणि संघावरील बंदी हटविण्यासाठी सुरू असलेले आपले प्रयत्न चालूच ठेवले. संघाचे तत्कालीन प्रमुख बाळासाहेब देवरस यांनी १९७५ साली येरवडा तुरुंगातून इंदिरा गांधी यांना एक पत्र लिहून त्यांनी स्वातंत्र्य दिनी केलेल्या भाषणाचं कौतुक केलं आणि निवडणुकीसंदर्भात सर्वोच्च न्यायालयातील त्यांच्या यशस्वी आव्हान याचिकेबद्दल अभिनंदनही केलं. जेपी चळवळीसोबत संघाचा काहीच संबंध नसल्याची पुन्हा एकदा खात्री देत, त्यांनी गांधींना, 'संघाच्या शक्तीचा राष्ट्राच्या कल्याण्यासाठी उपयोग' करण्याविषयी सांगितलं. जानेवारी आणि फेब्रुवारीमध्ये त्यांनी विनोबा भावेंशीही प्रदीर्घ पत्रव्यवहार केला. त्यांनी विनोबांना इंदिरा गांधींशी बोलणी करण्यासाठी संघाच्या वतीने मध्यस्थी करण्याविषयी विनंती केली जेणेकरून संघ गांधींच्या नेतृत्वाखाली देशाच्या प्रगतीत आपलं योगदान देऊ शकेल; पण इंदिरा गांधींना पाझर फुटला नाही. सरकारची दडपशाही टाळण्यासाठीच संघाचा हा धोरणात्मक प्रस्ताव असल्याचं त्यांच्या लक्षात आलं होतं.

वर्षाअखेरीस इंदिरा गांधी यांना कुटुंब नियोजन कार्यक्रमाचा किती मोठ्या प्रमाणात दुरुपयोग झाला आहे, याची पूर्ण जाणीव झाली होती. नोव्हेंबर आणि डिसेंबर महिन्यांत त्यांनी ही मोहीम स्थगित करण्याचा प्रयत्न केला, स्वतःला त्यापासून वेगळं केलं आणि या मोहिमेच्या अतिरेकाचं खापर अतिउत्साही नोकरशहांच्या डोक्यावर फोडलं. ज्यांना दोन किंवा जास्त मुले आहेत, त्यांच्यासाठी सक्तीचे

राष्ट्रीय नसबंदी विधेयक आणण्याचा प्रयत्न त्यांनी उधळला आणि राज्यांनाही अशी बळजबरी करण्यापासून दूर राहण्याचे निर्देश दिले; पण तोवर, याला खरं तर फार उशीर झाला होता, त्यामुळे त्यांच्या हे लक्षात आलं नाही. कारण, विरोधक तेव्हा त्यांच्यासोबत तडजोड करण्याची संधी शोधत होते. तडफदार समाजवादी नेते, जॉर्ज फर्नांडिस आणि मधू लिमये वगळता, जवळपास अन्य सारेच त्यांच्या सरकारसोबत एका राजकीय तडजोडीबद्दल आग्रही होते.

डिसेंबरच्या मध्यात, डीएमके प्रमुख, एम. करुणानिधी यांनी इंदिरा गांधींसोबत बोलणी सुरू करण्यासाठी विरोधी नेत्यांची एक बैठक आयोजित केली. यामध्ये कोणत्याही पूर्व अटी नव्हत्या आणि राजकीय वातावरणातील तणाव निवळावा असा त्यामागचा हेतू होता; पण हे सारे प्रयत्न फार पुढे सरकू शकले नाहीत, कारण या विरोधी चळवळीचे सर्वमान्य नेते जेपी, यांनी अशा प्रयत्नांना पाठिंबा दिला नाही आणि इंदिरा गांधीही या शक्तिहीन विरोधी नेत्यांना आपलसं करण्यासाठी उत्सुक नव्हत्या. त्यांनी जर विरोधकांचा प्रस्ताव मान्य केला असता किंवा संजय गांधींचा घटनाबाह्य सत्ताकेंद्र म्हणून उदय झाला नसता तर कदाचित भारतीय राजकारणाची दिशा आज काहीशी वेगळी असती.

१९७७ : अनहोनी को होनी कर दे

सपन सलोने ले के आयी है यह रात सलोनी
एक जगह जब जमा हो तीनों अमर अकबर ॲन्थनी
अमर अकबर ॲन्थनी
अनहोनी को होनी कर दे, होनी को अनहोनी

गीतकार : आनंद बक्षी
संगीतकार : लक्ष्मीकांत-प्यारेलाल
गायक : किशोर कुमार, महेंद्र कपूर आणि शैलेंद्र सिंह
चित्रपट : *अमर अकबर ॲन्थनी*

अनहोनी को होनी कर दे, होनी को अनहोनी, एक जगह जब जमा हो तिनों, अमर अकबर ॲन्थनी... हे गाणं काही उच्च दर्जाचं काव्य, उत्कृष्ट संगीत किंवा अप्रतिम चालीसाठी ओळखलं जात नाही; पण मनमोहन देसाई यांच्या *अमर अकबर ॲन्थनी* या महाभयंकर गाजलेल्या चित्रपटातील या शीर्षकगीतामध्ये प्रत्यक्ष दिसतात त्यापेक्षा अधिक गोष्टी होत्या. त्या काळाशी आणि शैलीशी सुसंगत असलेलं हे गाणं आहे. चित्रपटाचा शेवट हा खलनायकाच्या अड्ड्यावरती एका वेगळ्याच प्रकारच्या गाण्याने होतो ज्यात नायक वेषांतर करून आलेले असतात. गाण्यानंतर जोरदार मारामारी होते आणि वाईट लोक एक तर मारले तरी जातात किंवा तुरुंगात तरी पाठवले जातात; पण *अनहोनी को होनी कर दे* हे गाणं अशा अन्य गाण्यांपेक्षा वेगळं आहे ते त्याच्यातील मौजमस्तीमुळे. मनमोहन देसाई यांच्या अतिवास्तववादाच्या पलीकडील घटनांचा अविभाज्य भाग होता. ही त्यांची

खासियत होती. या चित्रपटातील तीन नायक हे तीन वेगवेगळ्या धर्मांचे दाखवले आहेत – हिंदू, मुस्लीम आणि ख्रिश्चन – यामुळेही हे भारतीय सिनेमातील अद्वितीय गाणं ठरतं.

हे गाणं चित्रपटाचा आशय लक्षात घेऊन लिहिलेलं होतं, जो अनेक कलाकार भरलेला एक तमाशा होता. या चित्रपटामध्ये विलक्षण उलथापालथ होऊन तीन भाऊ त्यांच्या बालपणीच एकमेकांपासून दुरावतात आणि हरवतात. सर्वधर्मसमभावाची कथा अंतर्भूत असलेल्या या चित्रपटात, तीन भाऊ तीन वेगवेगळ्या धर्मांमध्ये वाढवले जातात आणि नंतर आपापल्या धर्माच्या मुलींच्या प्रेमात पडतात. या जगावेगळ्या कथानकासाठी, 'तर्काचं कोणतंच बंधन नको होतं आणि प्रेक्षकांना फक्त श्रद्धेचे चमत्कार हवे होते,' असं अमिताभ बच्चन यांनी सिद्धार्थ भाटीया लिखित *अमर अकबर ॲन्थनी : मसाला, मॅडनेस अँड मनमोहन* देसाई (हार्पर कॉलिन्स) या पुस्तकासाठी मुलाखत देताना सांगितलं. या चित्रपटामध्ये धार्मिक अनेकतत्त्ववाद आणि धर्मनिरपेक्ष सुसंवाद यांच्यासंबंधीचे अनेक धडे उघडपणे दिले जातात. उदाहरणार्थ तीन वेगवेगळ्या धर्माचं पालन करणारे तिन्ही भाऊ नकळत एकाच अंध बाईला रक्तदान करतात, जी त्यांची आई असते. तीन धर्म भारतमातेची सेवा करण्यासाठी एकत्र आले आहेत असा त्याचा प्रतीकात्मक अर्थ होता. तिन्ही भावंडं १५ ऑगस्टच्या दिवशी महात्मा गांधींच्या पुतळ्यापासून वेगवेगळी होतात आणि त्यांचं पुनर्मिलन हे राष्ट्रीय रूपक पूर्ण करतं. या गाण्यातूनही हाच संदेश पुन्हा एकदा सांगितला जातो की, तिन्ही धर्म हे राष्ट्राचे आधारस्तंभ आहेत आणि जेव्हा ते एकत्र काम करतात, तेव्हा ते कोणत्याही दुष्ट शक्तीला – या चित्रपटांत, त्यांचा समान शत्रू असलेला खलनायकाला – पराभूत करू शकतात.

वर्षातला सर्वाधिक यशस्वी असलेला चित्रपट *अमर अकबर ॲन्थनी* हा बीबीसी दूरदर्शन वाहिनीने त्यांच्या प्राइम टाइममध्ये दाखवलेला पहिला व्यावसायिक चित्रपट होता. या चित्रपटाने त्याच वर्षी प्रदर्शित झालेल्या मनमोहन देसाईंच्या अन्य चित्रपटांशी स्पर्धा केली होती – *परवरीश, धरम-वीर* आणि *चाचा भतिजा*. यातील प्रत्येक चित्रपट – ज्यांत जगावेगळी कथानकं होती – ज्युबिली हिट ठरला आणि या वर्षानं मनमोहन देसाईंना हिंदी सिनेमाचा नवा राजा म्हणून प्रस्थापित केलं.

१८ जानेवारी रोजी इंदिरा गांधींनी लोकसभेच्या निवडणुका घोषित केल्या, जो संपूर्ण देशाला आश्चर्याचा धक्का होता, कारण मागील नोव्हेंबरमधील घटना दुरुस्तीमुळे आणखी एका वर्षासाठी निवडणुका घेण्याची काही गरज राहिली नव्हती. तुरुंगात असलेल्या विरोधी पक्षातील नेत्यांना सोडण्यात आलं आणि दोन दिवसांनंतर, 'सामान्य' राजकीय कामकाज करता यावे म्हणून आणीबाणी 'शिथिल' करण्यात आली. इंदिरा गांधींच्या या आकस्मिक हृदयपरिवर्तनाविषयी अनेक तर्कवितर्क करण्यात आले. त्यांत, त्यांचा निवडणूक जिंकण्याचा आत्मविश्वास, आंतरराष्ट्रीय

राजकारणांत त्यांच्या प्रतिष्ठेला आणखी धक्का पोहोचू नये, अशी त्यांची इच्छा आणि त्यांच्या निकटच्या लोकांनी पी. एन. धर आणि बी. के. नेहरू यांनी त्यांच्यावर निवडणूक घेण्यासाठी टाकलेला दबाव यांचा समावेश होता.

त्यांचा नेमका हेतू काय होता याविषयी कोणालाच माहिती नाही; पण कदाचित या सर्व गोष्टी एकत्रित आल्यामुळे त्यांनी नव्यानं जनादेश घेण्याचं ठरवलं असावं.

१६ आणि २० मार्च दरम्यान झालेल्या या निवडणुकांमध्ये काँग्रेस पक्षाला प्रचंड मोठ्या पराभवाला सामोरं जावं लागलं. उत्तर प्रदेश आणि बिहारमध्ये पक्षाची धुळधाण उडाली तर आंध्र प्रदेश, कर्नाटक, आसाम आणि मणिपूरचा अपवाद वगळता अन्य राज्यांत त्यांची अवस्था वाईट होती. त्यांना एकूण ५४२ पैकी केवळ १५३ जागा जिंकता आल्या. इंदिरा गांधी स्वतः रायबरेलीत राज नारायण यांच्याकडून पराभूत झाल्या तर संजय गांधीचा अमेठीत पराभव झाला, सोबतच केंद्र सरकारमधील ३४ मंत्रीदेखील आपापल्या निवडणुका हरले. इंदिरा गांधींनी पराभवाचा शांतपणे स्वीकार करताना म्हटलं की, लोकांच्या सामूहिक निर्णयाचा आदर करायलाच हवा. २१ मार्च रोजी, त्यांच्या सरकारनं आपला राजीनामा देण्याच्या एक दिवस आधी, कार्यवाहक राष्ट्रपती बी. डी. जत्ती यांनी – ११ फेब्रुवारी रोजी फक्रुद्दीन अली अहमद यांचं बाथटबमध्ये हृदयविकारानं निधन झालं होतं – सरकारच्या शिफारशीवरून आणीबाणी मागे घेतली.

नव्यानं तयार झालेला जनता पक्ष सत्तेवर आला होता. त्यांनी २७० जागा जिंकल्या, तर त्यांचा सहकारी पक्ष काँग्रेस फॉर डेमॉक्रसीने २९ जागा जिंकल्या. इंदिरा गांधींच्या पराभवाला जरी एकाधिकारशाही जबाबदार असली तरी एकत्र आलेले विरोधी पक्षही त्यांच्या पराभवाचं प्रमुख कारण होतं. त्या आधीच्या वर्षातील शरद ऋतूपासूनच विरोधकांच्या एकजुटीची कुजबुज सुरू होती पण ते इतक्या वेगानं आणि परिणामकरीत्या एकत्र आले की, त्यामुळे इंदिरा गांधींनाच नाही तर कदाचित विरोधी नेत्यांनाही आश्चर्याचा धक्का बसला असावा. निवडणुका घोषित झाल्याच्या दुसऱ्या दिवशी जेपींनी घोषित केलं की : 'जर सर्व विरोधी पक्ष एकत्र येऊन त्यांनी एकच पक्ष स्थापन केला, तर निवडणुकींमध्ये मी त्यांना माझा पूर्ण पाठिंबा देईन, अन्यथा मी या निवडणुकींपासून दूर राहणंच पसंत करेन.'

२३ जानेवारी रोजी, भारतीय लोक दल, भारतीय जनसंघ, काँग्रेस (ओ), संयुक्त सोशॅलिस्ट पार्टी आणि लहानशी 'बंडखोर' काँग्रेस, जनता पार्टी म्हणून एकत्र आले, मोरारजी देसाई हे त्याचे अध्यक्ष होते तर उपाध्यक्ष होते चरण सिंह. सीपीआय (एम) हे अधिकृतरीत्या जनता पक्षाला जाऊन मिळाले नाहीत; पण त्यांनी जेपींच्या नेतृत्वाखालील पक्षाला आपला पाठिंबा जाहीर केला. मार्च १९७७मध्ये जेव्हा

इंदिरा गांधींनी निवडणुका घेण्याची त्यांची चकीत करणारी घोषणा केली, तेव्हा सर्व विरोधक जेपींकडे आशेनं बघू लागले. पाटण्याहून दिल्लीला येण्यासाठी त्यांची मनधरणी करण्यात आली.

२ फेब्रुवारी रोजी, जनता पार्टीला काँग्रेस फॉर डेमोक्रसीच्या स्थापनेमुळे आधार मिळाला. काँग्रेस पक्षातून बाहेर पडलेले जेष्ठ काँग्रेस नेते जगजीवन राम यांचा तो पक्ष होता. जगजीवन राम यांच्यासोबत दोन माजी मुख्यमंत्री, उत्तर प्रदेशचे एच. एन. बहुगुणा आणि ओडिशाचे नंदिनी सत्पथी हेदेखील होते, जे आणीबाणीत घेतल्या गेलेल्या सर्व निर्णयांचे, वरिष्ठ केंद्रीय मंत्री म्हणून भागीदार होते. इतकंच नाही तर त्यांनी लोकसभेत स्वतःच आणीबाणीच्या मंजूरीसाठीचा प्रस्तावदेखील आणला होता.

स्वतंत्र भारतातील पहिल्या बिगर-काँग्रेसी केंद्रीय सरकारनं मोरारजी देसाई यांच्या नेतृत्वाखाली २४ मार्च रोजी शपथ ग्रहण केली. देसाई यांनी नेहरू आणि शास्त्री यांच्या निधनानंतर पंतप्रधान होण्याची आपली इच्छा जाहीर केली होती; पण काँग्रेस संसदीय पक्षांत त्यांचा पराभव झाला होता. यावेळेसदेखील देसाईंची निवड सोपी नव्हती कारण, चरण सिंह आणि जगजीवन राम या दोघांनाही पंतप्रधानपदाचे वेध लागले होते. जेपींनी देसाईंची निवड केली तर अन्य दोघांना महत्त्वाच्या खात्याचे मंत्रिपद देत शांत करण्याचा प्रयत्न केला; पण दोघेही त्याबाबत खूश नव्हते. इतकंच नाही तर मंत्र्यांच्या निवडीतही जनता पार्टीत मोठ्या प्रमाणात असंतोष होता. पहाटेच्या समयी, नव्यानं निवडून आलेल्या सत्ताधारी पक्षाच्या लोकसभा सदस्यांनी राजघाट (महात्मा गांधींची समाधी) येथे जाऊन दुर्बल लोकांसाठी काम करण्याची, राष्ट्रीय एकता आणि सुसंवाद वाढवण्याची आणि लोकांच्या अधिकारांचं रक्षण करण्याची शपथ घेतली.

नीलम संजीव रेड्डी यांची आधी लोकसभा अध्यक्ष म्हणून निवड झाली; पण नंतर जुलैमध्ये ते राष्ट्रपती झाल्यानंतर त्यांच्या जागी के. एस. हेगडे सभापती झाले. २७ मार्च रोजी सरकारनं, १९७१च्या बांगलादेश युद्धावेळी लागू झालेली बाह्य आणीबाणी मागे घेतली; पण घटनेची डागडूजी करणं काही सोपं काम नव्हतं. सत्ताधारी पक्षाकडे राज्यसभेत बहुमत नव्हतं. तिथे काँग्रेसकडे २४४ पैकी १५४ जागा होत्या. सत्तेत आल्यानंतर दोन आठवड्यांच्या आतच, सरकारनं ४३व्या घटना दुरुस्तीचा प्रस्ताव आणला, ज्यात केवळ सात कलमं होती. ४२व्या दुरुस्तीनं झालेलं नुकसान अंशतः भरून काढण्यासाठी ही ४३वी घटनादुरुस्ती होती. अकाली आलेलं हे विधेयक, सरकारच्या अन्य कामांमुळे मागं पडलं कारण सत्ताधारी पक्ष राज्यसभेतील अधिकाधीक काँग्रेस खासदार आपल्याकडे ओढण्याचा प्रयत्न करत होता.

ऑक्टोबर अखेरीस, सरकारनं आणीबाणी-पूर्व राज्यघटना तयार करण्यासाठी ४७ प्रस्ताव पाठवले. काँग्रेसनं त्यांतील १२ मंजूर केले आणि बाकीचे काही सुधारणांसहीत मान्य केले. या चर्चेवर आधारित, ४३वी घटना दुरुस्ती विधेयक लोकसभेत १६ डिसेंबरला आणण्यात आलं. २० डिसेंबर रोजी ते ३१८ विरुद्ध १ इतक्या मतांनी ते मंजूर झालं. राज्यसभेमध्ये एकही विरोधी मत न पडता २३ डिसेंबर रोजी ते मंजूर झालं. हे विधेयक नंतर राज्य विधानसभांकडे मंजूरीसाठी पाठवण्यात आलं.

दरम्यान, सरकारनं माध्यमांवर बंधनं लादणारे कायदे रद्द केले; पण 'मिसा' कायद्याअंतर्गत खटला न चालवताच कुणालाही स्थानबद्ध करण्याबाबत मात्र त्यांनी चालढकल सुरू केली. २३ डिसेंबर रोजी लोकसभेत 'मिसा' रद्द करण्यासाठीचं विधेयक आणलं गेलं तेव्हा 'मिसा'चे कायदे क्रिमिनल प्रोसिजर कोडमध्ये सामील करण्यात आल्याचं पाहून सभागृहात गदारोळ माजला. मार्च १९७८मध्ये हे विधेयक सरतेशेवटी बारगळलं. त्याचबरोबर, सरकारनं १९७२च्या निवडणुकांमध्ये विजयी झालेल्या काँग्रेसच्या नऊ राज्य सरकारांना राजीनामे देऊन नव्यानं निवडणुका घेण्यास सांगितलं, तसं न केल्यास कलम ३५६ अंतर्गत ती बरखास्त केली जातील हेही सांगितलं. राज्य सरकारनं त्याविरोधात सर्वोच्च न्यायालयात धाव घेतली; पण न्यायालयानं केंद्र सरकारचा निर्णय उचलून धरला, त्यामुळे ३० एप्रिल रोजी ही सरकारं बरखास्त करण्यात आली. जूनमध्ये झालेल्या राज्य विधानसभा निवडणुकांमध्ये काँग्रेसला पुन्हा एकदा पराभवाला सामोरं जावं लागलं.

आणीबाणी दरम्यान इंदिरा गांधींनी केलेल्या कृत्यांबद्दल त्यांच्यावर कारवाई करण्याच्या प्रयत्नांमुळे लोकांमध्ये प्रचंड खळबळ माजली. चरण सिंह यांनी 'न्युरेम्बर्ग' खटल्याच्या आधारावर खटला चालवण्याची मागणी रास्त ठरवली ज्याला सीपीआय (एम) चे नेते ई.एम.एस. नंबुद्रीपाद यांनी पाठिंबा दिला. एप्रिलमध्ये निवृत्त न्यायाधीश जे. सी. शाह यांच्या नेतृत्वाखाली एक चौकशी समिती नेमण्यात आली. ३ ऑक्टोबर रोजी चरण सिंह यांच्या आदेशावरून, सीबीआयने इंदिरा गांधी यांना भ्रष्टाचाराच्या आरोपांखाली अटक केली. अटक होत असताना त्यांच्या चेहऱ्यावर हास्य होतं, त्यांना रात्रभर नवी दिल्ली पोलीस लाइन्समध्ये ठेवण्यात आलं आणि दुसऱ्या दिवशी जेव्हा सकाळी दंडाधिकाऱ्यांसमोर त्यांना हजर करण्यात आलं, जेव्हा सरकारी वकिलांनी मान्य केलं की, आमच्याकडे सध्या एकही पुरावा नाही. इंदिरा गांधींनी या अटक नाट्याचा पुरेपूर उपयोग करत, एका वर्षातच राजकारणात एक अशक्य गोष्ट शक्य करून दाखवली, *अनहोनी* ते *होनी*.

१९७८ : हम बेवफा हरगिझ न थे

हम बेवफा हरगिझ न थे
पर हम वफा कर न सके
हम को मिली उसकी सजा
हम जो खता कर न सके

गीतकार : आनंद बक्षी
संगीतकार : आर. डी. बर्मन
गायक : किशोर कुमार
चित्रपट : *शालीमार*

हम बेवफा हरगिझ न थे... हे एका विस्मृतीत गेलेल्या, पडेल चित्रपटातील आणखी एक अविस्मरणीय, गाजलेलं गीत आहे जे आता कालातीत आणि अभिजात म्हणून ओळखलं जातं. जर *शालीमार* चित्रपटाची आजही आठवण येत असेल, तर ती फक्त या गाण्यामुळेच. आर. डी. बर्मन यांनी काहीशा पाश्चिमात्य सुरेल चालीवर रचलेल्या या साधारण गाण्याला उभारी मिळाली आहे ती किशोर कुमार यांच्या गहिऱ्या आवाजामुळे. आनंद बक्षी यांच्या गीताबाबत फारसं काही विशेष सांगण्यासारखं नाही; पण किशोरदांची आवाजाची पट्टी, फेक, आणि सादरीकरणाची पद्धत यामुळे या शब्दांना अधिक गहिरेपण मिळालं.

हे गाणं असाधारण होण्यास आणखी एक गोष्ट कारणीभूत होती ती म्हणजे याला मिळालेली झील, *झिंगा लाला हू* , जी गाण्यात शेवटपर्यंत साथ करते. हुर्र हुर्र सारखे काहीसे उत्तेजक, विचित्र आणि घुमणारे आवाज आणि कोणताही अर्थ

नसलेली वाक्ये जशी, *आबू गाचू काबा चाबू कुसा बाका*, यांच्या जोडीला गाण्यात आदिवासी स्त्री-पुरुष रंगीबेरंगी पोशाखांत, डोक्यावर विचित्र शिरोभूषणं घालून आदिम पूजाविधी सादर करत नाचतात. या गाण्याचा प्रभाव असा पडला की, *झिंगा लाला* हूचा समावेश शहरी शब्दकोशांत झाला ज्यांतून आनंदी, चिंतामुक्त जगण्याची मनःस्थिती दिसून येते.

महत्त्वाकांक्षा, कल्पना आणि निर्मितीच्या बाबतीत कोणतीही उणीव नसलेल्या या चित्रपटातील हे गाणंच तेवढं काय ते उत्तम होतं. कृष्णा शाह यांचा गुजरातमध्ये जन्म झाला होता. ते हॉलिवूडमधील चित्रपटांचे निर्माता आणि दिग्दर्शक होते. ते १९७८मध्ये भारतात आले, भारतात आल्यानंतर त्यांनी आपल्याला एक आंतरराष्ट्रीय चित्रपट करायचा असल्याची घोषणा केली. शाह यांच्याकडे रेक्स हॅरीसन, सिल्विया माईल्स (या दोघांच्याही कारकिर्दीला उतरती कळा लागली होती) आणि जॉन सॅक्सन (*एन्टर द ड्रॅगन* फेम) यांचा गुप्त साठा होता. शाह यांना खरं तर अमिताभ बच्चन यांना चित्रपटात घ्यायचं होतं; पण असं म्हणतात की, त्यांनी शाहांना ताटकळत ठेवलं. शाहांना राग आला, ते बाहेर पडले आणि लगेच त्यांनी धर्मेंद्रला करारबद्ध केलं. *शालीमार* या चित्रपटावर त्या काळात सर्वाधिक लिहिलं गेलं, ज्यात पुस्तकं आणि व्यावसायिक वस्तूंचाही समावेश होता. हा चित्रपट खरं तर हिंदी आणि इंग्रजीत वेगवेगळा चित्रित करण्यात आला, ज्यांतील प्रत्येक प्रसंग आधी इंग्रजीत आणि नंतर हिंदीत चित्रित झाला, ज्यासाठी केवळ वीस आठवडे लागले. इंग्रजी आवृत्तीचं नाव होतं *रेडर्स ऑफ द सेक्रेड स्टोन*, जो बॉक्स ऑफिसवर आपटला. हिंदी आवृत्तीदेखील, त्याचा भरपूर गाजावाजा झाल्यानंतरसुद्धा फुसका बॉम्बच ठरला. केंद्रातील जनता पक्षाच्या सरकाराबाबतीतही यादरम्यान असंच काहीसं घडत होतं.

इंदिरा-विरोधी लाटेवर स्वार होत सत्तेत आलेल्या जनता पक्षाच्या सरकारला या माजी प्रधानमंत्र्याला शिक्षा मात्र देता आली नव्हती. आपले हेतू दाखवणारी, ऑक्टोबर १९७७मधील एक निष्फळ अटक तेवढी ते करू शकले होते आणि इंदिरा गांधी यांनी त्याचाच आधार घेत आपलं राजकीय पुनरागमन केलं. शाह समितीची रचना राजकीय हेतूंनी झाली असल्यामुळे तिच्यासमोर आधी हजर राहण्यास नकार देणाऱ्या गांधी ११ जानेवारी रोजी चौकशी समितीला सामोऱ्या गेल्या. आपण एखादं विधान केलं तर तो आपण घेतलेल्या गुप्ततेच्या शपथेचा भंग ठरेल या कारणावरून त्यांनी आधी शपथ घेण्याचं आणि साक्ष देण्याचं नाकारलं; पण त्यानंतर त्यांनी अर्धा तास आपलं निवेदन वाचून दाखवत, आणीबाणीच्या काळात घेतलेल्या निर्णयांचं समर्थन केलं. न्यायमूर्ती शाह यांनी याला राजकीय भाषण म्हणून फेटाळलं, आणि साक्ष न दिल्यामुळे, दंडाधिकाऱ्यांसमोर त्यांच्याविरोधात तक्रार दाखल करण्यात यावी असा आदेश दिला. पुढील दहा महिने या मुद्द्यावरून कायदेशीर लढाई सुरू राहिली.

डिसेंबरमध्ये, दिल्ली उच्च न्यायालयानं निकाल दिला की, शाह समितीसमोर इंदिरा गांधींनी साक्ष देण्यास नकार दिला नाही तर केवळ, 'तुम्ही शपथ घ्यायला तयार आहात का?' या प्रश्नाला उत्तर म्हणून त्या 'नाही' म्हणाल्या. त्यामुळे त्यांना १९७९मध्ये शाह आणि अन्य समित्यांना 'त्यांच्याविरोधात कोणतेच पुरावे सापडले नाहीत,' असा दावा करण्याची संधी मिळाली. अर्थातच हा सत्याचा विपर्यास होता. कारण, समितीच्या अहवालांत आणीबाणीतील घटनांविषयी आणि त्या काळात लोकशाही धुडकावून लावण्यात आल्याचे कित्येक कागदोपत्री पुरावे नमूद होते. शाह समितीचा तीन खंडांचा अहवाल आजही अधिकृतरीत्या वाचायला मिळत नाही. इतकंच नाही तर १९८०मध्ये सत्तेत आल्यानंतर, काँग्रेस सरकारनं परराष्ट्रातील भारतीय वकीलातींना पाठवलेल्या या अहवालाच्या प्रती परत मागवून घेतल्या.

दरम्यान, ३ मे रोजी संजय गांधी यांना सर्वोच्च न्यायालयाच्या आदेशावरून तिहार जेलमध्ये पाठवण्यात आलं. *किस्सा कुर्सी का* या खटल्यातील साक्षीदारांसोबत भविष्यात त्यांनी काही करू नये म्हणून त्यांना रोखण्यासाठी त्यांचा जामीन नामंजूर करण्यात आला. संजय गांधी यांनी त्यांच्या स्वातंत्र्याचा फायदा घेत साक्षीदारांना लाच देण्याचा प्रयत्न केला, हे न्यायालयानं मान्य केलं. सेन्सॉर बोर्डाकडे एप्रिल १९७५मध्ये सादर करण्यात आलेला *किस्सा कुर्सी का* हा एक राजकीय उपहासात्मक चित्रपट होता. त्याची निर्मिती अमृत नाहटा यांनी केली होती. ते १९७७मध्ये जनता पार्टीच्या तिकिटावर खासदार म्हणून निवडून आले होते. या चित्रपटामध्ये संजय गांधी यांच्या ऑटो मॅन्युफॅक्चरिंग उद्योगाची आणि त्यांच्या निकटच्या साथीदारांची खिल्ली उडवण्यात आल्यामुळे त्यावर बंदी घालण्यात आली होती. शाह समितीने संजय गांधीला चित्रपटाच्या प्रिंट्स जाळण्याच्या आरोपामध्ये दोषी ठरवलं होतं. संजय गांधीवर इतरांसोबत खटला चालवण्यात आला आणि त्याला दोन वर्षांची सक्त मजुरीची शिक्षा ठोठावण्यात आली. त्याला आव्हान देण्यासाठी जामीन मिळाला असला तरी सर्वोच्च न्यायालयानं त्याचा जामीन नामंजूर केला आणि त्याला एक महिना तिहार तुरुंगात काढावा लागला, तेव्हाचे माहिती आणि प्रसारण मंत्री व्ही. सी. शुक्ला यांनादेखील दोन वर्षांसाठी तुरुंगात डांबण्यात आलं; पण नंतर त्यांची सुटका झाली.

जूनपर्यंत, मंत्रिमंडळात एक वेगळंच संकट उभं राहिलं. कारण, इंदिरा गांधींवर विशेष न्यायालयात खटला चालवण्यात यावा, यावरून मतभेद निर्माण झाले होते. हे न्यायालय खास यासाठीच स्थापन करण्यात आलं होतं. या विषयामध्ये मोरारजी देसाई आणि गृहमंत्री चरण सिंह एकमेकांच्या विरोधात उभे ठाकले. देसाईंनी म्हटलं की ते कम्युनिस्ट नेते ई. एम. एस. नंबुद्रीपाद यांच्या 'न्युरेम्बर्ग' खटल्यासारखा खटला चालवण्याच्या मागणीच्या विरोधात आहेत, तर चरण सिंह यांचं म्हणणं होतं की जर सरकार एका व्यक्तीलाच हाताळू शकलं नाही, तर जनतेचा या सरकारवर

विश्वास राहणार नाही. या सरकारला देशाच्या अन्य समस्या सोडवता येणार नाहीत असं जनतेला वाटेल, असं त्यांचं मत होतं. चरण सिंह यांनी एक निवेदन प्रसिद्ध केलं ज्यांत नमूद होतं की, जनता या सरकारकडे, 'षंढ माणसांचा घोळका' म्हणून पाहते, त्यामुळे संतप्त झालेल्या देसाई यांनी चरण सिंह यांना लगेच राजीनामा द्यायला सांगितला. दोन आठवड्यांनंतर चरण सिंह यांनी त्यांचा राजीनामा मागे घेतला.

इंदिरा गांधी यांच्या राजकीय पुनरागमनाची योजना, मात्र त्याआधीच मार्गावर होती. नोव्हेंबरमध्ये त्यांनी कर्नाटकमधील, चिकमंगळूर लोकसभा मतदारसंघातून, एकत्र आलेल्या विरोधकांचा तगडा उमेदवार, विरेंद्र पाटील यांचा पराभव करत पुन्हा एकदा निवडणूक जिंकली. सत्तेतून जेमतेम अठरा महिन्यांपूर्वीच बाहेर फेकल्या गेलेल्या इंदिरा गांधींकडे मतदारांचं लक्ष गेलं ते देवराज अर्स यांनी दिलेल्या घोषणेमुळे, *एक शेरनी, सौ लंगूर, चिकमंगळूर चिकमंगळूर;* पण लोकसभेतला त्यांचा वावर अल्पकालीन ठरला; पण १९७४ साली मारुती कार फॅक्टरी आणि संजय गांधींची त्याच्यातील गुंतवणूक यासंबंधी संसदेत विचारण्यात आलेल्या प्रश्नांना उत्तर देण्याची तयारी करणाऱ्या अधिकाऱ्यांना धमकावणे, कामात अडथळा आणणे, त्यांचा छळ करणे आणि त्यांच्या विरोधात खोट्या तक्रारी दाखल करून इंदिरा गांधींनी त्यांच्या विशेषाधिकारांचा गैरवापर केल्याचा ठपका विशेषाधिकार समितीने ठेवला. त्यांची शिक्षा निर्धारित करण्याचं काम, 'सभागृहाच्या सदसद्विवेकबुद्धीवर सोपवण्यात आलं,' आणि १९ डिसेंबर रोजी, २७९ विरोधात १३८ मतांनी, ३७ सदस्यांच्या अनुपस्थितीमध्ये, लोकसभेनं गांधींना निलंबित करण्याचा प्रस्ताव मंजूर केला आणि एका आठवड्याने सभागृहाची पुढील बैठक होईपर्यंत त्यांना तुरुंगात धाडलं. निवडणूक आयोगानं नंतर निकाल दिला की त्यांची हकालपट्टी झाल्यामुळे त्यांनी आपली लोकसभेची जागा गमावली आहे. गांधींनी चिकमंगळूर येथून पुन्हा लढण्याची प्रतिज्ञा केली आणि १९७९च्या निवडणुकीत त्या तिथून जिंकून पुन्हा संसदेत परतल्या.

जनता पार्टी तिच्या अपेक्षा आणि वचनं पूर्ण करण्यात कशा प्रकारे अपयशी ठरली. याचं प्रतिबिंब एका समितीच्या कामकाजातून दिसून येतं. ही समिती आणीबाणीच्या काळात चंडीगढ येथे जेपींवर उपचार करणाऱ्या डॉक्टरांच्या तथाकथित हलगर्जीपणाची चौकशी करत होती. १९७५ साली तुरुंगातून सुटून, जसलोक हॉस्पिटलमध्ये उपचारासाठी काही काळ राहिल्यानंतर, जेपी हे अमेरिकेतील सिॲटल येथे गेले. तिथे त्यांच्यावर जगप्रसिद्ध किडनीतज्ज्ञ डॉ. ख्रिस्टोफर ब्लॅग यांच्या निगराणीखाली उपचार करण्यात आले. जेपींच्या किडन्या नेमक्या कधी खराब झाल्या, याची अमेरिकन डॉक्टरांकडे विचारणा करण्यात आली. २३ एप्रिल रोजी, सरकारतर्फे डॉ. फिलिपोज कोशी यांची जेपींना तुरुंगात असताना देण्यात आलेल्या 'वैद्यकीय उपचारांचं स्वरूप आणि गरज' याची चौकशी करण्यासाठी

नियुक्ती करण्यात आली; पण कोशींनी अचानक दिलेल्या राजीनाम्यानंतर, सरकारनं डॉ. के. नागप्पा अल्वा यांची नेमणूक केली, त्यांनीदेखील तत्काळ राजीनामा दिला. हे दोन राजीनामे आणि एकूणच चौकशी वेगात निकाली काढण्यासंबंधीची सरकारची अनिच्छा यामुळे सत्ताधारी पक्षाची आपल्या पक्षाच्या संस्थापक नेत्यासंबंधी असलेली उदासिनताच अधोरेखित झाली.

वर्षाच्या शेवटास जनता पक्षाचं फुटणं अटळ दिसू लागलं. कारण, आणीबाणीच्या काळात इंदिरा गांधी आणि त्यांच्या सहकाऱ्यांनी केलेल्या कृत्यांबद्दल त्यांना शिक्षा करण्याचे सारे प्रयत्न त्यांनी अत्यंत बेजबाबदारपणे हाताळले आणि त्यात कमालीचा अव्यवस्थितपणा दाखवला. धोरणात्मक बाबींवर मंत्रिमंडळात एकवाक्यता नव्हती, सरकारी तपासणीत चुका केल्या जात होत्या आणि खटल्यांची तयारी वाईट पद्धतीनं केली जात होती. या दांडगाईच्या कृत्यांमुळे उलट इंदिरा गांधींनाच हौतात्म्याची लकाकी मिळाली, त्यामुळे त्यांचं राजकीय पुनरागमन झालं. ज्यामुळे जनता पक्षाच्या सरकारला त्यांचा रचनात्मक कार्यक्रम चालवण्यासाठी वेळच मिळाला नाही. भूतकाळापासून संबंध तोडण्याची कामगिरी बजावलेल्या जनता पक्षाचं सरकार त्यांच्या सूडबुद्धीच्या आणि अकार्यक्षम प्रतिमेमुळे लवकरच रसातळाला गेलं. लोकांच्या अपेक्षा धुळीस मिळवणं हे त्यांचं उद्दिष्ट नसलं तरीही गाण्यात म्हटल्याप्रमाणे त्यांची अवस्था ही *हम बेवफा हरगिज़ न थे, पर हम वफा कर न सके...* अशीच होती.

१९७९ : आनेवाला पल जानेवाला है

एक बार वक्त से लम्हा गिरा कही
वहाँ दास्ताँ मिली लम्हा कही नहीं
थोडा सा हँसाके थोडा सा रुलाके
पल ये भी जानेवाला है

गीतकार : गुलजार
संगीतकार : आर. डी. बर्मन
गायक : किशोर कुमार
चित्रपट : *गोलमाल*

आनेवाला पल जानेवाला है... हे गुलजार-आर. डी. बर्मन यांच्या सांगीतिक खजिन्यातील आणखी एक रत्न. किशोर कुमारच्या गहिऱ्या आवाजामुळे या गाण्याला एक जिवंतपणा लाभतो ज्यामुळे या जोडगोळीच्या इतर गाण्यांमध्येही हे गाणं उठून दिसतं. गुलजारच्या अर्थपूर्ण शब्दांनी या आनंदी गाण्याला एक वेगळी खोली लाभली आहे. हृषीकेश मुखर्जी यांनी दिग्दर्शित केलेला हास्यपट *गोलमाल*, 'काना माच्छी' (आंधळ्याचा तडाखा) या बंगाली कथेवर आधारित होता आणि या दिग्दर्शकाच्या इतर सर्वच विनोदी चित्रपटांप्रमाणे *गोलमाल*देखील कोणत्याही पातळीवर उथळ होत नाही, त्यातला विनोद हा तरल आणि चिमटे काढणारा आहे.

आता कित्येक वर्षांनंतर या चित्रपटालाही त्याचा एक चाहतावर्ग लाभला आहे, सोबतीला अनेक भाषांमध्ये त्याचे सातत्याने रिमेक्सदेखील बनत राहतात, अगदी हिंदीतही. कोणत्याही सर्वोत्कृष्ट विनोदी दहा हिंदी चित्रपटांची यादी *गोलमालशिवाय*

पूर्ण होऊ शकत नाही. यामध्ये अमोल पालेकर, बिंदिया गोस्वामी, दिना पाठक आणि उत्पल दत्त यांच्या प्रमुख भूमिका होत्या. मुखर्जी यांना नायिकेच्या भूमिकेत आधी रेखाला घ्यायचं होतं पण ही भूमिका तिला साजेशी नाही, अस त्यांना वाटलं. अमोल पालेकर यांनी त्यांच्या अन्य चित्रपटांप्रमाणे, यातही एका मध्यमवर्गीय माणसाची भूमिका केली आहे. ही भूमिका दुहेरी होती. जेव्हा या पात्राचा संबंध जेष्ठ अभिनेता उत्पल दत्त साकारत असलेल्या पात्रासोबत येतो, तेव्हा अनेक गमतीशिर प्रसंग घडू लागतात. दत्त हे आयुष्यभर मार्क्सिस्ट होते आणि कम्युनिस्ट पार्टी ऑफ इंडिया (एम)चे ते सक्रिय समर्थक होते. त्यांची डावी विचारधारा जपणारी 'लिटिल थिएटर' ही संस्था समकालीन बंगाली नाट्यचळवळीचं भूषण होती. यामुळे त्यांना स्थानबद्ध करण्यात आलं होतं आणि १९६५ साली काही महिने त्यांना तुरुंगातही जावं लागलं होतं.

दत्त यांना उत्कृष्ट विनोदी कलाकारासाठीचा तर अमोल पालेकर यांना उत्कृष्ट कलाकार म्हणून फिल्मफेअर पुरस्कार मिळाला. खरं तर पालेकर यांनी अमिताभ बच्चन यांच्या *मुकद्दर का सिकंदरमधील* कामाला मात देत हा पुरस्कार जिंकला. गुलजार यांना *आनेवाला पल जानेवाला* है या गाण्यासाठी उत्कृष्ट गीतकाराचा सन्मान मिळाला.

हे गाणं देशातील बदलत्या राजकीय परिस्थितीचं अचूक वर्णन समजायला हरकत नाही.या काळात सत्ताधारी जनता पक्षाची शिवण उसवायला सुरुवात झाली होती. डिसेंबर १९७८मध्ये ज्यांना सहा महिन्यांपूर्वी मंत्रिमंडळातून बाहेर काढण्यात आलं होतं, त्या चरण सिंह यांनी दिल्लीत एका मेळाव्यासाठी २ लाख शेतकरी आणून जोरदार शक्तिप्रदर्शन केलं. या शक्तिप्रदर्शनामुळे देसाई यांना चरण सिंहांना फेब्रुवारीत पुन्हा एकदा मंत्रिमंडळात अर्थमंत्री आणि उपपंतप्रधान म्हणून घ्यावं लागलं.

जनता पक्षामध्ये मतभेद निर्माण होण्याचं मुख्य कारण होतं पूर्वीच्या जनसंघातील सदस्यांच्या दुहेरी सदस्यत्त्वाचा मुद्दा. पक्षातील समाजवादी गटाची इच्छा होती की या सदस्यांनी आरएसएसपासून वेगळं व्हावं, ज्याला पूर्वीच्या जनसंघ सदस्यांनी नकार दिला. त्यासाठी त्यांनी असं कारण दिलं की, आरएसएस ही फक्त एक सांस्कृतिक संघटना आहे. जनसंघाच्या माजी सदस्यांनी जेपींच्या सूचनेकडेही दुर्लक्ष केलं. आरएसएसनं जनता पक्षाच्या अन्य विद्यार्थी आणि युवा संघटनांमध्ये विलीन व्हावं किंवा त्यांनी आपले दरवाजे सर्व धर्मांच्या स्त्री-पुरुषांसाठी उघडावेत, अशी जाहीर सूचना जेपींनी केली होती.

जनता पक्षातील आरएसएसच्या स्वयंसेवकांनी जेपींकडे दुर्लक्ष करावं यात काही नवल नव्हतं. कारण, आता त्यांची सद्दी संपली होती. २३ मार्च रोजी दुपारी १.१० वाजताचा नेहमीचा कार्यक्रम थांबवून ऑल इंडिया रेडिओनं 'जयप्रकाश नारायण यांचं निधन झालं आहे,' अशी घोषणा केली. वृत्तसंस्थांमुळे ही बातमी

सगळीकडे पसरली आणि काही मिनिटांतच, पत्रकार, छायाचित्रकार आणि हजारो लोकांनी जसलोक हॉस्पिटल भोवतीचं सुरक्षाकडे भेदून त्याला वेढा घातला. राष्ट्रपती नीलम संजीव रेड्डी यांनी विमानानं मुंबईकडे धाव घेतली. दुपारी १ वाजून १५ मिनिटांनी लोकसभा सभापती के. एस. हेगडे यांनी सभागृहात ही बातमी सांगितली. पंतप्रधान मोरारजी देसाई यांनी त्यांना जेपींच्या 'मृत्यू'ची माहिती दिली होती. दोन मिनिटांच्या पारंपरिक मौनानंतर सभागृहाचं कामकाज स्थगित करण्यात आलं.

सरकारचा भयंकर प्रमाद तत्काळ उघडकीस आला. लोकसभा स्थगितीच्या जेमतेम अर्ध्या तासानंतरच जेपींच्या 'पुनरुत्थाना'ची बातमी झळकली. यातला उपहास असा की, जनता पक्षाचे अध्यक्ष, चंद्र शेखर यांनीच हॉस्पिटलमध्ये गहिवरल्या सुरात सांगितलं की, जेपी अजून जिवंत आहेत; पण त्यांची प्रकृती अद्याप चिंताजनकच आहे. ज्या जेपींमुळे सत्ता मिळाली, ज्यांच्यामुळे त्यांचं अस्तित्व होतं, त्यांच्याबाबतीतच जनता पक्षानं इतकी मोठी असंवेदनशील घोडचूक केली होती. ७७व्या वाढदिवसाच्या तीन दिवस आधी ८ ऑक्टोबर रोजी जेपींचा पाटणा येथे मृत्यू झाला.

जेपींचा मृत्यू होण्याच्या किती तरी आधीच, त्यांनी शब्दशः सत्तेवर आणलेल्या सरकारचा शेवट झाला होता. जुलै महिन्यात समाजवादी गटानं संसदेत वेगळं बसण्याचं ठरवलं आणि मोरारजी देसाईंनी आपलं बहुमत गमावलं. १५ जुलै रोजी त्यांनी राष्ट्रपती नीलम संजीव रेड्डींना दोन पत्रं लिहिली. पहिल्या पत्रामध्ये त्यांनी आपल्या पंतप्रधानपदाचा राजीनामा दिला तर दुसऱ्या पत्रात त्यांना पर्यायी सरकार स्थापन्याची संधी द्यावी, असा त्यांनी राष्ट्रपतींना विनंतीवजा सल्ला दिला. राष्ट्रपती रेड्डी यांनी त्याऐवजी, काँग्रेसच्या दुसऱ्या गटाचे नेते तसेच सभागृहाचे अधिकृत विरोधी पक्षनेते, यशवंतराव चव्हाण यांना निमंत्रित केलं; पण ते पुरेसा पाठिंबा मिळवण्यात अपयशी ठरले. त्यानंतर चरण सिंह यांना निमंत्रण देण्यात आलं आणि २८ जुलै रोजी त्यांनी अल्पमतातील सरकार स्थापन केलं. त्याला इंदिरा गांधी यांच्या काँग्रेस (आय)चा पाठिंबा होता.

अपेक्षेप्रमाणे इंदिरा गांधींनी चरण सिंह सरकारचा पाठिंबा काढला आणि २० ऑगस्ट रोजी त्यांनी पंतप्रधानपदाचा राजीनामा दिला. लोकसभेला सामोरं न गेलेले ते पहिले आणि एकमेव पंतप्रधान होते. त्यांच्या राजीनाम्यानंतर त्यांनी राष्ट्रपतींना सभागृह भंग करून नव्यानं निवडणुका घेण्याचा सल्ला दिला. दरम्यान, जगजीवन राम यांनी जनता पक्षाच्या संसदीय गटाचा नेता म्हणून देसाई यांची जागा घेतली आणि त्यांनी राष्ट्रपतींना पत्र लिहिलं की, त्यांना सरकार स्थापन करण्याची संधी देण्यात यावी. चरण सिंह यांना सभागृह भंग करण्याचा सल्ला देण्याचा कायदेशीर अधिकार नव्हता, असा त्यांनी आक्षेप घेतला. राष्ट्रपतींनी २२ ऑगस्ट रोजी लोकसभा भंग केली, त्यांचा हा निर्णय खूप वादग्रस्त ठरला. जानेवारी १९८०च्या पहिल्या

आठवड्यात निवडणुका होईपर्यंत चरण सिंह यांनी काळजीवाहू पंतप्रधान म्हणून काम सुरू ठेवलं.

त्याआधी मेमध्ये आणीबाणीतील आणि आणीबाणी-पूर्व गैरकृत्यांबद्दल इंदिरा गांधी यांच्यावर खटला चालवण्यासाठी विशेष न्यायालयाची नियुक्ती करण्यासंदर्भातील विधेयक सरकारनं मंजूर केलं होतं. महिन्याच्या अखेरीस दोन विशेष न्यायालयं स्थापन झाली आणि इंदिरा गांधी आणि इतरांच्या विरोधात खटले चालवण्यात आले पण त्याबद्दल कुणालाच खात्री नव्हती. जरी सर्वोच्च न्यायालयानं डिसेंबरमध्ये, विशेष न्यायालय कायदा उचलून धरला असला, तरीही दिल्ली उच्च न्यायालयानं जानेवारी १९८०मध्ये विशेष न्यायालय क्रमांक दोन, बेकायदेशीर असल्याचा निकाल दिला. ३१ मार्च १९८० रोजी दोन्ही विशेष न्यायालयांनी काम करणं थांबवलं. त्यांतील प्रलंबित खटले आणि शाह समितीमुळे अन्य न्यायालयांत सुरू असलेले खटलेदेखील सरतेशेवटी रद्द झाले.

जनता पक्षाच्या सरकारमधील अंतर्गत वादावादी आणि त्याचा निरस शेवट यामुळे त्यांचं अपयश दिसून येत असलं तरीही या सरकारनं दोन महत्त्वाच्या गोष्टी साध्य केल्या होत्या. ४४वी घटना दुरुस्ती करून त्यांनी घटनेचं आणि प्रातिनिधिक लोकशाहीचं रक्षण केलं होतं. अन्य मागासवर्गीयांना सामाजिक न्याय देण्यासाठी त्यांनी मंडल आयोगाची स्थापना केली. ज्यामुळे येत्या दशकांत भारताची सामाजिक, राजकीय आणि शासकीय संरचना कायमची बदलणार होती. सार्वजनिक प्रसारण सेवांना सरकारी नियंत्रणातून मुक्त करण्यासाठी स्थापन करण्यात आलेला बी. जी. वर्गीस कार्यगट, आपल्या कामामध्ये फारसा यशस्वी ठरला नाही. चरण सिंह यांनी अर्थ मंत्री असताना मांडलेल्या अर्थ संकल्पामुळे, शेतकरी आणि ग्रामीण भारतासाठी मोठे स्रोत खुले करण्यात आले; तर याच काळात भारताच्या एखाद्या सैन्य दलाला त्याचा पहिला मुस्लीम प्रमुख एअर चिफ मार्शल आय. एच. लतिफ रूपानं मिळाला. त्यांनी भारतीय हवाई दल प्रमुख म्हणून सप्टेंबर १९७८मध्ये कार्यभार सांभाळला.

जनता पक्ष प्रयोगाच्या अकाली निधनानंतर मोरारजी देसाई यांनी वयाच्या ८३व्या वर्षी राजकारणातून निवृत्ती घेतली. त्यांनी, नेहरू आणि शास्त्री यांच्या निधनानंतर, पंतप्रधान होण्याचा प्रयत्न केला. तो काँग्रेस पक्षाच्या शिलेदारांनी फोल ठरवला. ते नंतर यशस्वी झाले खरे पण आपला कार्यकाळ पूर्ण करण्यात त्यांच्या सरकारला आलेलं अपयश आणि बेजबाबदार प्रशासनव्यवस्था यामुळे त्यांच्या नावावर फार काही सांगण्यासारखं शिल्लक राहिलं नाही. दोनच वर्षांत पुन्हा एकदा हेच सिद्ध झालं की *आनेवाला पल जानेवाला है...*

१९८०च्या कठीण काळातील असह्य प्रवास

तुम इतना जो मुस्कुरा रहे हो

डिस्को दशक, काश्मीर आणि पंजाबचं अग्नितांडव, एक पंतप्रधानाची हत्या होते, शीख-विरोधी दंगली भारताला जखमी करतात. भारताला त्याचा सर्वांत तरुण पंतप्रधान मिळतो जो आपल्याला आधुनिक काळासोबत जोडतो : संगणक आणि दूरसंचारसेवा.

१) लॉर्ड्सवरील भारताचा देदीप्यमान विजय : जून १९८३मध्ये प्रुडेन्शियल वर्ल्ड कप उंचावताना कपिल देव.

२) स्वतःच्या अंगरक्षकांकडून निर्घृणपणे मारल्या गेलेल्या पंतप्रधान इंदिरा गांधी यांच्या मृतदेहाशेजारी उभे असलेले राजीव गांधी. त्यांच्यानंतर राजीव गांधी पंतप्रधान झाले. (छायाचित्र : फोटो डिव्हिजन)

३) १९८७ साली ऑपरेशन ब्लॅक थंडर अंतर्गत, अमृतसर येथील सुवर्ण मंदिर संकुलातील एका गुरूद्वाऱ्यावर झालेल्या हल्ल्यानंतर तिथून धूर निघताना. (छायाचित्र : प्रवीण जैन)

४) जुगलबंदी : व्हायोलिनवादक आणि वाद्यवृंद संयोजक येहुदी मेनुहीन हे सतारवादक रवी शंकर यांना आलिंगन देताना. (छायाचित्र : प्रवीण जैन)

५) माजी राष्ट्रपती ग्यानी झैल सिंह त्यांचा सकाळचा फेरफटका मारताना. त्यांचा साहाय्यक त्यांना वर्तमानपत्र वाचून दाखवतोय. (छायाचित्र : प्रवीण जैन)

1.

2.

3.

4.

5.

१९८० : आप जैसा कोई मेरी जिंदगी में आये

मैं इन्सान हूँ, फरीश्ता नहीं
डर है बहक, ना जाऊ कही
तन्हा दिल न संभलेगा, प्यार बिना ये तडपेगा
आपसा कहाँ है दिल आपको ही पाये
तो बात बन जाये

गीतकार : इंदीवर
संगीतकार : बिद्दू
गायक : नाझिया हसन
चित्रपट : *कुर्बानी*

आप जैसा कोई मेरी जिंदगी में आये... हे केवळ एक जबदस्त हिट गाणंच नव्हतं तर त्यानं अनेक अर्थानं कित्येक जुन्या परंपराही तोडल्या होत्या. या गाण्यानं एक नवा संगीतकार बिद्दू याला संधी दिली, त्यानं फिरोझ खानच्या *कुर्बानी* या चित्रपटासाठी हे एकच गाणं तयार केलं. बाकीची गाणी कल्याणजी–आनंदजी या जोडीनं संगीतबद्ध केली, त्यांनादेखील तितकीच प्रसिद्धी मिळाली. नवीन संगीतकाराच्या सोबतीनं त्यांना एक नवीन गायिकादेखील मिळाली, पंधरा वर्षांची पाकिस्तानी–ब्रिटिश नाझिया हसन. तिच्यामुळे भारतात वादळ निर्माण झालं. खरं तर नाझियाची निवड झाली ती बिद्दूमुळे. त्याला हे गाणं लंडनमध्ये रेकॉर्ड करायचं होतं आणि भारतातील कोणताही गायक त्याला नको होता. *कुर्बानीची* नायिका, झिनत अमान, जिच्यावर हे गाणं चित्रित झालं आहे, ती नाझियाच्या कुटुंबाला

ओळखत होती. तिने फिरोझ खानकडे नाझियाची शिफारस केली. हसनच्या घरीच अचानकपणे झालेल्या एका चाचणीत, नाझियानं *डान्स लिटल लेडीचं* एक कडवं गाऊन दाखवलं त्यावर बिद्दूनं कामचलावू ठेका धरला.

बिद्दूला इंदीवरचे शब्द फारसे काही समजले नाही पण त्यानं टीना चार्ल्ससाठी लिहिलेल्या एका गाण्याची चाल या गाण्यासाठी वापरली. लॅटीन सुरावट असलेली ही झटकन म्हणता येणारी धून एका तासातच तयार झाली होती. जेव्हा गाणं ध्वनिमुद्रित झालं तेव्हा नाझियाचा आवाज 'एकाकी' वाटू लागला आणि बिद्दूला वाटलं की, संगीताच्या कल्लोळामध्ये तिचा आवाज कुठे तरी 'हरवला' जात आहे. त्यानं मग नाझियाला तिच्याच 'फर्स्ट टेक'मध्ये गायलेल्या गाण्यासोबत गायला सांगितलं, तिने त्यातला प्रत्येक बारकावा समजावून घेतला. त्यामुळे तिच्या आवाजाला वजन आलं आणि तो नैसर्गिक वाटू लागला. सोबतीला आणखीही काही क्लृप्त्या होत्या. *बात बन जायेच्या* शेवटास ऐकू येणारा एक शिट्टीसारखा आवाज बिद्दूनं सिन्ड्रम वाजवून काढला तर गिटारमध्ये काही दुरुस्त्या करून त्याचा आवाज सतारीसारखा करण्यात आला. या गाण्यानं अत्यंत चांगला परिणाम साधला आणि चित्रपट प्रदर्शित होण्याआधीच या गाण्याची लोकांवर झिंग चढली. नाझिया ही या गाण्यासाठी फिल्मफेअर जिंकणारी पहिली पाकिस्तानी आणि सर्वांत तरुण पुरस्कारार्थी बनली.

आप जैसा कोई हा भारताचा संगीतातील पहिला खराखुरा आंतरराष्ट्रीय प्रयोग होता. या गाण्यानं भारतात डिस्को हा शब्द आणला. या शब्दानं भारतात तुफान आणलं. बिद्दू आणि नाझिया यांनी नंतर *स्टार* आणि *डिस्को दिवाने* या चित्रपटांसाठी एकत्र काम करून आणखी काही हिट गाणी दिली. तिला नंतर कर्करोगाचं निदान झालं आणि ती तरुण वयातच निधन पावली. बप्पी लाहिरी यांनी नंतर डिस्को संगीताचा अतिरेक केला; पण ती फार नंतरची गोष्ट होती. *कर्ज* आणि *दोस्ताना* या चित्रपटांनीही या वर्षीच्या हिट संगीताची नोंद केली पण *शोलेच्या* अफाट यशानंतर आलेला रमेश सिप्पींचा अनेक दिग्गज अभिनेते असलेला *शान* मात्र कोणताही मागमूस मागे न ठेवता नाहीसा झाला. हा एक योगायोग समजायला हवा कारण इंदिरा गांधींचा उतरणीचा प्रवास १९७५च्या आणीबाणीसोबत सुरू झाला, त्याच वर्षी *शोलेही* प्रदर्शित झाला आणि प्रचंड गाजला. १९८०मध्ये त्या सत्तेत परतलेल्या होत्या तर *शान* पूर्णपणे अपयशी ठरला.

३ ते ६ जानेवारीदरम्यान निवडणुका संपन्न झाल्या आणि काँग्रेस (आय)ला ३५३ जागा मिळाल्या. इंदिरा गांधींना १९७१मध्ये मिळालेल्या विजयापेक्षाही हा मोठा विजय होता. जनता पक्षाला किंवा त्याच्यात जे काही शिल्लक राहिलं होतं, त्याला ३१ जागा मिळाल्या आणि दोन्ही साम्यवादी पक्ष मिळून ५७ जागा जिंकू शकले. रायबरेलीतून इंदिरा गांधींनी दोन लाखाच्या मताधिक्यानं विजय मिळवला तर

संजय गांधीनं शेजारच्या अमेठीमध्ये आपल्या पराभवाचा बदला घेतला. इंदिरा गांधी पुन्हा एकदा काँग्रेस पक्ष आणि सरकारच्या निर्विवाद नेत्या झाल्या. १४ जानेवारी रोजी देशाला उद्देशून केलेल्या त्यांच्या भाषणांत त्या म्हणाल्या की, 'लोकशाही, समाजवाद आणि सर्वधर्मसमभावाशी असलेली आमची बांधिलकी हा आमच्या श्रद्धेचा भाग आहे.'

जनता पार्टी सरकारने १९७७मध्ये राज्य विधानसभेतील काँग्रेसची सरकारं बरखास्त केली होती. जनता पक्षाच्या पावलावर पाऊल टाकत, इंदिरा गांधींनीही विरोधकांची नऊ सरकारं बरखास्त केली. त्यांनी तिथे राष्ट्रपती राजवट लागू केली. यातला उपरोध असा की, त्यांच्या आदेशाला देण्यात आलेलं कायदेशीर आव्हान न्यायालयात फेटाळलं गेलं. राजस्थानमध्ये जनता पक्षाच्या वतीनं तीन वर्षांपूर्वीच्या दाखल करण्यात आलेल्या खटल्यामध्ये जो युक्तिवाद करण्यात आला होता, त्याच्या आधारे हा निकाल देण्यात आला होता. २८ ते ३१ मेदरम्यान या नऊ राज्यांमध्ये विधानसभांच्या निवडणुका घेण्यात आल्या आणि काँग्रेस (आय)ने पाच राज्यांत दोन तृतीयांश बहुमतानं तर तीन राज्यांत बहुमतानं विजय मिळवला. अपवाद होता फक्त तमिळनाडूचा जिथे तमिळी पक्षांनी आपली हुकूमत कायम ठेवली. संजय गांधीनं उत्तर प्रदेशाचं मुख्यमंत्री व्हावं अशी शिफारस काँग्रेसच्या आमदारांनी पक्षाच्या केंद्रीय नेतृत्वाला केली. असं म्हटलं जातं की कदाचित पुढील मोठ्या योजनेची तयारी म्हणून संजय गांधीनंच हा बनाव रचला होता; पण इंदिरा गांधींनी, त्यांना भेटायला आलेल्या उत्तर प्रदेश युवक काँग्रेसच्या प्रतिनिधिंना, 'याचा प्रश्नच येत नाही,' असं सांगत ही शिफारस फेटाळून लावली. संजयनं पक्षाचा राष्ट्रीय सरचिटणीस म्हणून काम सुरू ठेवलं.

संजयच्या महत्त्वाकांक्षा आणि त्याच्या आईनं त्याच्यासाठी ज्या काही योजना आखल्या होत्या त्या २३ जून रोजी अचानक संपुष्टात आल्या. त्या दिवशी एका विमान अपघातात संजय मारला गेला. अपघाताच्या काही आठवडे आधी तो अत्यंत बेपर्वाईनं एक हलकं विमान उडवत होता आणि त्याबाबत त्याला कित्येक धोक्याचे इशारेही देण्यात आले होते. 'संजयच्या जाण्यानं मला प्रचंड धक्का बसलाय,' असं इंदिरा गांधी यांनी त्यांची अमेरिकन मैत्रीण, डोरोथी नॉर्मन हिला लिहिलेल्या पत्रांत म्हटलं आहे. त्यांच्या सांत्वना संदेशात त्या म्हणतात की, '(तो) भविष्याचा वेध घेऊ पाहणारा, नवीन मार्ग शोधणारा एक नायक बनला होता...' ऑल इंडिया काँग्रेस कमिटीनं एका ठरावात संजयची अतोनात स्तुती केली असली तरी अनेकांनी असाही अंदाज व्यक्त केला होता की, त्यानं कदाचित आपल्या आईला बाजूला सारून स्वतःकडे सत्ता घेतली असती. आपल्या आईला मदत करण्यासाठी इंदिराजींचा मोठा मुलगा राजीव गांधी यानं आपल्या इच्छेविरुद्ध आणि त्याच्या इटालियन पत्नीच्या, सोनियाच्या मर्जीविरुद्ध राजकारणात प्रवेश घेतला.

विरोधकांमधील गोंधळ अजूनही सुरूच होता. जगजीवन राम यांनी फेब्रुवारीत जनता पक्षाचा राजीनामा दिला आणि एप्रिलच्या सुरुवातीस जनसंघानेही त्यातून बाहेर पडत भारतीय जनता पक्ष स्थापन केला. १२ मार्च रोजी जनता पक्षाच्या संसदीय मंडळानं, पक्षाचा कोणताही सदस्य किंवा गट, आरएसएसच्या दैनंदिन कामांत सहभागी होऊ शकत नाही असा निर्णय घेतला. त्यानंतर ही घटना घडली.

सर्वोच्च न्यायालयातील मिनर्व्हा मिल्स खटल्यामुळे, पुन्हा एकदा चरण सिंह सरकारच्या सत्ताकाळामध्ये, घटनेच्या मूलभूत संरचनेचा प्रश्न ऐरणीवर आला. या खटल्यामध्ये नानी पालखीवाला मिनर्व्हा मिल्सची बाजू मांडत होते. ९ मे रोजी निकाल देण्यात आला आणि सरकारला पसंत नसलेली गोष्टच उचलून धरण्यात आली. त्यानुसार घटनेतील मूलभूत रचनेमध्ये दुरुस्ती करण्याचा संसदेला अधिकार नाही, ही गोष्ट स्पष्ट झाली. जानेवारी महिन्यामध्ये, जेव्हा खंडपीठात यावर वैचारिक चर्चा सुरू होती, न्यायमूर्ती पी. एन. भगवतींनी – जे नंतर भारताचे सर्वोच्च न्यायमूर्ती झाले – नवनियुक्त प्रधानमंत्र्यांना 'डियर इंदिराजी' असं संबोधत एक पत्र लिहिलं. त्यांनी केवळ त्यांचं अभिनंदनच नाही केलं, तर त्यांनी पंतप्रधानांना आवश्यक ते 'रचनात्मक आणि न्यायीक बदल' करण्याविषयीही सांगितलं. सोबतच त्यांनी 'तिच्या कणखर इच्छाशक्तीची... असामान्य अंतर्दृष्टीची आणि विलक्षण दूरदृष्टीची, उत्कृष्ट प्रशासकीय क्षमतेची आणि... गरीब आणि दुबळ्या लोकांविषयी कणव असलेल्या हृदयाची...' प्रशंसा केली. इंदिरा गांधी यांचा याआधीचा कार्यकाळ पाहता, त्यांच्या नेतृत्वाखाली न्यायसंस्थेचं स्वातंत्र्य कसं जपलं जाईल, याविषयी या पत्रामुळे भीती निर्माण झाली.

पूर्वोत्तर राज्यांत आंतरीक सुरक्षेचे प्रश्न चिंताजनक स्वरूपाचे झाले होते, विशेषतः आसाममध्ये. राष्ट्रपती राजवट लागू झाल्यानंतर, जूनमध्ये त्रिपुरामध्ये उसळलेल्या आदिवासी आणि बिगर–आदिवासी दंगलीत ३०० लोक ठार झाले आणि हजारो लोक आपल्या घरादाराला मुकले. पंजाबमधील राजकीय परिस्थितीही आता गंभीर स्वरूप धारण करत होती. कारण, तिथे अकाली दल केंद्र सरकारसोबत संघर्षाच्या मनःस्थितीत होते.

दरम्यान, आर्थिक प्रगतीचा आलेख उंचावत होता आणि चरण सिंहांच्या राजवटीत भडकलेला महागाईचा दर कमी होत होता. जीडीपीचा दरदेखील ७.२ टक्के इतका वाढला पण सोबतच तीव्र दुष्काळ आणि तेलाच्या जागतिक बाजारपेठेतील किमतीमधील वाढ यामुळे ६.२ टक्के नकारात्मक दरही सोबत होताच. अनेक अर्थतज्ज्ञांना नंतर हे कळून येणार होतं की, १९८०चं दशक हे भारतीय अर्थव्यवस्था उंचावण्यामधील महत्त्वाचा टप्पा होता. फेब्रुवारी १९८१ साली, पंतप्रधान गांधी यांनी, नॅशनल डेव्हलपमेंट कौन्सिलमध्ये एका भाषणामध्ये असं सांगितलं की,

'समाजवादी देशांमध्ये आता मोठंच नाही तर दिसून येईल अशा पद्धतीने, वैयक्तिक प्रोत्साहन आणि बाजारातील प्रवाहांच्या बाजूने, सारी नियंत्रणं आणि कठोर नियम रद्द करण्यावर विशेष भर देण्यात येत आहे.'

या सर्वांमध्ये, सोव्हिएत युनियनने अफगाणिस्तानवर आक्रमण केल्यामुळे पाश्चिमात्य देशांनी बहिष्कार टाकलेल्या मॉस्को ऑलिम्पिकमध्ये भारतानं हॉकीतील सुवर्णपदक जिंकलं. हॉकीतील ऑलिम्पिक सुवर्णपदक जिंकण्याची भारताची ती शेवटची वेळ होती.

१९८१: देखा एक ख्वाब तो ये सिलसिले हुये

देखा एक ख्वाब तो ये सिलसिले हुये
दूर तक निगाहों में है गुल खिले हुये
ये गिला है आपकी निगाहों से
फुल भी हो दरमियाँ तो फासले हुये

गीतकार : जावेद अख्तर
संगीतकार : शिव-हरी
गायक : किशोर कुमार आणि लता मंगेशकर
चित्रपट : *सिलसिला*

यश चोप्रा यांच्या *सिलसिला* या चित्रपटामधील डच ट्युलिप्स फुलबागांच्या पार्श्वभूमीवर चित्रित झालेलं हे प्रणयासक्त युगूल गीत, हिंदी चित्रपटांतील सर्वाधिक उत्कृष्टपणे छायाचित्रित झालेल्या गाण्यांपैकी एक आहे. या गीताद्वारे जावेद अख्तर यांनी गीतकार म्हणून पदार्पण केलं. जरी जावेद हे उर्दू कवींच्या ख्यातनाम घराण्याशी संबंधित असले तरीही त्यांनी हिंदी चित्रपटसृष्टीत पटकथा आणि संवाद लेखक म्हणून आपलं नाव कमावलं होतं. सलीम खान यांच्यासोबत काम करत असताना, या जोडीनं हिंदी चित्रपटांमध्ये 'अँग्री यंग मॅन' आणला होता आणि हिंदी सिनेमांतील काही जबरदस्त गाजलेले चित्रपट त्यांच्या लेखणीतून उतरले होते. त्यामध्ये *शोले* आणि *दिवार* या चित्रपटांचा समावेश होता.

'मी १९७८मध्ये माझी शायरी लिहायला सुरुवात केली असली तरी ती प्रकाशित झाली नव्हती. काही लोकांना माझ्या लिखाणाची माहिती होती आणि

माझ्या कविताही त्यांनी ऐकल्या होत्या. त्यांच्यापैकीच एक होते प्रसिद्ध निर्माता आणि दिग्दर्शक मिस्टर यश चोप्रा. एक दिवस ते माझ्याकडे आले आणि म्हणाले मी त्यांच्या चित्रपटासाठी गाणी लिहावीत, असं त्यांना वाटतं.' *सिलसिला* चित्रपटासाठी त्यांनी कशा प्रकारे गाणी लिहायला घेतली हे जावेद एका जर्मन मासिकाला सांगत होते. आठवण सांगताना जावेद म्हणतात की, 'मला थोडं आश्चर्य वाटलं कारण तसं काही करण्याची माझी इच्छा नव्हती किंवा कोणी मला चित्रटासाठी गाणी लिहिण्याविषयी विचारेल, असं मला वाटलं नव्हतं. मला त्याचं कारण माहित नाही; पण मग त्यांनी आग्रह धरला. माझी इच्छा नव्हती; पण त्यांनी मला एक ऑफर देऊ केली आणि त्यानंतर जेव्हा मी गाणी लिहिली तेव्हा मलाच आनंद झाला त्याचा, तर ही कथा आहे माझ्या गीतलेखनाची.'

या चित्रपटातून ज्याप्रमाणे जावेद यांचं गीतकार म्हणून पदार्पण झालं, त्याप्रमाणे संगीतकार शिव-हरी यांचंही पदार्पण झालं. हे दोन प्रसिद्ध शास्त्रीय संगीतकार होते, शिवकुमार शर्मा आणि हरीप्रसाद चौरासिया. १९७९मध्ये यश चोप्रा यांनी त्यांना *काला पत्थर* चित्रपटाच्या संगीताचा प्रस्ताव दिला होता, त्या वेळी संगीत संयोजक राजेश रोशन यांच्यासोबत त्यांचं पटलं नाही; पण त्यांनी तेव्हा नकार दिला कारण राजेशचे वडील त्यांचे मित्र होते.

काव्यात्मक गाणी, ताजं संगीत, सुंदर वातावरणातील छायांकन यांचा एकत्रित परिणाम मंत्रमुग्ध तर करतोच; पण सर्वांत जास्त चर्चा झाली ती अमिताभ बच्चन आणि रेखा यांच्या एकत्र येण्याची.

त्याकाळच्या चटपटीत बातम्या देणाऱ्या चित्रपट-नियतकालिकांनुसार, अमिताभचं लग्न जया भादूरी सोबत झालं असलं, तरी जीव मात्र रेखात अडकला होता. आपल्या ऐंशीव्या वाढदिवशी यश चोप्रा यांनी कलाकारांच्या निवडीविषयी सांगितलं, 'ती भूमिका स्मिता साकारणार होती; पण शेवटी ती जया भादूरीने केली. कलाकारांच्या निवडीविषयी मी फारसा आश्वस्त नव्हतो. मला नेहमीच रेखा आणि जया भादूरी हव्या होत्या. अमिताभ काश्मीरमध्ये *कालिया* चित्रपटाच्या चित्रीकरणामध्ये व्यस्त होता. मी त्याला भेटायला गेलो. त्याला बांधीव पटकथा वाचायला आवडतं. त्यानं पटकथा वाचली आणि मला विचारलं की, तुम्हाला खात्री आहे का की तुम्ही योग्य कलाकारांची निवड केली आहे? मी अमिताभला सांगितलं की, मला चित्रपटांत रेखा आणि जया हव्या आहेत. तो काही वेळ गप्प बसला आणि मग म्हणाला, "*बॉम्बे, जाके उनको मिल लेते है।*" दुसऱ्याच दिवशी आम्ही विमान पकडलं आणि संपूर्ण प्रवासात आम्ही एकही शब्द बोललो नाही. मी जया आणि रेखाला भेटलो आणि दोघींनीही चित्रपटासाठी होकार दिला.'

चित्रपटांतील कलाकारांच्या निवडीविषयी जेवढा गाजावाजा झाला होता, त्या तुलनेत कथानकात मात्र तेवढा दम नव्हता. व्यभिचार आणि विवाहबाह्य प्रणयाची

ही कथा जरी बॉक्स ऑफिसवर चालली नाही, तरीही *सिलसिला* चित्रपटानं यश चोप्राची 'किंग ऑफ रोमान्स' म्हणून प्रतिमा तयार केली. चांगली चित्रीकरण स्थळे, सौंदर्यदृष्टीने चित्रित केलेली गाणी, अप्रतिम संगीत व शब्दरचना आणि पावसात नृत्य करणाऱ्या नायिका, ही या चित्रपटांची मुख्य आकर्षणं होती. *सिलसिलाच्या* आधी, चित्रपटाची कथा आणि पटकथा, ही यश चोप्रा चित्रपटांची बलस्थानं होती. ती आता मागं पडली. *सिलसिलाच्या* मुख्य कलाकारांच्या नावावरही दोन जबरदस्त संगीतप्रधान चित्रपटांची नोंद होती. रेखानं मुजफ्फर अली यांच्या *उमराव जान* या चित्रपटात भूमिका केली होती. काळाच्या पडद्याआड गेलेल्या अवधी संस्कृतीवर काढण्यात आलेला एक शेवटच्या काही चित्रपटांपैकी हा एक चित्रपट होता. या चित्रपटाचं संगीत अत्यंत उत्कृष्ट होतं आणि रेखाचं एका गंभीर अभिनेत्रीत रूपांतर होण्यासही हा चित्रपट कारणीभूत ठरला. अमिताभनंही *याराना* या आणखी एका गाजलेल्या संगीतप्रधान चित्रपटांत भूमिका केली होती. जेव्हा तो कोलकाता येथील नेताजी सुभाष स्टेडियममध्ये विजेचे दिवे असलेला सूट घालून नाचला होता, तेव्हा त्यानं सर्वांचं लक्ष वेधून घेतलं होतं.

अमिताभ जेव्हा चित्रपटाच्या क्षेत्रांत शिखरावर पोहोचला, तेव्हा सिनेमासिकं त्याचा हिंदी सिनेमातील क्रमांक एक ते दहा असा उल्लेख करू लागले होते, त्याचा बालपणीचा मित्र आणि राजकारणात येण्यासाठी फारसा उत्सुक नसलेला राजीव गांधी राजकारणाची शिडी चढू लागला होता. युथ काँग्रेसचा राष्ट्रीय अध्यक्ष म्हणून निवड झाल्यानंतर, फेब्रुवारी १९८१मध्ये आपला स्वर्गीय भाऊ संजय गांधी याचा मतदारसंघ असलेल्या अमेठीतून त्यानं निवडणूक लढवली आणि ८४ टक्के मते मिळवून ती जिंकली.

सन १९८२ साली भरणाऱ्या एशियाड क्रीडास्पर्धांमुळे राजीव गांधींना त्यांची व्यवस्थापकीय कौशल्ये दाखवण्याची संधी मिळाली. ते एशियन गेम्स स्पेशल ऑर्गनायझेशन कमिटीच्या अध्यक्षपदी होते. इंदिरा गांधी पंतप्रधान असताना, १९७६ साली या खेळांसाठी यजमान म्हणून नवी दिल्लीची निवड झाली होती; पण चरण सिंह यांच्या सरकारनं हा खर्चिक मामला आहे, असं म्हणत या स्पर्धा न भरवण्याचं ठरवलं होतं. एप्रिल १९८०मध्ये इंदिरा गांधी यांनी आपल्या आधीच्या सरकारचा निर्णय बदलला आणि राजधानीतील बहुस्तरीय नोकरशाहीशी चर्चा करण्यासाठी राजीव गांधींना या सोहळ्याशी संबंधित सर्व कार्यक्रमांच्या देखरेखीची जबाबदारी सोपवण्यात आली. राजीव आणि दोन अरुण (अरुण नेहरू आणि अरुण सिंह) हे समितीचे सदस्य होते. प्रगती मैदानातून या समितीचं काम चालू असे. दिल्ली एशियाडसाठी दोन वर्षांच्या आत आठ नवीन केंद्रांसह अठरा क्रीडा केंद्रे, उभारायची होती, त्यांचं नूतनीकरण करायचं होतं.

यादरम्यानच पंजाबमधील परिस्थितीनं एक भयानक वळण घेतलं होतं. अकाली दलाचा नेता संत हरचरण सिंह लोंगोवाल यांनी सुवर्ण मंदिरात स्वतःचं बस्तान बसवलं होतं. तिथून तो वेगवेगळ्या निदर्शनांच्या घोषणा करायचा. त्याच वेळी खलिस्तानच्या नावाखाली जर्नैल सिंह भिंद्रनवाले हा राजकीय हत्या घडवून आणत होता. एप्रिल १९८०मध्ये निरंकारी नेता बाबा गुरूचरण सिंह यांचा खून केल्याचा संशय त्याच्यावर होता; पण त्याच्याविरोधात कोणतीच कारवाई करण्यात आली नव्हती. सप्टेंबर १९८१मध्ये, पंजाबचे माजी मंत्री, संसद सदस्य, जालंधरच्या *हिंद समाचार* वृत्तपत्रसंघाचे मालक आणि मुख्य संपादक, लाला जगत नारायण यांनी शीख दहशतवादावर कडवी टीका केली होती. त्यानंतर लुधियानापासून ४ किलोमीटर अंतरावर त्यांची हत्या करण्यात आली.

भिंद्रनवाले याच्या विरोधात अटकेचा आदेश जारी करण्यात आला आणि हरियाणातील एका गुरुद्वारातून त्याला उचलण्यासाठी पोलीस तिथे पोहोचले; पण तोवर तो पंजाब येथील त्याच्या रोमन कॅथोलिक विद्यालयात लपण्यासाठी पळून गेला. केंद्रीय गृहमंत्री झैल सिंह यांनी मुख्यमंत्री दरबारा सिंह यांना त्याचा पाठलाग करण्यापासून परावृत्त केलं. 'आपण स्वत: ठरवलेल्या वेळेवर आणि फक्त दाढी धारण करणाऱ्या शीख पोलिसांसमोर शरण यायला तयार आहोत,' असा भिंद्रनवालेनं निरोप दिला. नवल म्हणजे राज्य सरकारनं ते मान्य केलं आणि भिंद्रनवालेनं विद्यालयाच्या बाहेर मोठा हंगामा करत स्वतःचं अटकनाट्य रचलं. तिथे त्याचे समर्थक घोषणा देत होते आणि पोलिसांवर दगडफेक करत होते. हाच प्रकार इतर अनेक ठिकाणीही घडला, ज्यामुळे पोलिसांना गोळीबार करावा लागला, परिणामी डझनभर लोक मारले गेले. तीन आठवड्यांनंतर भिंद्रनवालेची पुराव्यांअभावी सुटका करण्यात आली. मात्र यामुळे त्याच्या आयुष्याला एक वळण लागलं. कारण, तो आता खुनातील संशयिताऐवजी एक वीर नायक बनला होता. त्यानं भारत सरकारला आव्हान देऊन त्याचा पराभव केला.

सन १९८१मध्ये उत्तर आणि पश्चिम भारतात जातीय हिंसाचार घडत होता. याच दरम्यान भारतीय जनता पक्षाची स्थापना झाली. एप्रिल–मेमध्ये बिहार शरीफ, सप्टेंबरमध्ये वडोदरा आणि ऑक्टोबरमध्ये गोध्रा येथे जातीय हिंसाचार झाला. मोठ्या प्रमाणावर जिवीत व वित्त हानी झाली आणि दंगली शांत करण्यासाठी लष्करी बळाचा वापर करावा लागला; पण तमिळनाडू येथील हरिजनांच्या एका संपूर्ण खेड्याचंच इस्लाममध्ये धर्मांतर करण्याच्या निर्णयामुळे संघ परीवारात प्रचंड रोष पसरला. मीनाक्षीपूरमच्या जवळपास एक हजार लोकांनी इस्लाम धर्म स्वीकारला आणि त्यांनी गावाचं नाव बदलून रेहमतनगर ठेवलं. त्यानंतर हिंदू धर्म संकटात आहे आणि धर्मांतरासाठी आखाती देशांतून आलेल्या पैशाचा वापर केल्याच्या

आरोळ्या ठोकल्या गेल्या; पण सवर्णांकडून झालेल्या छळामुळे ही घटना घडली याचं आत्मपरीक्षण करण्याकडे कोणी लक्ष दिलं नाही.

याच गोंधळाच्या वातावरणात, इंदिरा गांधी यांनी भारताच्या प्रगतीआड येणाऱ्या शक्तिंविषयी इशारे देणं सुरूच ठेवलं. एक सशक्त आणि स्वावलंबी भारत तयार करण्याच्या त्यांच्या आवाहनाला नाकारल्याबद्दल त्या विरोधकांवर सडकून टीका करत होत्या. की देशाच्या विविध भागांत व्यापक विध्वसांची बीजं वेगानं रोवली जात आहेत, याची त्यांना अजूनही याची जाणीव झाली नव्हती. *सिलसिला* चित्रपटातील 'ख्वाब' असलेलं गाणं आता लवकरच भयावह दुःस्वप्नात बदलणार होतं.

१९८२ : *तुम इतना जो मुस्कुरा रहे हो*

आँखों में नमीं, हँसी लबों पर
क्या हाल है क्या दिखा रहे हो
क्या गम है जिस को छुपा रहे हो
तुम इतना जो मुस्कुरा रहे हो

गीतकार : कैफी आझमी
संगीतकार : जगजीत-चित्रा
गायक : जगजीत सिंह
चित्रपट : *अर्थ*

तुम इतना जो मुस्कुरा रहे हो, क्या गम है जिस को छुपा रहे हो... हे महेश भट्ट यांच्या *अर्थ* चित्रपटाची ओळख बनलेलं गाणं आहे. हे गाणं अभिजात असण्याची त्याची शेवटची परीक्षाही उत्तीर्ण करते. ती म्हणजे त्याचं कालातीत असणं. ते आजही तितकंच ताजं, वर्तमानाशी नातं असलेलं आणि लोकप्रिय गाणं आहे. जेव्हा हा चित्रपट प्रदर्शित झाला होता तेव्हा, मात्र चित्रपटाची निर्मिती आणि प्रदर्शन यामध्ये प्रचंड दिरंगाई झाली कारण एकही वितरक हा उघडपणे 'प्रायोगिक' वाटणारा चित्रपट घ्यायला तयार नव्हता. ही गाणी या चित्रपटाचा महत्त्वपूर्ण भाग ठरली एवढच नाही तर - महेशचं म्हणणं होतं की, गाणी काढली तर चित्रपटाचा बराच मोठा भागदेखील काढावा लागेल - ती स्वतंत्रपणे अत्यंत लोकप्रिय झाली. जगभरात जगजीत सिंह यांच्या गाण्याच्या कार्यक्रमांत ही गाणी वारंवार गायली गेली आहेत. या चित्रपटाचं संगीतही जगजीत यांनीच दिलं आहे, त्यांनी या चित्रपटाचा सौम्य भाव लक्षात घेऊन वाद्यवृंदाचा कमीत कमी वापर केला आहे. सर्व गाण्यांमधून

दिसणारं पात्र गिटारीस्ट असल्यामुळे, ही गाणी गिटारच्या स्वरांभोवती गुंफलेली आहेत. ही भूमिका राज किरण याने केली आहे

या आत्मीय संगीताला जिवंत करणारी गीतं कैफी आझमी यांनी लिहिली होती. ते या चित्रपटातील नायिकेचे, शबाना आझमीचे वडील होते. साम्यवादी विचारसरणीच्या कैफी यांना, कवी आणि गीतकार म्हणून प्रसिद्धी मिळाली होती; पण १९७० मधील *हीर रांझा* या चेतन आनंद यांच्या चित्रपटामध्ये त्यांनी एक अफलातून काम केलं होतं. या चित्रपटातील सारे संवाद हे काव्यमय होते, जे त्यांचं एक सर्वश्रेष्ठ काम समजलं जातं. कैफी हे गीताच्या चालीला साजेसे गीतलेखन करण्यासाठी आणि पात्रांच्या मनोवस्था रंगवून कथानकाला पुढे नेण्यासाठी नावाजले जातात आणि *अर्थ* त्याला अपवाद नव्हता.

अर्थ चित्रपटाचं कथानक – एक विवाहित पुरुष विवाहबाह्य संबंधात अडकतो – या चित्रपटाआधी आणि नंतरही अनेकदा अनेकविध यशस्वी मार्गांनी हाताळण्यात आलं आहे; पण यातील तीन पात्रांच्या, पती, पत्नी आणि त्यांच्या दरम्यान आलेली दुसरी स्त्री यांच्या गुंतागुंतीच्या भावनांच्या तपशीलवार सादरीकरणामुळे *अर्थ* वेगळा ठरतो. सोडून देण्यात आलेल्या पत्नीच्या दृष्टिकोनातून हा चित्रपट तयार केला गेला असला तरीही परिणाम अत्यंत रोख, थेट आणि हेलावून टाकणारा आहे. *तुम इतना जो मुस्कुरा रहे हो* या गीताचे शब्द, टाकून दिलेल्या पत्नीचा आंतरिक संघर्ष, द्विधावस्था आणि संवेदनशीलतेचं वर्णन तर करतातच; पण त्याच वेळी ते तिला कुठेही अबला नारी म्हणून चित्रित नाहीत.

अर्थच्या संगीतासोबतच आणखी एका चित्रपटाचं संगीतही अत्यंत जवळून जोडलं गेलं आहे ते म्हणजे १९८२ साली आलेल्या रमण कुमार यांच्या *साथ साथ* चित्रपटाचं. हे नातं कदाचित यामुळे आहे कारण जगजीत सिंह यांनीच या चित्रपटातील सर्व गाणी गायिली आहेत, मात्र याचे गीतकार होते जावेद अख्तर आणि संगीतकार होते कुलदीप सिंह. या वर्षी ज्या चित्रपटांमध्ये उत्तम संगीत होतं ते होते सागर सरहदी यांचा *बाझार,* प्रकाश मेहरा यांचा *नमक हलाल* आणि राज सिप्पी यांचा *सत्ते पे सत्ता.* बी. सुभाष यांचा *डिस्को डान्सर* हा एक कमी-खर्चिक चित्रपट आश्चर्यकारकरीत्या प्रचंड गाजला, बप्पी लाहिरी यांनी या चित्रपटाचं डिस्को संगीत दिलं होतं .

अंजान यांची गीतं, भडक पोशाख आणि मिथूनच्या खास अदा, यामुळे चित्रपटाचं शीर्षकगीत *आय एम अ डिस्को डान्सर...* या गाण्यानं एकच तुफान उठवलं. *कुर्बानी* चित्रपटापासूनच भडक आणि भपकेबाज डिस्को संगीताची सुरुवात झाली असली, तरी *डिस्को डान्सरनं* आपल्या आगमनानंतर त्या आधीच्या गाण्यांना आणि चालींना पार झाकोळून टाकलं. *अर्थ* चित्रपटानंतर जगजीत सिंह हे हिंदी चित्रपट संगीतातून बाहेर फेकले गेले. मात्र बप्पी लाहिरी यांनी त्यानंतर दशकभर

अधिराज्य गाजवलं. लोकप्रिय संगीताचा कोणता प्रवाह रोडावत होता आणि कोणता बळकट होत होता, हेच यातून दिसून येतं.

डिस्को डान्सरमुळे भपकेबाज आणि भडक संगीत आलं असेल, तर १९८२च्या एशियाडमुळे, घराघरांत रंग भरले गेले. याच काळात दूरदर्शनने भारतात रंगीत सेवा द्यायला सुरुवात केली. भारतानं पदक तालिकेत पाचवा क्रमांक मिळवत बरी कामगिरी केली असली तरीही हॉकीच्या अंतिम सामन्यांत भारतीय संघाला पाकिस्तानकडून ७-१ असा मानहानिकारक पराभव स्वीकारावा लागला; पण खेळाच्या मैदानावरील कामगिरीपेक्षाही अल्प काळाच्या सूचनेत खेळाचं आयोजन करण्यात सरकारचा गौरव दिसून आला.

राजीव गांधी आणि त्यांच्या टीमनं, दोन वर्षांत पाच नवीन मैदानं आणि सात नवीन उड्डाणपूल उभारले. २९० किलोमीटरचे रस्ते रुंद करण्यात आले, पन्नास चौकांची पुनर्रचना करण्यात आली आणि दोन नवीन हॉटेल्स बांधण्यात आली, कनिष्क आणि अशोक यात्री निवास. जेव्हा नवीन फोन कनेक्शन घेणं हा दुर्मीळ विशेषाधिकार होता, त्या काळात दिल्लीला १२ हजार नवीन दूरध्वनी जोडण्या मिळाल्या, विजेचं वितरण सुधारण्यात आलं आणि दिल्लीकरांना जास्तीचं १५० लाख गॅलन पाणी मिळू लागलं. कारण, गंगा-यमुना या नद्या एकमेकांना जोडण्यात आल्या होत्या. सरकारी अधिकारी इतके झपाटले होते की, त्यांनी दिल्लीतून इतर राज्यांत होणारी ब्रेडची 'निर्यात'देखील थांबवली. १९७२ आणि १९७६च्या ऑलिम्पिक स्पर्धांचे आयोजक सेप ब्लॅटर यांनी १९८२च्या एशियाडबद्दल लिहिलं की – 'त्यांच्यात आणखी काय सुधारणा हव्यात याविषयी मी फार काही बोलू शकत नाही.'

एकीकडे प्रधानमंत्र्यांच्या मुलानं एशियाडचं उत्कृष्ट नियोजन करून आपली गुणवत्ता सिद्ध केली तर दुसरीकडे इंदिरा गांधींची विधवा सून, मनेका गांधी यांनी पंतप्रधान निवासातून बाहेर पडताना जाहीर तमाशा केला. 'मला घरातून बाहेर हाकलण्यात आलं आहे, त्याचं कारण मला माहीत नाही.' असं तीन वर्षांचा मुलगा वरूण फिरोझ सोबत असलेल्या मनेका गांधी यांनी म्हटलं. त्या संजय विचार मंच या संघटनेत सामील झाल्या आणि त्यांच्या स्वर्गीय पतीच्या मतदारसंघातून, अमेठीतून निवडणुकीसाठी प्रचार करू लागल्या. १९८४च्या लोक सभा निवडणुकीत त्यांनी आपले दीर राजीव यांच्या विरोधात निवडणूक लढवली; परंतु त्यांचा केविलवाणा पराभव झाला. त्यांचं राजकीय कर्तृत्व बहरणार होतं; पण त्याला अजून बराच काळ होता आणि तेव्हा परिस्थितीही वेगळी असणार होती.

वर्षाच्या सुरुवातीला मुंबईमध्ये एका कठीण प्रसंग निर्माण झाला. १८ जानेवारीपासून गिरणी कामगार बेमुदत संपावर गेले. गिरणी कामगारांना दरमहा किमान वेतन ६७०पासून ९४० रुपये वाढवून देण्याची त्यांची मागणी नामंजूर झाल्यानंतर, या संपाचं नेतृत्व केलं एका डॉक्टरनं, डॉ. दत्ता सामंत यांनी. २० हजारांहून जास्त

कामगार या संपात सहभागी झाले. हा संप साधारण दोन वर्षं चालला. कामगारांनी संप तोडणाऱ्या गुंडांशी संघर्ष केल्यामुळे या संपाचे सामाजिक परिणाम खूप मोठ्या प्रमाणावर दिसून आले. पोलिसांनीही त्यांची स्वतःची संघटना स्थापन करण्याचा प्रयत्न केला आणि रस्त्यावर निदर्शनं केली. निदर्शनं करणाऱ्या पोलिसांना निःशस्त्र करून पकडण्यासाठी सीमा सुरक्षा दलाला बोलावण्यात आलं.

मुंबईतील संप सुरू असण्याच्या काळातच युनायटेड किंग्डम येथे आठ महिन्यांच्या फेस्टिव्हल ऑफ इंडियाची सुरुवात झाली होती. उत्सवाच्या उद्घाटन आणि समारोप सोहळ्याला इंदिरा गांधी उपस्थित होत्या आणि एखाद्या मोठ्या तारकेप्रमाणे त्यांचा सन्मान करण्यात आला. आणीबाणीमुळे काळवंडलेली त्यांची आंतरराष्ट्रीय प्रतिमा, आता पुन्हा सुधारली जात होती.

दरम्यान, मायदेशात आंध्र प्रदेश हा इंदिरा गांधींचा बालेकिल्ला मानला जात होता; पण दिल्लीतून राज्याचा मुख्यमंत्री नेमण्याची त्यांची प्रवृत्ती असंतोष निर्माण करू लागली होती. फेब्रुवारीमध्ये राजीव गांधी यांनी मुख्यमंत्री टी. अंजैया यांना विमानतळावर ज्या प्रकारची वागणूक दिली, त्यामुळे त्यांना रडू कोसळलं होतं. तेलुगू माध्यमांनी हा आंध्र अस्मितेचा मुद्दा बनवत गदारोळ निर्माण केला आणि मार्चमध्ये स्थानिक चित्रपट अभिनेते एन. टी. रामा राव (एनटीआर) यांनी सहा कोटी तमिळ भाषिक लोकांचा स्वाभिमान आणि सन्मान जपण्यासाठी तेलगू देसम पार्टी या प्रादेशिक पक्षाची स्थापना केली. भगवे कपडे घालून एका रथाचं रूप दिलेल्या व्हॅनमधून एनटीआर यांनी राज्यभर दौरा केला. स्थानिक तेलगू वर्तमानपत्र 'ईनाडू'नं आपली सारी ताकद त्यांच्या मागे लावली आणि जानेवारी १९८३च्या विधानसभा निवडणुकांमध्ये एनटीआर यांनी दोन-तृतीयांश बहुमतानं बाजी मारली.

पंजाबमधील परिस्थिती चिघळतच चालली होती, संत लोंगोवाल यांनी आनंदपुर साहिब ठरावाची अधिकृत आवृत्ती जाहीर केली. 'भारतीय घटना खऱ्या अर्थानं अधिक सांघिक बनेल आणि सर्व राज्यांना केंद्रात समान प्रतिनिधित्व मिळेल, यासाठी अकाली दल प्रयत्न करेल.' असं त्यात म्हटलं होतं. सप्टेंबर महिन्यात काश्मीरमध्ये शेख अब्दुल्ला यांचा मृत्यु झाला आणि त्या जागी त्यांचा मुलगा फारुख अब्दुल्ला हे राज्याचे नवे मुख्यमंत्री झाले. ऑल आसाम स्टुडंट्स युनियन (आसू) तिच्या परप्रांतीयविरोधी आंदोलनात अधिकाधीक आक्रमक होत चालली होती. त्यांनी 'थेट कृती' करण्याचंही आवाहन केलं होतं जे नंतर मागे घेण्यात आलं. अनेक राज्यांत अनेक गोष्टी घडत असल्या तरीही, इंदिरा गांधी या देशातील सर्वोच्च नेत्या म्हणून कायम होत्या, त्यांची जागा घेण्यासाठी मागे त्यांचा मुलगा होता. एशियाड आणि फेस्टिव्हल ऑफ इंडियाचं यश आम्हाला हेच सांगतात की नको असलेल्या अनेक गोष्टी या लपवल्या गेल्या होत्या... *तुम इतना जो मुस्कुरा रहे हो, क्या गम है जिस को छुपा रहे हो...*

१९८३ : ऐ जिंदगी गले लगा ले

ऐ जिंदगी गले लगा ले
हम ने भी
तेरे हर एक गम को गले से लगाया है

गीतकार : गुलजार
संगीतकार : इलैयाराजा
गायक : सुरेश वाडकर
चित्रपट : *सदमा*

तमिळ चित्रपट *मुंदरम पिराईचा* हिंदी अवतार असलेला *सदमा* आजदेखील आमच्या ह्रदयाला स्पर्श करून जातो. आमची हिंदी चित्रपट सृष्टी चित्रपटांमध्ये असे विषय हाताळण्याचे धाडस क्वचितच करते. तमिळ चित्रपटांतही, मुख्य भूमिकेतले कलाकार तेच होते, कमल हासन आणि श्रीदेवी, तोच दिग्दर्शक बालू महेंद्र आणि तोच संगीतकार इलैयाराजा; पण हिंदीत ज्यांनी इलैयाराजाच्या अप्रतिम सुरावटीसाठी आपले शब्द दिले ते होते गुलजार. *ऐ जिंदगी गले लगा ले..* हे हिंदीतील एक अभिजात गीत बनलं, तर थोडी वेगळी चाल असलेली त्याची तमिळ आवृत्तीही तितकीच लोकप्रिय ठरली, *पुनगातरू पुथिथनाथू.*

सुरेश वाडकर यांचा रेशमी आवाज आणि सादरीकरणातील उत्साह यामुळे, या गाण्यात एक ताजेपणा आणि वेदना अनुभवास येतो. हे गाणं या चित्रपटातील एका उत्कट भावनिक क्षणी गायलं जातं. यात श्रीदेवीची भूमिका आहे. ती एका अपघातामुळे आपल्या बालवयामधील स्मृतींमध्ये जाते आणि कमल हासनच्या

प्रेमळ निगराणीखाली आणि काळजीत पुन्हा एकदा मोठं होण्याचा आनंद घेते; पण हा चित्रपट लक्षात राहतो तो, त्यातील शेवटच्या प्रसंगामुळे. शेवटी श्रीदेवीचं पात्र बरं होतं आणि ते हासनला विसरून जातं. त्या दोघांच्या वियोगाच्या क्षणी, तिला स्वतःची आठवण करून देण्याच्या प्रयत्नांमध्ये भावनावेगात त्याची मनःस्थिती वेड्यासारखी होते. श्रीदेवीची भूमिका आधी डिंपल कपाडियाला देण्यात आली होती; पण तिच्या व्यस्ततेमुळे ती ही भूमिका करू शकली नाही. श्रीदेवीनं ती भूमिका केली ज्यामुळे तिच्या करियरला नवं वळण तर मिळालचं शिवाय फिल्मफेअर पुरस्कारही पटकावला.

सदमा हा इलैयाराजाचा हिंदी चित्रपटातील पहिलाच प्रयत्न होता आणि ए. आर. रहमाननं या चित्रपटात त्याचा साहाय्यक म्हणून काम केलं. तमिळ चित्रपटासाठी हासनला राष्ट्रीय पुरस्कार मिळाला. या चित्रपटाची हिंदी आवृत्ती जरी बॉक्स ऑफिसवर अपयशी ठरली, तरीही त्यांतल्या कमल हासन आणि श्रीदेवीच्या अभिनयामुळे हा एक अभिजात चित्रपट मानला जातो. दक्षिण भारतात निर्माण झालेला हा चित्रपट जरी पाहिजे तितकी कमाई करू शकलेला नाही, तरी मद्रास येथे तयार होणारे बाकी काही हिंदी चित्रपट मात्र बॉक्स ऑफिसवर धुमाकूळ घालत होते. *हिंमतवाला, मवाली* आणि *जस्टिस चौधरी* यांसारख्या चित्रपटांमध्ये जितेंद्र आणि श्रीदेवी यांनी एकत्र काम केलं. या चित्रपटातील कथानक, संगीत आणि अभिनय हे सारंच सुमार दर्जाचं असलं तरी त्यांनी सारे विक्रम मोडीत काढले. त्यांतील गाण्यांचं चित्रीकरण, शारीरिक कवायतीसारखा नाच, नाचणाऱ्यांचा ताफा आणि सजावट, या सर्व गोष्टी पुढील पंचवीस वर्षांसाठी हिंदी चित्रपटांचा ट्रेडमार्क बनणार होत्या.

या बी-ग्रेड मद्रासी चित्रपटांच्या लोकप्रियतेच्या काळात एका वेगवान सामाजिक बदलाचीही नोंद केली गेली. लोकांनी आता सहकुटुंब चित्रपट पाहण्यासाठी चित्रपटगृहांमध्ये जाण्याकडे पाठ फिरवली. टीव्ही आणि व्हीसीआर – जो दिवसभरासाठी भाड्यानं घेतला जायचा – ते आता मध्यमवर्गीय भारतीय कुटुंबांसाठी मनोरंजन आणि चित्रपट बघण्याचे पर्यायी स्रोत बनले.

याच दरम्यान, भारतानं एका अनपेक्षित क्षेत्रामध्ये आपलं नाव कमावलं, अमेरिकेतील ॲकॅडमी ॲवॉर्ड्स पुरस्कार सोहळ्यांत रिचर्ड ॲटनबरोच्या गांधी चित्रपटानं आठ ऑस्कर्स जिंकले. गांधींच्या वेषभूषेसाठी ऑस्कर जिंकणारी भानू अथैय्या या पहिल्या भारतीय बनल्या. या चित्रपटासाठी वीस वर्षं पैसा गोळा करण्यासाठी झगडत असलेले ॲटनबरो पुरस्कार स्वीकारतेवेळी केलेल्या भाषणात म्हणतात : 'हा माझा किंवा बेन किंग्जलेंचा सन्मान नाही. तुम्ही महात्मा गांधींचा आणि शांततेसाठी त्यांनी केलेल्या आवाहनाचा सन्मान केला आहे.'

पंजाबमध्ये मात्र अजिबात शांतता नव्हती. तिथं भिंद्रनवालेच्या हाताखालील शीख दहशतवादानं आता घाणेरडं वळण घेतलं होतं. सप्टेंबर १९८३पर्यंत, दहशतवादी केवळ निरंकारी, सरकारी अधिकारी आणि भिंद्रनवालेशी मतभेद असणाऱ्या शिखांनाच मारत होते. जेव्हा हिंदू मारले जाऊ लागले, तेव्हा त्यात एक नवा आयाम जोडला गेला आणि या असंतोषाला जातीय रंग चढला. त्यानं बँका, दागिन्यांची दुकानं आणि गृहरक्षक दलाची शस्त्रागारं लुटली आणि तुरळक बॉम्ब स्फोटही घडवून आणले. एप्रिलमध्ये, पंजाब पोलीस दलाचे डीआयजी ए. एस. अटवाल सुवर्ण मंदिरातून प्रार्थना करून बाहेर पडत असताना त्यांची हत्या करण्यात आली.

राज्य प्रशासन आणि पोलिसांचं मनोधैर्य खचलं होतं आणि या दहशतवादाविरुद्ध धडक कारवाई करण्यास इंदिरा गांधी फारशा उत्सूक दिसत होत्या. डिसेंबरमध्ये भिंद्रनवाले याने सुवर्ण मंदिरातील अकाल तख्तच्या आश्रय घेतला, तिथं त्यानं आपलं मुख्यालय आणि शस्त्रागार तयार केलं. मंदिरात त्यानं लाइट मशिन गन आणि इतर अत्याधुनिक शस्त्रं तस्करीतून जमा केली आणि अकाल तख्तच्या आत आणि बाहेर मशिनगनचा प्रभावी मारा करता येतील, अशा मोक्याच्या जागा उभारल्या.

माध्यमांवर दडपशाही करण्यात आली. जेव्हा भिंद्रनवालेनं शीख सार्वभौमत्वावर भर देत सशस्त्र संघर्ष करून भारतीय संघराज्यातून वेगळं होण्यासाठी आवाहन केलं, तेव्हा मात्र सामान्य लोकांमध्ये दहशतीचं वातावरण पसरलं. स्वातंत्र्य मिळाल्यापासून देशानं अशा प्रकारचं गंभीर आव्हान पाहिलं नव्हतं आणि त्याला भारतीय सरकारनं जो प्रतिसाद दिला त्यामुळे सर्वच घटकांना प्रचंड किंमत मोजावी लागली.

पंजाबशिवाय, इंदिरा गांधी यांना अन्य राज्यांमध्येही राजकीय आव्हानांना सामोरं जावं लागत होतं. आंध्र प्रदेशातील निवडणुकांमध्ये एनटीआर यांनी बाजी मारली होती तर, शेजारच्या कर्नाटकात, जनता पक्षाचे रामकृष्ण हेगडे मुख्यमंत्री झाले होते. त्रिपुरामध्ये डावी आघाडी सत्तेमध्ये परतली होती आणि या पूर्वोत्तर राज्याचे मुख्यमंत्री म्हणून नृपेन चक्रवर्ती यांनी पुन्हा एकदा शपथ ग्रहण केली होती. काँग्रेस पक्षानं, मात्र हिमाचल प्रदेश आणि आसामात सरकार स्थापन केलं. आसामातील निवडणुका हा एक फार्स ठरल्या तर नागांव जिल्ह्यातील नेल्ली येथे मतदान करण्यातून झालेल्या वादातून २००० स्थलांतरितांची एका रात्रीत हत्या करण्यात आली.

नोव्हेंबरमध्ये नवी दिल्लीनं, राष्ट्रकुल परिषदेतील राष्ट्रांच्या प्रमुखांची पहिली बैठक आयोजित केली. त्याआधी ऑगस्टमध्ये साउथ एशियन असोसिएशन फॉर रिजनल कोऑपरेशन (सार्क)ची बैठक पार पडली होती. मार्चमध्ये दिल्लीत कदाचित सर्वांत मोठी अशी आंतरराष्ट्रीय शिखर परिषद घेण्यात आली अलिप्त

राष्ट्रांच्या या शिखर परिषदेमध्ये १०१ सदस्य देशांपैकी ९९ देशांनी भाग घेतला. ७ मार्च रोजी जेव्हा शिखर परिषद सुरू झाली तेव्हा एका ख्यातनाम भारतीय न्यूज मॅगझिनच्या मुखपृष्ठावर छापलेल्या 'नेल्ली हत्याकांडा'त मारल्या गेलेल्या मुलांच्या छायाचित्रांनी आलेल्या प्रतिनिधींचं स्वागत झालं; पण जेव्हा फिडेल कॅस्ट्रो यांनी सिस्टर इंदिराला अध्यक्षपदाची सूत्रे सोपवली, त्या वेळी त्यांनी गांधींना दिलेल्या आलिंगनाचं छायाचित्र जगभरातील वर्तमानपत्रांमध्ये गाजलं. त्या वेळी नटवर सिंह हे अलिप्तावादी चळवळीचे सरचिटणीस होते. त्यांनी आपल्या पुस्तकामध्ये असं लिहिलं आहे की परिषदेच्या दरम्यान, कॅस्ट्रो यांनी *गांधी* चित्रपट पाहण्याची इच्छा प्रदर्शित केली. अमेरिकेच्या बहिष्कारामुळे क्युबामध्ये हा चित्रपट उपलब्ध नव्हता.

भारतीय क्रिकेट संघानं जूनमध्ये लॉर्ड्सवर जिंकलेला प्रुडेन्शियल विश्व चषक हा या वर्षांचा सर्वोच्च बिंदू होता. सन १९८३ सालच्या विश्वचषक स्पर्धेतील पहिल्या सामन्यात जेव्हा कपिल देवचा भारतीय संघ वेस्ट इंडिजविरुद्ध खेळायला उतरला तेव्हा तेव्हा सट्टा बाजारात भारताला ६६:१चा भाव होता. झिंबाब्वे विरुद्ध टर्नब्रिज वेल्स येथे खेळला गेलेला सामना भारतानं कसाबसा वाचवला. भारतानं सर्वांना आश्चर्याचा धक्का देत तो सामना जिंकला. त्या वेळी त्यांची अवस्था ५ गडी बाद १७ धावा अशी झाली होती; पण कपिल देवनं १७५ धावा काढत संघाला विजयी केलं. लंडन सट्टेबाजारात भारतीय संघाला अंतिम सामन्यात ५०:१चा भाव होता आणि वेस्ट इंडिजच्या त्या जवळपास अजिंक्य अशा संघाविरोधात अंगावर काटा आणणाऱ्या एका लढतीत भारताने अत्यंत रोमांचक असा विजय मिळवला. वेस्ट इंडिजचा संघ एक दिवसीय सामन्यांचा बादशाह होता आणि मागील दोन विश्वचषक त्यांनी जिंकले होते. माजी क्रिकेटपटू फारुख इंजिनियर यांनी अंतिम सामन्याच्या शेवटास बीबीसीच्या टेस्ट मॅचेस स्पेशल कार्यक्रमात ब्रायन जॉन्स्टन यांच्याशी बोलताना असं म्हटलं की इंदिरा गांधी या दुसऱ्या दिवशी सार्वजनिक सुट्टी जाहीर करतील. हे ऐकल्यानंतर इंदिरा गांधी यांनी सार्वजनिक सुट्टी जाहीर केली.

आपली आठवण सांगताना इंजिनियर म्हणतात : 'मी त्याला म्हटलं की, त्या सुट्टी जाहीर करतील याविषयी मला तीळमात्रही संशय नाही. भारतीय क्रिकेट संघासाठी हा महान क्षण आहे, भारतासाठी हा महान क्षण आहे. आणि पाच मिनिटांतच आम्हाला आमच्या बीबीसी मुख्यालयात (लंडन) भारतातून एक दूरध्वनी आला. भारताच्या केंद्रीय मंत्रिमंडळाकडून थेट लॉर्ड्सच्या क्रिकेट मैदानावरील समालोचन कक्षात तो दूरध्वनी लावण्यात आला. इंदिरा गांधींनी खरोखरच तुमची टीप्पणी ऐकून सार्वजनिक सुट्टी जाहीर केली आहे, असं मला सांगितलं गेलं. हे असं काही ऐकणं म्हणजे अंगावर शहारे आणणारं होतं. भारतीय क्रिकेटसाठी तो एक महान, अविस्मरणीय क्षण होता.' यात शंकाच नाही की, १९८३ सालात भारतीय क्रिकेट संघाचा चेहरामोहराच बदलला. त्याची लोकप्रियता वाढली, खेळात मोठ्या

प्रमाणात पैसा आला आणि भारत हे जागतिक क्रिकेटचं अघोषित सत्ताकेंद्र बनलं. असं म्हणणं चुकीचं ठरणार नाही की जूनमधील त्या उष्ण दिवशी कपिल देव आणि त्याच्या संघानं लंडनमध्ये इंडियन प्रिमियर लीगची बीजं रोवली होती.

भारतीय अवकाश कार्यक्रमासाठीही हे वर्ष चांगलं होतं. दुसरा रोहिणी आरएस-डीटू उपग्रह अवकाशात स्थिर करण्यात आला आणि ऑगस्टमध्ये भारताचा अद्वितीय इन्सॅट वन-बी उपग्रह केप कॅनाव्हेराल येथून अंतराळात झेपावला. जुलैमध्ये, देशांतर्गत निर्माण करण्यात आलेली पहिली अणू भट्टी मद्रासनजीकच्या कल्पक्कम येथे कार्यरत झाली, तर भारतीय वंशाच्या एस. चंद्रशेखर यांना ताऱ्यांची रचना आणि उत्क्रांतीवरील कामासाठी भौतिकशास्त्रातील नोबेल पारितोषिक विभागून मिळालं, त्यामुळे देशाच्या गौरवात अधिकच भर पडली. या सर्व घटना, आयुष्याला आलिंगन देत उत्सव साजरा करण्याच्याच होत्या – *ऐ जिंदगी गले लगा ले.*

१९८४ : मन क्यूँ बहका

बात कहते बने क्या आधी रात को
आँख खोलेगी बात आधी रात को
हमने पी चाँदनी आधी रात को
चाँद आँखों में आया आधी रात को

गीतकार : वसंत देव
संगीतकार : लक्ष्मीकांत–प्यारेलाल
गायक : लता मंगेशकर आणि आशा भोसले
चित्रपट : *उत्सव*

गिरीश कार्नाड दिग्दर्शित आणि शशी कपूर यांची निर्मिती असलेला *उत्सव* हा चित्रपट *मृच्छकटीकम्* (मातीची गाडी) हा एका प्राचीन संस्कृत नाटकावर, आधारित होता. १९८४ या वर्षासाठी हा चित्रपट म्हणजे स्वतःच एक रूपक होतं. त्यामध्ये जुन्या माध्यमाचं नव्या, रंगीत माध्यमासोबत मिलन झालं होतं. यामध्ये मानवी स्वभावाचं आणि त्याच्या अनेक रूपांचंही प्रामाणिक चित्रण होतं.

मन क्यूँ बहका हे गाणं जुन्या काळातील संयत भोगासक्तीला आणि ख्रिस्तपूर्व दुसऱ्या शतकाला समर्पित आहे. या चित्रपटामध्ये तो काळ चित्रित करण्यात आला आहे. दागिन्यांनी नखशिखांत मढवलेल्या रेखा आणि अनुराधा पटेल या दोन सुंदर स्त्रिया, एका रात्री काही अधुऱ्या सांगितल्या गेलेल्या कथा आठवत असतात. या कथा त्यांना झोपू देत नाहीत. हा चित्रपट वचनं आणि भोगासक्तीने भारलेल्या एका रात्रीसंबंधी आहे. त्यामध्ये एक तरल सुगंध आहे आणि तीव्र शृंगारिक भावनाही आहेत. लता

मंगेशकरांच्या गोड सुरांनी गाण्याला एक माधुर्य प्राप्त झालं आहे आणि आशा भोसलेंच्या बहुपेडी मादक आवाजानं त्याला अधिक मधाळ केलंय. या चित्रपटाला संगीत दिलेल्या लक्ष्मीकांत-प्यारेलाल यांनी जुन्या काळाचा विचार करून काही विशिष्ट वाद्यांचा आणि काही यांत्रिक वाद्यांचाही उपयोग केला होता. ही वाद्यं त्या काळातील संगीतकार आणि संगीत संयोजकांचं लक्ष वेधून घेत होती. असं असलं तरीही वसंत देवांच्या मनमोहक हिंदी शब्दांची साथ नसती तर हे गाणं ज्या पद्धतीनं आपल्यापर्यंत पोहोचलं आहे त्या पद्धतीनं पोहोचलं नसतं (पुढील वर्षी त्यांना या गाण्यासाठी फिल्मफेअर पुरस्कार मिळाला. श्याम बेनेगल यांच्या *भारत एक खोज* या मालिकेसाठी त्यांनी वैदिक श्लोकांचं हिंदीत रूपांतर केलं आहे). देवांचं हे गाणं प्रेक्षकांना एकांतामध्ये पुन:पुन्हा पाहावंसं वाटत होतं. या गाण्यामुळे प्रेक्षकांची भावावस्था बदलते आणि त्यांच्या कल्पनाशक्तीला चालना मिळते. हे देवांच्या लेखणीचं सामर्थ्य होतं.

सन १९८४मध्ये मुंबईच्या फिल्म इंडस्ट्रीतील हे सर्वांत लक्षणीय गाणं असलं तरीही, त्याचं देशातील त्या वेळच्या घटनांशी फारच कमी साधर्म्य आहे. एखादी कला अत्यंत गोंधळाच्या वातावरणामध्ये, अत्यंत विरोधी भावावस्थेत उठून दिसू शकते किंवा शरण जाण्याचं काम करते हे या गाण्यांतून दिसून येतं. हे त्या काळासाठी अत्यंत सुयोग्य गाणं आहे, असं कदाचित अन्य काही जण म्हणतील.

या वर्षाच्या शेवटी भारताचं आजपर्यंतचं सर्वांत प्रचंड बहुमत असलेलं सरकार सत्तेवर आलं. जेव्हा राजीव गांधींच्या नेतृत्वाखालील काँग्रेस पक्षानं ४०१ जागा जिंकत, जवाहरलाल नेहरूंचा १९५७ सालचा ३७१ जागांचा विक्रम मोडीत काढला. तेलगू देसम पार्टी हा प्रमुख विरोधी पक्ष होता. त्यांना २८ जागा मिळाल्या आणि भाजपाला दोन.

सन१९८४चा काळ ज्यांनी अनुभवला त्यांच्यासाठी त्याकाळात 'स्थैर्य' नावालाही शिल्लक नव्हतं. मोतीहारी, बिहार येथे जन्मलेले ब्रिटिश लेखक, जॉर्ज ऑर्वेल यांच्या १९८४ याच नावाच्या कादंबरीची आठवण झाली तर ती अतिशयोक्ती होणार नाही. सोबतीला चार्ल्स डिकन्सचं वाक्य आठवायलाही हरकत नाही, 'तो सर्वोत्कृष्ट काळ होता, तो अत्यंत वाईट काळही होता.'

वर्षाच्या सुरुवात भारताला त्याचा पहिला अंतराळवीर मिळाला. अकरा दिवसांच्या भारत-सोव्हिएत मानवसहीत अंतराळयान मोहिमेतील सोव्हिएत सोयूझ टी-११मधून राकेश शर्मानं अंतराळात उड्डाण केलं. पंतप्रधान इंदिरा गांधी यांनी त्याला विचारलं की अंतराळातून भारत कसा दिसतो आहे? तेव्हा त्यांनी *सारे जहाँ से अच्छा* हे प्रसिद्ध उद्गार काढले.

फुदोरजी यांनी कृत्रिम ऑक्सिजन न वापरता एव्हरेस्ट शिखर सर केलं. पृथ्वीवरील या सर्वोच्च शिखरावर चढणारी पहिली भारतीय महिला बनण्याचा मान बचेंद्री पाल यांना मिळाला. ही त्यांची पहिलीच एव्हरेस्ट मोहीम होती.

अंतराळात जाणं आणि शिखर सर करणं या गोष्टी एकिकडं तर जे खाली होते त्यांच्या समस्या वेगळ्याच होत्या. महाराष्ट्रातील भिवंडीत पेटलेल्या जातीय दंगलीत १६७ लोक मारले गेले. या वर्षी सिक्कीम, जम्मू काश्मीर आणि आंध्र प्रदेश ही तीन राज्य सरकारं बरखास्त करण्यात आल्यामुळेही मोठा गदारोळ उडाला. केंद्र सरकारच्या अपेक्षेप्रमाणे एन. टी. रामा राव यांच्या सरकारची बरखास्ती मात्र झाली नाही. त्यानंतर झालेल्या राजकीय उलथापालथीमुळे त्यांना पुन्हा सत्ता बहाल करावी लागली. काश्मीरपासून अत्यंत दूर अंतरावर घडत असणाऱ्या घटनांचा त्रासदायक परिणाम खोऱ्यातही जाणवला. लंडन येथील भारतीय उच्चायुक्तालयातील एक अधिकारी, आर. एच. म्हात्रे यांचं जम्मू अँड काश्मीर लिबरेशन फ्रंटशी (जेकेएलएफ) संबंधित ब्रिटिश दहशतवाद्यांनी अपहरण करून नंतर त्यांची हत्या केली. त्याच फेब्रुवारी महिन्यात, जेकेएलएफचा म्होरक्या मकबूल भट याची दयेची विनंती राष्ट्रपतींनी फेटाळल्यानंतर त्याला फासावर चढवण्यात आलं.

सन १९८४मध्ये पंजाबमध्ये अडचणींचा खरा आगडोंब उसळला होता. जम्मू आणि काश्मीरनंतर, भारतीय गणराज्याच्या अधिसत्तेला सर्वांत मोठं आव्हान पंजाबमधून दिलं गेलं होतं. तिथले दहशतवादी खलिस्तानची मागणी करत दररोज हिंसाचार घडवून आणत होते. अकाली दलानं त्यांचा असहकार मागे घेण्यास नकार दिला होता. अमृतसर, गुरुदासपूर आणि कपूरथळा येथील बरेचसे विभाग हे ‘अशांत क्षेत्र’ म्हणून घोषित झाले होते आणि मार्चमध्ये आणखी सहा महिन्यांसाठी राष्ट्रपती राजवटीची मुदत वाढवण्यात आली होती. राज्यातील सर्व नागरिकांची तपासणी करण्यासाठी राज्य पोलिस आणि लष्कराला विशेष अधिकार बहाल करण्यात आले.

२ जून रोजी दहशतवादाला लगाम घालण्यासाठी पोलिसांच्या मदतीला लष्कर पाठवण्यात आलं. दहशतवाद्यांनी राज्यामध्ये २१ लोकांना ठार केलं होतं आणि राज्याच्या राजधानीत, चंडीगढ येथे संचारबंदी लागू झाली. सुरक्षा दलांवरील गोळीबार हा सुवर्ण मंदिरातून सुरू झाल्याचं सांगण्यात येतं. ६ जून रोजी दहशतवाद्यांना बाहेर काढण्यासाठी, लष्कर मंदिरात दाखल झालं. त्याला आता ‘ऑपरेशन ब्ल्यू स्टार’ म्हणून ओळखलं जातं, या वेळी जबरदस्त धुमश्चक्री उडाली. लष्करानं आपले नव्वद लोक गमावले. ७ जून रोजी, जर्नैल सिंह भिंद्रनवाले आणि ऑल इंडिया शीख स्टुडंट्स फेडरेशनचा प्रमुख अमरिक सिंह या दोघांचे मृतदेह मंदिराच्या आतील परिसरात सापडले. भारतभर प्रतिशोधाची हिंसा भडकली होती. ऑपरेशन ब्ल्यू स्टारनंतर लष्कर सोडलेल्या शीख दलांनी शेवटी सैन्यापुढे शरणागती पत्करली. अखेरीस सप्टेंबरमध्ये भारतीय लष्कर मंदिरातून बाहेर आलं. त्या वेळी आणखी सहा महिन्यांसाठी राष्ट्रपती राजवटीची मुदत वाढवण्यात आली. २९ सप्टेंबर रोजी पाच मुख्य शीख धर्मगुरू आणि शिरोमणी गुरुद्वारा प्रबंधक समिती (एसजीपीसी)ला सुवर्ण मंदिराचा ताबा सोपवण्यात आला.

ऑपरेशन ब्ल्यू स्टारमुळे घटनांची जी मालिका सुरू झाली, तिचा अद्याप शेवट झालेला नव्हता. जुलै आणि ऑगस्ट १९८४मध्ये, शीख दहशतवाद्यांनी इंडियन एअरलाईन्सची दोन विमानं आपल्या ताब्यात घेतली, मात्र सर्व प्रवाशांना सुरक्षितपणे सोडून देण्यात आलं. येत्या काही निष्ठूर आठवड्यांमध्ये होणाऱ्या दुर्घटनांचा तो एक अपशकूनच होता.

ऑपरेशन ब्ल्यू स्टारचा प्रतिशोध घेण्यासाठी, दोन शीख अंगरक्षक बेअंत सिंह आणि सतवंत सिंह यांनी, ३१ ऑक्टोबरच्या पहाटे पंतप्रधान इंदिरा गांधी यांची त्यांच्या निवासस्थानी गोळ्या घालून हत्या केली. इंदिरा गांधी यांनी दूरदर्शनवर नुकतीच एक मुलाखत दिली होती. जेव्हा त्यांच्यावर गोळ्या झाडण्यात येत होत्या तेव्हा त्यांनी चिलखत घातलं नव्हतं. एका पदासीन प्रधानमंत्र्याची हत्या होण्याचा प्रकार भारतामध्ये पहिल्यांदाच झाला होता. इंदिरा गांधी यांना गुप्तचर यंत्रणांकडून शीख अतिरेकी त्यांच्या मागावर आहेत, अशी खबर मिळाली होती; पण तरीदेखील त्यांनी आपले अंगरक्षक बदलण्याची मागणी फेटाळून लावली. ३१ ऑक्टोबर रोजी इंदिरा गांधींच्या हत्येनंतर शिखांच्या विरोधात हिंसाचार उसळला. विशेषतः राजधानीमध्ये २०००पेक्षा जास्त शीख मारले गेले.

इंदिरा गांधींच्या हत्येनंतर काही शिखांनी मिठाई वाटून आनंद साजरा केला, ही अफवा पसरल्यानंतर जमावानं शिखांवर हल्ले सुरू केले. त्यांच्या पगडीमुळे ते चटकन ओळखू येत होते आणि त्यानंतर राजधानीत एकच हल्लकल्लोळ उसळला. हे स्पष्टच आहे की, स्थानिक काँग्रेस पक्षानं हे हत्याकांड थांबवण्यासाठी फार काही केलं नाही आणि खरं तर प्रसंगी काही स्थानिक खासदार हे शिखांची घरं लुटण्यासाठी आणि त्यांना मारण्यासाठी जमावाला सक्रियपणे मदतही करत होते. गुरुद्वारांचीदेखील मोठ्या प्रमाणावर तोडफोड करण्यात आली.

३ नोव्हेंबर रोजी इंदिरा गांधी यांच्यावर अंत्यसंस्कार करण्यात आले. त्याआधी त्यांचा मुलगा, अमेठीचे खासदार आणि काँग्रेसचे सरचिटणीस राजीव गांधी यांना राष्ट्रपती ज्ञानी झैल सिंह यांनी पंतप्रधानपदाची शपथ दिली.

सन १९८४ हे वर्ष संपत आलं असतानाही ने भारतातलं मृत्यूचं अराजक शांत व्हायला तयार नव्हतं. २ डिसेंबरच्या मध्यरात्री भोपाळ येथे युनियन कार्बाईडच्या कारखान्यात मिथिल आयसोसायनेट या विषारी वायूची गळती होऊन ४१० लोक श्वास गुदमरून तत्काळ मरण पावले. जगामध्ये झालेल्या आजवरच्या औद्योगिक क्षेत्रातील दूर्घटनांच्या इतिहासातील ही सर्वांत भीषण दुर्घटना आहे. या विषारी वायूचा गर्भवती महिलांच्या गर्भावर परिणाम झाला. अनेकांना मृत मुलं जन्माला आली आणि जवळपास साडेसहा लाख लोकांना कायमस्वरूपी अपंगत्व आलं. नुकसानभरपाई म्हणून सरकारनं ४७ कोटी डॉलर्सवर समाधान मानलं. प्रत्यक्षात सरकारनं याच्या सहा पट जास्त रक्कम मागितली होती.

या वर्षी सत्यजीत रे यांना दादासाहेब फाळके जीवन गौरव पुरस्कार देऊन सन्मानित करण्यात आलं; पण लोकप्रिय संस्कृतीच्या दृष्टीनं, १९८४ वर्ष लक्षात राहिलं ते *हम लोग* या भारतातील पहिल्या दूरदर्शन मालिकेमुळे. या मालिकेनं केवळ अघळपघळ, लहान मध्यमवर्गाची जीवनकथाच सांगितली नाही तर त्याला आकार देण्यासाठीदेखील मदत केली. याच वर्षी *ये जो है जिंदगी* ही विनोदी मालिकाही सुरू झाली. ऑक्टोबरपासून *माशूर महल* नावाचा एक गेम शोदेखील सुरू झाला. दूरदर्शनवरून आता कथा प्रसारित होऊ लागल्या. त्यानं हा नवीन अवतार धारण केल्यानंतर आयुष्य आणि संवाद हे दोन्ही बदलून गेले. रंगीत टीव्ही सेट्सचा खप ४७ टक्क्यांपेक्षा जास्त वाढला आणि भारताच्या अगदी लहान खेडेगावातही त्यानं रेडिओची जागा घ्यायला सुरुवात केली.

नवीन संवादांची चमक किंवा 'माध्यमां'ची ही पहाट सगळीकडेच दिसू लागली होती – राज्य सरकारच्या मालकीच्या टीव्हीपासून झालेली ही वाढ आठ वर्षांनंतर केबल टीव्हीचं युग आल्यानंतर आणखी नव्या स्तरावर जाणार होती.

१९८५ : जिहाल-ई-मिस्किन

जिहाल-ई-मिस्किन मकुन ब-रंजीश
बहाले-ई-हीज्र बेचारा दिल है

गीतकार : गुलजार
संगीतकार : लक्ष्मीकांत-प्यारेलाल
गायक : लता मंगेशकर आणि शब्बीर कुमार
चित्रपट : *गुलामी*

सुफी कवी, संगीतकार आणि विद्वान अमीर खुसरो यानं तेराव्या शतकात *जिहाल-ई-मिस्कीन मकुन तगाफुल* या ओळी लिहिल्या होत्या. त्यांची ही कविता कव्वाल आजही सादर करत असतात. ही कविता तिच्यातील पर्शियन आणि ब्रज भाषेतील वेगवेगळ्या ओळींच्या मिश्रणामुळे अद्वितीय ठरली आहे. कवी गुलजार यांनी खुसरोच्या या अप्रतिम कवितेपासून प्रेरणा घेतली आणि गीताच्या मुखड्यासाठी पर्शियन ओळींचा उपयोग केला. त्याचा थोडा स्वैर अर्थ असा सांगता येईल, 'माझ्या या बिचाऱ्या हृदयाकडे असं शत्रुत्वाच्या भावनेनं का बरं पाहता? ते आधीच विरहाच्या वेदनेनं तळमळत आहे.'

लक्ष्मीकांत-प्यारेलाल यांच्या जोडीनं हे गाणं तयार केलं. १९८०च्या दशकामध्ये गाण्यांच्या क्रमवारीत आणि पुरस्कार जिंकण्यातही या जोडीनं आघाडी घेतली होती. जे. पी. दत्ता दिग्दर्शित *गुलामीमध्ये* कलाकारांचा सुगठित संच होता. हा एक मुख्य प्रवाहातील हिंदी चित्रपट होता. त्यामध्ये जात आणि वर्गसंघर्षाचं चित्रण पडद्यावरती साकार झालं होतं. या चित्रपटामध्ये असा एक समाज दाखवला

गेला आहे जिथे उच्च जातीचे जमीनदार हे गरीब आणि कथित कनिष्ठ जातीतील लोकांवर अत्याचार करत असतात. कायदा आणि सुव्यवस्था राखणारी यंत्रणादेखील त्यांच्या बाजूनं आहे. हृदयाला पिळवटून टाकणाऱ्या एका प्रसंगात, उच्च जातीचा नसल्यामुळे एका तरुण वराचा गोळ्या घालून खून करण्यात येतो. पोलीस शिपाई असलेला त्याचा बाप, त्या जमीनदारांना आणि पोलिसांना सातत्यानं कायद्याची आठवण करून देत असतो; पण त्याच्याकडे दुर्लक्ष केलं जातं. १९८५ सालच्या या चित्रपटातील हा प्रसंग अनेक दशकानंतरही भारतात विसंगत ठरू शकलेला नाही.

आपल्या प्रतिमेला जागत, पंतप्रधान राजीव गांधी यांनी भूतकाळापासून फारकत घेण्याचा निर्णय घेतला आणि त्यांच्या पहिल्याच अर्थसंकल्पात आशेचा किरण निर्माण झाला. अर्थमंत्री विश्वनाथ प्रताप सिंह यांनी सादर केलेल्या या अर्थसंकल्पाला भारतीय उद्योग जगत आणि आंतरराष्ट्रीय निरीक्षकांनी उचलून धरलं. अनेक वर्षांपासून आपल्या अर्थसंकल्पावरील भाषणासाठी प्रसिद्ध असलेले विश्लेषक नानी पालखीवाला यांनीही त्याचं आत्तापर्यंतचा सर्वोत्कृष्ट अर्थसंकल्प म्हणून कौतुक केलं. राजीव सरकारनं तीन महत्त्वाच्या तरतुदी घोषित केलेल्या होत्या. करआकारणीत सुलभता आणून मालमत्ता कर समाप्त करण्यात आला, उद्योगांसाठी आयातीसंबंधीच्या मार्गदर्शक तत्त्वांमध्ये अधिक सवलत देण्यात आली आणि मोनोपोलिज अँड रिस्ट्रिक्टीव ट्रेड प्रॅक्टीसेस अॅक्ट (एमआरटीपी) (एकाधिकार आणि प्रतिबंधित व्यापार पद्धती कायदा)मध्ये सुधारणा करण्यात आली (त्यामुळे या कायद्याच्या कक्षेत येणाऱ्या उद्योगांच्या भांडवलाच्या मर्यादेमध्ये २० कोटींपासून १०० कोटींपर्यंत वाढ करण्यात आली होती; पण तरीही फेडरेशन ऑफ इंडियन चेंबर्स ऑफ कॉमर्स अँड इंडस्ट्री (फिक्की)सारख्या औद्योगिक संघटनांना ही मर्यादा ५० कोटींची हवी होती). इंदिरा गांधींच्या सरकारला साठ आणि सत्तरच्या दशकांमध्ये ज्याप्रमाणे बळजबरीने निर्णय घ्यावे लागले त्यापेक्षा हे अत्यंत महत्त्वाचे व वेगळे निर्णय होते. द *वॉल स्ट्रीट जर्नलने* राजीव रेगन हे शीर्षक देत भारतीय अर्थसंकल्पाचं विश्लेषण प्रसिद्ध केलं.

सन १९८५ साली आलेल्या *गुलामी* या चित्रपटानं एका महत्त्वाच्या विषयाला वाचा फोडली असली, तरी या वर्षी खळबळ माजवली ती ज्येष्ठ दिग्दर्शक राज कपूर यांच्या *राम तेरी गंगा मैली* या चित्रपटाने. राजश्री प्रॉडक्शनच्या चित्रपटाला दिलेल्या संगीतामुळे प्रकाशझोतात आलेले संगीतकार रवींद्र जैन यांनी या चित्रपटासाठी राज कपूर यांच्यासोबत पहिल्यांदाच काम केलं. वर्षातील सर्वोत्कृष्ट संगीतासाठीचा फिल्मफेअर पुरस्कारही त्यांनी जिंकला. या चित्रपटातील दोन गाणी वगळता इतर सर्व गाणी त्यांचीच होती. याच वर्षी आर. डी. बर्मन यांनी रमेश सिप्पींच्या *सागर* या चित्रपटाला दिलेल्या संगीतानं पुन्हा एकदा लोकांचं लक्ष वेधून घेतलं. त्यामध्ये ऋषी कपूर, डिंपल कपाडिया आणि कमल हासन हे मुख्य भूमिकांमध्ये होते. हासन

यांना या चित्रपटासाठी सर्वोत्कृष्ट अभिनेता व सर्वोत्कृष्ट साहाय्यक अभिनेता या दोन्ही विभागांत नामांकन मिळालं आणि त्यांनी सर्वोत्कृष्ट अभिनेत्याचा पुरस्कार पटकावला.

राजीव गांधी सरकारसाठीही १९८५ हे विविध घटनांनी भरलेलं वर्ष ठरलं. कारण त्यांना एकामागोमाग अशा एक अनेक आव्हानांना सामोरं जावं लागत होतं. भारतीय अर्थव्यवस्थेला नवा चेहरा दिला म्हणून त्यांचं कौतुक होत असतानाच, त्यांना काही गंभीर राजकीय आव्हानांनादेखील तोंड द्यावं लागत होतं. काही आव्हानं मागील वर्षांतून वारसादाखल मिळाली होती, तर काही नव्यानं निर्माण झाली होती. २३ जून १९८५ रोजी, एअर इंडिया फ्लाईट १८२ (टोरांटो-मॉंट्रिएल-लंडन-दिल्ली) हे विमान आकाशात ३१००० फूट उंचीवर असताना बॉम्बने उडवण्यात आले. या दुर्घटनेमध्ये सर्व ३२९ प्रवासी मारले गेले. मागील वर्षी इंदिरा गांधी सरकारनं ऑपरेशन ब्ल्यू स्टार केल्याचा प्रतिशोध म्हणून खलिस्तानी दहशतवाद्यांशी संबंधित एका गटानं हा बॉम्बस्फोट घडवून आणला होता.

संपूर्ण वर्षभर पंजाब हिंसाचारामध्ये होरपळत होता आणि वर्ष अखेरीस निवडणुका होऊ घातल्या तसं संपूर्ण राज्यावर दहशतवादाचं सावट पसरलं. कॉंग्रेस आणि अकाली दल या पक्षांनी या निवडणुका लढवल्या. त्यांच्या उमेदवारांनी संभाव्य हल्ल्यापासून वाचण्यासाठी विशेष संरक्षणाची तयारी करून प्रचार केला. राज्यातील खलिस्तानी फुटीरतवादाचा परिणाम या निवडणुकीत दिसून आला, त्यामुळे पंजाबमध्ये जातीय दुफळी निर्माण झाली होती असं, तेव्हाच्या वर्तमानपत्रांतील बातम्यांमधून दिसून येतं.

अन्य मोठ्या राजकीय आव्हानांमध्ये राजीव गांधी सरकार होरपळून निघालं. त्यामध्ये शाहबानो खटल्यातील सर्वोच्च न्यायालयाचा निकालही होता ज्याचे पडसाद आजही भारतीय राजकारणात उमटत आहेत. शाहबानो आणि तिच्या पाच मुलांना तिच्या पतीनं घराबाहेर हाकलून दिलं होतं. त्यानंतर त्यानं तिला तलाक दिला. शाहबानोची पोटगीची मागणी याचिका कनिष्ठ न्यायालयानं मान्य केली आणि उच्च न्यायालयानंही तो निकाल उचलून धरत शाहबानोच्या पतीला तिच्या घरखर्चासाठी २५ रुपये महिना देण्याचे निर्देश दिले. पाच न्यायमूर्तींच्या खंडपीठानंही तिच्या बाजूनं निकाल दिला; पण मुस्लीम समुदायातील काही घटकांनी याकडे त्यांच्या वैयक्तिक कायद्यातील ढवळाढवळ म्हणून पाहिलं आणि या निर्णयाला विरोध केला. राजीव गांधी सरकार अगदी अचानकपणे कात्रीत सापडलं गेलं आणि त्यांना निवडणुकीतील आपल्या भवितव्याची चिंता वाटू लागली. पक्षातील नेत्यांनी त्यांना असा सल्ला दिला की सर्वोच्च न्यायालयाचा हा निकाल मागे घेण्याची गरज आहे व त्यासाठी संसदेनं कायदा करावा.

सन १९८४मध्ये पंतप्रधान इंदिरा गांधी यांची त्यांच्याच अंगरक्षकांनी हत्या केल्यानंतर सरकारनं भारताच्या प्रधानमंत्र्याच्या सुरक्षेसाठी स्पेशल प्रोटेक्शन ग्रुपची स्थापना करण्याचं ठरवलं. ८ एप्रिल १९८५ रोजी हा विशेष संरक्षण गट अस्तित्वात आला. याच वर्षी इंदिरा गांधी नॅशनल ओपन युनिव्हर्सिटी (इंदिरा गांधी राष्ट्रीय मुक्त विद्यापीठ) (इग्नू)ची स्थापना झाली. वंचित घटकांना उच्च शिक्षणाच्या संधी उपलब्ध करून देण्यासाठी या संस्थेची स्थापना करण्यात आली होती. इग्नूच्या उभारणीसाठी २ कोटी रुपयांची तरतूद करण्यात आली होती.

सन १९८५च्या वर्षांमध्ये काही हसरे क्षणही अर्थातच होते. १९८३मध्ये वेस्ट इंडिजला नमवत विश्वचषक जिंकणाऱ्या भारताच्या एक दिवसीय क्रिकेट संघाने ऑस्ट्रेलियातील वर्ल्ड सिरीज चॅम्पियनशिपमध्ये अंतिम सामन्यात पाकिस्तानचा पराभव करत, या प्रकारातील आपली हुकूमत पुन्हा एकदा सिद्ध केली. ही मालिका भारतात दूरदर्शनवरून दाखवण्यात आली होती. अष्टपैलू खेळाडू रवी शास्त्रीनं मालिकावीर हा किताब मिळवल्यावर त्याला मिळालेल्या ऑडी कारमधून फेरफटका मारणाऱ्या भारतीय संघाची दृश्यं अत्यंत लोकप्रिय झाली होती.

याच वर्षी मुंबईमध्ये उद्योगपती धीरूभाई अंबानींच महत्त्व वाढू लागलं होतं. त्यांना मुंबईमध्ये येऊन आता पंचवीस वर्षं झाली होती आणि देशातील शेअर बाजारात त्यांनी क्रांती घडवली होती. त्यांनी लहान गुंतवणूकदारांना रिलायन्स कंपनीकडे मोठ्या प्रमाणात आकर्षित केलं. टी. एन. निनान यांना दिलेल्या एका मुलाखतीत, जी 'इंडिया टुडे' मासिकामध्ये १९८५ साली प्रसिद्ध झाली होती, अंबानी त्यांच्या आत्तापर्यंतच्या प्रवासाबद्दल आणि भविष्यात त्यांना काय करायचं आहे त्याविषयी बोलले. जेव्हा त्यांना बाहेरील वातावरण अत्यंत हुशारीनं हाताळण्याच्या क्षमतेविषयी विचारण्यात आलं, तेव्हा अंबानी म्हणाले की, ते सरकारमधील कोणालाही सलाम ठोकू शकतात. ते सकारात्मक होते; पण भविष्याविषयी काहीसे बचावात्मकही होते. जेव्हा त्यांना विचारण्यात आलं की रिलायन्स समूहाला देशातील सर्वांत मोठी कंपनी बनवण्यासारखं काही ध्येय त्यांनी स्वतःसाठी समोर ठेवलं आहे का? तेव्हा ते म्हणाले की, जोवर ते एखादी गोष्ट करून दाखवत नाहीत तोवर त्याविषयी सांगायला त्यांना आवडत नाही.

ज्या वर्षी भारत सरकारनं भारतीय उद्योगावरील निर्बंधाच्या बेड्या कमी करण्याचं ठरवलं होतं, त्या काळातील अंबानींची व्यवसायाविषयीची खुल्या मनानं व्यक्त झालेली मते, १९८५ साली प्रदर्शित झालेल्या आणखी एका गाण्यांतून व्यक्त झाली होती.

दुनिया माने बुरा तो गोली मारो
मर के जिना है कोई जिना यारो!

१९८६ : चिठ्ठी आई है आई है

बड़े दिनों के बाद,
हम बेवतनों को याद
वतन की मिट्टी आई है
चिठ्ठी आई है आई है, चिठ्ठी आई है

गीतकार : आनंद बक्षी
संगीतकार : लक्ष्मीकांत-प्यारेलाल
गायक : पंकज उधास
चित्रपट : *नाम*

हिंदी चित्रपट सृष्टीत अनिवासी भारतीयांची सद्दी सुरू होण्यापूर्वी बरीच वर्षं आधी, एका फारसं नाव नसलेल्या गायकानं (भारतात) एक गाणं गायलं ज्यामुळे परराष्ट्रात राहणाऱ्या आणि देश सोडून गेलेल्या लोकांच्या काळजाच्या तारा छेडल्या गेल्या. पंकज उधास हा भारतात तेव्हा फारसा प्रसिद्ध नसला तरी अनिवासी भारतीय मंडळींमध्ये तो चांगलाच लोकप्रिय होता. त्याच्या या लोकप्रियतेचा फायदा उठवण्याची इच्छा *नाम* या चित्रपटाचे निर्माते राजेंद्र कुमार यांची होती. आनंद बक्षींच्या शब्दांवर लक्ष्मीकांत-प्यारेलाल यांनी स्वरसाज चढवला. उधास हे गझल गाण्यासाठी ओळखले जायचे आणि *चिठ्ठी आई है* ही गझल नव्हती. या गाण्यांनी लोकांना, भारतात आणि परदेशांतही, रडवलं आणि याच गाण्यामुळे उधास पुढे नावारूपाला आले. त्यांनी चित्रपटामध्ये पडद्यावर हे गाणं सादर केल्यामुळे त्यांची ओळख निर्माण होण्यासाठी अधिक मदत झाली.

नाम हा महेश भट्ट दिग्दर्शित चित्रपट होता, जो राजेंद्र कुमार यांनी आपल्या मुलाला, कुमार गौरवला अभिनयाच्या क्षेत्रामध्ये उतरवण्यासाठी तयार केला होता. सलीम खान यांची गोळीबंद पटकथा, *चिठ्ठी आई है* सारखं एक अत्यंत गाजलेलं गाणं आणि चांगला अभिनय, यामुळे *नाम* यशस्वी झाला; पण त्याचा फायदा कुमार गौरवला होण्याऐवजी, आणखी एका अभिनेत्याच्या मुलाला, संजय दत्त याला जास्त झाला.

हिंदी चित्रपटांसाठी १९८६ हे आणखी एक चमत्कारिक वर्ष होतं. अमिताभ बच्चन यांनी राजकारणात प्रवेश केल्यानंतर, आता बॉक्स ऑफिसवर काय यशस्वी होणार आहे ते इंडस्ट्रीला समजत नव्हतं. नवीन अभिनेत्यांनी अजून प्रेक्षकांच्या मनातील बच्चन यांची जागा घेतली नव्हती आणि त्यामुळे चित्रपटक्षेत्रात एक पोकळी निर्माण झाली. या वर्षांतील सर्वांत यशस्वी चित्रपट होता सुभाष घईंचा *कर्मा.* त्या चित्रपटामध्ये जेष्ठ अभिनेते दिलीप कुमार हे मुख्य भूमिकेत तर अनिल कपूर, जॅकी श्रॉफ, नसिरुद्दीन शाह, नूतन आणि अनुपम खेर हे साहाय्यक भूमिकेत होते. *कर्मामधील* एक गाणं या वर्षी अत्यंत गाजलं- *दिल दिया है, जान भी देंगे, ऐ वतन तेरे लिये.* या गाण्यातही आनंद बक्षी आणि लक्ष्मीकांत-प्यारेलाल यांचीच जोडी होती. *कर्मा* या चित्रपटातून देशाची तेव्हाची भावावस्था प्रतिबिंबित होत होती. यामध्ये देशभक्त लोकांचा संघर्ष दाखवण्यात आला होता. त्यामध्ये हिंसाचारानं देश तोडू पाहणाऱ्या लोकांच्या विरोधात देशभक्त लढा देत आहेत. पडद्यावर, या अज्ञात राष्ट्रविरोधी शक्तीला, डॉ. डेंग याच्या रूपात दाखवण्यात आलं होतं. अनुपम खेर यांनी ही भूमिका साकारली होती.

राजकारणातदेखील फार काही गुलाबी वातावरण नव्हतंच, कारण १९८५च्या अखेरीस राजीव गांधींचं सरकार हे शाहबानो प्रकरणातील न्यायालयाच्या निकालामुळे मुस्लीम कट्टरतावाद्यांच्या दबावाखाली आलं होतं. पक्षातील लोकांचा दबाव वाढल्यामुळे राजीवनं न्यायालयाचा निकाल बदलण्यासाठी संसदेमध्ये कायदा करण्याचा निर्णय घेतला. लोकसभेतील प्रचंड बहुमतामुळे पक्षानं संसदेत मुस्लीम वुमेन ॲक्ट (घटस्फोटाशी संबंधित अधिकारांचं संरक्षण) १९८६, मंजूर केला. या कायद्यामुळे मुस्लीम पतीला त्याच्या घटस्फोटीत पत्नीला *इद्दत* (घटस्फोटानंतरचे नव्वद दिवसांपर्यंत)पर्यंतच पोटगी खर्च देण्याची मर्यादा घालण्यात आली. यामुळे सरकारनं मुस्लीम कट्टरतावाद्यांना शांत केलं; पण त्याच वेळी स्वतःवर आणखी एक संकट ओढवून घेतलं कारण, आता हिंदू कट्टरतावाद्यांनी हे सरकार मुस्लीमधार्जिणे आहे, असा प्रचार सुरू केला.

पंजाबमध्ये, राज्य सरकारला खलिस्तानी दहशतवाद्यांचा बंदोबस्त करणं कठीण जात होतं राज्यात जातीय आधारावर विभागणी झाली होती. शाहबानो आणि खलिस्तानी फुटीरतावाद्यांमुळे हिंदुत्ववादी गटांना संधी मिळाली आणि

ते या काळात सक्रिय होऊ लागले होते. शाहबानो प्रकरणामुळे त्यांना राजीव गांधी सरकार हे मुस्लीमधार्जिणे आहे, असं चित्र रंगवण्याची संधी मिळाली तर पंजाबमधील खलिस्तानी फुटीरतावाद आणि विशिष्ट हत्यांमुळे तेथे हिंदू लोक बळी जात असल्याचं ते सांगू लागले. हे गट अयोध्येत राम मंदिर उभारण्यासाठी पाठिंबा मिळवण्याचा प्रयत्न करत होते. ती रामाची जन्मभूमी आहे असं त्यांचं म्हणणं होतं. त्या जागी तेव्हा बाबरी मशिद उभी होती आणि न्यायालयाच्या आदेशानुसार ती कुलूपबंद होती. तिथे एका हिंदू पुजाऱ्याला वर्षातून एकदाच पूजा करण्याची परवानगी दिली जायची.

राष्ट्रीय स्वयंसेवक संघाच्या विशालकाय संघ परीवाराच्या दृष्टीने शाहबानो प्रकरण हे अगदी मोक्याच्या क्षणी उद्‌भवले होते. आधीच मुस्लीम कट्टरतावाद्यांकडून टीकेचा भडिमार सहन करणाऱ्या राजीव गांधी सरकारला आता हिंदुत्ववादी गटांकडूनही टीका सहन करावी लागली. फैजाबादच्या जिल्हा न्यायालयानं वादग्रस्त जागेचं कुलूप उघडून तिथं जनतेला पूजा करण्याची परवानगी दिली, त्यामुळे दिवसेंदिवस आक्रमक होत जाणाऱ्या हिंदुत्ववादी गटांना फेब्रुवारीत अचानक मोठी ताकद मिळाली. वरकरणी लहानशी वाटणारी ही घटना भविष्यात चांगलीच महागात पडणार होती.

पंजाबमधील विध्वंसाचं कारण फक्त जातीय ध्रुवीकरण एवढंच नव्हतं, तर या ध्रुवीकरणामागे आणखी एक गंभीर समस्या होती – खलिस्तानी फुटीरतावादाची. ऑपरेशन ब्ल्यू स्टार, त्यापाठोपाठ झालेली पंतप्रधान इंदिरा गांधींची हत्या आणि त्यानंतर दिल्ली आणि इतरत्र झालेल्या शीख-विरोधी दंगली यामुळे फुटीरतेचं हे भूत गाडलं गेलं नव्हतं. फुटीरतावादी हे जणू आग लावत सुटले होते आणि त्यामध्ये पंजाब होरपळून निघत होता. मागील वर्षाच्या उत्तरार्धात मुख्यमंत्री सुरजीत सिंह बरनाला यांच्या नेतृत्वाखाली अकाली दलाचं सरकार स्थापन करण्यात आलं होतं; पण राज्यामध्ये घडणाऱ्या घटनांवर फारसं त्यांचं नियंत्रण राहिलं नव्हतं. अनेक ठिकाणी वेगवेगळ्या घटनांमध्ये फुटीरतावाद्यांनी कित्येक लोकांच्या हत्या घडवून आणल्या होत्या.

फेब्रुवारीमध्ये, भडकलेल्या खलिस्तान्यांनी अमृतसरच्या सुवर्ण मंदिराचाही ताबा घेतला. तिथे तिरंगा जाळण्यात आला आणि 'खलिस्तान' लिहिलेला भगवा ध्वज फडकवण्यात आला, एक नवी 'हिट लिस्ट' जाहीर करण्यात आली आणि स्फोटक घोषणा देण्यात आल्या. त्या वेळी लोकांना जर्नैल सिंह भिंद्रनवालेच्या काळातील दिवस आठवले. दहशतवाद्यांकडे एक यादी होती त्यामध्ये १९८४मधील ऑपरेशन ब्ल्यू स्टारचा बदला म्हणून ते ज्यांना मारू इच्छित होते त्या लोकांची नावं होती. चौथ्या क्रमांकावर तत्कालीन लष्करप्रमुख जनरल अरुण वैद्य होते. ते आता निवृत्त होऊन पुण्यात स्थायिक झाले होते. १० ऑगस्ट १९८६ रोजी, ते

जेव्हा बाजारातून गाडीमध्ये बसून घरी येत होते त्या वेळी दहशतवाद्यांनी त्यांच्यावर गोळीबार केला. त्यांच्या शरीरात आठ किंवा नऊ गोळ्या घुसल्या.

राजीव गांधी सरकार या सर्व राजकीय आव्हानांना तोंड देत असतानाच त्यांनी त्यांचा आर्थिक कार्यक्रम पुढे चालूच ठेवला. १९८५मधला त्यांचा पहिला अर्थसंकल्प हा अत्यंत महत्त्वाचा म्हणून नावाजला गेला तर, १९८६च्या अर्थसंकल्पाने आर्थिक सुधारणांचा कार्यक्रम आणखी पुढे रेटला. या अर्थसंकल्पामध्ये सर्वांत मोठा बदल झाला तो मॉडीफाईड व्हॅल्यू ॲडेड टॅक्सच्या (सुधारीत मूल्यवर्धीत कर) अंमलबजावणीमुळे. यामुळे अंतिम उत्पादनांवर कर लावण्याऐवजी कच्च्या मालावर कर लादण्याचा मार्ग मोकळा करण्यात आला. उत्पादनांच्या अंतिम किमतीवर होणारा करांचा वाढत जाणारा परिणाम कमी करण्यासाठी हे करण्यात आलं होतं. यामुळे देशातील अप्रत्यक्ष कर आकारणी प्रणालीत सुधारणा होण्यास सुरुवात झाली. याचा शेवट २०१७ साली देशात गुड्स अँड सर्व्हिसेस टॅक्स (वस्तू आणि सेवा कर) लागू होण्यात झाला.

भारत जेव्हा पंजाबमधील फुटीरतावाद्यांशी झगडत होता, त्याच वेळी देशात इतरत्र त्याला यशही मिळत होतं. मिझोराममध्ये, भारतानं राज्यात दीर्घकालीन शांतता निर्माण करण्यात यश मिळवलं जेव्हा लालडेंगा यांच्या नेतृत्वाखालील मिझो नॅशनल फ्रंटने जून १९८६मध्ये भारत सरकारसोबत मिझो ॲकॉर्ड (मिझो करार) केला. भारतीय सैन्यातील एक माजी हवालदार असलेल्या लालडेंगा यांनी १९६१मध्ये मिझो नॅशनल फ्रंटची स्थापना करून फुटीरतावादी मोहिमेचं नेतृत्व केलं. सरतेशेवटी सरकारनं त्यांना या करारावर सही करण्यास राजी केलं आणि राज्यातील राजकीय प्रक्रियेत भाग घेण्यासाठी त्याचं मन वळवलं. करारावर सही केल्यानंतर ते मिझोरामचे अंतरिम मुख्यमंत्री झाले, तर काळजीवाहू मुख्यमंत्री लालथन हावला यांनी पदत्याग करत उपमुख्यमंत्रिपदाची शपथ घेतली. १९८६मध्ये मिझो नॅशनल फ्रंटने निवडणुका जिंकल्या आणि लालडेंगा हे लोकनियुक्त मुख्यमंत्री बनले.

खेळाच्या जगात, १९८६ हे वर्ष, केरळमधील बावीस वर्षीय धावपटू आणि पायोली एक्स्प्रेस म्हणून ओळखल्या जाणाऱ्या पी. टी. उषा यांच्यासाठी ओळखण्यात येतं. १९८४ सालच्या लॉस एंजेलिस ऑलिम्पिकमध्ये ४०० मीटर्स अंतिम फेरीत तिचा चौथा क्रमांक आल्यानंतर, उषाने दक्षिण कोरीयातील सोल येथील दहाव्या एशियाड गेम्समध्ये शब्दशः सुवर्णपदकाची कमाई केली. तिने १०० मीटर्स स्पर्धेत रौप्य पदक जिंकलं आणि २०० मीटर्स, ४०० मीटर्स, ४०० मीटर्स अडथळा शर्यत आणि ४ X ४०० मीटर्स रिले स्पर्धेत सुवर्ण पदकांची लयलूट केली. सर्वोत्कृष्ट मैदानी खेळाडू म्हणून तिला सोल खेळांमध्ये 'गोल्डन शू' बहाल करण्यात आला.

क्रिकेटमध्ये भारताचा एक कसोटी सामना बरोबरीत सुटला. या खेळाच्या इतिहासामध्ये हे दुसऱ्यांदाच घडत होतं. मद्रास येथे भारत आणि ऑस्ट्रेलिया दरम्यान

खेळल्या गेलेल्या तीन सामन्यांच्या कसोटी मालिकेतील पहिलाच सामना बरोबरीत सुटला. १९८६मध्ये भारत जेव्हा वाढत्या फुटीरतेबरोबर झगडत होता, त्या काळात आनंद बक्षी यांचे शब्द एक चांगला सल्ला देऊन सद्भाव निर्माण करण्याचा प्रयत्न करत होते:

हिंदू, मुस्लीम, सिख, ईसाई, हमवतन हमनाम है
जो करे इनको जुदा, मजहब नही इल्जाम है
हम जियेंगे और मरेंगे, ऐ वतन तेरे लिये.

१९८७ : मेरा कुछ सामान

सावन के कुछ भीगे भीगे पल रखे है
और मेरे खत में लिपटी रात पडी है
वो रात बुझा दो, मेरा वो सामान लौटा दो

गीतकार : गुलजार
संगीतकार : राहुल देव बर्मन
गायक : आशा भोसले
चित्रपट : *इजाजत*

जेव्हा चित्रपट निर्माता आणि गीतकार गुलजार यांनी त्यांच्या जुन्या मित्राला, आर. डी. बर्मन यांना *मेरा कुछ सामान* या गाण्यासाठी चाल लावण्यासाठी सांगितलं तेव्हा त्यांनी त्यांना धुडकावून लावलं आणि चिडून विचारलं की यापुढे आता काय तुम्ही मला एखाद्या वृत्तपत्रातील बातमीच्या शीर्षकाला चाल लावायला सांगणार का? पंचम (आर. डी. बर्मन याच नावानं जास्त ओळखले जायचे) आणि गुलजार या दोन जुन्या मित्रांमधील हे भांडण जुनंच होतं त्यांनी *इजाजतच्या* आधीही अनेकदा एकत्र काम केलं होतं. गुलजारच्या ओळींना चाली लावणं हे एक कठीण काम होतं कारण त्यांची अवघड छंदरचना आणि पंचम याला चाल लावण्यासाठी झगडत असतानाच आशा भोसले यांनी गीताचे शब्द गुणगुणायला सुरुवात केली. पंचम यांनी तीच चाल निवडली आणि *मेरा कुछ सामान* हे गीत तयार झालं.

चित्रपटामध्ये, हे गाणं प्रेमी युगुलांमधील एका पत्रावर आधारित आहे, ज्यात प्रेयसी आपल्या प्रियकराला तिच्या वस्तू परत करायला सांगते, ज्या प्रत्यक्षात

त्यांनी एकत्र घालवलेल्या क्षणांच्या आठवणी आहेत. गुलजार-पंचम यांच्या अन्य गाण्यांप्रमाणेच यालाही शास्त्रीय संगीताचा एक शालीन स्पर्श लाभला आहे. आशा भोसलेंनी या गाण्याला आपला आवाज दिला आणि या गाण्यासाठी त्यांना दुसरा राष्ट्रीय पुरस्कार मिळाला. या गाण्याच्या मध्यंतरात उल्हास बापट यांचं संतूर वादन या गाण्याचा पोत आणि दर्जा अधिकच वाढवतं. हळुवार वाद्यवृंद असल्यामुळे आशा ताईंचा आवाज आणि गुलजार यांच्या कवितेला गाण्यामध्ये चमकण्याची संधी मिळते. या गीताला हिंदी चित्रपट संगीतातील अभिजात गीत मानलं जातं आणि ते आजही १९८७मध्ये होतं तितकंच लोकप्रिय आहे.

नसिरुद्दीन शाह, रेखा आणि अनुराधा पटेल मुख्य भूमिकेत असलेल्या *इजाजत* चित्रपटांत चार गाणी होती आणि सर्व गाणी गुलजार-पंचम यांच्यातील अद्भुत मिलापाची साक्ष देतात, त्यामुळेच आपल्याला काही अविस्मरणीय गाणी ऐकायला मिळतात. *छोटी सी कहानी से, कतरा कतरा मिलती है,* आणि *खाली हाथ शाम आयी* यांच्या सोबतीला *मेरा कुछ सामान* जे १९८०च्या दशकातील अप्रतिम हिंदी चित्रपट गीतांपैकी एक आहे.

या वर्षातील दुसरं सांगीतिक यश होतं शेखर कपूर यांनी दिग्दर्शित केलेला हिंदी विज्ञान कथा असलेला *मिस्टर इंडिया.* या चित्रपटातील मुख्य भूमिकेचं आकर्षण त्याच्या गायब असण्यात होतं. बोनी कपूर हा *मिस्टर इंडिया* या चित्रपटाचा निर्माता होता आणि त्यामध्ये त्याचा लहान भाऊ अनिल कपूर हादेखील होता. पाहिलाच पाहिजे अशा मोजक्या हिंदी चित्रपटांपैकी तो एक आहे आणि आजही तो तितकंच मनोरंजन करतो. हा चित्रपट प्रसिद्ध आहे त्याच्या नीटनेटक्या पटकथेसाठी (सलीम-जावेद जोडीने एकत्रितपणे लिहिलेला हा शेवटचा चित्रपट होता), अप्रतिम संगीतासाठी आणि कलाकारांच्या उत्कृष्ट अभिनयासाठी, विशेषतः अमरीश पुरी यांच्या, मोगॅम्बो या विख्यात खलनायकी भूमिकेसाठी. या चित्रपटातील *मोगॅम्बो खुश हुआ* हा उद्‌गार गब्बर सिंहच्या *शोले* (१९७५) चित्रपटातील संवादांप्रमाणेच लोकप्रिय आहे. लक्ष्मीकांत-प्यारेलाल जोडीनं या चित्रपटाचं संगीत दिलं होतं, त्यामध्ये अनेक उडत्या चालीच्या रचना आहेत. ते त्या काळातील सर्वाधिक लोकप्रिय संगीतकार का होते, हे आपल्याला या चालींवरून लक्षात येतं. त्यांचं काम अगदी भरात होतं ज्यांत *काटे नही कटते, हवा हवाई* आणि *जिंदगी की यही रीत है* यासारखी लोकप्रिय गाणी होती.

किशोर कुमार आणि अलीशा चिनॉय यांनी गायलेलं *काटे नही कटते* हे मादक गाणं त्याच्या पडद्यावरील चित्रीकरणासाठीही प्रसिद्ध आहे. या गाण्यामध्ये श्रीदेवी तिच्या अदृश्य प्रियकरासोबत एक प्रणयरम्य नृत्य करते. *मिस्टर इंडिया* या चित्रपटामध्ये विज्ञान कथा असली तरीही त्याचं कथानक मागील वर्षीच्या *कर्मा* चित्रपटाशी मिळतं जुळतं होतं. देशात अनागोंदी माजवून त्याला गुलाम बनवण्याचा

प्रयत्न करू पाहणाऱ्या शक्तिशाली खलनायकांची कथा या दोन्ही चित्रपटांत होती. *कर्मा* चित्रपटात होता डॉ. डेंग तर *मिस्टर इंडिया* चित्रपटामध्ये होता मोगॅम्बो. दोन्ही चित्रपटांत देशातील वाढत्या जातीय तणावाचं आणि पंजाबमधील हिंसक फुटीरतावादामुळे घडणाऱ्या विध्वसांचं प्रतिबिंब पडलं होतं. दोन्ही चित्रपटांमध्ये अज्ञात 'परदेशी शक्तीं'च्या माथ्यावर दोषारोप करण्यात आलेला असला तरी विध्वंसाचं चित्रीकरण मात्र सत्य परिस्थितीवर आधारलेलं होतं.

या सर्व उलथापालथीमध्येदेखील काही क्रांतिकारक बदल घडत होते पण अगदी शांततेमध्ये. ही संगणक क्रांति होती. १९८४ साली इंदिरा गांधी यांच्या सांगण्यावरून सॅम पित्रोदा यांनी भारतातील दूरसंचार वाहिन्यांच्या जाळ्यांसाठी डिजिटल स्विचेस तयार करणारं सेंटर फॉर डेव्हलमपेंट ऑफ टेलिमॅटीक्स उभारलं होतं. जेव्हा राजीव गांधी पंतप्रधान झाले तेव्हा त्यांनी एकविसाव्या शतकाला सामोरं जाण्यासाठी तयार होताना देशामध्ये संगणकाचा वापर वाढेल असे प्रयत्न करायचं ठरवलं. १९८४मध्ये सरकारनं भारतीय कंपन्यांना परदेशी कंपन्यांसोबत एकत्रितपणे काम करण्यास परवानगी देण्याचं आणि संगणक चिप्स तसेच अन्य महत्त्वाचे भाग यांची आयात अधिक मुक्त करण्याचं ठरवलं. आधी १.२ लाख रुपयांपर्यंत असलेल्या संगणकाच्या किमती आता ४० हज़ारांवर आल्या आणि शेवटी २५ हजारापर्यंत घसरल्या.

राजीव गांधींनी सरकारी कार्यालयं आणि बँकांमध्ये मोठ्या प्रमाणात संगणकाचा वापर करण्याचं ठरवलं तसा त्याला मोठ्या प्रमाणात राजकीय विरोध होऊ लागला आणि कर्मचारी संघटनांकडूनही त्यामध्ये अडथळे आणणं सुरू झालं. राजकीय विरोध झाला तरी, संगणक किड्यानं देशाला चावा घेतलाच होता आणि १९८७ पर्यंत, अशी १ लाख यंत्रं भारतात होती. ही सुरुवात काहीशी संथ असली तरीही ती कायमस्वरूपी होती, कारण आता खाजगी क्षेत्रांतही विविध कामांसाठी त्यांचा उपयोग सुरू झाला होता. सन १९८४मध्ये, रिझर्व्ह बँक ऑफ इंडियाने देशभरातील ८९०० बँक शाखांचं संगणकीकरण करण्याचं स्वप्नं पाहिलं, त्यामुळे बँक कर्मचाऱ्यांना आपल्या नोकऱ्या गमावण्याची भीती वाटली आणि त्यांनी याविरोधात निदर्शनं केली. ही योजना ५७०० शाखांपुरती मर्यादित राहिली. १९८७च्या शेवटी, त्यांनी यांतील ३५०० शाखांमध्ये ॲडव्हान्स्ड लेजर पोस्टिंग मशिन्स बसवली.

चार महानगरांतील रेल्वे प्रवाशांचं स्वागत करण्यासाठी आता संगणकीकृत तिकीट आरक्षण यंत्रणा अस्तित्वात आली. एकाअर्थी ती एक लहानशी क्रांतीच होती. कारण, ही गुंतागुंतीची यंत्रणा विकसित करण्यासाठी तब्बल दोन वर्षं लागली. याच काळात पहिल्यांदाच सरकारनं देशातील सर्व जिल्हे राज्यांच्या राजधान्यांशी आणि नवी दिल्लीशी जोडण्यासाठी राष्ट्रव्यापी माहितीचं जाळं उभारताना १४० कोटी

रुपये खर्च केले. येत्या दशकांत देशानं ज्या माहिति तंत्रज्ञानाच्या क्रांतीचा अनुभव घेतला त्याची ही पायाभरणीच होती.

ज्या काळात भारतामध्ये संगणक त्यांचं अस्तित्व निर्माण करत असतानाच एका सुखद भविष्याचं आश्वासन देत होते, त्या वेळी वर्तमान मात्र त्यांच्यासोबत एका युद्धाचं भूत घेऊन वावरत होतं, पाकिस्तानसोबतचं संभाव्य चौथं युद्ध. जेव्हा ३४०००० भारतीय आणि पाकिस्तानी सैनिक, काश्मिरातील डोंगरांपासून ते राजस्थानच्या वाळवंटापर्यंत आंतरराष्ट्रीय सीमेलगत एकमेकांच्या आमनेसामने उभे ठाकले तेव्हा हे घडलं. हा ऑपरेशन ब्रासटॅक्सचा परिणाम होता. ऑपरेशन ब्रासटॅक्स ही भारतीय सैन्याची एक लष्करी कवायत होती. लष्करप्रमुख जनरल कृष्णस्वामी सुंदरजी यांच्या नेतृत्वाखाली १९८६च्या अखेरीस ती घेण्यात आली, १९८७मध्ये तिचा शेवट झाला. दुसऱ्या महायुद्धानंतर झालेली सैन्याची ही सगळ्यांत मोठी कवायत समजली जाते.

भारतीय लष्करानं स्पष्ट केलं की, 'भारतीय लष्कराकडून शोधण्यात आलेल्या नव्या यंत्रणा, सैन्याच्या हालचाली आणि हवाई दलाचा पाठिंबा यांची चाचणी करणे हा ऑपरेशन ब्रासटॅक्सचा मूळ उद्देश होता.' पाकिस्तानातील सेनाधिकाऱ्यांनी याकडे वेगळ्याच दृष्टीनं पाहिलं आणि ही पाकिस्तानवर आक्रमण करण्याची योजना असल्याचं गृहीत धरलं. त्यांनी त्यांचं सैन्य दल जमवलं आणि जानेवारी १९८७च्या मध्यास दोन्ही फौजा एकमेकांवर मारा करण्याच्या कक्षेमध्ये येऊन उभ्या ठाकल्या. मार्च १९८७मध्ये ही परिस्थिती पूर्ववत झाली. दोन्ही देशांनी करार करून आधी काश्मिरात आणि नंतर वाळवंटी क्षेत्रांतील फौजा मागे घेण्याचं मान्य केलं.

भारतीय लष्कराला फक्त पाकिस्तान लगतच्याच सीमारेषेवर सिद्ध राहण्यासाठी बोलावण्यात आलं होतं असं काही नाही. भारतीय लष्करानं पहिल्यांदाच, आपल्या क्षेत्राबाहेरील कारवाईत भाग घेतला. हा जरी संयुक्त राष्ट्र संघाच्या शांतीसेनेचा परदेशातील कारवाईचा एक भाग असला तरी, भारतीय सैन्यानं अगदी पहिल्यांदाच परकीय भूमीवर स्वतःच्या बळावर कारवाई केली होती. भारत आणि श्रीलंका सरकारमध्ये झालेल्या एका करारानुसार भारतीय महासागरातील या द्वीपकल्पिय देशांमध्ये शांतता कायम ठेवण्याचा हा परिणाम होता. श्रीलंकेचे राष्ट्रपती जे. आर. जयवर्धने यांच्या विनंतीवरून, श्रीलंकेच्या उत्तरेतील प्रांतात असलेल्या सर्व दहशतवादी गटांवर कारवाई करण्यासाठी, १९८७च्या मध्यास, भारतीय शांतिरक्षक फौजांनी श्रीलंकेत प्रवेश केला. या दहशतवादी गटांमध्ये लिबरेशन टायगर्स ऑफ तमिळ ईलम म्हणजेच एलटीटीईचाही समावेश होता. भारतीय फौजा ज्या आत्मविश्वासानं श्रीलंकेतील सैन्य कारवायांमध्ये सहभागी झाल्या होत्या तोच आत्मविश्वास, ही कारवाई सुरू होण्याआधी कोलंबोमध्ये झालेल्या पत्रकार परिषदेत बोलताना भारतीय लष्करप्रमुख जनरल के. सुंदरजी यांच्या बोलण्यातूनही झळकत होता. जेव्हा त्यांना

विचारण्यात आलं की, श्रीलंकेतील एलटीटीईचा दबदबा नष्ट करण्यासाठी किती काळ लागेल, तेव्हा त्यांचं उत्तर होतं 'एक आठवडा.' सरतेशेवटी भारतीय फौजांनी श्रीलंकेत ३० महिने वास्तव्य केलं. हा सगळा काळ रक्तरंजित होता. यांतील ऑपरेशन पवन ही एक मोहीम सर्वांत जास्त कठीण होती. एलटीटीईकडून जाफनाचा ताबा मिळवण्यासाठी ती राबवण्यात आली होती. एक लष्करी आपत्ती म्हणून समजली गेलेली ही मोहीम पूर्ण तीन आठवडे सुरू होती आणि या काळात सैन्यानं २१४ सैनिक गमावले. यांतील सत्तर सैनिक पहिल्या दोन दिवसांतच पलाली येथे झालेल्या लढाईत मारले गेले.

कदाचित *मिस्टर इंडियातील* जावेद अख्तर यांच्या पुढील ओळींमधून भारतीय सैन्य आत्मविश्वास मिळवू शकलं असतं.

जिंदगी की यही रीत है
हार के बाद ही जीत है।

१९८८ : पापा कहते हैं बडा नाम करेगा

मगर ये तो
कोई ना जाने
की मेरी मंजिल
है कहाँ
पापा कहते है बडा नाम करेगा

गीतकार : मजरूह सुल्तानपुरी
संगीतकार : आनंद-मिलिंद
गायक : उदित नारायण
चित्रपट : *कयामत से कयामत तक*

सन १९८८ साली जेव्हा तेवीस वर्षीय आमिर खानने एका महाविद्यालयीन पदवीधर विद्यार्थ्याच्या भूमिकेत हे गाणं गायिलं, तेव्हा तो आपल्या भविष्याबाबत अद्याप साशंक असलेल्या एका तरुण मुलाची अस्वस्थता व्यक्त करत होता; पण हे गाणं, ज्यामुळे तो भारतभर प्रसिद्ध झाला, ते १९८०च्या दशकाच्या उत्तरार्धातील हिंदी चित्रपटसृष्टीचीही अस्वस्थता व्यक्त करणारं गाणं ठरू शकलं असतं.

सन १९८०चं दशक हे हिंदी चित्रपट आणि हिंदी संगीतासाठी नेहमीच अत्यंत वाईट मानलं जातं. बॉक्स ऑफिसवरील चित्रपट चालत नव्हते, असं काही नाही तर एका अगदी वेगळ्याच कारणासाठी हा काळ वाईट ठरला. या काळामध्ये एका माणसानं हिंदी चित्रपटांतील प्रत्येक गोष्टीवर आपला प्रभाव निर्माण केला होता. १९८०चं दशक जसजसं पुढे सरकू लागलं तसं हिंदी चित्रपट उद्योगदेखील

आपल्या भविष्याबाबत अत्यंत आश्वासकतेपासून अत्यंत अस्वस्थतेकडे वाटचाल करू लागला. सरते शेवटी, अत्यंत अनपेक्षितपणे या पेचप्रसंगातून मार्ग निघाला.

१९८०चं दशक सुरू होताना हिंदी चित्रपटांतील बच्चन युग त्याच्या शिखरावर होतं. अँग्री यंग मॅन हाच फक्त महत्त्वाचा मुद्दा होता आणि सर्व व्यावहारिक कारणं जमेस धरता, अमिताभ बच्चन म्हणजे चित्रपट उद्योग होता आणि चित्रपट उद्योग म्हणजे अमिताभ बच्चन होता आणि मग अचानक वादळ उठावं त्याप्रमाणे, अमिताभच्या बालपणीच्या एका मित्रानं त्याला सारं काही सोडून राजकारणात प्रवेश करायला सांगितलं. १९८४मध्ये अमिताभ बच्चन यांनी हेमवती नंदन बहुगुणा यांचा पराभव करून संसदेत प्रवेश केला आणि आपल्या जहाजाच्या शिडातली हवा अचानक निघून गेली आहे हे चित्रपट उद्योगाच्या लक्षात आलं. या धक्क्यानं हिंदी चित्रपटांतील अमिताभ युग संपुष्टात येण्यास सुरुवात झाली. अमिताभ चित्रपटसृष्टीपासून पूर्णपणे दूर गेला नव्हता कारण त्याचे चित्रपट या काळात प्रदर्शित होतच होते; परंतु अस्वस्थ साशंक चित्रपट उद्योगाला याची खात्री नव्हती की, त्याला नेमकं कोणत्या दिशेनं जायचं आहे. ज्या पद्धतीने साचेबद्ध चित्रपट निघत होते त्यांना प्रेक्षकांचा प्रतिसाद लाभत नव्हता. आता एका नवीन सूत्राची गरज भासत होती.

१९८८मध्ये, मुंबईत काही जाहिरातींचे फलक झळकले त्यावर एक प्रश्न लिहिला होता : 'कोण आहे हा आमिर खान?' त्यानंतर आणखी काही दिवसांनी असेच फलक झळकले फक्त त्यात या वेळी खाली एक ओळ लिहिली गेली होती : 'समोर राहणाऱ्या मुलीला विचारा.'

या उत्कंठा वाढवणाऱ्या जाहिरातीचा शेवट झाला तो चित्रपटाचे होर्डिंग्ज झळकण्यात. त्यामध्ये लोकांना आमिर खानचा *कयामत से कयामत तक (क्यूएसक्यूटी)* हा चित्रपट पाहण्याचं आवाहन करण्यात आलं होतं. या चित्रपटातील संगीतामुळे, हिंदी चित्रपटांत पुन्हा एकदा सौम्य, प्रणयासक्त चालींचा वापर करण्यास सुरुवात झाली. *क्यूएसक्यूटी* हा असा चित्रपट होता ज्यानं इतर कोणत्याही हिंदी चित्रपटापेक्षा सर्वांत जास्त लोकांना आपलं करीयर सुरू करण्याची संधी दिली. यांतून आमिर खान आणि जुही चावला यांना प्रसिद्धी लाभली. चित्रपटाचं संगीत दिलं ते आनंद-मिलिंद यांनी. त्यांच्या सौम्य, गुणगुणता येणाऱ्या श्रवणीय चालींमुळे राज कपूर यांच्या चित्रपटांतील शंकर-जयकिशन यांच्या संगीताची आठवण जागी झाली. १९८७ साली किशोर कुमार यांचं निधन झालं होतं. हिंदी चित्रपट संगीत अजून किशोर कुमार यांच्या निधनाने निर्माण झालेल्या पोकळीतून सावरलं नव्हतं. रफी आणि किशोरदांच्या आवाजाची नक्कल करणाऱ्या गायकांमध्ये हे संगीत अडकून पडलं होतं. *क्यूएसक्यूटीने* हिंदी संगीताला उदित नारायणचा आवाज दिला. अलका याज्ञिकलादेखील यांतील गाण्यांमुळे प्रसिद्धी मिळाली आणि नंतर १९८८ मधील सर्वांत गाजलेल्या गाण्यानं – *तेजाब* चित्रपटांतील लक्ष्मीकांत-प्यारेलाल यांनी संगीत दिलेल्या– *एक दो तीन* या गाण्यामुळे ती शिखरावर पोहोचली.

क्यूएसक्यूटीमध्ये फक्त दोनच अनुभवी हात होते. एक त्याचा निर्माता म्हणजे संगीतमय चित्रपट निर्माण करण्यासाठी प्रसिद्ध असलेले नासिर हुसैन आणि दुसरे होते, या क्षेत्रात कित्येक दशकं कार्यरत असणारे गीतकार मजरूह सुल्तानपुरी. मजरूह यांनी आनंद-मिलिंदसाठी १९८८ साली *क्यूएसक्यूटीमध्ये पापा कहते है* हे गाणं लिहिलं. १९५९मध्ये *काली टोपी लाल रुमाल* या चित्रपटासाठी त्यांनी *लागी छुटे ना* हे एक अत्यंत गाजलेलं गीत लिहिलं होतं. आनंद-मिलिंद यांचे वडील चित्रगुप्त यांनी या चित्रपटाचं संगीत दिलं होतं.

ज्या वेळेस हिंदी सिनेमा पडद्यावरती आणखी एका स्टार अभिनेत्याच्या आगमनाची आतुरतेनं वाट बघत होता, त्या वेळेस राजकारणाच्या बाबतीत भारतदेखील असाच अनुभव घेत होता. विश्वनाथ प्रताप सिंह यांनी १९८७मध्ये काँग्रेस पक्ष सोडून जन मोर्चा या पक्षाची स्थापना केली होती. त्यांनी अलाहाबाद येथून निवडणूक लढवली. ती जागा अमिताभच्या राजीनाम्यामुळे रिक्त झाली होती. मूळ मिस्टर क्लिन राजीव गांधी यांची प्रतिमा डागाळायला सुरुवात झाल्यानंतर भारताला आणखी एक मिस्टर क्लिन मिळाला. त्यांच्या राजकीय प्रवासाला *क्यूएसक्यूटी* चित्रपटातील आणखी एक गाणं लागू होणार होतं - *अकेले है तो क्या गम है.* वर्षांच्या अखेरीस, जयप्रकाश नारायण यांच्या वाढदिवशी, ११ ऑक्टोबरला जन मोर्चा, जनता पार्टीतील काही गट, लोक दल आणि काँग्रेस (एस) यांनी एकत्र येत जनता दल या पक्षाची स्थापना केली.

रविवार, ३१ जुलै, १९८८ रोजी, दूरदर्शनवरील रामानंद सागर यांच्या *रामायण* मालिकेचा अठ्ठ्याहत्तरावा आणि शेवटचा भाग प्रदर्शित झाला. अयोध्येपती रामाची जीवनकथा सांगणारी *रामायण* ही मालिका संपूर्ण देशाला मंत्रमुग्ध करून गेली होती. ती संपली तरी आपल्यामागे दूरदर्शनसाठी देशभरात एक मोठा प्रेक्षकवर्ग निर्माण करून गेली. प्रेक्षकांना पुढे फार काळ वाट बघावी लागली नाही कारण सकाळी नऊच्या वेळेत आणखी एक पौरोणिक दूरदर्शन मालिका सुरू झाली. तिचा परिणाम अधिक व्यापक होता. जेष्ठ चित्रपट निर्माते बी. आर. चोप्रा यांच्या *महाभारत* या मालिकेला सुरुवात झाली होती. त्याचा पहिला भाग २ ऑक्टोबर १९८८ रोजी प्रदर्शित झाला. पटकथा आणि संवाद लिहिले होते *राही मासूम रझा* यांनी. जे प्रश्न आज आपल्या समाजात निर्माण झाले आहेत, त्या प्रश्नांची एक झलक म्हणूनच की काय हिंदू कट्टरवाद्यांनी रझा यांच्याविरोधात निदर्शनं केली. एक मुस्लीम माणूस हिंदू महाकाव्यावर लिहितो आहे ही गोष्ट त्यांच्या पचनी पडली नव्हती. जानेवारी १९९०मध्ये *इंडिया टूडेला* दिलेल्या एका मुलाखतीत रझा असं म्हणाले की त्यांना या धमक्यांचं नवल वाटलं आणि धक्काही बसला. 'मी भारतीय नाही का?' त्यांनी विचारलं. *महाभारतानं* भारतीय प्रेक्षकांवर जी जादू केली होती ती तेव्हा व त्यानंतरही कोणत्याही भारतीय टीव्ही मालिकेनं केलेली नाही.

ज्या वेळेस भारतीय माणूस *पापा कहते है* गुणगुणत होता आणि *महाभारत* बघत होता, त्या वेळी भारत त्याच्या शेजाऱ्यांवर आपली हुकूमत गाजवत होता. नोव्हेंबर १९८८मध्ये, काही बंडखोरांनी मालदीवमध्ये तेथील अध्यक्ष मामून अब्दुल गयूम यांचं सरकार उलथवून टाकण्याचा प्रयत्न केला. भाडोत्री सैनिकांनी हिंसक राज्यक्रांती घडवून आणण्याचा प्रयत्न केला तेव्हा मालदिवचे अध्यक्ष एका सुरक्षित आणि गुप्त जागी गेले. अत्यंत कमी माहितीच्या आधारे, अध्यक्ष आणि मालेतील मालदीवचं सरकार वाचवण्यासाठी भारतीय सैन्यानं प्रतीआक्रमण सुरू केलं. राजीव गांधी यांनी दिल्लीतील त्यांच्या मंत्रिमंडळाला असं सूचित केलं की शेजारचा हा प्रदेश भारताच्या प्रभावक्षेत्रामध्ये आहे आणि त्यांना तो तसाच ठेवण्याची इच्छा आहे. आक्रमण अत्यंत वेगात झालं आणि निकाल सकारात्मक होता. अगदी अल्पकाळच्या सूचनेवरून, भारतानं शेजारच्या देशातील मैत्रीपूर्ण संबंध असलेल्या सरकारला मदत केली आणि त्यांतून जगाला एक कणखर संदेशही दिला. भारताच्या वेगवान प्रतिसादामुळे जग स्तब्ध झालं. *टाइम* मासिकानं लगेच एक मुखपृष्ठ कथा प्रकाशित केली *महासत्तेचा उदय* असा त्या शीर्षकाचा अर्थ होता. भारत कशा प्रकारे एक लष्करी ताकद म्हणून त्याचं स्थान मजबूत करत आहे, असा त्याचा आशय होता.

१९८८चं वर्ष हे अनेक नव्या सुरुवातींच वर्ष होतं. भारतीय सरकारनं देशातील शेअर बाजारावर नियंत्रण ठेवण्यासाठी एक अ-वैधानिक मंडळ नेमलं. सिक्युरीटीज अँड एक्सचेंज बोर्ड ऑफ इंडिया (सेबी) म्हणून ते नावारूपाला आलं. सन १९८८चं वर्ष आणखी एका कारणासाठी प्रसिद्ध आहे. ३४ वर्षांनंतर प्रथमच एक भारतीय पंतप्रधान चीनच्या अधिकृत भेटीवर बीजिंग येथे गेला. या भेटीमुळे भारत व चीन यांच्यातील द्वीपक्षीय संबंध विस्तारण्यास सुरुवात झाली, चीनमध्ये त्या वेळेस सुधारणांचं दुसरं पर्व सुरू होतं. त्याची सुरुवात १९७८च्या आर्थिक सुधारणेपासून झाली होती.

ज्या वेळेस एक विश्वनाथ राजकारणातल्या बातम्या तयार करत होता त्याचवेळेस त्यांच्या नावाशी साधर्म्य असणारा आणखी एक विश्वनाथ, क्रीडाविश्वामध्ये आपलं स्थान निर्माण करत होता. अठरा वर्षे वयाचा विश्वनाथन आनंद भारताचा पहिला आणि जगातील चौथा सर्वांत तरुण बुद्धिबळ ग्रँडमास्टर बनला.

१९८८ला निरोप देताना भारत कोणत्या दिशेने जाणार होता? ज्याप्रमाणे मजरूह यांनी लिहिलं आणि उदित नारायणनं गायल्याप्रमाणे –

मेरी नजर से
देखो तो यारों
की मेरी मंजिल
है कहाँ...

१९८९ : दिल दिवाना बिन सजना के

दिल दिवाना बिन सजना के
माने ना
ये पगला है, समझाने से
समझे ना

गीतकार : असद भोपाली
संगीतकार : राम लक्ष्मण
गायक : एस. पी. बालसुब्रह्मण्यम आणि लता मंगेशकर
चित्रपट : *मैंने प्यार किया*

क्यूएसक्यूटीने हिंदी सिनेमानं स्वीकारलेली दिशा जर बदलली असेल, तर *मैंने प्यार किया*, या १९८९ साली आलेल्या चित्रपटानं रोमँटिक सिनेमाकडे वळलेला हा कल खात्रीशीर आहे यावर मोहर उमटवली, कारण तो या वर्षीचा सर्वाधिक गाजलेला चित्रपट बनला. *मैंने प्यार कियामध्ये* राम-लक्ष्मण यांचं संगीत होतं. राम-लक्ष्मण यांच्या जोडीतील तेव्हा खरं तर फक्त लक्ष्मणच हयात होते कारण राम यांचं १९७६मध्येच निधन झालं होतं. लक्ष्मण यांचं खरं नाव होतं विजय पाटील.

मैंने प्यार किया या चित्रपटाची निर्मिती राजश्री प्रॉडक्शन्सने केली होती. ते कमी खर्चिक, कौटुंबिक चित्रपट तयार करण्यासाठी प्रसिद्ध आहेत. त्यांच्या चित्रपटांमध्ये फारसे प्रसिद्ध नसलेले कलाकार असायचे. हा चित्रपटदेखील याला अपवाद नव्हता. सूरज बडजात्या यांनी त्याचं दिग्दर्शन केलं होतं. ते राजश्री

प्रॉडक्शनची मालकी असलेल्या कुटुंबातील सदस्य होते. या चित्रपटामध्ये एक फारसा माहित नसलेला अभिनेता मुख्य भूमिकेत होता. त्याचं नाव होतं सलमान खान. यामध्ये लता मंगेशकर आणि दक्षिण भारतीय चित्रपट सृष्टीतील गाजलेला गायक एस. पी. बालसुब्रह्मण्यम उर्फ एसपीबी यांच्या आवाजातील नऊ प्रणयासक्त गाणी होती जी एका उमलत्या प्रेमाची भावना उघड करत होती.

असद भोपाली यांनी या गीताचं शब्दलेखन केलं होतं. ते चित्रपटसृष्टीमध्ये चार दशकांहून जास्त काळ कार्यरत होते पण त्यांना फारसं यश मिळालं नव्हतं. *मैंने प्यार किया* या चित्रपटच्या रूपानं त्यांना सोन्याची खाणंच सापडली; पण हे त्यांचं नशीबच म्हणावं लागेल की त्यांना लवकरच निवृत्ती स्वीकारावी लागली. कारण त्यांना पक्षाघाताचा झटका आला. त्यांच्या कुटुंबानं असदना भोपाळला नेलं, १९९० साली त्यांचा मृत्यु झाला. त्याआधी त्यांना सर्वोत्कृष्ट गीतासाठीचा फिल्मफेअर पुरस्कार जाहीर झाला होता (*मैंने प्यार किया* या चित्रपटातील *कबूतर जा जा* या गाण्यासाठी) पण तो ते स्वीकारू शकले नाहीत.

सन १९८९चं वर्षं हे भारतासाठी उलथापालथीचं होतं. या वर्षी भारत पुन्हा एकदा लोकसभेच्या निवडणुकांना सामोरा जाणार होता. बोफोर्स कांडातील भ्रष्टाचाराच्या मुद्द्यावरून विश्वनाथ प्रताप सिंह आणि जनता दलानं राजीव गांधी सरकारला आधीच जाब विचारायला सुरुवात केली होती. याच वर्षी राष्ट्रीय स्वयंसेवक संघ आणि त्यांची भगिनी संघटना, विश्व हिंदू परिषद यांनी १९८४ साली सुरू केलेलं राम जन्मभूमी आंदोलन आता कळसाला पोहोचलं होतं. शाहबानो प्रकरणामुळे राजीव गांधी सरकार आधीच मुस्लीम तुष्टीकरणाच्या आरोपाला तोंड देत होतं आणि आता हिंदू कट्टरतावाद्यांचा जोर जसजसा वाढू लागला तसतसा राजीव गांधींवरचा दबावदेखील वाढू लागला. रामजन्मभूमी आंदोलनामध्ये आता मंदपणे सुहास्य करणाऱ्या सौम्य प्रकृती रामाच्या छायाचित्राऐवजी आक्रमक, योद्धा रामाचा अवतार सगळीकडे दिसू लागला.

भारतभर सगळीकडे उत्तेजना निर्माण करण्यासाठी ज्या घोषणा देण्यात येत होत्या त्यामुळेही हे आंदोलन लक्षात राहणारं होतं. यात, *सौगंध राम की खाते है हम मंदिर वही बनायेंगे* ते *बच्चा बच्चा राम का, जन्मभूमी के काम का* आणि त्यानंतर सर्व हिंदूंना थेट आवाहन देणारी एक घोषणा होती – *जिस हिंदू का खून ना खौले, खून नहीं वो पानी है; जन्मभूमी के काम ना आये, वो बेकार जवानी है.*

उत्तर प्रदेशातील, फैजाबाद जिल्ह्यातील अयोध्येमध्ये बाबरी मशिदीच्या वादग्रस्त जागी राम मंदिराच्या भूमिपूजन समारंभासाठी केंद्र सरकारने परवानगी दिली. १० नोव्हेंबर १९८९ रोजी शिलान्यास सोहळा पार पडला.

भारतात या आधी जिथे अशा घटना घडल्या नव्हत्या तिथे आता जातीय दंगली पेटू लागल्या. त्यामध्ये ग्रामीण भारताचाही समावेश होता. त्यावेळेस तेव्हाचे

केंद्रीय गृह मंत्री बुटासिंह यांनी एक विचित्र वक्तव्य केलं, 'या दंगलींमागे आंतरराष्ट्रीय शक्तींचा हात आहे. आम्ही जगातील सर्वांत मोठी लोकशाही आहोत. ही आमची परीक्षा आहे.' स्वतंत्र भारताच्या इतिहासातील तेव्हापर्यंतची अत्यंत घृणास्पद अशी जातीय दंगलीची घटना बिहारमधील भागलपूर येथे घडली. तिथे विश्व हिंदू परिषदेनं २४ ऑक्टोबर १९८९ रोजी रामशिला मिरवणुकीचं आयोजन केलं होतं. या मिरवणुकीमुळे येथील जुन्या जातीय वैरामध्ये पुन्हा ठिणगी पडली आणि त्यांतून भागलपूर आणि त्याच्या सभोवतालच्या २५० गावांमध्ये दोन महिने प्रचंड मोठ्या जातीय हिंसाचाराचा आगडोंब उसळला. त्यामध्ये हजाराहून जास्त लोक मारले गेले. तेव्हाच्या पोलीस महानिरीक्षकांच्या मते मिरवणुकीतील काहींनी, *हिंदी, हिंदू हिंदुस्तान, मुल्ला भागो पाकिस्तान* अशा घोषणा दिल्या होत्या.

नोव्हेंबर १९८९मध्ये भारतानं नवव्या लोकसभेसाठी मतदान केलं. त्यामध्ये त्रिशंकू लोकसभा अस्तित्वात आली. राजीव गांधींच्या नेतृत्वाखालील काँग्रेस (आय) पक्षाचे ४१४ खासदार आता १९७ वर आले. नॅशनल फ्रंटने जनता दलाशी आघाडी करत, व्ही. पी. सिंह यांची राजीव गांधींच्या तुलनेत स्वच्छ प्रतिमेचा उमेदवार म्हणून मोर्चेबांधणी केली होती. त्यांना लोकसभेच्या ५४५ जागांपैकी १४३ जागा मिळाल्या. १९८४ साली केवळ दोन संसद सदस्य असलेल्या भाजपला ११.३६ टक्के मतदान झालं व त्यांना ८५ जागा मिळाल्या. २ डिसेंबर १९८९ रोजी मागील वर्षीच मंत्रिमंडळातून हकालपट्टी झालेले व्ही. पी. सिंह भारताचे सातवे पंतप्रधान झाले. भाजप, तसेच सीपीआय आणि सीपीआय (एम) यांचा समावेश असलेल्या लेफ्ट फ्रंट पक्षांच्या पाठिंब्यावर त्यांचं सरकार बनलं.

सहाच दिवसांनी व्ही. पी. सिंह सरकारला त्यांच्या कारकिर्दीतील सर्वांत कठीण प्रसंगाला सामोरं जावं लागलं. ८ डिसेंबर १९८९ रोजी, श्रीनगर येथील लल देद मेमोरियल वुमेन्स हॉस्पिटलमध्ये प्रशिक्षणार्थी असलेल्या तेवीस वर्षीय रुबिया सईदचं ती घरी परतत असताना अपहरण करण्यात आलं. जम्मू अँड काश्मीर लिबरेशन फ्रंट या दहशतवादी संघटनेच्या अतिरेक्यांनी तिचं अपहरण केलं होतं. त्यांना काश्मीरची भारतापासून 'मुक्तता' करायची होती. अपहरणकर्त्यांनी रुबियाच्या सुटकेच्या बदल्यात पाच दहशतवाद्यांची तुरुंगातून सुटका करण्याची मागणी केली. त्यांनी अत्यंत काळजीपूर्वक त्यांच्या लक्ष्याची निवड केली होती. रुबिया ही नुकतंच मंत्रिपद स्वीकारलेल्या केंद्रीय गृहमंत्री मुफ्ती मोहम्मद सईद यांची मुलगी होती. जम्मू आणि काश्मीरचे मुख्यमंत्री आणि मुफ्ती सईद यांचे राजकीय प्रतिस्पर्धी, डॉ. फारूख अब्दुल्ला यांना अपहरणकर्त्यांच्या मागण्या मान्य करायच्या नव्हत्या पण व्ही. पी. सिंह सरकारनं त्यांचं ऐकलं नाही. पाच दहशतवादी सोडण्यात आले. त्यामध्ये मुश्ताक अहमद झरगर याचाही समावेश होता. पाच दिवस अपहरणकर्त्यांसोबत राहिल्यानंतर रुबिया पुन्हा तिच्या कुटुंबामध्ये परतली. दहशतवाद्यांनी भारतीय सर मिळवलेला हा

एक मोठाच विजय होता. सुटका करण्यात आलेल्या दहशतवाद्यांची श्रीनगरमधील राजौरी कादल परिसरातून हजारो तरुणांनी 'विजयी' मिरवणूक काढली.

१६ नोव्हेंबर १९८९ रोजी कराची, पाकिस्तान येथे, मुंबईतून आलेला एक सोळा वर्षीय लाजरा मुलगा आपल्या आयुष्यात पहिल्यांदाच फलंदाजीसाठी मैदानात उतरला. भारत–पाकिस्तान कसोटी क्रिकेट मालिकेतील पहिल्या सामन्याचा दुसरा दिवस होता. सचिन तेंडुलकरने आपल्या पदार्पणात केवळ पंधरा धावा काढल्या; पण तो असद भोपालीचे शब्द गुणगूणु शकला असता :

और भी कुछ है दिल के इरादे
क्या कहना

१९९० चं दशक जुन्या लढाया, नव्या दिशा

देखा है पहली बार

खुल जा सीम सीम : आर्थिक उदारीकरण, जातीय आणि धार्मिक ध्रुवीकरण, पंचायत राज.

१) १९९०च्या दशकातील भारताचे पंतप्रधान (डावीकडून उजवीकडे) – आय. के. गुजराल, एच. डी. देवे गौडा, पी. व्ही. नरसिंह राव आणि चंद्र शेखर.

२) पंतप्रधानपदानं हुलकावणी दिलेला माणूस : ज्येष्ठ कम्युनिस्ट नेते आणि पश्चिम बंगालचे मुख्यमंत्री ज्योती बसू.

३) कारगील युद्धानं उधळली गेलेली एक शांती यात्रा : फेब्रुवारी १९९९मध्ये लाहौर येथे पाकिस्तानचे पंतप्रधान नवाझ शरीफ आणि भारताचे पंतप्रधान अटल बिहारी वाजपेयी.

४) इंदिरा गांधी यांचे जिथे अंत्यविधी करण्यात आले त्या शक्तिस्थळावर सोनिया आणि प्रियांका गांधी. माधवराव सिंधिया त्यांना दूर अंतरावरून पाहत आहेत.

५) बिहारचे मुख्यमंत्री लालू प्रसाद यादव. मुख्यमंत्री असताना त्यांनी लालकृष्ण आडवाणी यांची रथ यात्रा अडवली होती.
(छायाचित्रे – प्रवीण जैन)

1.

2.

3.

4.

5.
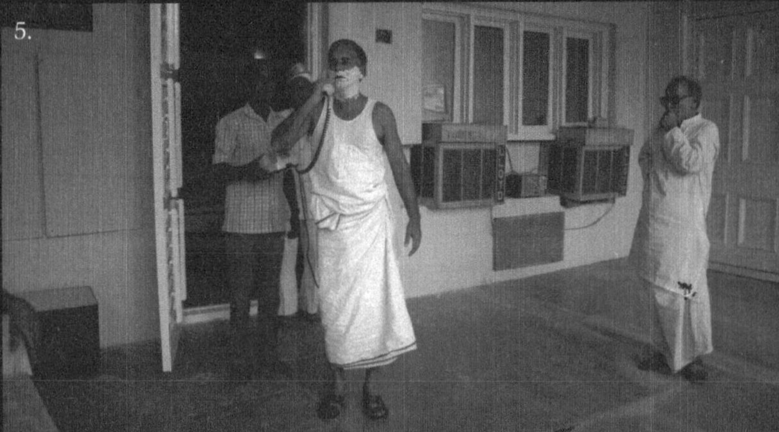

१९९० - अग्निपथ, अग्निपथ, अग्निपथ

ये महान दृश्य है
चल रहा मनुष्य है
अश्रू स्वेद रक्त से
लथपथ लथपथ लथपथ

कवी : हरिवंश राय बच्चन
स्वर : अमिताभ बच्चन
चित्रपट : अग्निपथ

हरिवंश राय बच्चन हे हिंदीतील सुप्रसिद्ध कवी होते. त्यांच्या सुरुवातीच्या काळात अलाहाबाद विद्यापीठात इंग्रजीचं अध्यापन केलं होतं आणि नंतरच्या काळात परराष्ट्र व्यवहार खात्यात विशेष अधिकारी म्हणून कामही केलं. त्यांची 'अग्निपथ' ही कविता त्यांचा मुलगा अमिताभ बच्चन याच्या *अग्निपथ* नावाच्या चित्रपटामध्ये वारंवार उच्चारला जाणारा शब्द बनला. हा चित्रपट १९९० साली प्रदर्शित झाला होता. माणसाला त्याचं ध्येय प्राप्त होईपर्यंत जो संघर्ष करावा लागतो, त्या लढ्याची ही कथा आहे. १९८३ साली प्रदर्शित झालेल्या *स्कारफेस* या अल पचिनोच्या चित्रपटाचा हा भारतीय अवतार होता. चित्रपटसृष्टीतील अँग्री यंग मॅन असलेल्या अमिताभ बच्चन यांच्या सन्मानार्थ रचलेलं हे एक सन्मानगीत होतं. थोरल्या बच्चन यांची ही कविता या चित्रपटामध्ये नायकाच्या सुडाचा प्रवास सांगणारं सूत्र बनलं.

त्या वेळेस अमिताभ बच्चन बॉक्स ऑफिसवर त्याचा जुना करिष्मा पुन्हा एकदा आजमावण्याचा प्रयत्न करत होता, मात्र *अग्निपथ* त्यात यशस्वी ठरला नाही.

जुना फॉर्म्युला चालत नव्हता; पण नव्या चांगल्या सांगीतिक प्रणयासक्त चित्रपटांचा फॉर्मुला मागील दोन वर्षांप्रमाणेच याही वेळेस गाजला. या वेळेस हा चित्रपट होता *आशिकी*. या चित्रपटाच्या गाण्यांनी एक वादळच उठवलं आणि हा चित्रपट त्यामुळे बॉक्स ऑफिसवर प्रचंड गाजला. आशिकीमुळे चित्रपट क्षेत्रांत अनेक यशस्वी कारकिर्दी सुरू झाल्यात – कुमार सानू, अनुराधा पौडवाल, नदीम-श्रवण आणि चित्रपटाचे निर्माते, गुलशन कुमार, ज्यांनी १९८५मध्ये अमिताभ बच्चनची भूमिका असलेल्या *मर्द* चित्रपटाच्या संगीतहक्कासाठी पाच लाख रुपये देऊ करून खळबळ माजवली होती. ते बरीच वर्ष मुंबईमध्ये होते; पण त्यांना खरं यश लाभलं ते *आशिकीमुळेच*.

गुलशन कुमार यांनी दिल्लीतील त्यांच्या फळांच्या रस विक्रीच्या घरगुती दुकानात कामाला सुरुवात केली होती आणि त्यानंतर स्वस्त, नकली ऑडिओ कॅसेट्स विकण्याचा स्वतंत्र व्यवसाय सुरू केला. उद्योगी असलेला कुमार हळूहळू प्रगती करत या व्यवसायात पुढं गेला. आधी त्यांनी ऑडिओ कॅसेट्स विकल्या नंतर भक्ति संगीत तयार केलं मग चित्रपट आणि चित्रपट संगीत तयार करत, कुमारने आपला टी-सिरीज हा ब्रँड नावारूपाला आणला. *आशिकी* हा त्यांनी तयार केलेला दुसरा चित्रपट होता. या चित्रपटानं भारतीय चित्रपट आणि चित्रपट संगीत उद्योगात टी-सिरीज़च्या आगमनाची दवंडी फिरवली.

कयामत से कयामत तक चित्रपटामुळे उदित नारायण आणि अलका याज्ञिक यांना जसं यशाच्या दिशेनं नेलं, तसंच आशिकीमुळे कुमार सानू आणि अनुराधा पौडवाल यांच्या बाबतीतही घडलं, दोघेही *आशिकीच्या* यशानंतरही कित्येक वर्षं आघाडीचे पार्श्वगायक म्हणून शीर्षस्थानी होते. या चित्रपटाची गाणीच इतकी मोठ्या प्रमाणात गाजली की तेवढ्यामुळेच हा चित्रपट बॉक्स ऑफिसवर यशस्वी झाला एरव्ही हा एक सामान्य दर्जाचा चित्रपट होता ज्यांतील मुख्य भूमिकेतील कलाकार राहूल रॉय आणि अनु अग्रवाल यांचा अभिनयही तितकाच सामान्य होता. *आशिकीमुळेच* चित्रपट क्षेत्रातील आणखी एका यशस्वी संबंधाची सुरुवात झाली. टी-सिरीजमध्ये नदीम-श्रवण आणि गुलशन कुमार यांचं त्रिकूट जमलं. *आशिकीच्या* एक कोटीहून जास्त ऑडिओ कॅसेट्स विकल्या गेल्या, त्यामुळे सुपर कॅसेट्स इंडस्ट्रीजला एक कोटी रुपयांचा फायदा झाला.

भारतासाठीही, १९९०चं वर्षं हे बच्चन यांच्या अग्निपथ कवितेप्रमाणेच होतं. व्ही. पी. सिंह सरकारनं काश्मीरमध्ये पाच दहशतवाद्यांची सुटका केल्यानंतर एका महिन्याच्या आतच, फुटीरतावादी चळवळीनं आणखी एक गंभीर वळण घेतलं. या वेळी काश्मिरातील अल्पसंख्याक पंडित समुदाय दहशतवादाला बळी पडला. फुटीरतावादी चळवळीनं आता धार्मिक रंग धारण केला आणि काश्मीरमध्ये शतकानुशतकं राहत असलेले गैर-मुसलमान असलेले पंडित लोक, त्यांना

पंचमस्तंभी दिसले. काश्मीर खोऱ्यात राहणाऱ्या अनेक प्रतिष्ठित काश्मिरी पंडितांना ठार करण्यात आलं, आणि जानेवारी १९९०मध्ये हिजबुल मुजाहिदीन या संघटनेने एक पत्रक काढून हिंदूंना खोरं सोडण्यास सांगितलं. खोऱ्यात धार्मिक रंग चढू लागला तसतसा, मशिदींच्या भोंग्यांमधून स्थानिक भाषेतून घोषणा गरजू लागल्या. संदेश अगदी स्पष्ट होते - *रालिवे, त्सालिव या गालिवे* (इस्लाम स्वीकारा, हा प्रदेश सोडून जा किंवा नष्ट होऊन जा.) किंवा *यहा क्या चलेगा? निझाम-ए-मुस्तफा. ला शर्किया ला गर्बिया, इस्लामिया इस्लामिया* (नाही पूर्व की नाही पश्चिम, फक्त इस्लाम फक्त इस्लाम). १९ जानेवारी १९९० साली, मृत्यूच्या भीतीच्या सावटाखाली काश्मिरी पंडितांचं विस्थापन सुरू झालं. रात्रीच्या अंधारात त्यांनी खोरं सोडून जम्मू आणि त्याच्याही पुढे धाव घेतली. भारताच्या घटनात्मक प्रजातंत्राचा हा प्रचंड मोठा पराभव होता.

काश्मीर ज्या वेळी बंडाच्या धुमश्चक्रीत सापडला होता, त्या वेळी भारताचं धर्मनिरपेक्ष, घटनात्मक प्रजातंत्र आणखी कुठल्या तरी अग्निपथावरून चालत होतं. त्याचं एक कारण होतं व्ही. पी. सिंह सरकारनं लागू केलेला मंडल आयोगाचा अहवाल, हे त्या मागचं आणखी एक कारण होतं. या आयोगानं अन्य मागासवर्गीयांना (ओबीसी) सरकारी नोकऱ्या आणि शैक्षणिक संस्थांमध्ये २७ टक्के आरक्षणाची शिफारस केली होती ज्यामुळे एकूण आरक्षणाचं प्रमाण आता ४९.५ टक्के झालं होतं. त्यामध्ये एससी आणि एसटी वर्गांचा आधीपासूनच समावेश होता. हा एक भेदभाव नाहीसा करण्याचा प्रयत्न होता आणि त्यामध्ये समाजातील मागासलेपणा ठरवण्यासाठी अकरा परिमाणं वापरण्यात आली की ओबीसी दर्जा देण्यासाठी जातीला प्राधान्य देण्यात आलं होतं हा वादग्रस्त मुद्दा ठरला. ऑगस्ट १९९०मध्ये व्ही. पी. सिंह सरकारनं या अहवालाला मंजूरी दिली आणि भारत एका अराजकात ढकलला गेला.

सप्टेंबर १९९०मध्ये एमएआरजी (मार्ग) या संस्थेनं घेतलेल्या एका सर्वेक्षणातून हे उघड झालं की या अहवालाला केवळ सवर्ण जातींनीच कडवा विरोध केला नाही तर एससी-एसटी (अनुसूचीत जाती-जमाती) वर्गानेही केला जे त्यांच्या या नजिकच्या जातींना त्यांचे नजिकचे शत्रू म्हणून बघू लागले होते. जर हे निवडणुकीतील फायद्यासाठी करण्यात आलं असेल तर, त्याचा फारसा फायदा होणार नव्हता. कारण, जसं सर्वेक्षणांतून बाहेर आलं, जनता दलाला यामुळे मतं मिळण्याऐवजी नुकसानच होणार होतं. ओबीसी आरक्षण हे दक्षिण भारतीय राज्यांमध्ये आधीपासूनच अस्तित्वात होतं, त्यामुळे या चालीचा तडाखा हिंदी इलाख्यातच बसणार होता जिथे जनता दल मजबूत स्थितीत होतं. निषेधाच्या लाटेत रस्ते, वाहतूक, शाळा, महाविद्यालये आणि उद्योग-धंदे बंद ठेवण्यात आले.

मंडल आयोगाच्या अहवालाची अंमलबजावणी करण्याच्या विरोधात दिल्ली विद्यापीठातील एक विद्यार्थी नेता, राजीव गोस्वामीनं आत्मदहन कराण्याचा प्रयत्न

केला. त्यावेळेस त्याचे प्राण वाचले पण पुढे दीर्घकाळ त्याला याचे भयानक परिणाम भोगावे लागले. वयाच्या तेहेतिसाव्या वर्षी दिल्लीतील एका हॉस्पिटलमध्ये त्याचा मृत्यू झाला.

ज्या वेळेस भारत मंडल आयोग अहवालाच्या विरोधातील निषेधाच्या आगीत होरपळत होता, त्याच वेळेस संघ परिवार, आरक्षणामुळे निर्माण झालेल्या हिंदू मतविभागणीत आपलं स्थान घट्ट करण्याचा प्रयत्न करत होता. सप्टेंबर १९९०मध्ये, भारतीय जनता पक्षाचे अध्यक्ष आणि रामजन्मभूमी आंदोलनाचे नेते, लालकृष्ण आडवाणी यांनी राम मंदिराविषयी लोकांना जागृत करण्यासाठी गुजरातमधील सोमनाथपासून उत्तर प्रदेशातील अयोध्येपर्यंत 'रथ यात्रा' काढण्याचं ठरवलं. राम मंदिराचा मुद्दा अनेक दिवस चर्चेमध्ये असला तरीही, ही यात्रा म्हणजे राजकीय हिंदुत्वाचा एक आक्रमक पवित्रा होता. *गर्व से कहो हम हिंदू है* अशा घोषणा सुरू झाल्या होत्या. अन्य राजकीय पक्ष धर्मनिरपेक्षतेच्या नावाखाली ढोंगी धर्मनिरपेक्षतेचं स्तोम माजवतात, असा आडवाणींचा आरोप होता. या सगळ्याचा मूख्य हेतू हा अल्पसंख्यकांचा विशेषतः मुस्लिमांचा अनुनय करणे हाच असतो आणि हे हिंदू हिताच्या विरोधात आहे.

यात्रा सुरू झाली तशी तिनं आपल्या मागे हिंसाचार आणि जातीय दंगलींचा माग सोडला. हिंदू एकतेसाठी निघालेल्या आडवाणींच्या रथयात्रेमुळे भारत उलट अधिक विभागला गेला, भयग्रस्त झाला आणि त्याचं ध्रुविकरण झालं. जनरल आडवाणी यांच्या नेतृत्वात निघालेली ही अग्नि रथ यात्रा २३ ऑक्टोबर १९९० साली, बिहार येथील समस्तीपूर गावात अडखळली जेव्हा लालू प्रसाद यादव यांच्या सरकारनं आडवाणींना अटक केली. परिणामी, भाजपनं व्ही. पी. सिंह सरकारला दिलेला आपला पाठिंबा काढून घेतला. त्यामुळे त्यांना लोकसभेत १४२ विरुद्ध ३४६ मतांनी विश्वासदर्शक ठराव गमवावा लागला. अकरा महिन्यांच्या आतच, भ्रष्टाचार विरोधी नेते आणि पंतप्रधान व्ही. पी. सिंह यांना राम जन्मभूमी आंदोलनाच्या सैनिकांनी पदावरून दूर केलं. त्यांच्यानंतर चंद्रशेखर पंतप्रधान झाले. त्यांना राजीव गांधी यांच्या काँग्रेस (आय) पक्षानं बाहेरून पाठिंबा दिला.

भारत राजकीय वादळात भरकटत असतानाच, त्याहून मोठं आव्हान भारताबाहेरून आलं. खाडी युद्धामुळे तेलाच्या किंमती प्रती बॅरल १७ डॉलर्सवरून जवळपास दुप्पट म्हणजे ३६ डॉलर्स इतक्या वाढल्या, त्यामुळे भारताचा तेलावरील खर्चदेखील त्याप्रमाणात वाढला आणि भारताची निर्यातदेखील रोडावली कारण भारताची मुख्य बाजारपेठ असलेली सोव्हिएत युनियन, स्वतःच संकटात अडकली होती. वर्षाच्या अखेरीस भारत, वाढता महसुली आणि चालू खात्यातील तुटीचा तडाखा सोसत होता. आर्थिक टाइम बॉम्बची टिकटिक सुरू झाली होती.

१९९० संपत आला तेव्हा - अंतर्गत आणि बाह्य - आव्हानांचा सामना करत असलेल्या भारतीय गणराज्याला बच्चन यांच्या कवितेतून काही प्रमाणात दिलासा नक्कीच मिळू शकला असता

तू ना थकेगा कभी
तू ना थमेगा कभी
तू ना मुडेगा कभी
कर शपथ, कर शपथ, कर शपथ
अग्निपथ, अग्निपथ, अग्निपथ

१९९१ : देखा है पहली बार

देखा है पहली बार
साजन की आँखों में प्यार
दिलबर तुझे मिलने को
कब से हूँ मैं बेकरार
अब जाके आया मेरे, बेचैन दिल को करार

गीतकार : समीर
संगीतकार : नदीम-श्रवण
गायक : एस. पी. बालसुब्रह्मण्यम आणि अलका याज्ञिक
चित्रपट : *साजन*

देखा है पहली बार, हे गाणं कदाचित आता इतक्या वर्षांनंतर चांगलं गीत, शब्द किंवा संगीत रचनेसाठी नावाजलं जाणार नाही; पण १९९१ साली जेव्हा हे गाणं प्रदर्शित झालं, तेव्हा ते त्या वर्षांतील सर्वांत संस्मरणीय गाणं ठरलं होतं. साधे शब्द आणि आता त्यांची ओळख बनलेलं संगीत देणारी जोडी नदीम-श्रवण यांच्या या गाण्यावर नृत्य करणारे सलमान खान आणि माधुरी दीक्षित, यांच्यामुळे *साजन* ब्लॉकबस्टर ठरला.

गीतकार समीर या काळात अनेक जॅकपॉट्स जिंकणार होता आणि तो जे काही लिहिणार होता त्यामुळे ते चित्रपट बॉक्स ऑफिसवर कमाल करणार होते. बनारसमध्ये शितला पांडे म्हणून जन्माला आलेला समीर हा एका विख्यात गीतकाराचा, अंजान यांचा मुलगा होता. १९९०च्या पूर्वार्धातली काही वर्षे तरी

अशी होती की त्यानं जे काही लिहिलं त्याचं जणू सोन्यात रूपांतर झालं. सर्वांत जास्त गाणी लिहिण्याचा गिनीज बुकमध्ये नोंदला गेलेला जागतिक विक्रम त्याच्या नावावर आहे. उर्दू आणि हिंदी शब्दांचं सुरेख मिश्रण असलेली त्याची गाणी हिंदी चित्रपटाच्या प्रेक्षकांना पुन्हा एकदा हळूहळू त्या सुरेल गाण्यांकडे आणि प्रणयासक्त चालींकडे घेऊन जात होती. यांतील काव्यात्मकता जरी साहिर किंवा शैलेंद्र यांच्या तोडीची नसली तरीही, त्यांच्यामुळे अर्थपूर्ण गीतांसाठी एक जागा तयार झाली होती. ऐंशीच्या दशकामध्ये केवळ शब्दांचा टुकार खेळ किंवा वाद्यांच्या यांत्रिक चालींमध्ये गाणी अडकून पडली होती.

सन १९९१ हे एक महत्त्वपूर्ण व अनेक अर्थांनी वेगळं असलेलं वर्ष होतं. त्या काळात त्याच्याकडे दुर्लक्ष झालं. *देखा है पहली बार* ही ओळ त्या काळात पहिल्यांदाच झालेल्या युद्धाच्या थेट प्रक्षेपणालाही लागू होते. हे युद्ध जेव्हा उपग्रह वाहिन्यांद्वारे टीव्हीवरून दाखवण्यात आलं तेव्हा त्याच्या पार्श्वभूमीवर संगीत वाजत होतं. १९९१ सालातील जानेवारी महिन्यामध्ये जेव्हा अमेरिकेच्या नेतृत्वाखाली आघाडी सैन्यानं इराकवर (ऑपरेशन डेझर्ट स्टॉर्म) आक्रमण केलं, तेव्हा सीएनएन, या २४ तास सुरू असणाऱ्या अमेरिकन वृत्त वाहिनीसाठी दिल्लीतील पंचतारांकित डिस्कोथेक्स हे प्रेक्षागृह बनले. ही वाहिनी युद्धाला थेट घरी घेऊन आली होती. इथे त्या विध्वंसाच्या भयावहतेविषयी सांगण्याचा प्रयत्न नसून, घरात बसून आरामात टीव्ही बघण्याविषयी, केबल आणि उपग्रह वाहिन्यांमुळे निर्माण झालेल्या शक्यतांविषयी सांगण्याचा हा प्रयत्न आहे, त्यामुळे भारतात अनेक मूलभूत स्तरावरील क्रांतींना धडाक्यात सुरुवात होणार होती - अर्थातच त्या माध्यमांशी संबंधित होत्या; पण अनेक बदलांचा समाजातील विविध घटकांशाही संबंध येणार होता. या सर्वांचा नव्वदच्या दशकावर अभूतपूर्व असा प्रभाव होता.

सोव्हिएत युनियनच्या वेगवान पडझडीमुळे सगळीकडे हादरे बसू लागले होते आणि विशेषतः या प्रदेशात. विसाव्या शतकातील सर्वांत महत्त्वाकांक्षी प्रयोग असलेले सोव्हिएत युनियनसोबत असलेले भारताचे जवळचे आर्थिक आणि लष्करी संबंध, एकाएकी धोक्यात आले होते.

वर्षाची सुरुवातीलाच भारताची गंगाजळी संपुष्टात आली. आर्थिक परिस्थिती कशी सुधारायची हा चिंतेचा मुख्य विषय होता.

नोव्हेंबर १९९०मध्ये व्ही. पी. सिंह यांनी पंतप्रधान पदाचा राजीनामा दिल्यानंतर वेगळ्या झालेल्या जनता दलाचे नेतृत्व करणारे बलीयाचे खासदार चंद्र शेखर हे राजीव गांधींच्या नेतृत्वाखालील काँग्रेसचा पाठिंबा मिळवून पंतप्रधान झाले. चंद्र शेखर यांचा पक्ष अत्यंत लहान असल्यामुळे ते सत्ता टिकवून ठेवण्यासाठी पूर्णपणे काँग्रेसवर अवलंबून होते. केवळ अकरा महिने सत्तेत राहिल्यानंतर व्ही. पी. सिंह

सरकार नाट्यमयरीत्या कोसळलं. त्याला भारतीय राजकारणातील डाव्या व उजव्या गटांनी एकाचवेळी पाठिंबा दिला होता. हे सरकार सन १९६७ सालच्या कट्टर काँग्रेसविरोधी संयुक्त विधायक दलापेक्षा काहीसे वेगळे होते. त्यामुळे, संसदेत राजकारणातले डावपेच झपाट्यानं शिकत असलेल्या राजीव गांधींनी चंद्र शेखर यांच्यासारख्या एका मोठ्या समाजवादी नेत्याला, काँग्रेसचा पाठिंबा घेण्यास राजी करणं, ही त्यांच्या स्वतःच्या वैयक्तिक आणि राजकीय विकसनाच्या संदर्भात एक लहानशी राज्यक्रांतीच होती. बोफोर्स कांडानंतर, असं मानण्यात येत होतं की राजीव गांधी हे त्यांच्या दुसऱ्या कारकिर्दीमध्ये भारताला घडवण्यासाठी व त्याच्याकडून घडले जाण्यासाठी सुयोग्य उमेदवार होते.

राजीव गांधींच्या निवासस्थानाबाहेर दोन हरयाणवी पोलिस हेरगिरी करत असल्याचं वरवरचं कारण देत मार्चमध्ये काँग्रेसकडून चंद्र शेखर सरकारचा पाठिंबा अचानकपणे काढून घेण्यात आला, ज्यामुळे देश आणखी एका निवडणुकीमध्ये ढकलला गेला. काँग्रेस या क्षणाचीच वाट पाहत होता. कारण त्यांना यातून चांगला फायदा होणार आहे असं दिसत होतं. सन १९८९च्या निवडणुकीत त्यांचा मानहानीकारक पराभव होऊन ते सत्तेवरून फेकले गेले असले तरी त्यांना पुन्हा एकदा देश चालवण्याची संधी मिळण्याची शक्यता होती.

या निवडणूक प्रचारामध्ये मोठ्या प्रमाणात व्यस्तता आणि धावपळ होती. निवडणुकीचा कालावधी खूप लांबला होता.

या वर्षांतील घटनाक्रम अद्याप संपलेला नव्हता. निवडणूक प्रचाराच्या धामधूमित, मद्रासपासून ५० किलोमीटर दूर असलेल्या, श्रीपेरूमबुदूर येथे, रात्रीच्या वेळी एका निवडणूक प्रचारयात्रेत, राजीव गांधींची भारतातील पहिल्या महिला आत्मघाती बॉम्बरशी गाठ पडली. धनू ही श्रीलंकेतील एक तमिळ महिला होती. तिनं आपल्या कंबरपट्ट्यातील स्फोटके उडवताच, तिचा आणि भारताच्या माजी प्रधानमंत्र्यांचाही काही सेकंदांतच मृत्यू झाला. विस्कळित सुरक्षा यंत्रणा, प्रचारमोहिमेतील गडबड धांदल आणि हे महत्त्वाचं लक्ष्य गाठण्याच्या वेडानं पछाडलेलं एलटीटीईचं अत्यंत बारीक नियोजन देशाला स्तब्ध करून गेलं.

सेहेचाळीस वर्षांचे राजीव गांधी ज्या पद्धतीने गेले, त्यामुळे देशाला जबर धक्का बसला. प्रचार मोहीम स्थगित करण्यात आली. काही काळ लोटल्यावर विविध टप्प्यांमध्ये देशात सगळीकडे निवडणुका घेण्यात आल्या.

काँग्रेसनं सर्वांत मोठा पक्ष म्हणून संसदेत पुनर्प्रवेश केला. मागील दारानं झालेले संरक्षण सौदे आणि भ्रष्टाचाराच्या आरोपांखाली अवघ्या दोन वर्षांपूर्वीच त्यांना सत्ता सोडावी लागली होती. तंत्रज्ञांवर अवलंबून असलेला एक पंतप्रधान आपला मार्ग चुकला. त्याला मिळालेल्या प्रचंड लोकप्रियतेखाली तो दबून गेला होता.

राजीव गांधी यांची जन्मानं इटालियन असलेल्या पत्नी, सोनिया गांधी यांना राजीव गांधींवर अंत्यसंस्कार करण्याआधीच, पक्षामध्ये सर्वोच्च स्थान देण्यात आलं; पण त्यांनी ते नाकारलं आणि स्वतःऐवजी आंध्र प्रदेशचे माजी मुख्यमंत्री आणि माजी केंद्रीय मंत्री, पी. व्ही. नरसिंह राव, यांना अधिकारपद घेण्यास सुचवलं. १९९१च्या निवडणुका लढवण्यासाठी स्वतःला अयोग्य मानणाऱ्या राव यांच्यासाठी हे नशिबाचं अत्यंत नाट्यमय वळण होतं. पक्षानं अधिकारपद दिल्यानंतर काँग्रेस पक्षाचा अल्पमतातील सरकार चालवण्याचा हा पहिलाच प्रयत्न होता. तसंच अत्यंत काळजीपूर्वक आणि झोकून देऊन केलेल्या प्रयत्नांमुळे अनेक सवयीच्या, साचेबद्ध कार्यपद्धतींपासून दूर होण्याचाही हा पहिलाच प्रयत्न होता. त्याची सुरुवात नविन आर्थिक धोरणांपासून झाली होती.

राव यांनी एक मृदूभाषी अर्थतज्ज्ञ आणि निगर्वी स्वभाव असलेले आरबीआयचे माजी गव्हर्नर मनमोहन सिंह, यांची अर्थमंत्री म्हणून निवड केली (त्याआधी लंडन स्कूल ऑफ इकॉनॉमिक्सचे आय. जी. पटेल यांनी हे पद नाकारलं होतं) आणि त्यांतून एका नव्या युगाची नांदी झाली. त्यालाच आज भारतीय अर्थव्यवस्थेत उदारीकरण आणि जागतिकीकरण म्हणून ओळखले जाते. त्या सुमारास सर्वांत मूलभूत समस्या होती ती परदेशी चलनाची. राव सरकार सत्तेवर आल्यानंतर या समस्येनं पुन्हा आपलं डोकं वर काढलं होतं आणि ही गंगाजळी ५.८ अब्ज डॉलर्स इतकी खालावली होती. भारत कदाचित त्याचं परदेशी चलनातील देयक देऊ शकणार नाही, अशी शक्यता निर्माण झाली होती. जीडीपीचा वृद्धीदर १.१ टक्क्यावर आला होता, महागाई १७ टक्क्यांनी वाढली होती, ज्यावेळेस भारतात ३८ टक्के लोक दारिद्र्यरेषेखाली जगत होते.

या वर्षी मनमोहन सिंह यांनी, त्यांचा कार्यभार स्वीकारल्यानंतर महिनाभरातच, अर्थसंकल्प सादर केला, त्यामुळे भारताला धक्का बसला. भाजप आणि डावे पक्ष हे मनमोहन सिंहांच्या विरोधात उभे राहिले. त्यांनी त्यांच्या धोरणांचा कडवा प्रतिकार केला.

> *इंडिया टूडेला* डिसेंबरमध्ये दिलेल्या एका मुलाखतीत, त्यांची आणि त्यांच्या सरकारची उद्दिष्टं सांगतांना, मनमोहन सिंह म्हणाले की, मला अशी भावना निर्माण करायची नव्हती की, हा देश संकटातून बाहेर पडला आहे. मी या आर्थिक संकटाकडे आमच्या उद्दिष्टांप्रमाणे पाहिलं – तत्काळ, अल्पकालीन आणि मध्यम कालावधीची. जूनमध्ये आम्ही देयकं भरू न शकण्याच्या परिस्थितीमध्ये होतो. आमच्याकडे केवळ २५०० कोटी रुपयांची गंगाजळी होती. हा प्रवाह बदलणं हे माझं तत्काळ उद्दिष्ट होतं. आज आमची गंगाजळी ८००० कोटी

रुपयांपेक्षा जास्त आहे. अनेक व्यावसायिक बँका भारताकडे एक दीर्घकालीन गुंतवणूकीसाठी योग्य देश म्हणून पाहण्यास उत्सुक आहेत. आंतरराष्ट्रीय समुदायामध्ये आत्मविश्वासाची एक भावना निर्माण करण्याची आवश्यकता होती. आणि आम्ही ती केली आहे. दुःख आणि निराशेची भावना आता आशा आणि आत्मविश्वासाच्या भावनेत बदलली आहे.

'दुसरं म्हणजे, मला एका अशा प्रक्रियेला वेग द्यायचा होता, ज्यामुळे महागाईचा दर अल्पकाळातच कमी होईल. आर्थिक वर्ष संपता संपता महागाईचा दर एक आकडी झालेला पहायला मला आवडेल. याही पेक्षा दर कमी झाला असता तर ते मला नक्कीच आवडलं असतं. मला वाटतं की आम्ही एक संमिश्र यश प्राप्त केलं आहे.'

अर्थव्यवस्थेची ही मोकळीक भारतीयांवर, ते कशा प्रकारे काम करतात आणि त्यांच्या मूलभूत गरजांच्या पूर्ततेसाठी शासनाच्या भूमिकेकडे कशा प्रकारे पाहतात यावर निर्णायक आणि दीर्घकालीन परिणाम करणार होती. कल्याणकारी राज्याचं अद्याप अपरिपूर्ण असलेलं वचन आता, निदान कागदावर तरी, मोडीत काढण्यात आलं होतं. कारण, भारतीय राज्यानं उघडपणे खासगी क्षेत्रं केंद्रस्थानी असलेले आर्थिक तत्त्वज्ञान स्वीकारलं होतं आणि भारत हा वेगानं जागतिक अर्थव्यवस्थेचा भाग बनत होता.

काही लोक म्हणतात की पंतप्रधान राव यांची नेहरूप्रणित प्रारूपांपासून पूर्णपणे दूर जाण्याची इच्छा होती, अन्य काही लोक म्हणतात की, राजीव गांधींसोबत याविषयाची आधीच चर्चा झाली होती. एक तिसरा दृष्टिकोन असा आहे की, व्यावहारिक राजकारणात जसं घडायला हवं होतं तसंच हे घडलं आहे. कारण, सोव्हिएत संघदेखील त्यांच्या स्वतःच्या अस्तित्वाच्या संकटानं ग्रासला गेल्यामुळे प्रगती करू शकत नव्हता आणि तो भारताला पाठिंबाही देऊ शकत नव्हता. देशामध्ये नियोजन आयोग लागू झाल्यापासून सोव्हिएत रशियानं परंपरेनं भारताला पाठिंबा दिला होता.

उदारीकरणामुळे भारतीय लोकांची उत्पादनं आणि सेवांकडे बघण्याची मानसिकताच बदलली नाही तर देशाकडे आणि देशाची नागरिकांप्रती असलेल्या जबाबदारीकडे बघण्याचा त्यांचा विचारही बदलला. सुरुवातीच्या काळात रोजंदारी बुडाल्यामुळे सामाजिक वादळ निर्माण झालं; पण भारतीय लोक किती गोष्टी खरेदी करतात आणि किती विकल्या जातात त्याच्या संख्येत किंवा प्रकारांत मूलभूत बदल झाला.

आणखी एक घडामोड घडली जी भारतावर आपला ठसा उमटवून जाणार होती ती म्हणजे निवडणुकीमध्ये लागू झालेली आदर्श आचार संहिता. १९६० साली

केरळमध्ये ही संकल्पना भारतीय निवडणूक आयोगानं स्वीकारली होती; पण याच वर्षी निवडणूक आयोग त्याचे निकष तयार करू शकला आणि ते पुन्हा लागू करण्यात आले.

पण आणखी एक मतप्रवाह १९८९मध्येच उदयाला आला होता, त्याचा प्रभाव आता भारतावर पडण्यास सुरुवात होणार होती. लखनौतील भाजप सरकारनं त्यांचं भविष्य हे अयोध्येचा मुद्दयाचं मोठ्या प्रमाणात भांडवल करून त्यावरून आदळआपट करण्यातच आहे हे ओळखलं होतं. याच वर्षी जेव्हा लालकृष्ण आडवाणी यांनी भारतामध्ये त्यांची 'सांस्कृतिक राष्ट्रवादा'ची संकल्पना रुजवली – हिंदुत्व – ते म्हणाले होते : 'हिंदू, भारतीय आणि इंडियन हे शब्द समानार्थी झालेले मला आवडेल.'

१९९२ : *आ गये हम कहाँ*

ये हसीं वादीयाँ ये खुला आसमाँ
आ गये हम कहाँ ऐ मेरे साजना
इन बहारों में दिल की कली खिल गई
मुझको तुम जो मिले हर खुशी मिल गई

गीतकार : पी. के. मिश्रा
संगीतकार : ए. आर. रहमान
गायक : एस. पी. बालसुब्रह्मण्यम आणि के. एस. चित्रा
चित्रपट : *रोजा*

ये हसीं वादीयाँ... हे या चित्रपटातलंसुद्धा कदाचित सर्वांत प्रसिद्ध गाणं नाही, मग या वर्षांचा तर विचारच सोडा. *रोजा* चित्रपटाच्या शीर्षक गीतानं लोकांच्या कल्पनाशक्तीला आपल्याकडे आकर्षित केलं आणि पहिल्यांदाच एक तमिळ चित्रपट – जो हिंदी भाषेत प्रदर्शित झाला होता – तो भारतभर प्रचंड गाजला. मणीरत्नम आणि ए. आर. रहमान ही नावं घराघरांत ओळखीची झाली आणि तीही अशा अत्यंत महत्त्वाच्या आणि मोठ्या बदलाच्या काळात. त्यामुळे ती नावं लोकांच्या मनावर दीर्घकाळासाठी कोरली जाणार होती.

काश्मीर हे भारतीय चित्रपटांसाठी कायमच पसंतीचं चित्रीकरण स्थळ होतं आणि १९६०च्या दशकात तर त्यानं कळस गाठला होता. १९८०च्या दशकाच्या शेवटी काश्मीरात दहशतवादाचा उदय झाला आणि चित्रपटांतून काश्मीर दिसेनासं झालं. इथल्या संघर्षानं ग्रासलेल्या भूमीवर जेव्हा चित्रपटांचं चित्रीकरणच होतं नव्हतं,

त्या काळात, एखाद्या चित्रपटाची कथा या पार्श्वभूमीवर चित्रित होण्याची शक्यता फारच कमी होती. मणीरत्नम यांनी कल्पना केली असेल त्याहीपेक्षा कितीतरी मोठ्या प्रमाणात *रोजानं* हे सारं बदललं. पटकथेचा मुख्य भाग होता काश्मिरातील दहशतवाद, त्याच राज्यामध्ये हे चित्रीकरण करण्याचं ठरलं होतं पण सरते शेवटी त्यांतलं बरंच चित्रीकरण हे हिमाचल प्रदेशात झालं. हा एक कमी खर्चामध्ये चित्रित झालेला चित्रपट होता; पण नंतर हिंदी, मराठी, तेलगू आणि मल्याळम भाषेतदेखील तो भाषांतरित झाला.

रोजामुळे तमिळ सिनेमा उत्तर भारतातील मुख्य प्रवाहात आला आणि त्या काळात भारतात, एक प्रचंड सामाजिक, राजकीय आणि आर्थिक उलथापालथ घडत होती. या चित्रपटानं काश्मीरविषयी एक संदेश दिला. *ये हसीं वादीयाँ...*मुळे काश्मिरातील सौंदर्याचा उत्सव साजरा होत असतानाच, फुटीरतावादामुळे तिथे जो हिंसाचार घडत होता त्यावरही चर्चा झाली. पाकिस्तानलाही यांतून सोडण्यात आलं नाही, त्याच्या कपटी कारवाया या चित्रपटाच्या पटकथेतील निर्णायक वळण ठरलं आणि या चित्रपटानं राष्ट्रवादाला एक अभिमानस्पद रूपामध्ये चित्रित करण्यात आला. एका प्रसंगामध्ये या चित्रपटातील नायक, त्याचे हात-पाय बांधलेले असतानादेखील, दहशतवाद्यांनी पेटवलेला तिरंगा विझवण्यासाठी त्यावर लोळतो.

तमिळ चित्रपट असण्यासोबतच, *रोजा* हा त्या वेळच्या हिंदी चित्रपटांच्या बेसुमार पिकापेक्षा अनेक बाबतीत वेगळा होता. याच वर्षी *जो जिता वोही सिकंदर* हा चित्रपट प्रदर्शित झाला. त्यामध्ये *कयामत से कयामत तक* नंतर, पुन्हा एकदा आमिर खान आणि त्याचा चुलत भाऊ, दिग्दर्शक मन्सूर खान यांची गाजलेली जोडी परतली. हा चित्रपट थेट आर्ची कॉमिक्समधून घेण्यात आला होता. *रोजा* प्रमाणेच, *जो जिता...*देखील उत्कृष्टपणे चित्रित करण्यात आला. त्याचं संगीत श्रवणीय होतं, जे आजही लोकप्रिय आहे. त्या काळात तयार करण्यात येणाऱ्या अन्य चित्रपटांपेक्षा या दोन्ही चित्रपटांची पटकथा पूर्णपणे भिन्न होती. आजही अनेक प्रेक्षक या चित्रपटांवर मनापासून प्रेम करतात.

आपल्याला याचा नेहमीच विसर पडतो; पण १९९२मध्येच भाजप अध्यक्ष, मुरली मनोहर जोशी, यांनी कन्याकुमारी ते काश्मीर अशी तिरंगा यात्रा काढली होती. श्रीनगरच्या लाल चौकामध्ये प्रचंड सुरक्षेत मुरली मनोहर जेव्हा तिरंगा फडकवत होते तेव्हा त्यांच्या सोबत जो माणूस होता ते होते नरेंद्र मोदी. भाजपच्या शब्दकोशात बहुसंख्याकवादाला आता पर्यायी शब्द म्हणजे राष्ट्रवाद होता. कारण, काश्मिरात जी बंडखोरी होत होती त्याचं नेतृत्व मुस्लीम करत होते. त्याच्या सोबतील राम मंदिराचा मुद्दा होताच, जो त्या वेळी ऐन भरात होता. त्याचा शेवट ६ डिसेंबर १९९२ रोजी, बाबरी मशिदीच्या विध्वंसात झाला.

उत्तर प्रदेशातील भाजप सरकारचे मुख्यमंत्री कल्याण सिंह यांनी सर्वोच्च न्यायालयात, मशिदीचं रक्षण करण्याचं प्रतिज्ञापत्र दिल्यानंतरही त्यांनी कारसेवकांच्या जमावाच्या हातून सोळाव्या शतकातील ही मशीद उद्ध्वस्त होताना ते फक्त पाहत राहिले आणि त्यांनी याला प्रोत्साहनही दिलं. त्यानंतर कल्याण सिंह यांना मुख्यमंत्रिपदावरून बरखास्त करून एक दिवस तुरुंगात डांबण्यात आलं. त्यानंतर उसळलेल्या दंगलींमध्ये हजारो लोकांना आपला जीव गमवावा लागला. नरसिंह राव यांच्या नेतृत्वाखालील काँग्रेस पक्षाला त्यांच्या सरकारवर लागलेला हा डाग आजही पुसून काढता आलेला नाही. जर १९९०च्या दशकातील वर्षं ही भारतामधील बदलांची असतील, तर १९९२ हे वर्षं या बदलांची सुरुवात करणारं होतं.

शीतयुद्धाच्या समाप्तीनंतरच्या काळामध्ये जेव्हा हे सारं घडत होतं तेव्हा भारताचा गेल्या वीस वर्षांतील एकमेव साथीदार असलेल्या सोव्हिएत संघाचे तुकडे झाले. भारताची स्वतःची अर्थव्यवस्थादेखील ही विस्कळित झाली होती आणि १९९१मध्ये भारताचे माजी पंतप्रधान राजीव गांधी यांना एलटीटीईनं बॉम्बस्फोटात ठार केलं होतं. काँग्रेस पक्षात पहिल्यांदाच एक नेहरू-गांधी नसलेला पंतप्रधान होता आणि सरकार अल्पमतात होतं. काश्मीरशिवाय, पंजाबही दहशत व हिंसाचाराच्या सावटाखाली होता, तरी १९९२सालातील विधानसभा निवडणुका यशस्वीपणे पार पडल्या. काश्मिरात सरकार पुन्हा नव्यानं निवडणुका घेण्याचा प्रयत्न करेल या अफवेनं तिथं पुन्हा एकदा हिंसाचार उफाळून आला.

स्थैर्य शोधण्याचा भारताचा संघर्ष खेळांमध्येही दिसून आला. बार्सिलोना ऑलिम्पिकमधून भारतीय संघ रिकाम्या हाताने परतला आणि क्रिकेटच्या विश्वचषकात तो उपांत्य फेरीही गाठू शकला नाही. भारतानं, प्राथमिक फेऱ्यांमध्ये पाकिस्तानचा मात्र पराभव केला होता; पण शेवटी विजय झाला तो पाकिस्तानचाच. निवृत्तीनंतर पुनरागमन करणाऱ्या इम्रान खानच्या नेतृत्वाखाली एका आश्चर्यकारक विजयाची नोंद करत पाकिस्ताननने विश्व चषक जिंकला.

रोजामधील गाणी ही चित्रपटातील दुःखद वातावरणाच्या अगदी विरोधातली होती. ती १९९२च्या विषादपूर्ण वातावरणाच्या विरोधातलीही ती होती, *ये हसीं वादीयाँ, ये खुला आसमाँ... आ गये हम कहाँ...* त्या वर्षी अनेक भारतीय हा एकच प्रश्न विचारत होते की, आ गये हम कहाँ...

१९९३ : दिल हुम हुम करे, घबरायें

दिल हुम हुम करे, घबरायें
घन धम धम करे, गरजाये
इक बुंद कभी पानी की
मोरी अँखियों से बरसाये

गीतकार : गुलजार
संगीतकार : भूपेन हजारिका
गायक : लता मंगेशकर आणि भूपेन हजारिका
चित्रपट : *रुदाली*

रुदाली म्हणजे पैसे घेऊन शोक करणाऱ्या स्त्रिया. त्यांना उच्च जातीतील किंवा प्रभावशाली लोकांच्या मृत्यूनंतर रडण्यासाठी बोलावलं जायचं. कारण, त्यांच्या स्वतःच्या कुटुंबातील स्त्रिया लोकांमध्ये दुःख व्यक्त करत नसत. अशाच एका महिलेची गोष्ट, तिची आणखी एका स्त्रीशी असलेली मैत्री, तिचं प्रेम आणि जगणं, यांना या गाण्यातून अभिव्यक्त होण्याची संधी मिळते. हे गीत गुलजार यांनी लिहिलं आणि अत्यंत प्रभावी अशा आसामी लोकसंगीताच्या चालीवर भूपेन हजारिका यांनी त्याला संगीत दिलं.

दिल हुम हुम करे, घबराये... एखाद्या अनिष्टाची सूचना देणाऱ्या आणि येणाऱ्या अरिष्टाच्या शंकेनं धडधडणाऱ्या हृदयाची व्यथा या गाण्यामध्ये प्रभावीपणे व्यक्त होते, ज्यांत गुलजार यांचे शब्द आणि हजारिका यांच्या मनाला संमोहित करणाऱ्या संगीताचं अभिजात मिश्रण आहे. हे गीत लता दिदींच्या अनोख्या

सादरीकरणापैकी एक आहे आणि हजारिकांनी गायलेली आवृत्तीही अशीच भारावून टाकते. गुलजार यांनी कमी शब्दांत मोठा अर्थ देणारी ही सशक्त गीतरचना केली आहे. भूपेन हजारिका यांनी हे गाणं भुपाळी रागामध्ये बसवलं आहे. चित्रपटातील इतर सर्व गाण्यांनाही शास्त्रीय संगीताचा आधार आहे. या गाण्यात, नानाविध प्रकारच्या इच्छा, दबलेल्या भावना, प्रेमात असण्याच्या, तरीही ते व्यक्त न करण्यातला संकोच, या सर्व गोष्टी अशा पद्धतीने सांगण्यात आल्या आहेत की त्या विसरणं कठीण आहे. *रुदालीतील* गाणी ही लता मंगेशकर यांच्या स्वतःच्या अत्यंत आवडीची गाणी आहेत.

कल्पना लाजमी यांच्या या चित्रपटामध्ये, महाश्वेता देवींच्या याच नावाच्या एका लघुकथेला जिवंत करण्यात आलं आहे. डिंपल कपाडिया यांना या चित्रपटातील दुर्दैवी शनिचरीच्या भूमिकेसाठी सर्वोत्कृष्ट नायिकेचा राष्ट्रीय पुरस्कार प्राप्त झाला. हा चित्रपट संस्मरणीय ठरण्यामागे याचं संगीत हे प्रमुख कारण ठरलं. *रुदालीचं* संगीत हे आजही ताजं असल्याप्रमाणे वाटतं आणि त्याच वेळी ते तो चित्रपट ज्या काळात प्रदर्शित झाला, त्या काळातील वेदनांचदेखील प्रकर्षानं प्रतिनिधित्वही करतो.

ऑगस्ट १९९३मध्ये हे गाणं प्रदर्शित झालं, तोवर भारतात अनेक गोष्टी घडून गेल्या होत्या आणि जे काही मोठ्या प्रमाणात घडत होतं त्याचे हजारिका, गुलजार आणि लता यांनी रचलेल्या आणि गायलेल्या दुःखदायक चालीमध्ये पडसाद उमटत होते.

मागील वर्षातील बाबरी मशिदीच्या विध्वंसानंतर भारताला जो धक्का बसला होता त्याने याही वर्षाची सुरुवात झाली. त्याआधी डिसेंबर १९९२मध्ये देशभर हजारांहून अधिक लोकांनी आपला जीव गमावला होता; पण १९९३ या वर्षामध्ये उत्तर प्रदेशामध्ये या घटनेनं भारतातील सर्वांत मोठे बहुसांस्कृतिक शहर असलेल्या मुंबईवर प्रचंड मोठ्या प्रमाणात परिणाम केला. त्यांतून पश्चिमेकडच्या या महानगरीवर जे सावट पसरलं त्याचे परिणाम दीर्घकालीन व भेसूर असे होते.

काही वेळेस मशीद पाडण्याचा विजयोत्सव साजरा करणारे हिंदूंचे जमाव तर दुसरीकडे दंगल हेच योग्य प्रत्युत्तर आहे असं वाटत असलेले आक्रमक मुस्लीम, त्यांच्यामुळे दंगली घडतच होत्या. जोपर्यंत या दंग्यांमागे राजकीय प्रोत्साहन आणि दबाव नव्हता तोवर त्या फार काळ टिकत नव्हत्या आणि याच वेळी भाजप आणि शिवसेना यांनी महाराष्ट्रामध्ये नाजूक स्थानी आघात केला. १९९२मधील बाळ ठाकरेंच्या *सामना* वर्तमानपत्रातील प्रक्षोभक अग्रलेखांमुळे 'मुस्लिमांची घरं हुडकून' ती लक्ष्य करण्याला आधीच एक मान्यता लाभली होती. ५ जानेवारी रोजी एका मुस्लीम वसाहतीत दोन गोदी कामगारांची हत्या झाली. त्यामागची कारणं काहीही असोत पण त्याचा बदला म्हणून धारावीतील मुस्लिमांची दुकानं जाळण्यात आली

आणि जोगेश्वरीत, एका हिंदू कुटुंबाला जाळून मारण्यात आलं. *सामनातील* आणखी एका अग्रलेखामुळे, ज्यांत मुस्लिमांना 'धडा शिकवण्याचं' आवाहन करण्यात आलं होतं, मुंबईचे रस्ते आणखी आठवडाभर आगीत होरपळत राहिले. या दंगलीत ९०० लोक मारले गेले आणि न्यायमूर्ती श्रीकृष्ण आयोगानं हे नमूद केलं आहे की यांतील ५७५ लोक हे मुस्लीम होते. या अहवालात असं लिहिलं आहे की :

> ८ जानेवारी १९९३पासून जे काही घडलं त्यानुसार यात काहीच शंका नाही की शिवसेना आणि शिवसैनिकांनी मुस्लीम लोक आणि त्यांच्या मालमत्तेवर संघटीतपणे हल्ले करण्यात पुढाकार घेतला, शिवसेनेचे अनेक नेते त्यांना मार्गदर्शन करत होते. त्यामध्ये शाखा प्रमुखांपासून ते शिवसेना प्रमुख बाळ ठाकरेंपर्यंत अनेकांचा समावेश होता, ते एखाद्या मुरब्बी सेनाधिकाऱ्याप्रमाणे त्यांच्याशी एकनिष्ठ असलेल्या शिवसैनिकांना आदेश देऊन मुस्लिमांच्या विरोधात संघटीत हल्ले करण्यासाठी आदेश देत होते. शिवसेनेमुळे उसळलेला जातीय हिंसाचार आणि दंगलींवर पुढे स्थानिक गुन्हेगारी घटकांनी कब्जा केला. त्यांना त्यामध्ये आपला झटपट फायदा दिसून आला होता. जोवर शिवसेनेला समजून आलं की 'बदला' म्हणून त्यांनी बरंच काही केलं आहे, हिंसाचार आणि दंगली आता शिवसेना नेत्यांच्या हाताबाहेर गेल्या होत्या. या दंगली शांत करण्यासाठी त्यांना आवाहन करावं लागलं.
>
> हतबल राजकीय नेतृत्व, राजकीय कारणासाठी झालेली आंदोलनं आणि पोलीस आयुक्तांना दिले गेलेले अनिश्चित आदेश जे खालपर्यंत जेव्हा झिरपत गेले तेव्हा कनिष्ठ पदावरील पोलिसांमध्ये एक गोंधळाचं वातावरण निर्माण झालं, त्याचा शेवट 'गोळी झाडायची की नाही झाडायची' या द्विधावस्थेत झाला. लष्कर बोलवून दंगली शमवण्याचा विचार करण्यात आणि आदेश देण्यांत मुख्यमंत्र्यांनी चार महत्त्वाचे दिवस वाया घालवले.

कशीबशी पूर्वपदावर आलेली सामान्य परिस्थिती फार काळ तशीच राहू शकली नाही कारण, १२ मार्च १९९३ रोजी, बॉम्बे स्टॉक एक्सचेंजपासून दलाल स्ट्रीटपर्यंत झालेल्या बॉम्बस्फोटांच्या मालिकेनं मुंबई शहर पुन्हा एकदा हादरलं. त्यासाठी आरडीएक्सचा वापर करण्यात आला होता आणि स्फोटातून जास्तीत जास्त लोकांना हानी पोहोचवण्याचा हेतू अगदी उघड होता. दुबईत राहणाऱ्या दोन गुंडांनी, मुस्लिमांवर झालेल्या हल्ल्याचा प्रतिशोध म्हणून हे हल्ले केले होते. या घृणास्पद स्फोटांमध्ये २५० लोक ठार झाले आणि शेकडो लोक जखमी झाले.

बाबरी मशिदीच्या विध्वंसानंतर सुरू झालेले हल्ले आणि प्रतिहल्ले यांची मालिका अखेरीस मार्चमध्ये थांबली. १९४७ नंतर भारताला पहिल्यांदाच झालेली ही खोल जखम अनेकांना चिघळत ठेवायची होती आणि त्यातून राजकीय स्वार्थ साधायचा होता. राजकारणाचा मुख्य हेतू हा केवळ जातीय अस्मितांना धुमसत ठेवणं एवढाच असू शकतो, हे वास्तव पुन्हा अधोरेखित झालं. स्वतंत्र भारतामध्ये राजकीय आणि सामाजिक स्तरावर हा एक अस्वस्थ करणारा टप्पा होता.

या वर्षी अनेक महत्त्वाचे बदल घडले त्यांना नाकारण्यात अर्थ नाही. सन १९५९मध्ये राजस्थानातील नागौर येथे पंडित जवाहरलाल नेहरू यांनी भारतातील पहिले पंचायतराज स्थापन केले, तर या वर्षी घटना कायदा (७३वी दुरुस्ती) मंजूर झाला, त्यामुळे स्थानिक स्वराज्य संस्थेची त्रिस्तरीय व्यवस्था लागू झाली. त्यानुसार पंचायतींना सत्तेचं योजनाबद्ध वाटप करण्यात येणार होतं. यांतून निधीचं योग्य वाटप, निवडणुकांची गरज, महिलांना आरक्षण आणि सुव्यवस्थितपणे राबवण्यात येणारी कामं यांची निश्चिती होणार होती. जरी एका पातळीवर ही एक सामान्य गोष्ट वाटत असली, तरी यामुळे गाव, तालुके आणि मंडलांच्या स्तरावरील लोकशाहीतील नेते घडवण्याच्या प्रक्रियेत क्रांती होणार होती, महिलांनाही एक आधार मिळणार होता. त्यांची राजकीय साक्षरता, अपेक्षा आणि सक्षमीकरण या अजूनही चांगल्या पद्धतीने विकसित होणार होते. आपले मुद्दे, समस्या, अधिकार आणि जबाबदारीविषयी बोलणाऱ्या, भव्यदिव्य स्वप्नं पाहणाऱ्या प्रशिक्षित तरुण लोकांचा एक महासागरच यातून उसळला.

काश्मीरमधील बंडाळीवर नियंत्रण आणण्याची प्रक्रिया काही काळापासून सुरू होती. जेव्हा काश्मिरातील जुन्या गटांनी येथील उठावांना उघडपणे नैतिक किंवा प्रत्यक्ष पाठिंबा देणं कमी केलं, त्या सुमारास, ९ मार्च १९९३ रोजी, राज्यामध्ये ऑल पार्टी हुर्रियत कॉन्फरन्स (हुर्रियत म्हणजे स्वातंत्र्य) या नावाने सव्वीस गटांची मिळून एक संघटना निर्माण झाली. तिनं स्वतःला काश्मिरी लोकांची प्रतिनिधी म्हणून घोषित केलं. काश्मीरवरील भारताच्या दाव्याचा विरोध करणाऱ्यांसाठी हा एक आधार झाला. त्यांच्यासाठी हुर्रियत हा माहितीचा स्रोत होता.

जुलैमध्ये, अल्पमतातील पण सत्तेत असलेल्या सरकारविरोधातील अविश्वास प्रस्ताव फेटाळला गेला. त्याला झारखंड मुक्ति मोर्चाचे काही खासदार कारणीभूत ठरले. या खासदारांनी लाच घेऊन मतदान केलं होतं असं सर्वोच्च न्यायालयानं मान्य केलं. मात्र, न्यायालयानं यात 'हस्तक्षेप' करण्याचं नाकारलं आणि या घटनांचा संसदीय विशेषाधिकाराच्या अंतर्गत समावेश होतो असा निष्कर्ष काढला. सन १९९३मध्ये भ्रष्टाचाराला 'संस्थात्मक' रूप प्राप्त झाले, असं फली नरिमन यांनी म्हटलं.

याच वर्षानं महाराष्ट्रात आलेला सर्वांत भीषण भूकंप अनुभवला. लातूर आणि उस्मानाबादमध्ये प्रचंड मोठा धरणीकंप झाला आणि जवळपास १० हजार लोक ठार

झाले. हजारो घरं जमीनदोस्त झाली आणि ३० हजार लोक जखमी झाले. पहाटे ३.५६ला सघन लोकवस्तीत हा प्रकार घडल्यामुळे जीवीत हानीचं प्रमाण मोठं होतं. बावन्न खेडी काही क्षणांत जमिनदोस्त झाली.

रुदाली, त्यातील मुख्य पात्र शनिचरी आणि गाणं *दिल हुम हुम करे घबराये* हे गाणं, हे सर्वंच अत्यंत दुःखद आहेत; पण १९९३च्या भावावस्थेला आणि अनुभवाला साजेसं असं दुसरं काहीच नव्हतं. हे वर्ष, ज्याला मृत्यू आणि संघर्षाचं वलय होतं, लता मंगेशकर यांच्या उदास आणि हळुवार गीतामुळे आठवणीत राहतं. पैसे देऊन रडणारे लोक आणण्यासाठी हे अत्यंत योग्य वर्ष होतं.

१९९४ : दिदी तेरा देवर दिवाना

दिदी तेरा देवर दिवाना
हाये राम, कुडीयों को डाले दाना
धंदा है ये उसका पुराना
हाये राम, कुडीयों का डाले दाना

गीतकार : देव कोहली
संगीतकार : राम-लक्ष्मण
गायक : लता मंगेशकर आणि एस. पी. बालसुब्रह्मण्यम्
चित्रपट : *हम आपके है कौन*

सन १९९४ आलं, तसं त्यानं आपल्या सोबत सुरज बडजात्या यांचा *हम आपके है कौन (एचएएचके)* हा चित्रपट आणला. हा पहिला चित्रपट होता जो चार अक्षरी लघुरूपात बदलला. त्यामध्ये *मैंने प्यार किया*चा पुढचा प्रवास चित्रित झाला होता. वयानं आणखी थोडा मोठा दिसत असलेला सलमान खान हा नायक होता. त्याला कुटुंब, पांढऱ्या शुभ्र वस्तू, प्रेम आणि परंपरा एकत्र आणण्याची हौस होती.

सन १९९१ साली झालेल्या उदारीकरणाच्या तीन वर्षांनंतर भारतीयांच्या जीवनशैलीची एक महत्त्वाची अभिव्यक्ती म्हणून या भव्यदिव्य आणि विवाहसोहळ्यातील गाजलेली गाणी असलेल्या *एचएएचके*कडे आज पाहिलं जाऊ शकतं. या चित्रपटापासूनच मोठ्या, भपकेबाज आणि प्रचंड खर्चिक विवाहांची सुरुवात झालेली दिसते.

दिदी तेरा देवर दिवाना या गाण्यावर माधुरी दीक्षितनं तिच्या खास अशा जांभळ्या साडीमध्ये भन्नाट नृत्य केलं आहे. चित्रपटामध्ये तिला नायकापेक्षा जास्त मोठेपणा मिळाला होता आणि श्रेय नामावलीमध्ये तिचं नाव सलमान खानच्या आधी येतं. तिच्या बहिणीच्या पहिल्या वेळच्या गर्भारपणाचा आनंद साजरा करणारं हे गाणं अगदी साधं आहे तरीही ते एकाच वेळी लाजरं बुजरं, चंचल आणि काहीसं प्रणयासक्तही आहे. या गाण्यामध्ये माधुरीनं ज्या पद्धतीने अभिनय केला आहे, सलमान सातत्यानं ज्याप्रमाणे तिच्या उघड्या पाठीवर गुलेरीतून फुलं मारतो आणि इतर गायक त्या एकाच चौकटीत गर्दी करतात त्यांतूनही एका आकर्षक स्त्रीची कल्पना साकार होते. ही स्त्री तिच्या लैंगिकतेविषयी निर्भय आहे; पण ही स्त्री, अर्थातच, बडजात्या यांनी अधिक पारंपरिक कौटुंबिक आणि मान्य होईल अशा कपड्यांतच सादर केली आहे, या गाण्यामध्ये तिनं *सीधा पल्ला* (यूपी-गुजराती शैलीचा पदर) घेतला आहे.

याचे शब्द यांहून जास्त सोपे असू शकले नसते आणि याच साधेपणामुळे हे गाणं जबरदस्त गाजलं. लाहौरला जन्मलेल्या देव कोहलींनी याचे शब्द अगदी साधे ठेवले होते. राम-लक्ष्मण यांनी दिलेलं संगीत हे वेगवान आणि पकड घेणारं आहे. राम-लक्ष्मण यांनी बडजात्यांच्या सोबत उत्तम काम केलं असलं तरी त्यांची सुरुवात मराठी चित्रपटांतून झाली होती. ते *मैने प्यार किया या* चित्रपटाचदेखील संगीतकार होते आणि तिच संवेदनशीलता, माधुर्य आणि सांगीतिक संयम त्यांनी *एचएएचकेमध्येही* आणला.

१९९४मध्ये *इंडिया टुडेला* दिलेल्या मुलाखतीत, लैंगिकतेचा थेट उल्लेख असलेल्या गाण्यांचं समर्थन करताना गीतकार इंदीवर म्हणाले, 'मला हिंसेविषयी लिहिण्याऐवजी लैंगिकतेविषयी लिहायला आवडेल,' इतरांना त्याचं समर्थन करण्याचीही गरज वाटली नाही आणि बप्पी लाहिरींसारख्या एखाद्याच व्यक्तीनं 'लोकांना ते आवडतं,' अशी प्रतिक्रिया दिली. भारत ज्या वेळी प्रचंड मोठ्या बदलांशी झगडत होता व ज्या पद्धतीने लोक जगत होते, काम करत होते आणि उपभोग घेत होते त्या परिस्थितीमध्ये *एचएएचके* सारखे चित्रपट आणि त्यांच्या संगीतानं काय केलं असेल तर त्यांनी एक अति पारंपरिक, आदर्श चौकट पुरवली. याच काळात केबल आणि उपग्रह टीव्ही वाहिन्यांनी लोकांच्या फावल्या वेळावर आणि त्यांच्या कल्पनाशक्तीवर घाला घालण्यास हळूहळू सुरुवात केली होती.

गुजरातमधील औद्योगिक क्षेत्र असलेल्या सूरत येथे आणि महाराष्ट्रातील बीड येथे भारतातून नष्ट झाल्यानंतर तीस वर्षांनंतर प्लेगने पुन्हा एकदा आपला प्रताप दाखवला. भारताच्या आरोग्य क्षेत्राला हे एक गंभीर आव्हान होतं आणि सूरतमध्ये त्यामुळे गदारोळ उठला कारण पहिल्या तीन दिवसांतच ४६ लोक आपला जीव गमावून बसले. याचा धसका घेत किमान चार लाख लोकांनी गावातून पलायन

केलं. तातडीने प्लेगची लागण रोखण्यासाठी मुखवटे घातलेले कर्मचारी डीडीटी आणि इतर कीटकनाशकांची फवारणी करत बीड आणि सूरतच्या प्रदेशांमध्ये फिरू लागले.

केंद्र-राज्य यांच्यातील संबंधाबाबतीतलं हे एक लक्षणीय वर्ष होतं, ज्याचं कारण होतं - तथाकथित बोम्मई निकाल. मार्चमध्ये सर्वोच्च न्यायालयानं घटनेतील कलम ३५६च्या व्यापकतेविषयी एक निकाल जाहीर केला आणि ज्यानुसार राज्यात राष्ट्रपती राजवट लागू केली जाऊ शकेल, अशा काही अटी निश्चित केल्या. राज्य सरकारं जर धर्मनिरपेक्षता, घटनेची मूलभूत चौकट यांच्या विरोधात वागली तर ती बरखास्त केली जाऊ शकतात असं निकालपत्र देत न्यायालयानं बाबरी मशिद विध्वसानंतर मध्य प्रदेश, राजस्थान आणि हिमालच प्रदेशमधील भाजप सरकारं भंग करण्याचा निर्णय उचलून धरला. १९८८मध्ये नागालँड, १९८९मध्ये कर्नाटक आणि १९९१मध्ये मेघालय इथली राज्य सरकारं भंग करण्याचा निर्णय अवैध ठरवला असला तरी, तिथे सांगण्याजोगी कोणतीही उपाययोजना केली गेली नाही कारण या राज्यांमध्ये बरखास्तीनंतर लगेचच निवडणुका घेण्यात आल्या होत्या.

ऑक्टोबरमध्ये, सर्वोच्च न्यायालयानं एका अध्यक्षीय संदर्भाला उत्तर देण्याचं नाकारलं. सन १९९२पर्यंत अयोध्येत जिथं बाबरी मशिद उभी होती तिथं रामाचं मंदिर अस्तित्वात होतं का? असं त्यामध्ये विचारण्यात आलं होतं. न्यायालयानं हा प्रश्न उथळ आणि अनावश्यक म्हणून निकालात काढला. विध्वंसानंतर केंद्रानं ती आणि त्या सभोवतालची जागा आपल्या ताब्यात घेण्याचा निर्णय वैध ठरवण्यात आला.

डिसेंबरमध्ये, भ्रष्टाचाराचे आरोप करण्यात आलेल्या केंद्रातील तीन मंत्र्यांनी राजीनामा दिला. दोघांवर शेअर बाजारातील अनियमिततेचे आणि तिसऱ्यावर साखर घोटाळ्याचे आरोप होते. त्याच काळात, नरसिंह रावांचे मुख्य प्रतिस्पर्धी, अर्जुन सिंह, यांनीदेखील सरकारवर भ्रष्टाचाराचे आरोप करत मंत्रिमंडळ सोडलं. याच काळात एन. डी. तिवारी यांनीही काँग्रेस सोडून आपला काँग्रेस (टी) हा पक्ष काढला.

या वर्षी जमिनीवरून जमिनीवर मारा करू शकणारं देशी बनावटीचं पहिलं पृथ्वी हे क्षेपणास्त्र सैन्य दलात दाखल झालं. भूदल, नौदल आणि हवाई दल यांच्यासाठी याचे तीन प्रकार विकसित करण्यात आले होते, तेव्हा ६२ वर्षांचे असलेले, ए. पी. जे. अब्दुल कलाम यांनी देशांतर्गत संशोधनाच्या मोहिमेला आणि कार्यक्रमाला चेतना दिली होती आणि अखेरीस पृथ्वी क्षेपणास्त्राच्या निर्मितीमध्येदेखील त्यांचा महत्त्वपूर्ण सहभाग होता. इंटीग्रेटेड गायडेड मिसाईल डेव्हलपमेंट प्रोग्राम (एकात्मिक नियंत्रित क्षेपणास्त्र विकास कार्यक्रम)अंतर्गत याची निर्मिती करण्यात आली होती. इस्रोमधील हेरगिरी प्रकरणामुळेही हे वर्ष गाजलं. भारताच्या संरक्षण आणि अवकाश क्षेत्रांत यामुळे अस्वस्थता पसरली. या प्रकरणावर मोठ्या प्रमाणात टिका झाली.

१९९४मध्ये, भारतानं पहिल्यांदाच मिस युनिव्हर्स स्पर्धा जिंकली, सुश्मिता सेनला एखाद्या ऑलिम्पिक सुवर्ण पदक विजेत्याप्रमाणे, मध्य दिल्लीतील रस्त्यांवरून घोडागाडीतून मिरवण्यात आलं. याच वर्षी ऐश्वर्या रायनं मिस वर्ल्ड ही स्पर्धाही जिंकली.

या वर्षी, चित्रपटीय गाण्यांचा विचार केला तर, रवीना टंडननं *तू चीज बडी है मस्त मस्त* या गाण्यावर, नेत्रपल्लवी करत नृत्य केलं. ते आंतरराष्ट्रीय ख्यातीचे गायक नुसरत फतेह अली खान यांच्या प्रसिद्ध कव्वालीवर आधारित होतं, त्यानंही प्रेक्षकांच्या काळजाच्या हृदयाची तार छेडली.

१९९५ : *तुझे देखा तो ये जाना सनम*

तुझे देखा तो ये जाना सनम
प्यार होता है दिवाना सनम
अब यहाँ से कहाँ जाये हम
तेरी बाहों में मर जाये हम

गीतकार : आनंद बक्षी
संगीतकार : जतिन-ललित
गायक : कुमार सानू आणि लता मंगेशकर
चित्रपट : *दिलवाले दुल्हनिया ले जायेंगे (डीडीएलजे)*

जबरदस्त यशस्वी ठरलेला चित्रपट, *दिलवाले दुल्हनिया ले जायेंगे (डीडीएलजे)* ची ओळख बनलेलं हे गाणं, *तुझे देखा तो ये जाना सनम* यापेक्षाही अधिक काही तरी होतं. पंजाबमधील बहारदार हिरव्या-पिवळ्या सरसोंच्या (मोहरीच्या) शेतात गायलं गेलेलं हे गाणं म्हणजे यश चोप्राची प्रेमाची आणि त्याच्या अभिव्यक्तिची स्वतःची अशी कल्पना होती. या चित्रपटांतून त्यांचा मुलगा, लेखक-दिग्दर्शक आदित्य चोप्रा, याचा चित्रपटसृष्टीमध्ये प्रवेश झाला. ज्यानं अवघ्या तीन-चार आठवड्यांतच याची पटकथा लिहून काढली होती.

या गाण्यानं जशी मनं काबीज केलं तसं अव्वल गाण्यांमध्येही त्यानं स्थान मिळवलं आणि आजही प्रेमी जीवांसाठी ते सदाबहार गाणं आहे. जरी त्या काळात फारसं जाणवलं नसलं तरी हे गीत आणखी दोन कारणांसाठी खास बनलं आहे. पहिलं म्हणजे या चित्रपटातून युरोप आणि अमेरिकेतील आधुनिक अनिवासी भारतीयांची कथा सांगण्यात आली होती, ते या चित्रपटामध्ये मुख्य भूमिकेत होते,

तसेच यामागे आर्थिक दृष्टिकोन होता. हिंदी चित्रपटसृष्टीचं स्वरूप बदलण्यामध्ये अनिवासी भारतीयांच स्थान आता पक्कं झालं होतं. दुसरं आणि अधिक महत्त्वाचं कारण हे की हा चित्रपट, देशामध्ये मोठ्या प्रमाणावर बदल घडत असतानाही भूतकाळामध्ये रमलेल्या भारतासाठी ही त्या काळामध्ये आवडेल अशी एक गोष्ट होती, अगदी वर्षभरापूर्वी आलेल्या *एचएएचके* प्रमाणेच.

शहेनशहा अकबराच्या दरबारात *प्यार किया तो डरना क्या* असं निर्भयपणे गाणारी मधुबाला असो किंवा तडजोड करण्यापेक्षा मरणाला सामोरं जाणारे *कयामत से कयामत तक*मधील तरुण प्रेमी जीव असोत, या चित्रपटात मात्र समाजमान्य विवाहाची कल्पना साकारण्यात आली होती आणि काजोलने साकारलेल्या सिमरनचा हात, बाबूजींनीच राजच्या 'हातात द्यायला' हवा, असं राजला वाटत असतं. राजची भूमिका शाहरुख खानने केली होती (एसआरके). चित्रपटाच्या चित्रीकरणादरम्यान झालेल्या सुरुवातीच्या मुलाखतींमध्ये एसआरके म्हणाला होता की, त्याला राज हा 'बायल्या' वाटला होता.

सिमरन आणि तिची आई दोघीही राजला पळून जाऊन कुलदीप सोबत होणारा सिमरनचा विवाह टाळायला पाहत होते. राज मात्र तिच्या पालकांची परवानगी घेण्याबाबत आग्रही होता. अनिवासी भारतीयांच्या किंवा स्थानिक भारतीयांच्या कुटुंबांमध्ये सर्वसंमतीच्या लग्नाविषयी ज्या मर्यादा असतात तो त्याचं पालन करत होता.

हाच तो अगदी लहानसा बदल होता, जो १९९०नंतरच्या आधुनिक भारताचा संघर्ष दाखवत होता, त्या दशकात पुढं आणखी बरंच काही वाढून ठेवलं होतं. आर्थिक उदारीकरणामुळे जीवन आणि जीवनशैलीही बदलली. पारंपरिक विचारसरणीचा प्रभाव असलेल्या उत्तर भारतात मंडल आयोगाचा अहवाल लागू झाल्यानंतर सामाजिक उलथापालथ झाली आणि बाबरी मशिदीच्या विध्वंसानंतर भारत नावाची कल्पना धुळीस मिळाली.

ज्या वेळेस पी. व्ही. नरसिंह राव यांचं अल्पमतातील सरकार (हे अल्पमतातील सरकार चालवण्याची काँग्रेसची पहिलीच वेळ होती.) अजूनही सत्तेवर होतं. अनेक महत्त्वाच्या गोष्टी घडल्या आणि येणाऱ्या वर्षांवर त्या आपला प्रभाव पाडणार होत्या.

पहिली थक्क करणारी घडामोड घडली, ती सर्वांत मोठ्या भारतीय राज्य असलेल्या उत्तर प्रदेशामध्ये. बहुजन समाज पार्टी (बीएसपी) या कांशीराम यांच्या नेतृत्वाखालील आंबेडकरवादी पक्षानं जुन्या राजकीय समीकरणांना लगेचच बदलून टाकलं. समाजवादी पार्टी (एसपी) हा आणखी एक नवीन पक्ष जुन्या, पारखल्या गेलेल्या समाजवादी विचारांचा होता. त्यांच्यातील अभूतपूर्व आघाडीमुळे सर्व जण थक्क झाले; पण त्या दोघांमध्ये या वर्षी असे काही मतभेद निर्माण झाले, ज्यामुळे पुन्हा दीर्घकाळासाठी एकत्र येणार नव्हते.

बाबरी मशिद विध्वंसानंतर, भाजपने उभ्या केलल्या आव्हानामुळे, ही युती घडून आली. या युतीनं दलित, ओबीसी आणि मुस्लिमांची मतं घेतली आणि १९९३मध्ये राज्यात एक आश्चर्यजनक सरकार स्थापन केलं; पण जेव्हा मायावतींनी या सरकारचा पाठिंबा काढून घेण्याची घोषणा केली तेव्हा, समाजवादी पक्षाच्या काही सदस्यांनी मायावतींना व त्यांच्या पक्षाला अपमानित करण्यासाठी आणि धमकावण्यासाठी त्यांच्यावर हल्ला केला. ही घटना आता 'गेस्ट हाउस प्रकरण' म्हणून कुप्रसिद्ध आहे. याचा परिणाम दोन्ही पक्षांमधील विश्वास संपुष्टात आला आणि त्यांचे संबंधही. सर्वांत महत्त्वाचं म्हणजे भाजपनं यात हुशारीनं मुसंडी मारत आलटून पालटून मुख्यमंत्रिपद ठेवण्याच्या अटींच्या आधारावर, बसपाबरोबर युती केली, त्यामुळे मायावती या उत्तर प्रदेशाच्या पहिल्या दलित मुख्यमंत्री झाल्या.

आणखी एका राजकीय घटनेनं राजकारण हादरलं जेव्हा भारताच्या पश्चिमेकडील आणखी एका मोठ्या राज्यात, महाराष्ट्रात, शिवसेनेनं भाजपसोबत प्रथमच विजय मिळवला. मतदानात ३१ टक्के वाटा मिळूनही काँग्रेस हा विरोधी पक्ष ठरला आणि शिवसेना-भाजप दोघांनी एकत्रितपणे, मागील वर्षांत घडलेल्या दंगली आणि मालिका बॉम्बस्फोटाची हाताळणी करताना काँग्रेसविषयी उसळलेला राग, गोंधळ आणि भ्रमनिरासाचा पूर्ण फायदा उठवला. पदभार सांभाळताच शिवसेना-भाजप युतीनं तत्काळ बॉम्बेचं मुंबई असं नामांतर केलं. ग्रामदेवता मुंबा देवीच्या नावावरून हे नामांतर करण्यात आलं आहे, असं त्यांनी घोषित केलं. या नामकरणाकडे या शहराचं आणि तिथल्या जन्मजात राहणीमानाचं मराठीकरण म्हणूनही पाहण्यात आलं. इंग्रजी किंवा पोर्तुगीज शब्दापेक्षा स्थानिक शब्द देण्याचं कारणही देण्यात आलं; पण या नामकरणानंतर शिवसैनिक हिंसक झाले आणि कोणीही 'बॉम्बे' हा शब्द उच्चारला तर ते तत्काळ धुमाकूळ घालायचे, त्यामुळे नावात काय आहे? असं म्हणणारा शेक्सपिअर खोटा ठरला होता. त्यामागे आणखीही काही कारणं होती, हे स्पष्टच होतं. मुंबई किंवा मुंबईच्या आत्म्यासाठी नामकरणाच्या माध्यमातून एक लढा उभारण्यात आला. भारतातील एका महत्त्वपूर्ण राज्यामध्ये, त्यांतही देशाच्या आर्थिक राजधानीत तो रुजवणं हा हिंदुत्ववादी पक्षासाठी मुख्य प्रचाराचा मुख्य मुद्दा ठरला.

या वर्षी ३१ ऑगस्ट रोजी पंजाबचे मुख्यमंत्री बेअंत सिंह यांची बॉम्बस्फोट करून हत्या घडवण्यात आली. सामाजिक संबंधांतील दुराव्याचे परिणाम किती खोलवर जाऊ शकतात, हे यातून दिसून येतं. भारतानं खलिस्तान चळवळ परिणामकरीत्या हाताळली असं तेव्हा गेलं असलं तरी, त्यानंतर रक्तरंजित इतिहासाची एक मालिकाच लिहिली गेली. त्यामध्ये एक पंतप्रधान, एक लष्करप्रमुख आणि एक पदासीन मुख्यमंत्रीही मारला गेला होता. बेअंत सिंह हे फुटीरतावाद्यांच्या उरलेल्या गटांना पुढाकार घेऊन नष्ट करत होते हे त्यांच्या हत्येचं कारण सांगण्यात आलं. पंजाबमधील ज्या भीषण घटना शांत झाल्या आहेत असं भारताला वाटत

होतं, त्यांना या हिंसक स्फोटानं पुन्हा उजाळा दिला. सचिवालयाबाहेर झालेल्या या स्फोटांत एकूण १८ लोक ठार झाले.

हे वर्ष गणपतीनं दूध पिल्याची घटनेसारख्या काही चमत्कारिक घटनांसाठी ओळखलं जातं. केषाकर्षणाच्या सिद्धान्तामुळे काही ठिकाणी गणपतीच्या मूर्ती दूध पित असल्याचा भास निर्माण झाला, या घटनेचं असं स्पष्टीकरण काही बुद्धीवाद्यांनी दिलं. ज्या वेगानं ही अफवा पसरली, ते अत्यंत थक्क करणारं होतं. मोबाईल फोन भारतात यायला अजून एक वर्ष बाकी होतं; पण ती सर्व उपकरणं आणि संपर्कयंत्रणा नसतानाही देशातील मोठा घटक हा गणपतीची मूर्ती खरोखरच दूध पिऊ शकते, या कल्पनेला बळी पडला. तर्क विरुद्ध श्रद्धा यांच्यातील हा सामना होता. त्यामध्ये सामूहिक विश्वासानं एका मोठ्या समूहाला यशस्वीरीत्या भूलवलं, श्रद्धेनं पहिली फेरी जिंकली.

काही वर्षांनंतर विश्लेषकांनी या घटनेची तुलना, मदर मेरीच्या मूर्तीतून निघणारे रक्ताश्रू आणि प्रेषिताच्या केसासंबंधी घडलेल्या घटनेशी केली; पण या घटनेचं वैशिष्ट्य म्हणजे इथं केवळ एका मूर्तीचा किंवा मंदिराचा प्रश्न नव्हता, तर गणपतीच्या सर्वच मूर्ती दूध पित असल्याची श्रद्धा सगळीकडेच होती, त्यामुळे ही एक अनाकलनीय घटना मानली जाते.

पश्चिम बंगालमध्ये डाव्या आघाडीच्या ज्योती बसू सरकारने अठराव्या वर्षांत पदार्पण केले होते. पुरूलिया नावाच्या गावामध्ये एका रशियन विमानानं, ज्यांत लाटवियन कर्मचारी होते, २५०० एके-४७ रायफल्सचा साठा खाली भिरकावला. ब्रिटिश शस्त्र विक्रेता पीटर ब्लिच आणि एक डॅनिश तस्कर किम डेवी हे दोघेदेखील या विमानात होते. विमानातील अन्य प्रवाशांना दिल्लीत उतरताच अटक झाली आणि त्यांना काही वर्षं कोलकाताच्या तुरुंगात घालवावे लागले. डॅनिश तस्कर मात्र डेन्मार्कला पळून जाण्यात यशस्वी ठरला, त्याच्या प्रत्यार्पणाचे सारे प्रयत्न फोल ठरले. या घटनेमागचं खरं कारण अजूनही गूढच असलं तरीही, सामान्यतः असं समजलं जातं की कोलकातातील मार्क्सवादी सरकार अस्थिर करणं हा यामागचा हेतू होता; पण कोणाकडून? एका गौप्यस्फोट करणाऱ्या व्यक्तीच्या मते, हे दिल्ली सरकारचं काम होतं.

प्रतिभावंत ए. आर. रहमान - तमिळ संगीताच्या आकाशातील सर्वांत तेजस्वी तारा - या वर्षी राम गोपाल वर्मा यांच्या *रंगीला* या त्याच्या पहिल्याच हिंदी चित्रपटातून, आपल्या पूर्ण तेजस्वितेसहीत हिंदी संगीतविश्वालादिसून आला. ऊर्मिला मातोंडकर, जॅकी श्रॉफ आणि आमिर खान यांना त्या गाण्यांच्या चालींवर कोणत्याही निर्बंधाशिवाय नृत्य करताना पाहणं हे १९९५च्या भारतात आनंदानं जिवंत राहण्यासाठी एक पुरेसं कारण होतं.

१९९६ : छोड आये हम वो गलीयाँ

जहाँ तेरे पैरों के कँवल गिरा करते थे
हँसें तो दो गालों में भँवर पडा करते थे
छोड आये हम वो गलीयाँ

गीतकार : गुलजार
संगीतकार : विशाल भारद्वाज
गायक : हरिहरन, सुरेश वाडकर, केके, विनोद सेहगल
चित्रपट : *माचीस*

जेव्हा गुलजार यांनी *छोड आये हम वो गलीयाँ* लिहिलं, तेव्हा ते कदाचित दहशतवादी कारवायांना अक्षरशः कंटाळलेल्या पंजाबविषयी लिहीत असावेत असं वाटतं. तिथला उठाव आता शांत होत चालला होता; पण त्यांनी ते गीत पंजाबसाठी लिहिलं नव्हतं. ते एका रम्य काळाविषयी आणि हरवलेल्या तारुण्याविषयी भावूक होऊन लिहीत होते. १९९०मधील *लेकीन* या चित्रपटानंतर ते जेव्हा पुन्हा चित्रपट दिग्दर्शनाकडे वळले, तेव्हा त्यांनी पंजाबमधील तरुणांविषयी सांगण्याचं ठरवलं. हा तरुण बदनाम झालेल्या 'व्यवस्थे'चा बळी ठरला होता.

गुलजार यांच्या नेहमीच्या शैलीनुसार, त्यांनी देशाला त्यांच्या स्वतःच्याच *माचीस* चित्रपटातील त्यांचं गहन, तात्त्विक आणि भेदक काव्य गुणगुणायला भाग पाडलं. *चप्पा चप्पा चरखा चले* आणि *छोड आये हम वो गलीयाँ* हे गीत देशभरात गायलं जात होतं. दुसरं गाणं काहीशा आनंदी सुरांनी सुरू होतं. नायक त्याचा गेलेला आनंदी काळ आठवतो आणि मग त्याचं रूपांतर काहीशा दुःखद मध्यंतरात होतं,

जे शेवटी भयावह रूप धारण करतं. हरिहरन, केके, सुरेश वाडकर आणि विनोद सेहगल या चार गायकांनी गायलेलं हे गाणं जबरदस्त गाजलं.

आपल्या आल्हाददायक, मंजूळ संगीतासह *माचिसनं* हिंदी चित्रपट सृष्टीला विशाल भारद्वाजची ओळख करून दिली, पुढे त्यांना *माचिससाठी* उगवती संगीत प्रतिभा म्हणून आर. डी. बर्मन फिल्मफेअर पुरस्कार मिळाला. १९९४ साली बर्मन यांच्या निधनानंतर, विशाल भारद्वाज यांनी *माचिससह* गुलजार यांच्यासोबत आपली सांगीतिक वाटचालीला सुरू केली. या जोडीविषयी भारतात येत्या काही वर्षांत अधिकाधिक चर्चा होणार होती. विशालनं हिंदी चित्रपट संगीतात एक ताजी, या मातीतली आणि साधीसोपी सुरावट आणली. चांगली गीतं आणि गायकांकडून झालेलं उच्च दर्जाचं सादरीकरण यांवर त्यांचा असलेला कटाक्ष *माचिसमध्ये* दिसून येतो. विशालचं चित्रपट दिग्दर्शकामध्ये रूपांतर होण्याआधी ही त्यांची ओळख झाली होती.

मंजूळ आणि उच्च दर्जाचं संगीत असलं तरी, *माचिस* हा १९९६ या वर्षातील एकमेव चित्रपट नव्हता ज्याच्या संगीतानं खळबळ माजवली होती. हिंदी चित्रपट संगीत आता पुनरुज्जिवित होण्याच्या प्रक्रियेत होतं ज्याला अनेक नवे संगीतकार नवं जीवन देत होते. *खामोशी – द म्युझिकल* या संजय लीला भन्साळी यांच्या पहिल्याच चित्रपटांतून जतिन–ललित यांनी *बाहों के दरमियाँ* आणि *ये दिल सुन रहा है* या गाण्यांतून आपल्या गुणवत्तेची चुणुक दाखवली होती.

जतिन पंडित आणि ललित पंडित या दोन्ही भावांची जोडी जुळली आणि हिंदी चित्रपट संगीतामध्ये त्यांनी सोळा वर्षं उल्लेखनिय यश मिळवलं. त्यांचं पहिलं प्रमुख यश होतं १९९२ सालच्या *जो जिता वोही सिकंदर* मधील *पहला नशा* हे गाणं.

गुलजार यांनी *माचिससाठी* गाणी लिहिली तर मजरूह सुल्तानपुरी यांनी *खामोशीसाठी* गाणी लिहिली. जावेद अख्तर यांनीदेखील *पापा कहते है* या चित्रपटामध्ये, तरुणाईच्या प्रेमाला अभिव्यक्त करताना *घर से निकलते ही* सारखं गीत दिलं. त्याला राजेश रोशन यांनी संगीत दिलं होतं. १९९६मध्ये त्यांना या चित्रपटासाठी सर्वोत्कृष्ट गीतलेखनाचा फिल्मफेअर पुरस्कार मिळाला.

ही सारी या वर्षातील गाजलेली गाणी असली, तरीही ती आणखी एका चित्रपटाच्या लोकप्रियतेपुढे फिकीच ठरली. हा होता धर्मेश दर्शन यांचा *राजा हिंदुस्तानी* . त्यामध्ये आमिर खान होता. हा या वर्षीचा सर्वाधिक गाजलेला चित्रपट ठरला. *राजा हिंदुस्तानीला* नदीम–श्रवणने संगीत दिलं आणि पारंपरिक हिंदी चित्रपट संगीत आणि संयोजनाला उजाळा मिळाला. अफाट गाजलेल्या *परदेसी परदेसी* या उदित नारायण आणि अलका याज्ञिक यांनी गायलेल्या गाण्यानं वर्षाचा शेवट झाला.

हिंदी चित्रपटांमध्ये एका नव्या संगीताचं तत्त्वज्ञान जन्माला येत होतं. भारतदेखील या दशकात संक्रमणाच्या फेऱ्यातून जात होता आणि १९९६ हे वर्ष

या संक्रमणातील महत्त्वाचं वर्ष होतं. दशकाच्या सुरुवातीलाच भारतानं आर्थिक वादळाचे फटके सोसत, आर्थिक उदारीकरण करून त्याला तोंड दिलं आणि उर्वरीत जगासाठी त्यानं आपली दारं उघडी केली. देश आता व्यवसायासाठी खुला झाला होता. एकीकडे भारतातील उद्योगांनी आणि व्यवसायांनी या कमी निर्बंध असलेल्या आर्थिक वातावरणाला सकारात्मक प्रतिसाद दिला, तर दुसरीकडे भारतीय समाजावरही या प्रचंड आर्थिक बदलाचे परिणाम झाले.

आर्थिक उदारीकरणानंतर १९९६मध्ये भारत प्रथमच निवडणुकीला सामोरा गेला आणि सत्ताधारी काँग्रेस पक्ष अडचणीत आला. आपल्या सत्ताकाळातील सर्वांत मोठ्या भ्रष्टाचाराच्या प्रकरण असलेल्या हवाला घोटाळ्याचा धसका घेतलेल्या, पी. व्ही. नरसिंह राव यांच्या नेतृत्वाखालील सत्ताधारी काँग्रेस पक्षाची निवडणुकीत वाताहत झाली. नरसिंह राव सरकारच्या सात मंत्र्यांवर सीबीआयने आरोपपत्र दाखल केले. त्या काळात झालेल्या भ्रष्टाचाराचे एक उदाहरण असलेले *हवाला कांड* हा देशामध्ये उपहासाचा विषय झाला होता. १९९६मध्ये सीबीआयने दूरसंचार मंत्री सुख राम यांच्या अधिकृत निवासस्थानी धाड टाकली आणि २.५४ कोटी रुपयांची रोख रक्कम हस्तगत केली; पण याचा नरसिंह राव यांना निवडणुकीत काही फायदा झाला नाही. हवाला घोटाळा हा केवळ काँग्रेस पक्षाच्याच चिंतेचा विषय नव्हता. या घोटाळ्यात विरोधी पक्षातील नेते, लालकृष्ण आडवाणी आणि शरद यादव यांचाही नामोल्लेख होता.

सन १९९६च्या निवडणुकांमध्ये भ्रष्टाचार हा सर्वांत मोठा मुद्दा बनला होता त्याला हवाला घोटाळा आणि सुख राम यांच्यावरील धाड ही दोनच कारणं नव्हती. बिहारमधील चारा घोटाळ्यानं वर्तमानपत्रांतील रकाने भरले जात होते. त्यात ९०० कोटींची अफरातफर झाल्याचा आरोप होत होता, त्यामुळे लोकांना धक्का बसला. १९९६मध्येच पटना उच्च न्यायालयानं सीबीआयला या प्रकरणाची चौकशी करण्याचे आदेश दिले.

मे १९९६मध्ये जेव्हा सार्वत्रिक निवडणुकांचे निकाल जाहीर झाले, तेव्हा राव यांना हे कळून चुकलं की, लोकांचा त्यांच्यावर विश्वास राहिलेला नाही. काँग्रेस पक्षाला १४० जागा मिळाल्या तर भाजप १६१ जागांसहीत सर्वांत मोठा विरोधी पक्ष म्हणून पुढे आला. १९८४ साली पक्षाच्या लाजीरवाण्या कामगिरीनंतर (त्या वेळी त्यांना फक्त दोन जागा मिळाल्या होत्या) लालकृष्ण आडवाणी यांनी काढलेल्या रथयात्रेचं फळ अखेर त्यांना मिळालं व पक्ष राष्ट्रीय राजकारणामध्ये केंद्रस्थानी आला. अटल बिहारी वाजपेयी यांनी जेव्हा पंतप्रधानपदाची शपथ घेतली तेव्हा भारतीय राजकारण हे *छोड आये हम वो गलीयाँ* असंच म्हणत होतं; पण वाजपेयींच्या सरकारला लोकसभेत आपलं बहुमत सिद्ध करता आलं नाही कारण अन्य पक्षांना भाजपसोबत जायचं नव्हतं. भाजपवर राम जन्मभूमी आंदोलनाच्या माध्यमातून जातीय दंगली भडकवण्याचा आरोप होता. अन्य पक्षांचा

पाठिंबा न मिळाल्यानं त्यांना तेरा दिवसांच्या सत्तेनंतर राजीनामा द्यावा लागला. पुढे निवडणुकीनंतर एकत्र आलेल्या अनेक पक्षांची एक आघाडी तयार झाली. युनायटेड फ्रंट असं त्या आघाडीचं नाव होतं. काँग्रेस पक्षानं यूएफ सरकारला बाहेरून पाठिंबा जाहीर केला आणि कर्नाटकचे मुख्यमंत्री एच. डी. देवेगौडा यांनी भारताचे अकरावे पंतप्रधान म्हणून शपथ घेतली.

१९८७च्या विधानसभा निवडणुकीत बळजबरीच्या सामूहिक मतदानाच्या आरोपानंतर काश्मीर खोरं पुन्हा एकदा वाढत्या हिंसाचाराच्या गर्तेत सापडलं होतं. १९९६पर्यंत भारतीय सैन्यानं परिस्थितीवर नियंत्रण मिळवल्यानंतर, केंद्र सरकारनं काश्मीरमध्ये लोकशाही प्रक्रियेला आणखी एक संधी देण्याचं ठरवलं. सप्टेंबर-ऑक्टोबर १९९६मध्ये, फुटीरतावाद्यांच्या हल्ल्यांच्या धमकीच्या सावटाखाली जम्मू आणि काश्मीर विधानसभेसाठी निवडणुका घेण्यात आल्या. ८७ विधानसभा जागांपैकी ५७ जागा जिंकून नॅशनल कॉन्फरन्सने बहुमत मिळवलं आणि फारुख अब्दुल्ला यांनी मुख्यमंत्री म्हणून शपथ घेतली.

क्रीडा जगतात भारतानं दोन मोठ्या घटना पाहिल्या. भारत, पाकिस्तान आणि श्रीलंका यांनी एकत्रितपणे भरवलेली १९९६ची क्रिकेट विश्वचषक स्पर्धा आणि अ‍ॅटलांटा, युएसए येथील उन्हाळी ऑलिम्पिक क्रीडा स्पर्धा. क्रिकेट विश्व चषक हा भारतीय चाहत्यांचा हिरमोड करणारा ठरला. कारण, श्रीलंकेनं कोलकाताच्या इडन गार्डनवरील उपांत्यपूर्व फेरीत भारताचा पराभव केला, पुढे चषकदेखील त्यांनीच जिंकला. भारत आपल्या लक्ष्याचा गाठण्यात अपयशी ठरला. सामना श्रीलंकेच्या बाजूनं सोडून देण्यात आला कारण प्रेक्षकांनी गदारोळ माजवायला सुरुवात केली होती. त्याआधी बंगलोर येथील उप-उपांत्य फेरीतील एका संस्मरणीय सामन्यांत भारतानं आपला कट्टर प्रतिस्पर्धी असलेल्या पाकिस्तानचा पराभव केला होता.

क्रिकेटमध्ये जरी भारताचा हिरमोड झाला असला तरी, उन्हाळी ऑलिम्पिकमध्ये भारतीय क्रीडाप्रेमींना अनपेक्षित यशाचा आनंद लाभला. टेनिसमध्ये पुरुषांच्या एकेरी सामन्यांत लिअँडर पेस याने भारताला कांस्य पदक मिळवून दिलं. १९५२नंतर मैदानी खेळांत वैयक्तिक पदक जिंकणारा तो पहिला खेळाडू ठरला. त्या आधीच्या तीन उन्हाळी ऑलिम्पिक्समधून भारतीय संघ रिकामी झोळी घेऊन परतला होता. अ‍ॅटलांटातील या कामगिरीसाठी पेसला भारताचा सर्वोच्च क्रीडा सन्मान, राजीव गांधी खेल रत्न पुरस्कार देण्यात आला.

१९९६मध्ये भारत बदलत होता. तो मागचं सोडून पुढं जात होता आणि काहीतरी नवं शोधू पहात होता. लिअँडर पेस प्रमाणेच भारतातील युवक आशा आणि आकांक्षांनी भारलेले होते. त्या काळात ते आशावादी सुरात म्हणू इच्छित होते, *छोड आये हम वो गलीयाँ...*

१९९७ : अरे रे अरे ये क्या हुआ

तुम चले जाओ जरा हम संभल जायें
धडकनें दिल की सही नाम चल जायें
वक्त के आगे कही ना हम निकल जाये
अरे रे अरे ये क्या हुआ कोई ना पहचाना

गीतकार : आनंद बक्षी
संगीतकार : उत्तम सिंह
गायक : लता मंगेशकर आणि उदित नारायण
चित्रपट : *दिल तो पागल है*

संगीतानं ओथंबलेल्या *दिल तो पागल* है ची सळसळती ऊर्जाच त्याला १९९७मधील लक्षणीय चित्रपट बनवून गेली. *अरे रे अरे ये क्या हुआ* हे गाणं कथानकात येतं तेव्हा, शाहरुख खान आणि माधुरी दीक्षित हे दोघं साकारत असलेल्या भूमिकांमधील दोन प्रेमवीर एकमेकांच्या सहवासामध्ये प्रेमात आकंठ बुडालेले असतात, त्यांनी एकमेकांना त्यांच्या प्रेमाची कबुलीही दिलेली असते. आनंद बक्षी हे मुंबईतील तोवरचे सर्वांत बहुआयामी गीतकार होते. या चित्रपटाची चाल आणि त्याचं काव्य उर्जेनं सळसळणारं आणि हळुवार असं होतं. प्रेमाची जादू शोधून काढण्याच्या प्रवासात हे दोन्ही प्रेमी जीव या एकाच गाण्यात अनेक वेगवेगळ्या भावावस्थांमधून जात असतात. आनंद बक्षी यांनी या गाण्यामध्ये अत्यंत गहन भावना सोप्या पद्धतीने, साध्या शब्दांमध्ये लिहिल्या आहेत, *तुम चले जाओ जरा, हम संभल जाये.*

या गाण्याची ही पकड घेणारी चाल उत्तम सिंह यांनी रचली आहे, त्यांनी व्हायोलिनवादक आणि संगीत संयोजक म्हणून कारकिर्दीची सुरुवात केली होती. उत्तम सिंह यांना संधी मिळेपर्यंत त्यांनी आर. डी. बर्मन यांच्यासोबत त्यांचा मुख्य व्हायोलिन वादक म्हणून अनेक वर्षं काम केलं. त्यांनी इलैयाराजा सोबतही अनेक तमिळ चित्रपटांत एकत्र काम केलं. त्यांच्या दृष्टीनं ते खूप महत्त्वाचं आहे. त्यांचं संगीत, माजी सैनिक असलेल्या बक्षींचे शब्द, सोबत यश चोप्रांनी चित्रित केलेले अभिजात प्रसंग आणि आपल्या कारकिर्दीच्या शिखरावरती असलेले अभिनेते, यामुळे चित्रपटांतील गाणी, विशेषतः हे गाणं, अनेकांच्या ओठांवर रुळेल याची खात्रीच होती.

हा असा काळ होता जेव्हा हिंदी चित्रपटांचा, मैदानी खेळातील कौशल्ये आणि मादक पदविन्यासासह केलेला प्रणय सुरूच होता. शामक दावर यांच्या हाताखाली प्रशिक्षित झालेले नर्तकांचे समूह शारीरिक कवायतीसारख्या हालचाली करत, मुख्य भूमिकेतील कलाकारांच्या नाजूक भावनांचे साक्षीदार बनत होते.

१९९७मध्ये राजकीयदृष्ट्या पाहिलं तर भविष्यावर प्रभाव पाडणारे दोन महत्त्वाचे प्रसंग घडले. राजीव गांधींच्या विधवा पत्नी सोनिया गांधी, यांनी काहीशा निरुत्साहामध्येच काँग्रेस पक्षाच्या प्राथमिक सदस्यत्त्वासाठी अर्ज केला. याच वर्षी लालू प्रसाद यादव यांच्या विरोधात चारा घोटाळ्यातील चौकशी (चौकशीला बिहारच्या राज्यपालांनी संमती दिली होती) सुरू झाली. दोन्ही घटना भविष्याला कशा प्रकारे आकार देणार होत्या, ज्यांची त्या काळात कल्पनाही केली गेली नव्हती.

१९८०पासून ऑल इंडिया काँग्रेस कमिटीचे कोषाध्यक्ष असलेल्या सीताराम केसरींची काँग्रेस पक्षाच्या अध्यक्षपदी निवड झाली. ही निवडणूक तब्बल साडेचार दशकांनंतर घेण्यात आली होती. नरसिंह राव यांनी अध्यक्षपद सोडल्यानंतर हे घडून आलं. राजीव गांधी यांची हत्या झाल्यानंतर पक्षाच्या प्रमुखपदी नेहरू-गांधी कुटुंबातील कोणीही नसताना, काँग्रेसचा उतरता काळ सुरू झाला होता; पण केसरी हे त्यांच्या पद्धतीने काम करण्यावर ठाम होते.

जनता दलाच्या नेतृत्वाखालील युनायटेड फ्रंट सरकार एक अभिनव प्रयोग होता. एच. डी. देवेगौडा, या ओबीसी नेत्याकडे पहिल्यांदाच या आघाडीचं नेतृत्व आलं होतं. काँग्रेसनं काही प्रादेशिक पक्षांच्या आघाडीला बाहेरून पाठिंबा दिला होता, डाव्या पक्षांनीही तसंच केलं होतं. सीताराम केसरींच्या नेतृत्वाखालील काँग्रेसनं या आघाडीचा पाठिंबा काढून घेण्याचं ठरवलं, तेव्हा या सरकारला हादरा बसला. राजकीय आणि वैयक्तिक कारणं तसेच केसरी आणि गौडा यांच्यातील मूलभूत गैरसमजांमुळे या सरकारला तडा गेला आणि अनेकांना आश्चर्याचा धक्का देत, ज्यांत काँग्रेस नेत्यांचाही समावेश होता, केसरींनी गौडांचा पाठिंबा काढून घेण्यात हयगय दाखवली नाही.

११ एप्रिल रोजी लोकसभेत, विश्वासदर्शक प्रस्तावाच्या वेळेस, सरकारच्या बाजूने केवळ १९० मतं पडली आणि विरोधात ३३८ मतं पडली. विश्लेषकांच्या दृष्टीनं हे मतदान आठवणीत राहणारं ठरलं, कारण यात कोणीही पक्ष सोडला नाही किंवा पक्षादेशाचं उल्लंघन केलं नाही. युनायटेड फ्रंटमधील कोणालाही केसरी यशस्वीरीत्या तोडू शकले नाही की गौडांनाही काँग्रेसमधील एकाही सदस्याला केसरींचा आदेश झुगारून लावण्यासाठी समजावता आलं नाही. मात्र, काँग्रेसनं जरी आपला 'वरचष्मा' दाखवण्यासाठी आणि 'विरोधक' म्हणून पाठिंबा काढला असला तरीही त्यांनी मध्यावधी निवडणुका टाळण्यासाठी आणखी कोणी तरी सरकार चालवावं याला मान्यता दिली आणि आय. के. गुजराल यांनी पंतप्रधान म्हणून कारभार हाती घेतला. त्या वेळी अकरा महिन्यांचे देवेगौडा सरकार विश्वासदर्शक ठरावामध्ये पराभूत झाले होते.

राजकीय नकाशावरील इतर प्रांतदेखील संकटं आणि घडामोडींनी भरलेले होते. उत्तर प्रदेशात, अनपेक्षितपणे आलेलं भाजपा-बसपा आघाडीचं सरकार, बसपानं आपला पाठिंबा काढून घेतल्यावर कोसळलं. भाजपचे मुख्यमंत्री कल्याण सिंह यांनी पक्षांतर करून आलेल्या आमदारांच्या बळावर, आपली सत्ता टिकवून ठेवली. या पक्षांतरित आमदारांना थेट मंत्रिमंडळात स्थान मिळालं होतं, त्या वेळी त्यांच्या मंत्रिमंडळात ९३ मंत्री होते.

सीबीआयने पुढे जाण्याचा निर्णय घेतला आणि चारा घोटाळ्यातील ५६ लोकांवर खटले भरले त्यामध्ये लालू प्रसाद यादव यांचाही समावेश होता. २५ जुलै रोजी, राबडी देवी यांनी बिहारच्या पहिल्या आणि एकमेव महिला मुख्यमंत्री म्हणून शपथ घेतली.

या वर्षी देशी बनावटीचा पीएसएलव्ही-सीएल उपग्रह अंतराळात धाडण्यात आला, ज्यामुळे अशा प्रकारचे जड उपग्रह अवकाशात पाठवण्याची क्षमता असलेल्या मोजक्या देशांच्या रांगेत आता भारतही जाऊन बसला; पण भारतानं याच काळात आपला इनसॅट-टूडी संपर्क उपग्रह गमावला. हा उपग्रह केवळ चारच महिने अवकाशात टिकला. याच वर्षी भारतीय वंशाची महिला अंतराळवीर, कल्पना चावला, पहिल्यांदाच अंतराळात गेली.

१९९७पासून ऑल इंडिया रेडिओचे थेट प्रक्षेपण सुरू झाले. हे दूरदर्शनचे सुरुवातीचे दिवस असले, तरीही राज्यस्तरावरील आकाशवाणी केंद्रं काळासोबत टिकून राहण्याच्या धडपडीत चांगलीच मागे पडल्याची दिसून येत होती.

याच वर्षांत देशातील पहिलं फुप्फुस आणि यकृत प्रत्यारोपण पार पडलं. नवी दिल्लीतील ऑल इंडिया इन्स्टिट्यूट ऑफ मेडिकल सायन्सेस येथे भारतातील पहिली यकृत प्रत्यारोपण शस्त्रक्रिया झाली तर मद्रास येथील शल्यतज्ज्ञांनी देशातील

पहिली फुप्फुस प्रत्यारोपण शस्त्रक्रिया केली. लखनौतील शास्त्रज्ञांनी 'सुजाता' ही खसखशीची अफू विरहित जात विकसित केली. त्याची बियाण्यांसाठी आणि तेलबियांसाठी लागवड केली जाऊ शकत होती. शास्त्रज्ञांनी, काला-आजार आणि बुरशीजन्य संसर्गापासून वाचण्यासाठी, लिपोझोम आधारित औषध तयार केलं. याआधी हा प्रयोग फक्त अमेरिकेतच यशस्वी झाला होता. वर्षाच्या शेवटी, ए. पी. जे. अब्दुल कलाम यांचा भारतरत्न देऊन सन्मान करण्यात आला. ते भारताच्या क्षेपणास्त्र कार्यक्रमाचे संचालक म्हणून ओळखले जातात.

राजकीयदृष्ट्या सांगायचं तर वर्ष संपेपर्यंत अजूनही उत्कंठावर्धक घटनाक्रम संपला नव्हता. माजी पंतप्रधान राजीव गांधी यांच्या हत्येच्या चौकशीसाठी नेमलेल्या जैन आयोगाच्या अहवालावरून आणि त्यात डीएमकेच्या विरोधात केलेल्या टिप्पणीवरून, सीताराम केसरींच्या नेतृत्वाखालील काँग्रेसनं पुन्हा एकदा इंदर कुमार गुजराल सरकारचा पाठिंबा काढून घेतला. युनायटेड फ्रंट सरकार पडलं. यावेळेस मात्र निवडणुका टाळता आल्या नाहीत कारण ४ डिसेंबर १९९७ ला अकरावी लोकसभा भंग करण्यात आली होती.

त्यामुळे, *अरे रे अरे ये क्या हुआ* हे गाण्यामध्ये माधुरी दीक्षित एका दृश्यामध्ये तंग पोशाखांत नृत्य करते तर दुसऱ्या प्रसंगात ती अत्यंत तलम रेशमी लाल साडीत, मादक हावभाव करत वावरते. हे १९९७साठी अगदी योग्य रूपक ठरलं - एक संमिश्र वर्ष, ज्यांत थोड्या चांगल्या गोष्टी होत्या, थोड्या वाईट गोष्टी होत्या - आणि असं काही तरी होतं की ज्यामुळे भविष्यातील राजकीय आणि सामाजिक परिस्थितीला गती मिळणार होती.

१९९८ : कुछ कुछ होता है

तुम पास आये यूँ मुस्कुराये
तुमने ना जाने क्या सपने दिखाये
अब तो मेरा दिल जागे ना सोता है
क्या करूँ हाये कुछ कुछ होता है

गीतकार : समीर
संगीतकार : जतिन-ललित
गायक : उदित नारायण आणि अलका याज्ञिक
चित्रपट : कुछ कुछ होता है

अब तो मेरा दिल जागे ना सोता है। क्या करूँ हाये कुछ कुछ होता है, हे १९९०च्या दशकात गाजलेलं फक्त आणखी एक मधुर गाणं ठरलं असतं; पण ते करण जौहर याच्या पहिलाच चित्रपट असलेल्या *कुछ कुछ होता है* मध्ये समाविष्ट झाल्यामुळे ते खास ठरलं. याच काळात *दिल से* आणि *१९४७-अर्थ* यांसारखे संगीतप्रधान चित्रपट प्रदर्शित झाले. शाहरुख खान-काजोल-राणी मुखर्जी यांच्या भूमिका असलेल्या चित्रपटाच्या या शीर्षक गीतानं अलका याज्ञिकला सर्वोत्कृष्ट पार्श्वगायिकेचा राष्ट्रीय पुरस्कार मिळवून दिला. समीरचे शब्द अगदी साधे आणि सोपे होते. त्या काळामध्ये गोविंदाच्या चित्रपटांतील द्विअर्थी गाणी धुमाकूळ घालत होती. जतिन-ललित ही संगीतकारांची जोडी त्यांच्या कारकिर्दीच्या शिखरावर होती. त्यांनी *दिलवाले दुल्हनिया ले जायेंगे* आणि *जो जिता वोही सिकंदर* यांसारख्या चित्रपटांना संगीत दिलं होतं.

या गाण्याची सहज म्हणता येणारी चाल, *दिल सेच्या* शीर्षकगीतापेक्षा वेगळी होती, ती चटकन गुणगुणता येते. या गाण्याच्या नयनरम्य चित्रीकरणामुळे ही चाल अधिकच खुलून आली आहे. करण जौहरमुळे चित्रपटाला चांगलाच फायदा झाला. करण जौहर यांनी प्रेक्षकांना वलयांकीत सामूहिक उपभोगाच्या जगात चैन करवली. या झगमगाटी चैनीच्या वस्तूंकडे *हम आपके है कौन* आणि *दिल तो पागल है* या चित्रपटांमुळे आधी लक्ष गेलं होतंच; पण करण जौहरने *कुछ कुछ होता है* या सिनेमात नायक-नायिकांसाठी वापरलेले ब्रँडेड कपडे आणि त्यांचे लोगो यांमुळे जौहर प्रेक्षकांना चंगळवादाच्या एका वेगळ्याच स्तरावर घेऊन गेला. कॉलेजमध्ये आर्ची कॉमिक्समधलं वातावरण निर्माण झालं, त्याच्या जोडीला *बेवर्ली हिल्स, ९०२१०ची* थोडीशी फोडणी देण्यात आली होती. हा एक मन प्रसन्न करणारा चित्रपट होता. त्यामध्ये, शाहरुख खान आणि काजोल यांची प्रणयी जोडी पुन्हा एकत्र आली होती; पण त्याच वेळी त्या चित्रातील गांभीर्य वाढवण्यासाठी त्यांत एक विधुर, एक आईविना असलेली मुलगी आणि प्रेमभंगाचं दुःखही समाविष्ट करण्यात आलं होतं. परिणामी तरल संवेदना, भावनांचं प्राबल्य असलेलं तर्कशुन्य पण खरं वाटणारं मनोरंजन या साऱ्याचं एक अनपेक्षित मिश्रण घडून आलं. यांतली पात्रं वयानं वाढली तरी त्यांच्या बाबतीत असलेलं वलयांकित आकर्षण कधीच कमी झालं नव्हतं. हे शीर्षक गीत दहा दिवसांच्या अवधीमध्ये, स्कॉटलंड येथील अनेक रम्य स्थळांवर चित्रित करण्यात आलं होतं.

कुछ कुछ होता है हा प्रचंड गाजला तर मणीरत्नमचा *दिल से* हा चित्रपट बॉक्स ऑफिसवर साफ कोसळला. *रोजा* आणि *बॉम्बेनंतर* आलेल्या त्रयीतील हा शेवटचा चित्रपट होता. यामध्ये शाहरुख खान होता. चित्रपटाला ए. आर. रहमान यांचं अद्वितीय आणि अत्यंत लोकप्रिय संगीत होतं. याच चित्रपटांतून गुलजार यांचं गीतकार म्हणून आधुनिक हिंदी चित्रपटांत पुनरागमन झालं. आगगाडीच्या छतावरती चित्रित करण्यात आलेल्या, *छैय्या छैय्या* या गाण्यावर चाहत्यांनी मनापासून प्रेम केलं. सन १९९०च्या दशकातील हिंदी चित्रपटांसाठी ही दुर्मीळ गोष्ट होती. अत्यंत वेगळ्या पद्धतीने चित्रित करण्यात आलेल्या *दिल सेच्या* गाण्यांना त्या वर्षीचा सर्वोत्कृष्ट व्हिडिओ अल्बम म्हणून प्रसिद्धी मिळाली. याच वर्षी ए. आर. रहमान यांनी दीपा मेहता यांच्या *१९४७-अर्थ* चित्रपटालाही संगीत दिलं, हा चित्रपट बापसी सिधवा यांच्या *आईस कँडी मॅन* या कादंबरीवर आधारित होता. ऑस्करमध्ये सर्वोत्कृष्ट परदेशी चित्रपटासाठी भारतातून निवड झालेल्या, *१९४७-अर्थ*, या चित्रपटाचं 'काही विशिष्ट दबावांमुळे एखादी संस्कृती एकाएकी कशी दुभंगते याची अत्यंत परिणामकारक आणि अस्वस्थ करणारी पूर्वसूचना,' असं *न्यू यॉर्क टाइम्सने* वर्णन केलं.

भारतातील अनेकांना १९९८ हे वर्ष त्यासारखंच भासलं होतं. नव वर्षाच्या पहिल्याच दिवशी, ६ ते २८ फेब्रुवारी दरम्यान सार्वत्रिक निवडणुका घेतल्या जातील,

असं निवडणूक आयोगानं सांगितलं. सोनिया गांधी यांनी तमिळनाडूतील श्रीपेरुंबुदूर येथून काँग्रेस पक्षाच्या निवडणूक प्रचाराला सुरुवात केली. तिथे त्यांचे पती, राजीव गांधी यांची १९९१मध्ये एका आत्मघाती हल्लेखोराने बॉंबस्फोट हत्या घडवून आणली होती. निवडणूक लढवण्यासाठी तिकीट नाकारण्यात आल्यानंतर, माजी पंतप्रधान नरसिंह राव यांनी खंत व्यक्त केली. 'माझी अवस्था द्रौपदीसारखी आहे. प्रत्येकानं तिचं वस्त्रहरण होताना पाहिलं; पण कोणीच तिला मदत केली नाही,' असं ते म्हणाले. १४-१५ फेब्रुवारी दरम्यान कोईम्बतूर येथे झालेल्या बॉम्बस्फोटाच्या पार्श्वभूमीवर मतदानाची पहिली फेरी सुरू झाली. दक्षिणेतील या शहरात ज्या दिवशी भाजप अध्यक्ष लालकृष्ण आडवाणी यांची नियोजीत प्रचार मोहीम होती, त्या दिवशी कार बॉम्बस्फोटांच्या मालिकेत साठ लोक मारले गेले. मतदानाशी संबंधित हिंसाचारांमध्ये १५०हून जास्त लोकांना आपला जीव गमवावा लागला. २ मार्चला निकाल जाहीर झाल्यानंतर एकाही गटाला सरकार स्थापन करण्यासाठी बहुमत मिळालं नाही. भाजप प्रणित नॅशनल डेमोक्रेटीक अलायन्सला (राष्ट्रीय लोकशाही आघाडी) २५१ जागा मिळाल्या, तर काँग्रेस प्रणित आघाडीला १६६ आणि सत्ताधारी युनायटेड फ्रंटला ९६ जागा मिळाल्या.

युनायटेड फ्रंटसोबत सत्ता स्थापन करण्याचे काँग्रेसचे प्रयत्न यशस्वी होऊ शकले नाही कारण, जयललिता यांचा ऑल इंडिया अण्णा द्रविड मुन्नेत्र कळघम (एआयएडीएमके)चा सत्तेमध्ये सहभागी होण्याचा निर्णय होत नव्हता. भाजप हा सर्वांत मोठा पक्ष असल्यामुळे राष्ट्रपतींनी अटल बिहारी वाजपेयी यांना सरकार स्थापन करण्यासाठी आमंत्रण देऊन बहुमत सिद्ध करण्यासाठी दहा दिवसांचा अवधी दिला. १९ मार्च रोजी, वाजपेयी यांनी तेरा पक्षांच्या आघाडीचे पंतप्रधान म्हणून पदाची शपथ घेतली, त्यांना एआयएडीएमकेचा पाठिंबा होता. २८ मार्च रोजी, रालोआ सरकारनं लोकसभेत विश्वास प्रस्ताव जिंकला. त्या वेळी तेलगू देसम पार्टीनं शेवटच्या क्षणी त्यांना पाठिंबा देण्याचा निर्णय घेताला. दरम्यान काँग्रेस पार्टीच्या अध्यक्षपदी बदल झाला. सीताराम केसरी यांनी ९ मार्च रोजी अध्यक्षपदाचा राजीनामा दिला आणि १४ मार्च रोजी सोनिया गांधी यांची पक्षाच्या अध्यक्षपदी निवड झाली, त्यामुळे सात वर्षांनंतर पुन्हा एकदा पक्षाचं अध्यक्षपद गांधी कुटुंबीयांकडे आलं.

वाजपेयी सरकार सत्तेत आल्यानंतर त्यांनी, 'ते भारताच्या आण्विक धोरणाचं पुनरावलोकन करतील आणि भारताच्या शस्त्रसाठ्यांमध्ये आण्विक अस्त्रांचा समावेश करण्यासंबंधी विचार करतील.' अशी घोषणा केली. दिनांक ११ आणि १३ मे १९९८ रोजी, भारतानं राजस्थानमधील पोखरण येथे, 'शक्ती' या सांकेतिक नावाने पाच अण्वस्त्र चाचण्या घेत सर्वांनाच आश्चर्याचा धक्का दिला. सीआयएच्या चौकस नजरेपासून या चाचणीची तयारी गुप्त ठेवण्यासाठी अत्यंत व्यापक स्तरावरील

गोपनीयतेची आणि सावधानतेची गरज होती. डिसेंबर १९९५मध्ये, अमेरिकन उपग्रहानं पोखरण येथील काही हालचालींची नोंद करत चाचणीची तयारी होत असल्याचं सूचित केलं होतं; पण अमेरिकन सरकारच्या दबावाखाली नरसिंह राव सरकारनं ही चाचणी रद्द केली. ऑक्टोबर १९९६मध्ये, पुन्हा एकदा पोखरण येथील नियोजित आण्विक चाचणी गुप्तपणे घेण्यात आलेल्या काही छायाचित्रांमुळे उघड झाली, त्यामुळे भारतानं पुन्हा एकदा चाचणी करण्याचं रद्द केलं. डिसेंबरच्या मध्यात ती जागा पहिल्यासारखी करण्यात आली.

२८ आणि ३० मे, १९९८ रोजी, पाकिस्ताननं हाच कित्ता गिरवत, त्यांच्या देशामध्ये सहा अण्वस्त्र चाचण्या घेतल्या, त्यामुळे भारत आणि पाकिस्तान यांच्याकडे आण्विक अस्त्रं आहेत असं जाहीर होताच, पाश्चिमात्य देशांनी, विशेषतः अमेरिका आणि जर्मनीने, या दोन्ही देशांवर कडक आर्थिक निर्बंध लादले. जपान, कॅनडा आणि ऑस्ट्रेलिया या देशांनीही असेच निर्बंध लादले.

आर्थिक निर्बंध आणि आशियाई अर्थव्यवस्थेतील संकटामुळे, महागाई प्रचंड वाढली. विशेषतः कांद्याचे वाढलेले दर हे या संकटाचं प्रतीक बनलं आणि नोव्हेंबरमध्ये झालेल्या विधानसभा निवडणुकांमध्ये मध्य प्रदेश, दिल्ली आणि राजस्थानमध्ये भाजपाचा पराभव झाला. दिल्ली आणि राजस्थानमध्ये भाजपानं सत्ता गमावली तर मध्य प्रदेशमध्ये काँग्रेसनं आपली सत्ता राखली. त्याच्याआधी सप्टेंबरमध्ये, वाजपेयी सरकारनं बिहारमधील राबडी देवींचं सरकार भंग करण्याची शिफारस केली आणि तिथे राष्ट्रपती राजवट लागू करावं असं सुचवलं. राष्ट्रपती के. आर. नारायणन यांनी तीन दिवसांनी ही शिफारस पुनर्विचारासाठी केंद्रीय मंत्रिमंडळाकडे परत पाठवली. त्यांनी हा मुद्दा रेटून धरला नाही.

वर्षाचा शेवट सरकारसाठी कठीण होता. नौदल प्रमुख ॲडमिरल विष्णू भागवत यांना पदावरून निष्कासित करण्यात आलं. एखाद्या पदासीन सैन्यप्रमुखाची हकालपट्टी होण्याची स्वतंत्र भारताच्या इतिहासातील ही पहिली घटना होती. जॉईंट चिफ्स ऑफ स्टाफ कमिटीचे प्रमुख म्हणून कारभार हाती घेतल्यानंतर दोन दिवसांतच हे घडलं, ॲडमिरल भागवत यांनी घेतलेले काही निर्णय, 'सरकारचा जाणीवपूर्वक आज्ञाभंग करणारे होते' असं सांगण्यात आलं.

ऑक्टोबरमध्ये भारताला एक सुखद धक्का बसला. अमर्त्य सेन यांची सन १९९८च्या बँक ऑफ स्वीडनच्या अर्थशास्त्रातील नोबेल पारितोषिकासाठी स्वीडिश रॉयल ॲकेडमी ऑफ सायन्सेसतर्फे निवड करण्यात आली. हे पारितोषिक मिळवणारे ते सहावे भारतीय बनले. दुष्काळाचा अभ्यास, गरिबी निर्देषांक आणि सामाजिक निवडी या संदर्भातील अर्थशास्त्रातील त्यांच्या आयुष्यभर केलेल्या कार्यासाठी सेन यांना सन्मानित करण्यात आलं.

सेन यांचा आणखी एका भारतीय नोबेल विजेत्याशी, रवींद्रनाथ टागोरांशी संबंध होता. १९३३मध्ये, आशियातील पहिले नोबेल विजेते, टागोरांना त्यांच्या सचिवाने त्यांच्या मुलीला झालेल्या बाळाचं नाव काय ठेवायचं हे विचारलं तेव्हा ते म्हणाले, 'अमर्त्य', ज्याला कधीही मृत्यू येत नाही. हे एक विलक्षण नाव आहे. 'हे बाळ मोठं होऊन एक विलक्षण व्यक्तिमत्त्व होणार आहे, हे मला दिसतंय.' कवीनं त्याच्या पालकांना सांगितलं. या वर्षामध्ये बरंच काही घडलं होतं, सरतेशेवटी प्रत्येकाला हेच म्हणावंसं वाटलं असतं की, *कुछ कुछ होता है।*

१९९९ : *हम दिल दे चुके सनम*

उम्मीदें तुम्ही से है मेरे सनम
थामा है तुम्हारा ही ये दामन
ओह भूलेंगे कभी ना अब तुम्हे हम
ओह हम दिल दे चुके सनम
तेरे हो गये है हम
तेरी कसम
तेरी कसम

गीतकार : मेहबूब
संगीतकार : इस्माईल दरबार
गायक : कविता कृष्णमूर्ती
चित्रपट : *हम दिल दे चुके सनम*

ह*म दिल दे चुके सनम, तेरे हो गये है हम,* हे संजय लीला भन्साळी यांच्या चित्रपटाचं शीर्षकगीत होतं. ते चित्रपटामध्ये अत्युच्च क्षणी येतं. या चित्रपटातून भन्साळीनं, इस्माईल दरबार या एका नव्या संगीतकाराला संधी दिली. ही संधी मिळण्याआधी तो अनेक संगीतकारांसाठी व्हायोलिन वाजवत होता. या, अकरा गाणी असलेल्या या चित्रपटाच्या संगीतासाठी दोन वर्षं लागली. त्यामुळेच हे संगीत चित्तवेधक होतं. विलक्षण छायाचित्रांकन आणि भव्यदिव्य नेपथ्यासाठीही या चित्रपटाचं कौतुक झालं.

ही सर्व गाणी नानाविध भावना व्यक्त करतानाच प्रेम त्रिकोणाची कथा पुढे नेतात. ही गाणी प्रचंड गाजली; पण बऱ्याच वेळानंतर एक फारसं महत्त्वाचं नसलेलं गाणं – जे पार्श्वभूमीवर वाजत राहतं – चित्रपटाचा कळसबिंदू ठरतो. मेहबूब यांचे साधे शब्द, एक मधुर धून जी एक सौम्य उत्कट इच्छा दर्शवते, गुंतागुंतीच्या भावना व्यक्त करणारा ऐश्वर्या रायचा संयत अभिनय आणि हंगेरी या देशातील बुडापेस्ट शहरामधील चित्ताकर्षक स्थळं – जी या चित्रपटामध्ये इटलीची म्हणून दाखवण्यात आली – यामुळे या चित्रपटातील हे शीर्षकगीत सर्वांत जास्त लक्षात राहिलं.

या गाजलेल्या चित्रपटासाठी दरबार यांनी सर्वोत्कृष्ट संगीतकाराचा राष्ट्रीय पुरस्कार या जिंकला. त्याला सर्वोत्कृष्ट छायाचित्रण, सर्वोत्कृष्ट प्रॉडक्शन डिझाईन आणि सर्वोत्कृष्ट नृत्यदिग्दर्शन यासाठीदेखील राष्ट्रीय पुरस्कार मिळाले. हा चित्रपट, मात्र एका पारंपरिक विचारसरणीचा पुरस्कार करतो. त्यामध्ये पत्नी आपल्या प्रियकराला सोडून, पतीसोबत राहण्याचा निर्णय घेते. या गाण्यात लाल साडी आणि मंगळसूत्राच्या प्रतीकांचा भन्साळींनी पुरेपूर उपयोग केला. या चित्रपटामुळे माजी विश्वसुंदरी असलेली ऐश्वर्या राय, एक अभिनेत्री म्हणूनही ओळखली जाऊ लागली. सुभाष घईंच्या *ताल* या चित्रपटामध्येही ऐश्वर्या रायला चांगलं यश मिळालं होतं. या चित्रपटाला ए. आर. रहमान यानं संगीत दिलं होतं. सूरज बडजात्या यांनी अनेक कलाकार घेऊन *हम साथ साथ है* हा चित्रपट केला पण या चित्रपटाला त्यांच्याच *हम आपके है कौन* या चित्रपटाप्रमाणे सांगीतिक किंवा बॉक्स ऑफिसवरील यश मिळू शकलं नाही. आमिर खानचा *सरफरोश* हा सर्व सांगीतिक चित्रपटांपेक्षा वेगळा असा एक थरारपट होता. त्यामध्ये पाकिस्तानातून होत असलेल्या सीमारेषेवरील दहशतवादाचा मुद्दा हाताळण्यात आला होता. पाकिस्ताननं कारगिलमध्ये जी घुसखोरी केली ती भारतीयांसमोर उघड होण्याच्या काही आठवडे आधी एप्रिलमध्ये तो प्रदर्शित झाला.

सन १९९८च्या शेवटास आणि १९९९च्या सुरुवातीस पाकिस्तानी सैन्यानं ऑपरेशन बद्र सुरू केलं. त्याच्या अंतर्गत त्यांनी बटालिक-कारगिल-द्रास या भारतीय भूभागांमध्ये आपल्या सैन्याच्या तुकड्या आणि निमलष्करी दलं पाठवायला सुरुवात केली. या ऑपरेशनला तेव्हाचे पाकिस्तानी लष्करप्रमुख, जनरल परवेझ मुशर्रफ यांनी मान्यता दिली होती. काश्मीर आणि लडाख यांच्यातील संबंध तोडून भारतीय सैन्याला सियाचीन ग्लेशियर (हिमनदी)मधून बाहेर काढणे हा त्यामागचा उद्देश होता. असं झाल्यास भारतावर बृहत काश्मीरविषयी असलेल्या विवादामध्ये तडजोड करण्यास दबाव टाकता येईल, असं त्यांना वाटत होता. रावळपिंडीला असाही भरवसा होता की या क्षेत्रामध्ये निर्माण होणाऱ्या कुठल्याही तणावामुळे – दोन आण्विक शक्तींमधील – काश्मीर प्रश्नाचं आंतरराष्ट्रीयीकरण होईल, त्यामुळे त्यावर वेगानं निर्णय घ्यायला मदत होईल.

पंतप्रधान अटल बिहारी वाजपेयी हे २० फेब्रुवारी रोजी बसने पाकिस्तानात गेले होते. त्याच वेळी दुसरीकडे ही घुसखोरी होत होती. दिल्ली-लाहौर बस सेवेचे उद्घाटन करण्यासाठी वाजपेयी प्रवास करत होते, त्यांच्या सोबत २२ नामवंत भारतीयदेखील होते. वाघा सीमेवर पाकिस्तानचे पंतप्रधान नवाज शरीफ यांनी त्यांचं पारंपरिक पद्धतीनं स्वागत केलं. १९४०मध्ये, ऑल इंडिया मुस्लीम लीगने जिथे पाकिस्तानच्या निर्मितीचा ठराव स्वीकारला होता त्या साठ मीटर उंचीच्या, मिनार-ए-पाकिस्तानला भेट देऊन वाजपेयींनी पाकिस्तानवर आपल्या मान्यतेची मोहोर उमटवली. कोणे एकेकाळी त्यांच्या पक्षानं फाळणीला विरोध केला होता आणि अखंड भारताच्या संकल्पनेवर त्यांचा विश्वास होता. या भेटीमुळे दोन्ही देशांमध्ये मोठ्या प्रमाणात खळबळ उडाली. अधिकृत रात्रीभोजनामध्ये, वाजपेयी यांनी अकराव्या शतकातील कवी मसुद बिन साद बिन सलमान याची एक ओळ सांगितली : *शुद दार गम लाहौर रवानाम यारब! यारब! की दार आरजू-ई-अनाम यारब!* (हे परमेश्वरा! लाहौरसाठी माझा आत्मा तळमळतो आहे! मी आणखी किती तळमळू!), नवाज शरीफ यांनी वाजपेयींच्या *अब जंग ना होने देंगे* या विधानाचा उल्लेख केला. दोन्ही बाजूंनी मिळून लाहौर जाहीरनामा प्रसिद्ध केल्यानंतर ही भेट संपली.

पण लाहौर जाहीरनाम्यावरील शाई अजून वाळलीही नव्हती की स्थानिक मेंढपाळांनी पाकिस्तानी घुसखोरांविषयी माहिती दिली. ५ मे रोजी, कॅप्टन सौरभ कालिया यांच्या नेतृत्वाखालील पाच सदस्यांच्या टेहळणी पथकाला घुसखोरांनी ताब्यात घेतलं आणि त्यांचा छळ करून मारून टाकलं. घुसखोरीच्या या सुरुवातीच्या घटनांना सैन्यानं आधी गांभीर्यानं घेतलं नाही. या मूठभर दहशतवाद्यांना हद्दपार करता येईल असं त्यांना वाटलं; पण जेव्हा घुसखोरीचं प्रचंड प्रमाण उघड झालं, तेव्हा हवाई दलाला पाचारण करण्यात आलं. सैन्यानं ऑपरेशन विजय अंतर्गत सैन्यदलाच्या आणखी तुकड्या तिथं पाठवल्या. मे महिन्याच्या शेवटी, वायू सेनेनं आपली दोन मिग विमानं आणि एक हेलिकॉप्टर गमावलं आणि सैन्यानं चौक्या परत ताब्यात घेण्याच्या प्रयत्नात मोठी हानी सोसली. सरकारनं या प्रकरणांमध्ये पाकिस्तानी सहभागाचे पुरावे सादर केले. त्यामध्ये मुशर्रफ यांनी बीजिंगमधून रावळपिंडीतील त्यांच्या चिफ ऑफ जनरल स्टाफ, लेफ्टनंट जनरल अजिज खान यांच्याबरोबर केलेलं दूरध्वनी संभाषणदेखील होतं. नियंत्रणरेषेवरील शांतता भंग केल्यामुळे भारतानं कुशलतेनं राजनैतिक हालचाली करत पाकिस्तानवर जागतिक दबाव आणला, त्याच वेळी सैन्यानं आणखी काही तुकड्या पाठवल्या आणि पाकिस्तानी तळ उद्ध्वस्त करण्यासाठी बोफोर्स तोफांमधून प्रचंड मोठ्या प्रमाणात मारा करण्यात आला.

या हालचालींचे परिणाम अखेर दिसू लागले. जूनच्या मध्यास भारतीय सैन्यानं द्रासमधील तोलोलिंगवर परत ताबा मिळवला. त्याच वेळी अमेरिकेचे अध्यक्ष बिल क्लिंटन यांनी शरीफ यांना फोन करून त्यांची नाराजी प्रकट केली. ४ जुलै रोजी शरीफ वॉशिंग्टनला गेले. क्लिंटन यांनी त्यांची झाडाझडती घेतली आणि त्यानंतर पाकिस्ताननं बळकावलेल्या क्षेत्रांतून एकतर्फी माघार घेतली. पाकिस्तानी सैन्यानं माघार घेतल्यानंतरही लढाई मात्र सुरूच राहिली. १४ जुलै रोजी, वाजपेयींनी ऑपरेशन विजय यशस्वी झाल्याचं जाहीर केलं. शेवटी २६ जुलै रोजी ते पूर्णपणे संपलं. आता २६ जुलै हा कारगिल विजय दिवस म्हणून साजरा करण्यात येतो. कारगिल युद्धाचा प्रमुख विशेष म्हणजे भारतातील माध्यमांनी त्याचं पूर्ण वार्तांकन केलं, विशेषतः वृत्त वाहिन्यांनी. ज्याचा शेवट युद्धखोर देशभक्तीची भावना वाढण्यात झाला.

वाजपेयी हे निवडणूक प्रचाराच्या मोहिमेत व्यस्त असताना कारगिल युद्धाचं वार्तांकन त्यांच्या मदतीला आलं. त्याआधी, १७ एप्रिल रोजी त्यांच्या सरकारचा केवळ एका मतानं लोकसभेत पराभव झाला होता. एआयएडीएमके पक्षानं त्यांचा पाठिंबा काढून घेतल्यानंतर मतदान आवश्यक झालं होतं. आपल्याकडे सरकार स्थापन करण्यासाठी आवश्यक बहुमत आहे, असा दावा सोनिया गांधींनी सार्वजनिकपणे केला. त्या वेळी मुलायम सिंह यादवांनी त्यांना पाठिंबा देण्याचं नाकारलं, परिणामी सार्वत्रिक निवडणुका झाल्या. सप्टेंबर-ऑक्टोबरमध्ये झालेल्या निवडणुकांच्या निकालात, वाजपेयांच्या रालोआला २९८ जागा मिळाल्या, काँग्रेसप्रणीत आघाडीनं १३४ जागा जिंकल्या आणि इतरांनी १०५.

पण या दुःखद वर्षांत जे काही सुरू होतं त्यामध्ये निवडणूक निकालांमुळे, कोणताही बदल झाला नाही. जानेवारी महिन्यामध्ये ओडिशामधील हिंदू कट्टरतावाद्यांनी इसाई धर्मप्रसारक ग्रॅहम स्टेन्स आणि त्यांच्या दोन लहान मुलांना जिवंत जाळलं, तर ऑक्टोबरमध्ये पूर्वेतील राज्यात आलेल्या प्रचंड चक्रीवादळामुळे जवळपास १० हजार लोकांना आपला जीव गमवावा लागला. ऑगस्टमध्ये, पाकिस्तानी नौदलाचं *अटलांटिक* हे टेहळणी विमान, कच्छच्या रणात पाडण्यात आलं. यामध्ये त्यांतले सर्व लोक ठार झाले. त्यामुळे दोन्ही देशांतील तणाव आणखी वाढला. ख्रिसमसच्या संध्याकाळी, पाकिस्तानी दहशतवाद्यांनी काठमांडूहून नवी दिल्लीला जाणारी इंडियन एअरलाईन्सची एअरबस फ्लाईट आयसी-८१४ या विमानाचं अपहरण केलं. त्यामध्ये १८९ प्रवासी होते. आधी अमृतसरला थांबल्यानंतर, हे विमान आपला नियोजीत मार्ग बदलून युनायटेड अरब अमिरातीतमध्ये नेण्यात आलं. शेवटी २५ डिसेंबर रोजी अफगाणिस्तानातील कंदहार येथे ते विमान उतरवण्यात आलं. २८ डिसेंबर रोजी अपहरणकर्त्यांनी, तीन मागण्या केल्या. त्यामध्ये ३५ दहशतवाद्यांची सुटका आणि २० कोटी डॉलर्सची खंडणीही होती. वाजपेयी सरकारनं अपहरणकर्त्यांसोबत

वाटाघाटी केल्या आणि शेवटी तीन पाकिस्तानी दहशतवाद्यांना तुरुंगातून सोडण्याचं मान्य केलं. परराष्ट्र मंत्री जसवंत सिंह यांनी या तीन दहशतवाद्यांना कंदहार येथे स्वतः नेलं. ३१ डिसेंबर रोजी, अपहरणकर्त्यांनी विमानातल्या एका प्रवाशाला ठार केल्यानंतर इतरांना सोडून दिलं. दहशतवादाचा कठोरपणे बिमोड करण्याची भाषा करणाऱ्या सरकारला ही चांगलीच थप्पड बसली होती. कदाचित सरकारला असं वाटत होतं की मतदारांनी वाजपेयींना *हम दिल दे चुके सनम* असं म्हटल्यानंतर आता चिंता करण्याची काहीच गरज नव्हती.

२००० चं दशक

इंडिया शायनिंग

फिर भी दिल है हिंदुस्थानी

तीन नव्या राज्यांची निर्मिती. गुजरात दंगलींनी देशाच्या सदसद्विवेकबुद्धीला हादरा दिला. हक्क आधारित कायदे २००४पासून लागू : माहितीचा अधिकार आणि काम करण्याचा अधिकार.भारताच्या अर्थव्यवस्थेमध्ये तेजी.दूरसंचार क्रांतीची सुरुवात.

1.

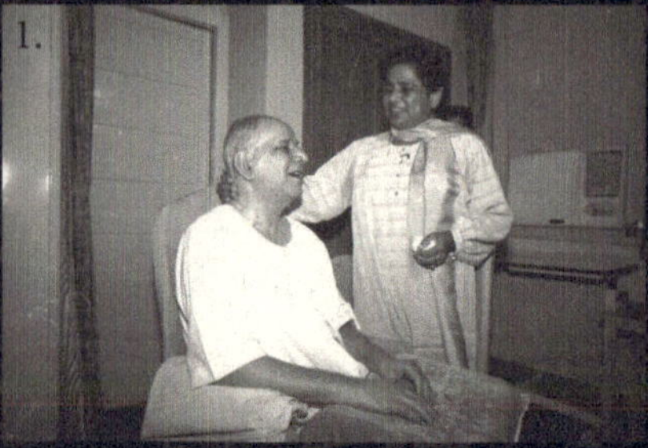

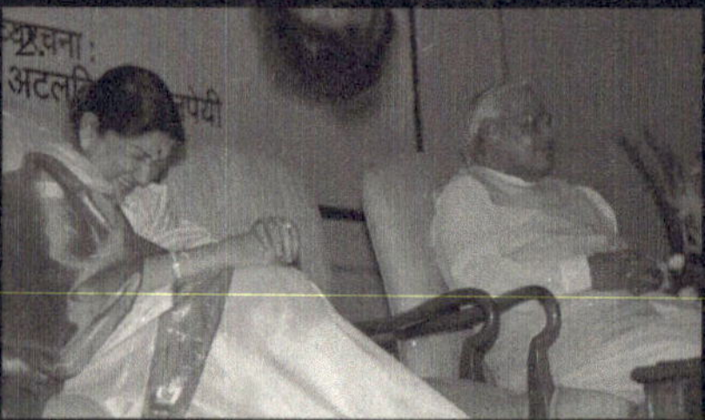

3.

4.

१) दलित राजकारणाचे चेहरे : काशिराम आणि मायावती. (छायाचित्र : प्रवीण जैन)

२) एका सोहळ्यात, गानकोकिळा लता मंगेशकर यांच्यासोबत पंतप्रधान अटल बिहारी वाजपेयी. (छायाचित्र : प्रवीण जैन)

३) अपयशी ठरलेल्या आग्रा शिखर परिषदेच्या दरम्यान पंतप्रधान वाजपेयी आणि पाकिस्तानी हुकूमशहा परवेज मुशर्रफ. (छायाचित्र : प्रवीण जैन)

४) नोव्हेंबर २००८मध्ये, पाकिस्तानी दहशतवाद्यांनी हल्ला केल्यानंतर जळणारी मुंबई.

५) संयुक्त पुरोगामी आघाडीची सत्तावापसी : २००९मधील निवडणुकांच्या निकालानंतर मनमोहन सिंह यांचे अभिनंदन करताना सोनिया गांधी. (छायाचित्र : प्रवीण जैन)

5.

२००० : *फिर भी दिल है हिंदुस्थानी*

उलटी सिधी जैसी भी है अपनी यही कहानी
थोडी हम में होशियारी है, थोडी है नादानी
थोडी हम में सच्चाई है, थोडी बेईमानी
फिर भी दिल है हिंदुस्थानी

गीतकार : जावेद अख्तर
संगीतकार : जतिन-ललित
गायक : उदित नारायण
चित्रपट : फिर भी दिल है हिंदुस्थानी

फिर भी दिल है हिंदुस्थानी, फिर भी दिल है हिंदुस्थानी, हे अजीज मिर्जा यांच्या चित्रपटाचं शीर्षक गीत, त्या देशभक्तीपर गीतांच्या मालिकेत जाऊन बसलंय, जी प्रत्येक प्रजासत्ताकदिनी आणि स्वातंत्र्य दिनाला भक्तिभावानं वाजवली जातात; पण जावेद अख्तर यांचे या गीतातील शब्द हे उघड देशभक्तीचे नसून, बारीक चिमटे काढणारे आहेत. त्यातून एक मिश्किलपणा दिसून येतो जो हिंदी चित्रपटांतील एक लोकप्रिय कल्पना असलेल्या तिरंगा फडकवणाऱ्या राष्ट्रवादाशी मिळताजुळत नाही. या गाण्याचा व्हिडिओ काहीशा अनपेक्षितपणे भडक कपड्यांमध्ये सादर होतो. जतिन-ललित यांची उडती चाल मनाची अधिकच पकड घेते. चित्रपटाच्या प्रदर्शनाआधी, त्याच्या प्रसिद्धीसाठी बनवलेलं हे गाणं इतकं लोकप्रिय झालं की लोकांच्या अपेक्षापूर्तीसाठी ते चित्रपटाच्या श्रेयनामावली दरम्यान झळकलं. चित्रपटाच्या शेवटासही हे गाणं पार्श्वभूमीवर वाजत राहतं. एका लोकहीताच्या कामासाठी सामान्य भारतीय माणसाला एकत्र होण्याचं आवाहन

करतं.

दोन टीव्ही पत्रकारांच्या शत्रुत्वाच्या कथेवर आधारित असलेला हा चित्रपट एकाच वेळी दूरचित्रवाणी पत्रकार, राजकीय पक्ष, न्याय व्यवस्था आणि औद्योगिक प्रायोजकत्व या सर्वांवर ताशेरे ओढतो. त्यांची भूमिका शाहरुख खान आणि जुही चावला यांनी केली आहे. हा चित्रपट फारसा मार्मिक नसला तरी – उदाहरणार्थ त्यात एक जल्लाद फाशी देण्याचं आपलं काम करण्यासाठी जात असताना मध्येच एका उत्पादनाची जाहिरात करण्यासाठी थांबतो – तरी तो चिखलफेकीमध्ये आनंद वाटणाऱ्या आपल्या प्रेक्षकवर्गाची नाडी अचूक ओळखतो. कदाचित काळाच्या काहीसा पुढे असलेला हा सिनेमा शाहरुख खान, जुही आणि अजीज यांच्या ड्रिम्ज अनलिमिटेड या नव्या निर्मिती संस्थेचा पहिलाचा प्रयत्न होता. तो बॉक्स ऑफिसवर फारसा प्रभाव पाडू शकला नाही.

या वर्षांतील सर्वाधिक गाजलेला चित्रपट होता, *कहो ना प्यार है*. या चित्रपटातून हृतिक रोशनने पदार्पण केलं. त्यासोबतच मन्सूर खान यांनी त्यांचा चुलत भाऊ आमिर खान याला न घेता तयार केलेला पहिला चित्रपट होता – *जोश*. त्यामध्ये शाहरुख खान आणि ऐश्वर्या राय यांनी नायक-नायिका म्हणून नाही तर बहीण-भावाच्या भूमिका साकारल्या होत्या. *दिलवाले दुल्हनिया ले जायेंगे* नंतर आदित्य चोप्रा अनेक मोठ्या कलाकारांचा समावेश असलेला *मोहब्बतें* हा चित्रपट घेऊन परतला. त्यावर समीक्षकांनी टीकेची झोड उठवली. अभिषेक बच्चन आणि करीना कपूर यांनी जे. पी. दत्ता यांच्या *रेफ्युजी* या चित्रपटातून चित्रपटसृष्टीत पदार्पण केलं. हा चित्रपटही बॉक्स ऑफिसवर अपयशी ठरला. हे वर्ष संपलं ते विधू विनोद चोप्रा यांच्या *मिशन काश्मीर* या चित्रपटाने. त्याची पटकथा पुलित्झर पुरस्काराचं अंतिम फेरीमधील नामांकन लाभलेल्या सुकेतू मेहता यांनी लिहिली होती. हा चित्रपट दहशतवादासारख्या गुंतागुंतीच्या मुद्द्यांवर आधारित आहे, विशेषतः काश्मीरच्या संबंधात आणि काश्मिरीयतच्या वेगानं नाहीशा होणाऱ्या कल्पनेविषयी यामध्ये दुःख व्यक्त करण्यात आलं आहे.

काश्मिरातील वाढत्या हिंसाचारामुळे तिथलं संकट अजूनही कायम होतं. कारगिल युद्धामुळे आणि कंदहार अपहरणकांडामुळे भारत आणि पाकिस्तानातील संबंध आणखी दूषित झाले होते. वर्षाच्या सुरुवातीला, पंतप्रधान वाजपेयी यांनी पाकिस्तानला दहशतवादी राष्ट्र म्हणून घोषित करण्याची मागणी केली. पाकिस्तान हा कंदहार अपहरणकांडाचा सूत्रधार असल्याचा त्यांनी आरोप केला होता. मार्चमध्ये अमेरिकेचे अध्यक्ष बिल क्लिंटन विविध प्रकारचे करारनामे करण्यासाठी भारत दौऱ्यावर आले होते, त्याच वेळेस काश्मिरातील चित्तीसिंगपुरा या गावात ३६ शिखांची हत्या करण्यात आली. या हत्याकांडामागे लष्कर-ए-तैय्यबा असल्याचे मानले जात होते पण अमेरिकेनं याबाबत भारतीय नेतृत्वाबरोबर मौन राखल्यामुळे

भारतात अनेकांचा भडका उडाला. आपल्या २००६मध्ये प्रकाशित झालेल्या द *मायटी अँड द ऑलमायटी : रिफ्लेक्शन्स ऑन अमेरिका, गॉड अँड वर्ल्ड अफेयर्स*, या आपल्या पुस्तकात क्लिंटन यांच्या सेक्रेटरी ऑफ स्टेट - मॅडेलिन अलब्राईट यांनी हे दुष्कृत्य 'हिंदू दहशतवाद्यां'नी केल्याचा आरोप केला होता. नंतरच्या पुनर्मुद्रणांमध्ये 'हिंदू दहशतवादी' हा संदर्भ काढून टाकण्यात आला.

क्लिंटन यांनी दिल्लीत काय केलं, यामुळेच त्यांच्या भेटीला महत्त्व नव्हतं तर त्यांनी इस्लामाबादेतही जे काही केलं त्यामुळेही या भेटीला महत्त्व होतं. अमेरिकेच्या दृष्टीनं आजवर पाकिस्तानला भारताच्या बरोबरीनंच वागणूक देण्यात येत होती; पण क्लिंटन यांनी त्यांच्या पाच दिवसीय भारत भेटीच्या शेवटी, दौऱ्यात बदल केला. ते त्यांच्या ताफ्यात नसलेल्या एका विमानाने अचानकपणे पाकिस्तानला गेले. त्यांच्या सोबत एक छोटा कार्यगटदेखील होता. ज्या वेळेस ते पाकिस्तानचे हुकूमशहा जनरल परवेज मुशर्रफ यांच्यासोबत अन्य विषयांवर गुप्तपणे वाटाघाटी करत होते, त्याच वेळी दूरदर्शनवरील थेट प्रक्षेपणांत त्यांनी 'लोकशाही वारंवार उखडून टाकण्यात आली तर ती टिकणार नाही...,' असं पाकिस्तानी लोकांना सुनावलं. सहा तास पाकिस्तानी भूमीवर घालवल्यानंतर ते निघून गेले; पण जाताना त्यांनी आपल्या नंतरच्या अध्यक्षांसाठी एक नवा पायंडा पाडला. त्यामुळे नंतरच्या काळात भारत भेटीवर आलेल्या अमेरिकेच्या अध्यक्षांनी पाकिस्तानला भेट देण्याचा दिखावूपणा करण्याचं टाळलं.

इस्लामाबादसोबत नवी दिल्लीचं राजनैतिक द्वंद्वयुद्ध सुरू असतानाच, वाजपेयींनी काश्मिरी गटांसोबत संवादाची अनेक दारं उघडण्याचा प्रयत्नही सुरू ठेवला. जुलैमध्ये एक धाडसी निर्णय घेऊन, सरकारनं हिज्बुल मुजाहिद्दीनसोबत युद्धबंदी जाहीर केली; पण पंधरा दिवसांनीच ती मोडली. दहशतवादी गटानं सरकारवर हिज्बुलच्या काही सदस्यांवर गोळीबार केल्याचा आरोप केला. जम्मू आणि काश्मीर विधानसभेनं १९५३ पूर्वीचा राज्याचा दर्जा पुन्हा स्थापित करण्याचा ठराव मंजूर केला, केंद्रानं तो ताबडतोब फेटाळला आणि त्यावर संसदेत चर्चा करण्याचंही नाकारलं. १९ नोव्हेंबर रोजी, वाजपेयींनी रमझान महिन्याचं औचित्य साधत जम्मू आणि काश्मिरातील दहशतवाद्यांच्या विरोधात लढणाऱ्या पथकांच्या कारवाया थांबवण्याची एकतर्फी घोषणा केली. पाकिस्ताननं त्याला प्रतिसाद देत संयम बाळगला आणि त्यांच्या काही तुकड्या नियंत्रण रेषेवरतून दुसरीकडे हलवल्या. ही युद्धबंदी तीन वेळा वाढवण्यात आली. मे २००१मध्ये ती मागे घेण्यात आली. युद्धबंदी माघारीच्या घोषणेसोबतच मुशर्रफ यांना चर्चेसाठी भारतभेटीचं निमंत्रणही देण्यात आलं.

जून महिन्यांत, बिहारमधील औरंगाबाद जिल्ह्यांत सवर्ण जातीची संघटना असलेल्या रणवीर सेनेनं ३४ यादवांची हत्या केल्यामुळे, या पूर्वेतील राज्यांतील कायदा आणि सुव्यवस्थेची नाजूक परिस्थिती पुन्हा चव्हाट्यावर आली.

तोवर, राज्य सरकारनं, बिहारच्या दक्षिणेकडील भागामध्ये झारखंड या नव्या राज्याची निर्मिती करण्यास मान्यता दिली होती. ही तेथिल आदिवासी जमातींची दीर्घकाळापासूनची मागणी होती. जुलै महिन्यामध्ये जेव्हा बिहारची राजधानी असलेल्या पटना शहरात बोईंग ७३७ हे विमान नागरी वसाहतीत कोसळून ५० लोक ठार झाले तेव्हा पटना पुन्हा एकदा बातम्यांत झळकलं. याच काळात बिहारनं राज्य पोलिसांचा अभूतपूर्व संपही अनुभवला. शहीद पोलिसांच्या कुटुंबीयांसाठी अधिक नुकसानभरपाई आणि त्यांच्या कामामध्ये कमीत कमी 'राजकीय हस्तक्षेपा'ची पोलिसांची मागणी होती.

कुप्रसिद्ध दरोडेखोर विरप्पन याने बंधक बनवलेल्या लोकांमध्ये वयोवृद्ध कन्नड चित्रपट अभिनेते राजकुमार यांचाही समावेश होता. वाटाघाटी करून राजकुमार यांची सुटका करण्यासाठी लोकांनी राज्य सरकारवर प्रचंड दबाव आणला; पण सर्वोच्च न्यायालयानं हत्तींच्या अवैध शिकारीच्या आणि चंदन तस्करीच्या प्रकरणात शिक्षा भोगणाऱ्या विरप्पनच्या साथीदारांची सुटका करण्याची अट मान्य करण्यास नकार दिला. तमिळनाडू आणि कर्नाटक राज्य सरकारची तीन महिने लाजीरवाणी अवस्था केल्यानंतर, नोव्हेंबरमध्ये, विरप्पनने या ज्येष्ठ अभिनेत्याची अचानक सुटका केली. त्यांच्या सुटकेची खरी कारणं कधीच उघड झाली नसली, तरी कर्नाटक राज्य सरकारनं या लुटारूच्या काही मागण्या निश्चितपणे मान्य केल्या होत्या.

१९७४पासून व्यावसायिक फायदा नसल्यामुळे बंद पडलेली, पश्चिम बंगालमधील पेत्रापोल ते बांगलादेशातील बेनापोल येथील प्रवासी रेल्वे सेवा पुन्हा सुरू झाली. भारत आणि बांगलादेश यांच्यामधील सुधारलेल्या संबंधांचं हे प्रतीक होतं. भारतानं, रशिया आणि दक्षिण आफ्रिकेसोबतही करार केले आणि युरोपियन युनियनसोबतही व्यापारी वाटाघाटी सुरू केल्या.

याच वर्षी आंतरराष्ट्रीय क्रिकेटला कलंक लागला. दिल्ली पोलिसांनी दक्षिण आफ्रिकेच्या क्रिकेटसंघाचा कर्णधार हॅन्सी क्रोनिए याला सामना निश्चितीसाठी आरोपी केलं. सुरुवातीला दिलेल्या नकारानंतर क्रोनिएनं आपल्यावरील आरोप मान्य केले. दक्षिण आफ्रिकेतील चौकशी आयोगाच्या चौकशीमध्येदेखील हे आरोप सिद्ध झाले. क्रोनिएवर आयुष्यभरासाठी क्रिकेट बंदी लादण्यात आली, सोबतच आणखी काही दक्षिण आफ्रिकी क्रिकेट खेळाडूंनाही बंदीला सामोरं जावं लागलं. या आरोपांमध्ये, माजी भारतीय खेळाडू मोहम्मद अझहरुद्दीन आणि अजय जडेजा यांचीही नावं आली होती.

नोव्हेंबरमध्ये उत्तरांचल, झारखंड आणि छत्तीसगढ या तीन नव्या राज्यांची निर्मिती झाली. त्याच सुमारास जगात सर्वाधिक काळ निवडणूक जिंकत आलेले साम्यवादी नेते ज्योती बसू यांनी पश्चिम बंगालचे मुख्यमंत्रिपद सोडण्याचा निर्णय घेतला. बुद्धदेब भट्टाचार्य यांनी त्यांची जागा घेतली. दरम्यान, काँग्रेस पक्षाच्या

अध्यक्षपदासाठी जितेंद्र प्रसाद यांनी सोनिया गांधींना आव्हान दिलं. सोनिया गांधी यांनी ९४ मतांविरोधात ७४४८ मते मिळवून विजय मिळवला.

भारतीय स्त्रियांनी या वर्षी सौंदर्य स्पर्धेत आपला दबदबा निर्माण केला. लारा दत्ता ही मिस युनिव्हर्स, प्रियांका चोप्रा ही मिस वर्ल्ड, दिया मिर्झा ही मिस एशिया-पॅसिफीक आणि अदिती गोवित्रीकर ही मिसेस वर्ल्ड स्पर्धांमध्ये विजेत्या ठरल्या; पण या झगमगत्या जगापासून दूर, देशातील दहा कोटी लोक दुष्काळाशी झुंझत होते. या परिस्थितीला, कठोर वास्तवाला झाकोळून टाकणाऱ्या झगमगत्या गाण्याचे शब्द अगदी शोभून दिसत होते,

फिर भी दिल है हिंदुस्थानी।

२००१ : राधा कैसे न जले

मधुबन में जो कन्हैया किसी गोपी से मिले
कभी मुस्काये, कभी छेडे, कभी बात करे
राधा कैसे न जले, राधा कैसे न जले
आग तन मन में लगे
राधा कैसे न जले, राधा कैसे न जले

मधुबन में भले कान्हा किसी गोपी से मिले
मन में तो राधा के ही प्रेम के है फुल खिले
किस लिये राधा जले, किस लिये राधा जले

गीतकार : जावेद अख्तर
संगीतकार : ए. आर. रहमान
गायक : उदित नारायण, आशा भोसले, वैशाली आणि सहगायक
चित्रपट : *लगान*

राधा कैसे न जले, हे गाणं एकोणिसाव्या शतकाचं चित्रण असलेल्या *लगान* या चित्रपटामध्ये आहे. हे गाणं, कार्तिक महिन्यांतील पौर्णिमेच्या रात्री खेळल्या जाणाऱ्या रास लीलेवर आधारित असलं, तरी चित्रपटामध्ये हे गाणं कृष्णाच्या जन्मदिवशी म्हणजेच जन्माष्टमीला सादर होताना दिसतं. ए. आर. रहमानचं संगीत पारंपरिक आहे, तर जावेद अख्तर यांनी त्या काळातील भाषेचा परिणाम साधण्यासाठी त्याच काळतील भाषेचा उपयोग केल आहे. जावेद अख्तर यांना या

गीतलेखनासाठी तर रहमान यांना संगीतासाठी राष्ट्रीय पुरस्कार मिळाला. ऑस्कर पुरस्काराच्या परकीय भाषेतील सर्वोत्कृष्ट चित्रपटाच्या अंतिम यादीत या चित्रपटाचा समावेश झाला.

सरोज खान यांनी *राधा कैसे न जले* या गाण्याचं नृत्यदिग्दर्शन करताना पारंपरिक दांडिया आणि शास्त्रीय नृत्याचा आधार घेतला आहे. हे गाणं खेळीमेळीतील युगल गीत म्हणून बसवण्यात आलं आहे. कृष्णाला अन्य गोपिकांसोबत जवळीक साधताना पाहून राधेच्या मनात ईर्षा निर्माण होते, तेव्हा कृष्ण तिच्यावरच्या प्रेमाची कबुली देत तिला समजवण्याचा प्रयत्न करतो. या गाण्यांत, चित्रपटाची नायिका ही नायकाविषयीचा - ज्याची भूमिका आमिर खानने केली आहे - आपला संदेह व्यक्त करते. तो अन्य गोपिकांच्या नाही तर एका इंग्लिश मुलीच्या प्रेमात पडला आहे. चित्रपटामध्ये या प्रेमकथेची क्रिकेटवर आधारित शेवटासोबत सांगड घालण्यात आली आहे. त्याचा भारतातील वसाहतवादी ब्रिटिश सत्तेशी संबंध होता. त्या काळात बनवण्यात येणाऱ्या चित्रपटांपासून अगदी पराकोटीचं वेगळेपण असलेल्या या चित्रपटाची निर्मिती आमिर खानसाठी धोकादायक होती. २२२ मिनिटं लांबीच्या या चित्रपटाच्या यशानं त्याला वेगळेपण असलेला अभिनेता-निर्माता-दिग्दर्शक म्हणून प्रस्थापित केलं, जो धंदेवाईक चित्रपट सृष्टीत नावीन्यपूर्ण कल्पनांवर आधारित असलेले चित्रपट तयार करू शकत होता.

लगान हा ग्रामीण भारतावर आणि भूतकाळावर आधारित होता तर, याच वर्षातील आमिरचा दुसरा चित्रपट, *दिल चाहता है*, हा शहरी आणि अधिक समकालीन होता. जावेद अख्तर यांचा मुलगा फरहान याने दिग्दर्शित केलेला हा चित्रपट उच्च वर्गातील तीन मुलं आणि त्यांच्या अस्तित्वादी संघर्षाचा भावनिक शोध घेणारा होता. याची भाषा, व्याकरण, संवाद आणि कथानक हे सारं अत्याधुनिक होतं आणि चित्रपट-निर्मितीच्या शहरी आणि नावीन्यपूर्ण शैलीनुसार त्याचं चित्रीकरण झालं. त्याला तरुणाईची पसंती होती.

हिंदी चित्रपट जगतामध्ये ज्याप्रमाणे टोक गाठलं जात होतं, त्याचप्रमाणे देशानंही या वर्षी काही अत्युच्च तर काही तळ गाठणाऱ्या गोष्टी पाहिल्या. अमेरिकेतील ९/११च्या दहशतवादी हल्ल्यामुळे भारत भोगत असलेल्या वेदनांचं सत्य अखेर पाश्चिमात्य जगालाही कळून आलं. न्यू यॉर्कमधील ट्विन टॉवर्सवर झालेल्या भयानक हल्ल्यानंतर काही महिन्यांच्या आतच, सहा दहशतवाद्यांनी भारतीय संसदेवर हल्ला चढवला. ते पाकिस्तानात आश्रयास असलेल्या लष्कर-ए-तैयबा आणि जैशे-ए-मोहम्मद या दहशतवादी गटाचे सदस्य होते. १३ डिसेंबरच्या या नाट्यमय आत्मघातकी हल्ल्यात सहा सुरक्षा अधिकारी मारले गेले, सुदैवानं कुठल्याही राजकीय नेत्याला यात दुखापत झाली नाही. या पाठोपाठ, १ ऑक्टोबर रोजी, जम्मू आणि काश्मीर विधानसभेवर एक भीषण हल्ला करण्यात आला त्यामध्ये जैश-ए-मोहम्मदच्या

पाकिस्तानी आत्मघाती हल्लेखोरानं ३८ लोकांना बॉंबस्फोट करून उडवलं. हल्लेखोरानं इमारतीच्या प्रवेशद्वारापाशी दारुगोळ्यानं भरलेल्या सरकारी जीपमध्ये स्फोट घडवून आणला. अन्य दहशतवादी पोलिसांच्या वेषांत इमारतीच्या आत शिरले आणि गोळीबार सुरू केला. या दोन्ही घटना, विशेषतः संसदेवरील दहशतवादी हल्ल्यामुळे वाजपेयी सरकारचा संयम सुटत चालला होता. त्यानं पाकिस्तानला या हल्ल्यात सहभागी असलेल्या दहशतवादी गटांवर जरब बसेल अशी कारवाई करण्यास सांगितलं. वर्ष संपत आलं तशी युद्धाची शक्यता जाणवू लागली होती.

वर्षाची सुरुवात एका करुण घटनेनं झाली. गणराज्य दिनाला गुजरात राज्य एका शक्तिशाली भूकंपानं हादरलं. दहा लाखांपेक्षा जास्त लोक घरादाराला मुकले आणि एकट्या कच्छ भागातच १२,३०० लोक ठार झाले. तिथे भूकंपामुळे हाहाकार उडाला होता. भूकंपाच्या केंद्रबिंदूपासून केवळ २० किमी अंतरावर असलेलं भूज पूर्णपणे जमिनदोस्त झालं, तर अहमदाबादमध्येही अनेक इमारती उद्ध्वस्त झाल्या. दिलासा देण्यासाठी आणि पुनर्वसनाच्या कामासाठी भारतीय लष्करानं सरसावून कंबर कसली. त्यांना अनेक आंतरराष्ट्रीय स्वयंसेवी संस्थांनिही मदत केली त्यामध्ये रेड क्रॉसचादेखील समावेश होता. परराष्ट्रातून मदत सामग्री आणि इतर साहाय्यतेचा ओघ सुरू झाला. त्यामध्ये पाकिस्तानातून आलेली १३ टन मदत सामग्रीदेखील होती. उद्ध्वस्त झालेल्या प्रदेशाच्या उभारणीसाठी राज्य सरकारनं मेमध्ये एक विस्तृत पुनर्बांधकाम आणि पुनर्वसन धोरण जाहीर केलं.

गुजरातेतील भीषण मानवी दुःखातून देश सावरत असतानाच, बातम्या देणाऱ्या एका संकेतस्थळामुळे राजकीय भूकंप आला. १३ मार्च रोजी, *तहलकाने* केलेल्या स्टींग ऑपरेशनच्या काही व्हिडिओ सीडीज् प्रदर्शित केल्या ज्यांत शस्त्र विक्रेते आणि दलाल असल्याची बतावणी करणाऱ्या पत्रकारांकडून काही राजकीय नेते आणि लष्करी अधिकारी लाच घेत असल्याचं दिसून आलं. भाजपचे राष्ट्रीय अध्यक्ष, बंगारू लक्ष्मण हेदेखील कॅमेऱ्यासमोर रोख रकमेची लाच स्वीकारताना दिसल्यामुळे त्यांना आपल्या पदाचा राजीनामा द्यावा लागला. संरक्षण मंत्री जॉर्ज फर्नांडिस आणि त्यांच्या समता पार्टीच्या राष्ट्रीय अध्यक्षा जया जेटली यांनीही राजीनामे दिले. भाजप सरकारनं याविरोधात कडक कारवाई करत *तहलकाला* भारतीय दंडविधानाच्या अनेक कलमांमध्ये अडकवलं. त्यांनी आयकर खातं, सक्तवसुली संचालनालय आणि गुप्तचर खात्याला *तहलकावर* सोडलं; पण त्यांना तिथं कुठलाही गैरव्यवहार आढळला नाही. *तहलकाला* आर्थिक पुरवठा करणारे शंकर शर्मा यांना कोणत्याही आरोपाविना तुरुंगात डांबण्यात आलं. ज्या पत्रकारांनी हे स्टींग ऑपरेशन केलं त्यांनाही आत जावं लागलं. नोव्हेंबरमध्ये जॉर्ज फर्नांडिस पुन्हा आपल्या पदावर परतले.

म्यानमारमध्ये लष्करी गटानं सत्तेवर कब्जा केल्यानंतर, तिथं भेट देणारे जसवंत सिंह हे पहिले परराष्ट्र मंत्री ठरले; पण एप्रिल २०००मध्ये सीमा सुरक्षा दलाचे १६ जवान,

बांगलादेश बॉर्डर गार्ड्ससोबत झालेल्या चकमकीत मारले गेले तेव्हा मात्र भारताचे बांगलादेश सोबत असलेले संबंध रसातळाला गेले. त्या मागे कारण होतं ते या दोन्ही सीमा सुरक्षा दलांमध्ये काही काळापासून वाढत असलेला तणावाचं पण दोन्ही देशांमध्ये काहीशा विस्कळितपणे आखलेल्या सीमारेषेवरून उठलेल्या वादाचं नंतर चिथावणीखोर संघर्षामध्ये रूपांतर झालं. या सोळाही सैनिकांना मारण्याआधी बांगलादेशी सैनिकांनी त्यांचा भयंकर छळ केल्याचं त्यांच्या शवविच्छेदन अहवालातून उघड झालं आणि ही बातमी कळल्यानंतर भारतीय सरकारला देशातील जनतेच्या आक्रोशाला सामोरं जावं लागलं. तणाव कायम राहिला तरी, दोन्ही देशांच्या वरिष्ठ राजकीय नेतृत्वानं यात हस्तक्षेप केल्यामुळे पूर्वीप्रमाणेच परिस्थिती कायम ठेवण्यात आली.

भाजप सरकारला अजूनही त्यांच्या विरोधातल्या निवडणूक निकालांचे धक्के बसत होते, विधानसभा निवडणुकांमध्ये ते आसाम, केरळ आणि पाँडीचेरीमध्ये काँग्रेसकडून पराभूत झाले. तमिळनाडूमध्ये ते एआयएडीएमकेविरुद्ध हरले. त्यांनी काँग्रेससोबत युती केली होती आणि पश्चिम बंगालमध्ये पुन्हा एकदा डावी आघाडी सत्तेवर आली. जगात सर्वाधिक काळ लोकशाही मार्गाने निवडून येणारे साम्यवादी सरकार म्हणून असलेला त्यांचा विक्रम अबाधीत राहिला.

जुलैमध्ये पाकिस्तानचे अध्यक्ष परवेज मुशर्रफ हे वाजेपयींच्या निमंत्रणावरून शिखर परिषदेसाठी भारतात आले; पण आग्र्यातील ही चर्चा योग्य मार्गाने न गेल्यामुळे निष्फळ ठरली. चर्चा होण्याची शक्यता असल्यामुळे, जम्मू आणि काश्मिरात, नियंत्रण रेषेवरील, काही प्रवेश मार्ग खुले ठेवण्यात आले होते. ही बोलणी काहीशा कडवट वातावरणात संपुष्टात आली. मुशर्रफ यांनी प्रसिद्धीची नको ती उठाठेव केली. दूरचित्रवाणी वाहिन्यांवरील थेट प्रक्षेपणामध्ये भारतीय संपादकांना दीर्घ मुलाखत देऊन मुशर्रफ यांनी भारत सरकारला आश्चर्याचा धक्का दिला. आण्विक चाचणी केल्यानंतर तीन वर्षांनी आणि ९/११च्या घटनेनंतर आंतरराष्ट्रीय मदतीची गरज भासल्यामुळे, अमेरिकेने भारत आणि पाकिस्तानवर लादलेले आर्थिक निर्बंध उठवले.

दरम्यानच्या काळात, २००१च्या जनगणनेच्या तात्पुरत्या निरीक्षणांनुसार देशानं एक अब्ज लोकसंख्येचा आकडा ओलांडल्याचं निश्चित झालं. याच वर्षी भारत आणि ऑस्ट्रेलियातील क्रिकेट वर्चस्वाचं युद्ध सुरू झालं. पहिला कसोटी सामना गमावून आणि कोलकात्यातील दुसऱ्या कसोटीत फॉलोऑन पत्करूनदेखील यजमानांनी तीन कसोटी सामन्यांची मालिका नाट्यमय पद्धतीने जिंकली. व्ही. व्ही. एस. लक्ष्मण आणि राहूल द्रविड यांनी जबरदस्त खेळी करत सामना पलटवला. अनेकांच्या मते तो सर्वोत्कृष्ट कसोटी सामना होता. त्यामध्ये हरभजन सिंह याच्या हॅटट्रीकमुळे भारतानं एका अशक्यप्राय विजयाची नोंद केली. त्या वर्षाला ही सुयोग्य अशी मानवंदना होती. लगाननेदेखील एक असंभव गोष्ट संभव करून दाखवली होती जेव्हा सर्व देश गुणगूणत होता *राधा कैसे न जले...*

२००२ : *साथीयाँ साथीयाँ*

पीली धुप पहनके तुम
देखो बाग में मत जाना
भँवरे तुमको सब छेडेंगे
फुलों में मत जाना

गीतकार : गुलजार
संगीतकार : ए. आर. रहमान
गायक : सोनू निगम
चित्रपट : *साथीयाँ*

१९९३ पासून २००१पर्यंत अल्ला रखखा रहमान याने दरवर्षी सर्वोत्कृष्ट संगीत दिग्दर्शनासाठी दक्षिणेतील फिल्मफेअर पुरस्कार जिंकले. गाजलेल्या तमिळ गाण्यांसाठी लागोपाठ नऊ वेळा फिल्मफेअर पुरस्कार जिंकल्यानंतर, २००२मध्ये दहावा पुरस्कार मिळवण्यात मात्र तो अपयशी ठरला; पण त्या वर्षी हिंदी चित्रपटांतील संगीतासाठी पाचवा फिल्मफेअर पुरस्कार जिंकून त्यानं त्याची भरपाई मात्र केली. तो होता *साथीयाँ* चित्रपटासाठी. सोनू निगमनं गायलेलं चित्रपटाचं शीर्षक गीत प्रचंड गाजलं. त्याचे शब्द लिहिले होते गुलजार साहेबांनी.

साथीयाँ हा काही मूळ चित्रपट नव्हता आणि त्याची गाणीही मूळची नव्हती. मणीरत्नम यांचा तमिळ चित्रपट, *अलैपायुथेचा* हा हिंदी अवतार होता. तमिळ चित्रपट २०००मध्ये प्रदर्शित झाला होता. या चित्रपटामध्ये एक प्रणयरम्य कथानक होतं.

लग्नानंतर जोडप्यांमध्ये निर्माण झालेला तणाव व त्यांतूनच फुलत जाणारे त्यांचे प्रेमसंबंध यांवर चित्रपटांत भाष्य होतं. *अलैपायुथेमधील* नऊ गाण्यांपैकी सात गाण्यांच्या चाली हिंदी आवृत्तीत तशाच ठेवण्यात आल्या होत्या. हरिहरन यांनी गायिलेलं *पचाई निरामे* हे गाणं या चित्रपटांत *साथीयाँ साथीयाँ* झालं; पण त्याचा हळुवारपणा, रसरशीतपणा कमी झाला नाही. १९९८च्या *दिल से* नंतर रहमाननं गुलजार यांच्यासोबत केलेलं हे दुसरं काम होतं. हे काम त्यांच्या अपेक्षा पूर्ण करणारं ठरलं.

सन २००२मध्ये आणखी एक चित्रपट आला जो हिंदीमध्ये तिसऱ्यांदा तयार करण्यात आला होता. तो म्हणजे संजय लीला भन्साळीचा *देवदास*. विसाव्या शतकात साकारलेला आणि बंगाली लेखक शरत चंद्र चट्टोपाध्याय यांच्या १९१७ सालच्या कादंबरीवर आधारित असलेल्या या प्रणयी आणि इतिहासकालीन पार्श्वभूमी असलेल्या नाट्यमय कलाकृतीला इस्माईल दरबार यांनी संगीत दिलं होतं. *साथीयाँचं* संगीत हे जर आधुनिक असेल, तर *देवदासचं* संगीत भारतीय शास्त्रीय संगीतातून निर्माण झालेलं होतं. नुसरत बद्र यांच्या कल्पनारम्य कवितांवर, दरबार यांनी आपल्या चाली आणि संगीत संयोजनानं जादू केली. संगीताच्या दर्जाला शोभेल असा आवाज देत श्रेया घोषाल हीने थक्क करणारं *बैरी पीया* गाणं गाऊन चित्रपटसृष्टीमध्ये पदार्पण केलं. आपल्या सादरीकरणासाठी घोषालला राष्ट्रीय पुरस्कार मिळाला. *देवदास* हा भन्साळी आणि दरबार दोघांसाठीही एक महत्त्वाकांक्षी प्रकल्प होता. आल्हाददायक आणि अद्वितीय संगीत रचना देत त्यांनी तो साकारला. उदित नारायण आणि विनोद राठोड यांनी *छलक छलक* हे गीत गायलं. त्यामध्ये झिंगलेल्या मौजमस्तीतून शोकात्म तळमळीकडे वाटचाल होते, तर नृत्य गुरू बिरजू महाराज यांनी *काहे छेड छेड मोहे*ची सुरुवात करून दिलयानंतर पुढे कविता कृष्णमूर्ती गाण्याचा ताबा घेते आणि त्यांच्या ठुमरीला आणखी एका उंचीवर घेऊन जाते.

२००२मध्येच राम गोपाल वर्मा यांचा गुन्हेगारीवर जगतावर आधारित असलेला *कंपनी* हा थरारपट प्रदर्शित झाला. गुंड दाऊद इब्राहिम याच्यावर काही प्रमाणात बेतलेला या चित्रपटामध्ये एक चलाख गुन्हेगार आपल्या गुन्हेगारी जगताचं कशा प्रकारे सुव्यवस्थित यंत्रणेत रूपांतर करतो, याचं चित्रण आहे. ही गुन्हेगार टोळी एखाद्या कॉर्पोरेट कंपनीसारखंच काम करते. वर्माचा *सत्या* हा एका पात्राचा गुन्हेगारी जगतात होणारा प्रवेश दाखवतो तर *कंपनी* या चित्रपटातून त्याचं वाढतं साम्राज्य दाखवलं गेलं आहे.

भारतासाठी हे वर्ष काही सुखासुखी आलं नाही. १३ डिसेंबर २००१ रोजी संसदेवर झालेल्या दहशतवादी हल्ल्याचे परिणाम देश अजूनही भोगतच होता. डिसेंबरमध्ये भारतीय सरकारनं सैन्याची जमवाजमव करण्याचे आदेश दिले. जानेवारीमध्ये ५ लाख सैनिक एकत्र आले. काश्मीरमधील नियंत्रण रेषेजवळ तीन

सशस्त्र तुकड्या तैनात केल्या गेल्या. पाकिस्तानने प्रत्युत्तरादाखल आपले तीन लाख सैनिक जमवले. ऑपरेशन पराक्रम म्हणून ओळखली जाणारी ही सैन्याची तैनाती अकरा महिने टिकली. त्यामध्ये १८७४ भारतीय सैनिकांना जीव गमवावा लागला.

दोन आण्विक शक्तींमधील या सैन्य तैनातीमुळे जरी जगावर युद्धाची टांगती तलवार लटकत होती तरीही, २००२मध्ये भारतात घडलेली ही सर्वांत भयंकर गोष्ट होती, असं म्हणता येणार नाही. हा दावा गुजरातमध्ये घडलेल्या घटनांनी खरा केला. गुजरातमधील गोध्रा रेल्वे स्टेशनवर २७ फेब्रुवारी २००२ रोजी, झालेल्या एका प्रसंगानंतर या घटनांना गती मिळाली. गुजरात सरकारनं स्थापन केलेल्या आयोगाच्या अहवालानुसार, गोध्रा स्टेशनमधून बाहेर पडणाऱ्या साबरमती एक्स्प्रेसवर एका जमावानं हल्ला चढवला आणि चार डब्यांना आगी लावल्या. या रेल्वेत अयोध्येतील विवादास्पद राम जन्मभूमी स्थळावरील एका धार्मिक कार्यक्रमात सहभागी होऊन परतणारे भाविक मोठ्या संख्येनं होते. यामध्ये ५९ लोक जिवंत जाळले गेले. या घटनेनंतर प्रसंगांची अशी एक मालिका सुरू झाली, जिचे पडसाद देशात आजही ऐकू येत असतात.

गोध्रा हत्याकांडाची बातमी ऐकताच राज्यातील हिंदू गटांमध्ये मुसलमान समुदायाच्या विरोधात प्रचंड संताप उसळला. मुस्लिमांनी हा हल्ला केल्याचा आरोप केला गेला होता. पुढील तीन दिवस मुस्लीम लोकांना लक्ष्य करून त्यांना मारण्यात आलं आणि त्यांची घरं जाळण्यात आली. या मुस्लिमांच्या छळामध्ये राज्य सरकारचाही सहभाग असल्याचा आरोप करण्यात आला. राज्य सरकारने पोलिसांना या घटनांकडे दुर्लक्ष करण्यास सांगितलं. मुख्यमंत्री नरेंद्र मोदी यांना त्यांच्या डोळ्यासमोर राज्यामध्ये झालेल्या या हिंसाचाराविषयी जेव्हा विचारण्यात आलं, त्या वेळी मुख्यमंत्री नरेंद्र मोदींनी न्यूटनचा आधार घेत जे झालं त्याचं स्पष्टीकरण दिलं. 'प्रत्येक क्रियेची तशीच आणि विरोधी प्रतिक्रिया घडत असते.' असं ते म्हणाले. अधिकृत आकडेवारीनुसार या दंगलींत १०५० लोक ठार झाले, तर अनधिकृत आकडेवारीनुसार २००० लोक मारले गेले, असा दावा केला जातो.

गुजरात हिंसाचाराचा अभ्यास करणाऱ्या विद्वान आणि भाष्यकारांनी राज्य यंत्रणेवर मुस्लीम समुदायांना लक्ष्य करण्यासाठी लोकांना भडकवल्याचा आरोप केला गेला. वर्षभरानंतर होणाऱ्या विधानसभा निवडणुकीमध्ये भाजपला यश मिळावं यासाठी हे केलं गेलं असं त्यांचं मत होतं. राज्यातील विस्थापित मुस्लिमांना मदत दिली नसल्याचा आरोपदेखील सरकारवर करण्यात आला. पंतप्रधान वाजपेयी यांनी गुजरातला भेट दिली. जेव्हा माध्यमांनी त्यांना विचारलं की तुम्ही मुख्यमंत्र्यांना एखादा सल्ला देऊ इच्छिता का? तेव्हा ते म्हणाले : मुख्यमंत्र्यांना देण्यासाठी माझ्याकडे एकच सल्ला आहे. तो म्हणजे त्यांनी 'राजधर्मा'चं पालन करावं. सत्ताधारी हे जात किंवा धर्माच्या आधारावर आपल्या प्रजेची विभागणी करू शकत नाही.

भाजपच्याच प्रधानमंत्र्यानं आपल्याच पक्षाच्या मुख्यमंत्र्याच्या सरकारचे कान टोचले होते. त्यानंतरही कित्येक महिने मुस्लिमांवरील तुरळक हल्ले हे सुरूच होते.

वृत्त वाहिन्यांनी या प्रचंड हिंसाचाराचं सविस्तर वार्तांकन केल्यामुळे नरेंद्र मोदींना देशभरातून कठोर टीकेला सामोरं जावं लागलं, परिणामी जुलै २००२मध्ये, विधानसभेचा निश्चित कालावधी संपायला अजून आठ महिने बाकी असताना त्यांनी आपल्या पदाचा राजीनामा दिला, त्यामुळे आधीच निवडणुका घेण्यात आल्या. ऑक्टोबर महिन्यात राज्यात निवडणुका होण्याच्या आधी, मोदींनी त्यांच्या विरोधकांवर गुजरात आणि गुजराती लोकांची प्रतिष्ठा कलंकित केल्याचा आरोप करत, सप्टेंबरमध्ये गुजरात गौरव यात्रा काढली. निवडणुकांमध्ये १८२ पैकी १२७ जागा जिंकत भाजप सत्तेत परत आला. मोदी यांची गुजरातच्या मुख्यमंत्रिपदावर नियुक्ती झाली.

गुजरातमधील हिंसाचाराच्या धक्क्यामुळे भारत स्तब्ध झालेला असतानाच, काही आनंदाचे क्षणही त्याच्या वाट्याला आले होते. इंग्लंड दौऱ्यावर असताना, भारतीय क्रिकेट संघानं तिरंगी नॅटवेस्ट मालिकेतील अंतिम सामन्यात इंग्लंडचा पराभव केला. १३ जुलै रोजी लॉर्ड्सवर झालेल्या अंतिम सामन्यामध्ये कठीण अशा ३२६ धावांचा डोंगर गाठताना, भारतानं आधी दमदार सुरुवात केली; पण पंधराव्या षटकानंतर क्षेत्ररक्षणाच्या मर्यादा हटवण्यात आल्यानंतर त्याचा तोल ढासळला. जेमतेम १४६ धावांवरच भारताचा निम्मा संघ तंबूत परतला. त्यामध्ये सर्व अनुभवी फलंदाज होते. त्या वेळी युवराज सिंह आणि मोहम्मद कैफ या दोन युवा फलंदाजांनी परिपक्व फलंदाजीचं प्रदर्शन करून एकेक धाव काढत भारतीय डाव पुन्हा सावरला. भारतानं इंग्लंडच्या संघाकडून विजय हिसकावून घेतला. या सामन्यामध्ये कैफ नाबाद राहिला होता.

जुलै २००२ने एका भारतीय सुपुत्राला निरोप दिला. धीरूभाई हिराचंद अंबानी यांनी एडन येथील कारकुनाची नोकरी सोडली आणि भारतात परत येऊन त्यांनी मुंबईत आयात-निर्यातीचा व्यवसाय सुरू केला, तेव्हा ते २६ वर्षांचे होते आणि पुढील चाळीस वर्षांत, अंबानींनी रिलायन्स उद्योग समूहाची उभारणी केली. त्यांच्या संपूर्ण आयुष्यात, धीरूभाईंवर नियमांची पायमल्ली केल्याचा किंवा त्यांच्या योजनांना फायदा मिळावा यासाठी नियमांना वाकवण्याचा आरोप केला गेला; पण रिलायन्सचा भारतीय उद्योग जगतावर आणि शेअर बाजारावर असलेला प्रभाव मात्र नाकारता न येण्याजोगा आहे. अंबानी हे लहान गुंतवणूकदारांसाठी मसिहा म्हणून ओळखले जाऊ लागले होते. सन २००२मध्ये जेव्हा वयाच्या ६९व्या वर्षी त्यांचं निधन झालं, त्या वेळी रिलायन्स इंडस्ट्रीची एकत्रित मालमत्ता ५५,००० कोटी रुपये इतकी अवाढव्य होती.

दिल्ली हे शहर आपल्या पायाभूत सुविधांच्या पुनरुज्जीवनाकडे पहिली पावलं टाकू लागलं होतं. २५ डिसेंबर रोजी तीस हजारी आणि शाहदरा दरम्यान दिल्ली मेट्रोचा पहिला टप्पा खुला झाला. जपानच्या मदतीने उभारण्यात आलेली दिल्ली मेट्रो रेल कॉर्पोरेशन १९९५पासून अस्तित्वात असली तरी प्रत्यक्ष काम १९९८मध्ये सुरू झालं.

भारतासाठी २००२ची सुरुवात अनिष्ट झाली होती आणि त्याचा फटका त्याला बसल्यावाचून राहिला नाही. देशासाठी, राजकारणासाठी आणि सर्वांना समदृष्टीने पाहणारं राष्ट्र म्हणून असलेल्या एका श्रद्धेसाठी हे एक अत्यंत प्रतिकूल वर्ष होतं. हे वर्ष एका आशादायी सुरांवर संपू शकलं असतं :

मौसम मौसम हँसते रहना
मध्धम मध्धम हँसते रहना

२००३ : हर पल यहाँ, जी भर जीयो

हर पल यहाँ, जी भर जीयो
जो है समाँ, कल हो ना हो
हर घडी बदल रही है रूप जिंदगी
छाँव है कभी, कभी है धूप जिंदगी

गीतकार : जावेद अख्तर
संगीतकार : शंकर-एहसान-लॉय
गायक : सोनू निगम
चित्रपट : *कल हो ना हो*

दोन वर्षांआधी, *कभी खुशी कभी गम* या चित्रपटामध्ये, शाहरुख खानसाठी *सुरज हुआ मध्धम* हे गाणं गायल्यानंतर, सोनू निगमने *कल हो ना हो* या चित्रपटाच्या शीर्षक गीतासाठीदेखील स्वतःचा आवाज दिला. हे गाणं शंकर, एहसान आणि लॉय या संगीतकार त्रिकुटानं, जावेद अख्तर यांच्या शब्दांच्या आधाराने तयार केलं होतं. हे गाणं आयुष्याची क्षणभंगुरता अधोरेखित करतं आणि ऐकणाऱ्याला जीवनाचा जास्तीत जास्त आनंद घेण्यास सुचवते. सन २००३मधली ही एक सर्वांत गाजलेली सौम्य, मंजूळ धून होती आणि तिने गायक आणि गीतकार, या दोघांनाही अनेक सन्मान मिळवून दिले, त्यामध्ये फिल्मफेअर पुरस्कारही होते. शाहरुख खान, प्रिटी झिंटा, सैफ अली खान आणि जया बच्चन यांच्या भूमिका असलेली ही करण जौहरची आणखी एक निर्मिती होती. हा चित्रपट अनिवासी भारतीयांभोवती फिरतो, यावेळेस न्यू यॉर्कमध्ये. जौहरचा माजी सहायक, निखिल आडवाणी याने चित्रपटाचं दिग्दर्शन केलं होतं.

कल हो ना हो खूप गाजला असला तरीही या वर्षी प्रदर्शित झालेला तोच एकमेव चांगला चित्रपट नव्हता. चलते चलते, ज्यांत पुन्हा एकदा शाहरुख खान मुख्य भूमिकेत होता - या वेळेस त्याची जोडी राणी मुखर्जीसोबत होती - या चित्रपटातील गाणीदेखील चांगलीच गाजली होती. जतिन-ललित आणि आदेश श्रीवास्तव यांनी या चित्रपटाला संगीत दिलं होतं. यांतली सौम्य, हळुवार प्रणयपूर्ण गाणी हे त्याचं वैशिष्ट्य ठरलं. याच वर्षी विशाल-शेखर यांनीही *झंकार बीट्स* या सांगीतिक विनोदी चित्रपटाच्या माध्यमातून आपलं पदार्पण केलं. चित्रपट आणि संगीताच्या माध्यमातून, आर. डी. बर्मन यांच्या प्रतिभेला वाहिलेली ही एक आदरांजली होती. या संगीतासाठी त्यांनी रचलेल्या चाली या नवीन असल्या, तरी त्याची प्रेरणा त्यांनी आरडींच्या चाली आणि ध्वनी प्रकारांतून घेतली होती. हा चित्रपट आणि त्याचं संगीत हे या वर्षामध्ये आश्चर्यकारकरीत्या यशस्वी ठरल्या.

सन २००३चं वर्ष हे आणखी एका चित्रपटासाठी उल्लेखनीय ठरलं. त्यामध्ये संजय दत्त आणि अर्शद वारसी हे मुख्य भूमिकेत होते. दिग्दर्शक राजकुमार हिरानी यांच्या पदार्पणातील चित्रपटांत, *मुन्नाभाई एम.बी.बी.एस.*मध्ये या जोडीने खट्याळ गुंडांची भूमिका केली. हा विनोदी चित्रपट तुफान गाजला आणि हिरानींना दिग्दर्शक म्हणून प्रस्थापित करून गेला.

चित्रपटाबाहेरच्या जगात, २००३ या वर्षांत भारत निश्चयीपणानं २००२च्या कडवटपणापासून दूर गेला. २००२मध्ये भारत-पाकिस्तान यांच्यामध्ये तणावपूर्ण वातावरण होतं, तर २००३मध्ये दोन्ही बाजूंनी एकमेकांशी चर्चा करत विश्वासार्हता वाढवण्यावर भर दिला. मेमध्ये दोन्ही देशांतील राजनैतिक संबंध पुन्हा प्रस्थापित झाले. जुलैमध्ये लाहौर-दिल्ली बस सेवा पुन्हा सुरू झाली आणि त्यामध्ये अडीच वर्षांच्या नूर फातिमानं प्रवास केला. नूर फातिमा ही पाकिस्तानातून भारतात ओपन हार्ट सर्जरीसाठी येत होती. तिच्या पालकांनी तिला बंगलोर येथील एका इस्पितळामध्ये भरती करण्याचं ठरवलं होतं. लहानगी नूर फातिमा ही भारत-पाकिस्तान यांच्यातील सुधारलेल्या संबंधांचं प्रतीक बनली. या विश्वासार्हता वाढवण्याच्या मोहिमेचा शेवट, काश्मीरमधील नियंत्रण रेषेवरील युद्धबंदीत झाला.

एकीकडे पश्चिमेकडील शेजाऱ्याशी भारताचे संबंध सुधारत असतानाच, जून महिन्यामध्ये पंतप्रधान वाजपेयींनी या चीनला भेट दिल्यानंतर साम्यवादी देशाबरोबर असलेले भारताचे संबंध पुन्हा उजळले. या भेटीदरम्यान तिबेट हा चीनचा भाग असल्याचं भारतानं आणि सिक्कीम हा भारताचा भाग असल्याचं चीननं मान्य केलं. या भेटीमुळे दोन्ही देशांतील व्यापारानंही जोरदार उचल खाल्ली. सन २००३मध्ये तो केवळ ६ अब्ज डॉलर्सवरच थांबला होता.

बाह्य सुरक्षेसाठी भारत जोरकस प्रयत्न करत असला तरीही त्याच्यासमोर इतर अनेक आव्हानं होती. २५ ऑगस्ट २००३ रोजी, भारताची आर्थिक राजधानी,

असलेल्या मुंबईमध्ये, दोन बॉम्बस्फोट झाले त्यामध्ये ५४ लोक मारले गेले तर २४४ लोक जखमी झाले. एक स्फोट गेट वे ऑफ इंडिया जवळ झाला तर दुसरा मुंबा देवी मंदिराजवळील झवेरी बाजार येथे झाला. त्यानंतर, स्फोटातील तीन आरोपींना फाशीची शिक्षा सुनावण्यात आली आणि २०१२मध्ये मुंबई हायकोर्टाने हा निकाल उचलून धरला.

ज्या वेळेस भारत, चीन आणि पाकिस्तान सोबतचे आपले संबंध सुधारण्यात व्यस्त होता त्याच कालखंडात त्याला आणखी एका वेगळ्याच बाह्य दबावाला, सामोरं जावं लागलं. मार्च २००३मध्ये अमेरिकेचे अध्यक्ष जॉर्ज डब्ल्यू. बुश यांनी आघाडीच्या सेना, सद्दाम हुसैनला पदच्युत करण्यासाठी इराकवर हल्ला करतील, अशी घोषणा केली. या आक्रमणाच्या समर्थनासाठी, इराककडे सामूहिक संहाराची महाअस्त्रे असल्याचं कारण देण्यात आलं. वॉशिंग्टनने भारताला या आक्रमणामध्ये सहभागी होऊन इराकमध्ये सैन्य तुकड्या पाठवण्याची विनंती केली. इराकी आक्रमणात भारतानं आपलं सैन्य पाठवायचं की नाही यावर देशात वाद घडत असताना, अमेरिकेनं भारतावर चांगलाच दबाव आणला. वाजपेयी सरकारमधील काही सदस्य, ज्यांचं नेतृत्व गृहमंत्री लालकृष्ण आडवाणी करत होते, त्यांना भारतानं अमेरिकेन आघाडीच्या इराकमधील आक्रमणाला सहकार्य करावं असं वाटत होतं. काही भारतीय धोरणतज्ज्ञांना भारतानं ही 'संधी गमावू नये' असं वाटत होतं परंतु, लोकसभेनं एक ठराव मंजूर करून भारतानं सैन्य पाठवू नये असा निर्णय घेतला.

भारतीय क्रिकेटवेड्यांसाठी २००३मध्ये काही कडू-गोड आठवणी आहेत. फेब्रुवारीमध्ये विश्वचषक सामने खेळण्यासाठी दक्षिण आफ्रिकेत जाण्याआधी, भारतीय संघानं दुहेरी मालिका खेळण्यासाठी न्यूझीलंडचा दौरा केला. ही मालिका फार आधीच आखण्यात आली होती. भारतीय संघाला वेगवान, उसळत्या खेळपट्टीवर खेळण्याचा सराव व्हावा असा त्याचा उद्देश होता. पुढे विश्वचषकात खेळताना त्याचा उपयोग होणार होता. न्यूझीलंड दौरा हा भारतासाठी अनपेक्षितपणे एक मानहानीकारक अपयश ठरलं त्यात, भारतीय संघानं सात सामन्यांची मालिका ५-२ अशा फरकानं गमावली. विरेंद्र सेहवाग हाच केवळ दोन शतकं काढू शकला तर इतर फलंदाज मात्र आपला आत्मविश्वास गमावून बसले.

भारतानं विश्व चषकाची तयारी सुरू केली तेव्हा पहिल्या दोन सामन्यांत भारताचे फलंदाज खेळण्यासाठी धडपडतच होते. त्यात भारतानं ऑस्ट्रेलियाविरुद्धचा सामना गमावला. इकडे मायदेशांत त्याच्यावरती हिंसक प्रतिक्रिया उमटल्या. काही खेळाडूंच्या घरांवरती हल्ले झाले तसेच त्यांचे पुतळेही जाळण्यात आले; पण भारतानं इंग्लंड आणि त्यांचा कट्टर प्रतिस्पर्धी असलेल्या पाकिस्तानवर संस्मरणीय विजय मिळवत स्पर्धेत पुन्हा भरारी घेतली. या कलाटणीमुळे भारत अंतिम सामन्यात पोहोचला; पण अंतिम सामन्याचा शेवट अकल्पित ठरला. ऑस्ट्रेलियन संघ हा

त्यावेळेस त्या खेळातील सर्वोत्कृष्ट संघ होता हे ऑस्ट्रेलियानं दाखवून दिलं. या संपूर्ण स्पर्धेमध्ये ऑस्ट्रेलियानं एकही सामना गमावला नव्हता. अंतिम सामन्यांतही त्यांनी भारताचा जबरदस्त पराभव केला.

भारत या पराभवाचा बदला या वर्षांत नंतर घेणार होता जेव्हा ते चार कसोटी सामन्यांच्या दुहेरी मालिकेसाठी ऑस्ट्रेलियात जाणार होते. यजमान संघाला असलेल्या प्रचंड पाठिंब्याच्या विरोधात भारतानं कसोटी मालिकेची चांगली सुरुवात करत, पहिला सामना अनिर्णित राखला. कर्णधार सौरव गांगुलीने शतक झळकावलं. त्यानंतर एडलेड येथील कसोटी सामन्यांत भारतानं राहुल द्रविडच्या जबरदस्त कामगिरीच्या बळावर नेत्रदीपक विजय मिळवला.

भारतासाठी, २००३ने कोणतंही उल्लेखनीय यश दिलं नाही; पण त्यानं त्याच्यासोबत कोणतीही उलथापालथही केली नव्हती. २००२मधील तणावाच्या परिस्थितीमध्ये झालेला हा एक मोठा बदल होता. त्यानं भूतकाळापासून पूर्णपणे सुटका केली नव्हती. हे वर्ष जावेद अख्तर यांच्या शब्दांशी सहमत होतं असंच वाटत होतं –

हर घडी बदल रही है रूप जिंदगी
छाँव है कभी, कभी है धूप जिंदगी
हर पल यहाँ, जी भर जीयो
जो है समाँ, कल हो ना हो

२००४ : *ये जो देस है तेरा, स्वदेस है तेरा*

नई नई राहों में, दबी दबी आहों में
खोये खोये दिल से तेरे, कोई ये कहेगा
ये जो देस है तेरा, स्वदेस है तेरा

गीतकार : जावेद अख्तर
संगीतकार : ए. आर. रहमान
गायक : ए. आर. रहमान
चित्रपट : *स्वदेस*

२००१मधल्या *लगानमध्ये* ए. आर. रहमान आणि आशुतोष गोवारीकर या दोघांनी मिळून एका उत्कृष्ट चित्रपटाची निर्मिती केली होती. जेव्हा ते गोवारीकरच्या दुसऱ्या चित्रपटासाठी, *स्वदेससाठी* एकत्र आले तेव्हा सर्वांच्या अपेक्षा उंचावल्या होत्या. *स्वदेस* हा *लगानसारखा* ऐतिहासिक पार्श्वभूमी असलेला चित्रपट नव्हता; पण याच्या संगीतानं निराशा मात्र केली नाही. रहमाननं स्वतः *ये जो देस है तेरा* हे चित्रपटाचं शीर्षक गीत गायलं होतं. जावेद अख्तर यांच्या शब्दांमधून आपल्या देशासोबच्या कधीही न तुटणाऱ्या संबंधांविषयी भाष्य करण्यात आलं आहे. मधुकर धुमाळ यांच्या हळुवार शहनाई वादनामुळे हे गाणं अद्वितीय बनलं आहे. या गाण्यांत ते सर्व गुण होते ज्यासाठी रहमान प्रसिद्ध होता. या गाण्यामध्ये भारतीय संगीत आणि पाश्चिमात्य वादन यांचा सुरेल मेळ होता. संगीत आणि शब्द दोन्ही एकमेकांत अत्यंत सहजपणे गुंफले गेले होते. या गाण्यामध्ये शहनाईचा मनाला रोमांचित करणारा स्वर जसजसा टीपेला पोहोचत

जातो तसतसा सहगायकांचा कोरसही वाढतो, त्यामुळे गाणं अधिक भारदस्त होतं. या गाण्यानं जावेद अख्तर यांना आणखी एक फिल्मफेअर पुरस्कार मिळवून दिला मात्र रहमानला सर्वोत्कृष्ट संगीतासाठी अनु मलिकपुढे माघार घ्यावी लागली.

सन २००४ या वर्षानं हिंदी चित्रपटांतील दोन जुन्या जाणत्या व्यक्तिमत्त्वांमधील अद्वितीय भागीदारीही पाहिली. त्यातील एक जण हयात होते तर दुसऱ्यांच १९७५ साली निधन झालं होतं - यश चोप्रा आणि मदन मोहन. शाहरुख खान, राणी मुखर्जी आणि प्रिटी झिंटा यांच्या भूमिका असलेल्या *वीर झारा* चित्रपटातून यश चोप्रांनी पुन्हा एकदा दिग्दर्शनाची धूरा सांभाळली. मदन मोहन यांचं १९७५साली वयाच्या ५१व्या वर्षी निधन झालं होतं. एस. डी. बर्मन यांच्या सोबत साहाय्यक म्हणून काम केल्यानंतर, मदन मोहन यांना हिंदी चित्रपट संगीतातील दिग्गजांमध्ये गणलं जावं यासाठी संघर्ष केला होता; पण या प्रतिभावंत संगीतकाराला त्याच्या कामाचं योग्य ते श्रेय मिळालं नव्हतं. त्यांची गझल गायनात हुकूमत होती म्हणूनच लता मंगेशकर त्यांना *गझल का शेहजादा* म्हणून हाक मारायच्या तर कैफी आझमी उर्दू भाषेवरील प्रभुत्वासाठी त्यांचं कौतुक करायचे. जेव्हा यश चोप्रा यांना दिग्दर्शक म्हणून पुनरागमन करताना खास संगीत हवं होतं, तेव्हा संगीतक्षेत्रामध्ये काम करत असलेला मदन मोहन यांचा मुलगा, संजीव कोहली याने, आपल्या घराण्याचा गुप्त ठेवा त्यांना सोपवला. घरी केलेल्या ध्वनिमुद्रणामधील संगीत रचना मोहन यांनी स्वतः गायल्या होत्या. त्यांचा कधीच उपयोग करण्यात आला नव्हता. त्यातील अकरा चाली या चित्रपटाच्या संगीतासाठी उपयोगांत आणल्या गेल्या. संगीत संयोजन आर. एस. मणी यांनी केलं तर स्वतः संजीव कोहलींनीच त्याची निर्मिती केली होती. लता मंगेशकर, ज्या मदन मोहन आणि यश चोप्रा यांच्या आवडत्या गायिका होत्या, त्यांनी या गीतांना आवाज दिला. ही गाणी चांगलीच गाजली.

*स्वदेस*मध्ये रहमान गात असलेला *देस* २००४मध्ये चमकत होता. भारत २००४च्या पूर्वार्धात जेव्हा निवडणुकीला सामोरा गेला त्या वेळी तरी सत्ताधारी भाजपाचं हेच म्हणणं होतं. भाजपच्या निवडणूक प्रचार मोहिमेचं नाव होतं, इंडिया शायनिंग (भारत उदय). भारत स्वतःच्या पायावर उभा राहिला आहे आणि सगळीकडे आशावाद झळकतो आहे असं त्या मोहिमेमध्ये दाखवण्यात आलं होतं. पंतप्रधान अटल बिहारी वाजपेयी यांच्या नेतृत्वाखाली भाजपाला पुन्हा एकदा देशामध्ये सत्तेवर येण्याची आस होती. राजकारणाच्या खेळातील एक मुरब्बी खेळाडू, अप्रतिम वक्ता आणि लोकप्रिय नेता असलेल्या वाजपेयी यांना एकही उघड राजकीय आव्हान नव्हतं. वाजपेयींनी वेळेच्या आधीच लोकसभा भंग करण्यास सांगितलं आणि ते निवडणुकीला सामोरे गेले.

भाजपनं उभारलेली प्रचार मोहीम सर्वत्र दिसून येत होती आणि आशावादाचा संदेश देशात सगळीकडे जावा याचे सर्व उपाय त्यांनी केले होते. या प्रचारामागील

मेंदू होता भाजपचे सरचिटणीस, प्रमोद महाजन यांचा. त्यांनी एका कॉल सेंटरची स्थापना करून वाजपेयींच्या आवाजातील संदेश देशभरांत पोहोचेल याची व्यवस्था केली. या संदेशामध्ये निवडणुकीमध्ये भाजपला पाठिंबा देण्यासाठी लोकांना विनंती करण्यात आली होती. भाजप आणि रालोआतील त्यांचे सहकारी पक्ष यांच्या या सुव्यवस्थित प्रचार यंत्रणेच्या विरोधात सैरभैर झालेले विरोधक, तसेच भारतीय राष्ट्रीय काँग्रेसच्या अध्यक्षा सोनिया गांधी हे उभे होते.

वाजपेयींची लोकप्रियता वाढलेली असतानाच, भाजपने सोनिया गांधींवर त्या जन्मानं परदेशी असल्याचा आरोप करत आणि त्यामुळेच त्या देश चालवण्यास अपात्र आहेत असं म्हणत हल्ला चढवला. त्यांचा जन्म इटलीत झाला असला तरी पुढे देशाचे पंतप्रधान झालेल्या राजीव गांधींबरोबर विवाह झाल्यानंतर त्यांनी भारतीय नागरिकत्व स्वीकारले होते. भाजपनं सोनियांच्या जन्मानं परदेशी असण्यावरती, त्यांच्या दूर्बळ वक्तृत्वावरती हल्ले चालू ठेवले आणि त्यांच्या सामूहिक जन भेटींवरही ताशेरे ओढले. या सामूहिक जनभेटींना नंतर लोकांकडून खरोखरच चांगला प्रतिसाद लाभला.

सर्वेक्षणांतून या निवडणुका भाजपसाठी सोप्या असल्याचं जाहीर झालं असलं तरी १३ मे २००४च्या निवडणुकीचे निकाल आश्चर्यजनक होते. रालोआला १८१ जागा मिळाल्या आणि ते सत्तेबाहेर फेकले गेले तर काँग्रेस आघाडीनं २१८ जागा जिंकल्या. डाव्या आघाडीनं ५९ जागा जिंकल्या आणि त्यांनी सोनियांच्या नेतृत्वाखालील संयुक्त पुरोगामी आघडीला आपला पाठिंबा जाहीर केला. आरएसएस आणि भाजप यांच्या कडवट प्रचारानंतरही सोनिया गांधी या भारताच्या पंतप्रधान होऊ घातल्या होत्या. भाजप नेत्या सुषमा स्वराज यांनी कर्नाटकातील बेल्लारी येथून सोनिया गांधी यांच्या विरोधात निवडणूक लढवली आणि त्या पराभूत झाल्या. तेव्हा त्यांनी परदेशामध्ये जन्मलेल्या एका व्यक्तीला भारताची पंतप्रधान होण्यास सार्वजनिकरीत्या विरोध केला होता. त्या तेव्हा म्हणाल्या की जर सोनिया पंतप्रधान झाल्या तर त्या मुंडण करून घेतील, पांढरी साडी परिधान करतील आणि सोनियांच्या विरोधात जनचळवळ उभारतील.

आपल्या पंतप्रधानपदाला असलेला विरोध लक्षात घेऊन सोनिया गांधी यांनी अविश्वसनीय निर्णय घेतला आणि पंतप्रधानपदाचा त्याग केला. त्यांच्या पक्षानं, सहकारी पक्षांनी आणि पक्षाला पाठिंबा देणाऱ्यांनीही या निर्णयाविरोधात निदर्शनं केली; पण त्यांनी आपला निर्णय बदलण्यास नकार दिला आणि माजी अर्थमंत्री मनमोहन सिंह पंतप्रधान झाले.

एकीकडे भारतीय राजकारणात उच्चस्तरावर या नाट्यमय घडामोडी घडत असताना, इतरत्रही अशा नाट्यमयतेची काही उणीव नव्हती. २००४मध्ये भारतीय उद्योग जगतानं दोन कडवट लढाया पाहिल्या. नोव्हेंबर २००४मध्ये दिलेल्या एका मुलाखतीत, धीरूभाई अंबानी यांचे सुपुत्र, मुकेश अंबानी यांनी कबुली दिली

की, ते आणि त्यांचा लहान भाऊ, अनिल अंबानी यांच्यामध्ये मालकीहक्कावरून मतभेद आहेत. रिलायन्सच्या मालकीहक्काच्या वादाची ही सुरुवात होती. येत्या काळात त्यामध्ये इतर अनेक जण गुंतणार होते. भारतीय उद्योगजगताला हादरा देणारा आणखी एक प्रसंग वारसाहक्काचाच होता. बिर्ला कॉर्पोरेशनच्या चेअरमन, प्रियंवदा बिर्ला, २००४मध्ये निधन पावल्या. त्यांना त्यांचे पती, माधव प्रसाद बिर्ला यांच्याकडून वारसा म्हणून मालकीहक्क आणि मालमत्ता मिळाली होती. त्यांनी स्थापन केलेल्या उद्योग समूहाची प्रामुख्यानं ज्यूट आणि सिमेंटमध्ये गुंतवणूक होती. त्यांना एकही मूल नव्हतं आणि समस्त बिर्ला कुटुंबीयांच्या अपेक्षांच्या विरोधात जात, प्रियंवदांनी, त्यांचे समभाग आणि मालमत्ता, सनदी लेखापाल, राजेंद्र सिंह लोढा यांना बहाल केले. ते बिर्ला कॉर्पोरेशनचे सह-संचालकदेखील होते. कॉर्पोरेशनचा नफा जेमतेम ४१ कोटी रुपयांचाच असला तरी प्रियंवदा बिर्ला यांनी त्यांच्यापश्चात मागे सोडलेल्या मालमत्तेची किंमत २००४मध्ये ५ हजार कोटी रुपये होती. बिर्ला कुटुंबीयांनी हे मृत्युपत्र मान्य करण्यास नकार दिला आणि न्यायालयात त्याला आव्हान दिलं.

भारतातील राजकीय आणि औद्योगिक क्षेत्रात ज्या वेळेस काही गंभीर लढाया लढल्या जात होत्या, त्याच वेळेस क्रीडा क्षेत्रांतही काही नाट्यमय लढती लढल्या जात होत्या. मार्च २००४मध्ये, सुरक्षेवरून झालेल्या दीर्घ चर्चेनंतर, भारतीय क्रिकेट संघ, पंधरा वर्षांच्या खंडानंतर पाकिस्तानच्या भरगच्च दौऱ्यावर गेला. भारतानं पाच सामन्यांची एक दिवसीय मालिका ३-२ने तर तीन सामन्यांची कसोटी मालिका २-१ने जिंकली. पाकिस्तानी भूमीवर झालेल्या कसोटी मालिकेतील भारताचा हा पहिलाच मोठा विजय होता. वीरेंद्र सेहवागने मुलतानच्या पहिल्या कसोटीत ठोकलेलं त्रिशतक हा या मालिकेचा उत्कर्षबिंदू होता. सेहवाग अत्यंत विलक्षण भरात होता आणि त्यानं पाकिस्तानी गोलंदाजीच्या चिंधड्या उडवल्या. त्रिशतक झळकावणारा पहिला भारतीय फलंदाज बनण्याच्या उंबरठ्यावर असताना, सकलेन मुश्ताकच्या चेंडूला टोलवण्यासाठी सेहवाग खेळपट्टीवर पुढे झेपावला आणि त्यानं षटकारासाठी मिड-विकेटवरून चेंडू सीमारेषेपार धाडला आणि ३०० धावा पूर्ण केल्या. भारतानं जरी हा सामना जिंकला असला तरी तो निर्विवाद नव्हता. सौरव गांगुली जखमी झाल्यामुळे, त्याच्या जागी कर्णधार झालेल्या राहूल द्रविडनं भारताचा पहिला डाव ६७५ धावांवर घोषित केला. दुसऱ्या दिवशीच्या शेवटास पाकिस्तानी फलंदाजांनी पूर्ण एक तास भारतीय गोलंदाजांचा सामना करावा अशी द्रविडची इच्छा होती; पण हा निर्णय वादग्रस्त ठरला. कारण, त्यामुळे दुसऱ्या बाजूला सचिन तेंडुलकर १९४ धावांवर ताटकळत राहिला. भारतीय संघानं सचिनला दोनदा धावगती वाढवण्याचा संदेश दिला; पण जेव्हा त्यांच्या हे लक्षात आलं की, वेळ हातातून निसटतो आहे तेव्हा द्रविड पुढे आला आणि त्यानं डाव घोषित केला. काही जणांनी याला चांगली

रणनीती म्हटलं. त्यामध्ये वैयक्तिक यशापेक्षा सांघिक विजयाला महत्त्व देण्यात आलं होतं तर काहींनी मात्र हा भारताच्या महान फलंदाजाचा उपमर्द असल्याचं म्हटलं.

तेंडुलकरला त्याचं द्विशतक पूर्ण करू द्यायला हवं होतं की नाही यावरच्या या वादानं भारताच्या सांघिक शिष्टाचारातील मतभेद अधोरेखित झाले. हा निर्णय काही प्रमाणात एकमेवाद्वितीय तर काही प्रमाणात औचित्यहीन होता; पण तो पूर्णपणे भारतीय होता. जावेद अख्तर यांच्या शब्दांतून तो अचूकपणे उतरला आहे, *ये जो देस है तेरा, स्वेदस है तेरा।*

२००५ : *कैसी पहेली जिंदगानी*

नयी नहीं ये बातें
ये बातें है पुरानी
कैसी पहेली हे ये
कैसी पहेली जिंदगानी

गीतकार : स्वानंद किरकिरे
संगीतकार : शंतनू मोईत्रा
गायक : सुनिधी चौहान
चित्रपट : *परिणीता*

जॅझमधला प्रसिद्ध गायक लुईस आर्मस्ट्राँग याने द *स्ट्रीप* या चित्रपटासाठी १९५१ साली *अ किस टू बिल्ड अ ड्रीम ऑन* हे गाणं सादर केलं होतं. ही आर्मस्ट्राँगची स्वतःची रचना नव्हती. सन १९३५मध्ये, बर्ट कॅलमर, हॅरी रुबी आणि ऑस्कर हॅमरस्टेईन द्वितीय यांनी या गाण्याची रचना केली होती; पण आर्मस्ट्राँगचं सादरीकरण, हे २००५ मधील *कैसी पहेली जिंदगानी* या गाण्याची प्रेरणा ठरली. शरत चंद्र चट्टोपाध्याय यांची बंगाली कादंबरी, *परिणीता* ही विसाव्या शतकाच्या उत्तरार्धातील कोलकाता शहरामध्ये घडते पण प्रदीप सरकार यांची दिग्दर्शक म्हणून पहिलीच निर्मिती असलेली *परिणीता* ही १९६०च्या वातावरणात साकारते. या कादंबरीचं हे पडद्यावरचं किंवा हिंदी चित्रपटांच्या रूपानं झालेलं पहिलं रूपांतरण नव्हतं. १९५३ साली, अशोक कुमार आणि मीना कुमारी यांना घेऊन बिमल रॉय यांनी त्यावर एक हिंदी चित्रपट तयार केला होता. *परिणीताच्या* बंगाली

आवृत्त्यादेखील प्रदर्शित झाल्या होत्या. १९६०च्या वातावरणासाठी, आर्मस्ट्राँगच्या गाण्याची आवृत्ती अगदी चपखल होती. सुनिधी चौहाननं गायिलेलं आणि पडद्यावर रेखानं सादर केलेल्या या गाण्यामध्ये संगीतकार शंतनू मोईत्रा यांनी थोडाफार बदल करून ते जॅझी कॅबरे गाणं वाटेल अशी त्याची रचना केली. *परिणीतामुळे* प्रेक्षकांना विद्या बालनची ओळख झाली आणि शंतनू मोईत्रा आणि गीतकार स्वानंद किरकिरे यांना यामुळे बऱ्याच संधी उपलब्ध झाल्या.

परिणीता प्रदर्शित होण्याआधी, प्रदीप सरकारनं जाहिरात-चित्रपट आणि म्युझिक व्हिडीओ दिग्दर्शक म्हणून नाव कमावलं होतं. युफोरीया बँडमध्ये असताना केलेल्या कामामुळे तो फारच लोकप्रिय ठरला आणि त्यानं विधू विनोद चोप्राचं लक्ष वेधून घेतलं. शंतनू मोईत्रा आणि स्वानंद किरकिरे या दोघांनी मिळून केलेला *परिणीता* हा काही पहिलाच चित्रपट नव्हता. *हजारो ख्वाहीशें ऐसी* या चित्रपटातील *बाँवरा मन देखने चला एक सपना* या गाण्यासाठी त्या दोघांनी एकत्र काम केलं होतं. तो चित्रपट २००५मध्येच प्रदर्शित झाला होता. किरकिरेंनी स्वतःच ते गाणं गायलं होतं. मोईत्राच्या संगीताला समीक्षकांनी गौरवलं आणि ते प्रचंड लोकप्रियही झालं होतं.

याच वर्षानं भारताला, *बंटी और बबली* चित्रपटातील *कजरा रे* या गाण्यावर ऐश्वर्या रॉय, अभिषेक बच्चन आणि अमिताभ बच्चन यांच्यासोबत नाचताना पाहिलं. गुलजार यांनी हे मदमस्त गाणं लिहिलं होतं. हे गाणं संपूर्ण देशामध्ये गाजलं आणि त्याच्या संगीतासाठी या चित्रपटाला २००५ सालचा फिल्मफेअर पुरस्कारही मिळाला. *कजरा रे* हे गाणं या चित्रपटामध्ये, 'आयटम साँग' म्हणून घेण्यात आलं होतं. त्याचा चित्रपटाच्या कथानकाशी काही एक संबंध नव्हता. शंकर, एहसान आणि लॉय यांनी दिलेलं संगीत आणि अलिशा चिनॉयनं गायिलेलं हे गाणं कमालीचं गाजलं. गुलजार यांनी चित्रपटाची बैठक लक्षात घेऊन गाण्याचे शब्द लिहिले आणि त्यांत काव्यात्मकता आणण्याचा मुळीच प्रयत्न केला नाही. तरीही या गाण्यांमध्ये गुलजार यांची खास अशी शैली दिसून येतेच. नंतर एका मुलाखतीत, गुलजार या गाण्याविषयी सांगतांना म्हणाले की, '*तेरी बातों में किमाम की खुशबूँ है, तेरा आना भी तो गरमियों की लू है, हे शब्द उथळ आहेत असं मला वाटत नाही. गंभीर विचार देणारं काव्य हे नेहमी गंभीर भावनांमध्येच व्यक्त करायला हवं असं काही नसतं.*'

सन २००५ या वर्षानं संगीत दिग्दर्शक हिमेश रेशमियाच्या रूपात आणखी एका सांगीतिक करिष्म्याचा उदय होताना पाहिलं. तो बराच काळ या क्षेत्रामध्ये होता पण त्याला पहिलं मोठं यश मिळालं ते इमरान हाश्मी अभिनीत *आशिक बनाया आपने* या चित्रपटामुळे. या चित्रपटातील गाणी ही सूफी संगीत आणि पाश्चिमात्य संगीताची सरमिसळ होती. या गाण्यांमुळे त्याला प्रचंड यश लाभलं. त्यानंतर रेशमिया संगीतकार म्हणून प्रस्थापित झाला.

ज्या वेळेस भारत *कैसी पहेली जिंदगानी* हे गीत गुणगुणत होता, त्याच वेळी भारत–पाकिस्तान संबंधांमध्येदेखील असेच प्रश्न निर्माण झाले होते, त्यामुळे जगाला आश्चर्याचे धक्के बसत होते. दोन्ही आण्विक शक्तिंमधील संबंध हळूहळू दृढ होत होते. सोबतच जम्मू आणि काश्मिरातील श्रीनगर ते पाकव्याप्त काश्मिरातील मुजफ्फराबाद या राजधान्यांदरम्यान बस सेवा सुरू करण्यात आली होती. अटल बिहारी वाजपेयी आणि मनमोहन सिंह यांच्या नेतृत्वाखालील भारत सरकार आणि पाकिस्तानचे राष्ट्राध्यक्ष परवेज मुशर्रफ यांच्या प्रशासनाने केलेले प्रयत्न यामुळे दोन्ही देशांतील संबंध कळसाला पोहोचले होते. ७ एप्रिल २००५ रोजी सुरू झालेल्या या बस सेवेनं १७० किलोमीटरचं अंतर पार केलं आणि नियंत्रण रेषेमुळे एकमेकांपासून दुरावलेल्या काश्मिरी कुटुंबांना एकत्र येण्यास मदत केली.

देशाबाहेरील आघाडीवर भारतासाठी गोष्टी सोप्या वाटत असल्या तरी अंतर्गत आघाडीवर मात्र अनेक आव्हानं होती. मुंबई महानगरासाठी हा वादळी पाऊस काही नविन नव्हता कारण मॉन्सूनमध्ये त्याला याचा अनुभव यायचाच पण २६ जुलै २००५ रोजी या शहरानं जे पाहिलं ते दृश्य अभूतपूर्व होतं. सकाळी ८.३०पासून सुरू झालेल्या पावसानं पुढच्या चोवीस तासांत शहरांत ९९.४ सेंटिमीटर पावसाची नोंद केली. रेल्वे, रस्ते, विमानतळ, मोबाईल संचारसेवा, सारं काही विस्कळीत झालं होतं. हळूहळू हे शहर या प्रचंड पावसात बुडू लागलं. या वादळी पावसानं महाराष्ट्रातील अन्य ठिकाणीही कहर केला. राज्यामध्ये १०००पेक्षा जास्त लोकांनी आपला जीव गमावला. त्यामध्ये मुंबईतील अनेक लोक होते. पावसाच्या पाण्यानं भरलेल्या रस्त्यांवर कार अडकून पडल्या आणि अनेक माणसं वीजेच्या धक्क्यानं दगावली. सर्व सेवा विस्कळित झाल्या आणि पुढचे दोन दिवस सरकारनं सार्वजनिक सुट्टी जाहीर केली.

मॉन्सून आला आणि गेला. भारतानं स्वतःला सावरलं आणि ऑक्टोबरमधील दिवाळीची तयारी सुरू केली. दिवाळीच्या दोन दिवसांनी, २९ ऑक्टोबरला, दिल्लीत तीन बॉम्बस्फोट घडले, एक रेल्वे स्टेशनवर, दुसरा बसमध्ये आणि तिसरा गजबजलेल्या बाजारात. या तिन्ही स्फोटांत ६२ लोक ठार झाले. पाकिस्तानमधील, दहशतवादी गट असलेल्या इस्लामिक इन्किलाब महाजने, या दहशतवादी हल्ल्याची जबाबदारी स्वीकारली.

सन २००५मध्ये भारतातील तीन राज्यांमध्ये विधानसभा निवडणुका झाल्या. हरियाणामध्ये सत्ताधारी ओम प्रकाश चौटाला यांचं सरकार सत्तेबाहेर फेकलं गेलं तिथं काँग्रेस पक्षानं जबरदस्त विजय मिळवला. बिहार आणि झारखंडमध्ये मात्र त्रिशंकू विधानसभा आली. फेब्रुवारीमध्ये झालेल्या निवडणुकीनंतर बिहारमध्ये कोणतंही सरकार स्थापन झालं नव्हतं त्यामुळे ऑक्टोबर–नोव्हेंबरमध्ये पुन्हा एकदा निवडणुका घेण्यात आल्या होत्या. त्यामध्ये जनता दल (युनायटेड)–भाजप यांच्या आघाडीनं नितिश कुमार यांच्या नेतृत्वाखाली सरकार स्थापन केलं.

पाकिस्तान क्रिकेट संघ परतीची मालिका खेळण्यासाठी भारत दौऱ्यावर होता. या पारंपरिक प्रतिस्पर्ध्यांमध्ये सहा आंतरराष्ट्रीय एक दिवसीय सामने आणि तीन कसोटी सामने होणार होते. कसोटी सामने मोहाली, कोलकाता आणि बंगलोर येथे खेळले गेले. मोहालीतील सामना अनिर्णित राहिला तर राहुल द्रविडने दोन्ही डावांत शतकं झळकवल्यामुळे कोलकातातील दुसरा सामना भारतानं जिंकला. बंगलोरमध्ये झालेला तिसरा सामना पाकिस्तानने जिंकला आणि मालिका १-१ अशी बरोबरीत सुटली. सहा आंतरराष्ट्रीय एकदिवसीय सामन्यांची मालिका पाकिस्ताननं ४-२ अशी जिंकली.

याच वर्षानं वीस वर्षीय पंकज आडवाणीला बिलियर्ड्स या खेळामध्ये विश्वविजेता होताना पाहिलं ज्यानं पॉईंट आणि टाइम फॉरमॅटमध्ये एकाच वेळी विजय प्राप्त करण्याची दुर्मीळ कामगिरी केली. अशी कामगिरी करणारा तो पहिलाच खेळाडू ठरला.

जानेवारी २००५मध्ये भारतानं माजी परराष्ट्र सचिव आणि मनमोहन सिंह सरकारचे राष्ट्रीय सुरक्षा सल्लागार असलेले ज्योतिंद्रनाथ दीक्षित यांना गमावलं. आपल्या मित्रांमध्ये मणी या नावानं परिचीत असलेले दीक्षित, भारताचे परराष्ट्र सचिव या पदावरून १९९४मध्ये निवृत्त झाले. एक कुशल मुत्सद्दी असलेल्या दीक्षित यांची आपल्या कामावर घट्ट पकड होती. मनमोहन सिंह सरकारने राष्ट्रीय सुरक्षा सल्लागार म्हणून त्यांची नियुक्ती करून केवळ सातच महिने झाले होते. त्यानंतर त्यांच्या जागी एम. के. नारायणन यांची निवड झाली.

चढ-उतारांनी भरलेलं हे वर्ष भारतासाठी संमिश्र भावनांचं ठरलं, जणू ते पुढील शब्द जगत होतं,

पल में हसायें
और पल में रुलायें ये कहानी
कैसी पहेली है ये
कैसी पहेली जिंदगानी

२००६ : रू-ब-रू रौशनी है

धुँआ छँटा खुला गगन मेरा
नयी डगर नया सफर मेरा
जो बन सके तू हमसफर मेरा
नजर मिला जरा
रू-ब-रू रौशनी है

गीतकार : प्रसुन जोशी
संगीतकार : ए. आर. रहमान
गायक : नरेश अय्यर
चित्रपट : *रंग दे बसंती*

सन २०१५पर्यंत एक संगीत वाहिनी म्हणून प्रसिद्ध असलेल्या चॅनेल व्हीने २००४मध्ये प्रतिभावंतांचा शोध घेणाऱ्या *चॅनेल व्ही सुपर सिंगर* या कार्यक्रमाची सुरुवात केली. गायक अदनान सामी हा या कार्यक्रमाचा परीक्षक होता. या कार्यक्रमाच्या काही भागांमध्ये ए. आर. रहमान पाहुणा म्हणून आला होता. ज्या गायकांनी रहमान समोर आपलं गाणं सादर केलं, त्यापैकी एक असलेल्या नरेश अय्यरनं रहमानला इतकं प्रभावित केलं की, त्यानं त्याला आपल्यासोबत काम करण्याविषयी विचारलं. अय्यर ही स्पर्धा जिंकू शकला नाही; पण त्यानं चेन्नईत रहमानसोबत आपलं काम सुरू केलं. २००६मध्ये त्यानं *रंग दे बसंती* या चित्रपटासाठी रू-ब-रू हे गाणं गायलं आणि त्यामुळे तो प्रसिद्ध झाला. त्यानं पुढे नवोदित गायकासाठीचा फिल्मफेअर-आर. डी. बर्मन पुरस्कार जिंकला. १९९६मध्ये

हा पुरस्कार सुरू करण्यात आला होता. या पुरस्काराचा पहिला विजेता स्वतः रहमान हाच होता, १९९५ साली प्रदर्शित झालेल्या *रंगीला* या त्याच्या पहिल्या हिंदी चित्रपटासाठी त्याला तो पुरस्कार मिळाला होता.

रंग दे बसंती हे रहमानचं अलीकडच्या काही वर्षांतील अत्यंत आल्हाददायक असं गाणं होतं आणि त्यांतील लोकसंगीत आणि पाश्चिमात्य संगीताच्या, मिलाफामुळे ते सर्वांना आजही आवडतं. हे गाणं अय्यर, मोहित चौहान आणि हर्षदीप कौर यांच्यासारख्या ताज्या दमाच्या गायकांनी गायलं होतं. रहमाननं *रंग दे बसंतीच्या* संगीतासाठी आपला सहावा फिल्मफेअर पुरस्कार जिंकला. *रू-ब-रू* हे गाणं माणसाच्या जागृतीविषयी आहे, त्याची स्वतःला ओळख होण्याशी संबंधित आहे. या गाण्यामध्ये या चित्रपटातील एक प्रसंग सांगण्यात आला आहे. या चित्रपटातली तरुण पात्रं आपल्या क्षमतेविषयी जागृत होतात. त्यांना जे योग्य आहे असा विश्वास वाटतो त्याच्यासाठी ते उभे ठाकतात. नरेश अय्यरलादेखील या गाण्यासाठी राष्ट्रीय पुरस्कार लाभला.

हिमेश रेशमियानं मागील वर्षामध्ये उदंड यश मिळवलं होतं, *अक्सरच्या* रूपानं २००६मध्येदेखील त्यानं दिलेलं संगीत जबरदस्त गाजलं. *झलक दिखला जा* हे लोकांच्या आवडीचं गाणं बनलं. त्या गाण्याचा ताल आणि *झलक दिखला जा* हे वारंवार उच्चारले जाणारे, मनाची पकड घेणारे शब्द हे त्यामागचं कारण होतं. अभिजात संगीताच्या चाहत्यांनी रेशमियाच्या गायनशैलीची थट्टा केली असली, तरी त्यानं त्याच्या अनेक गाण्यांमध्ये हे पकड घेणारे शब्द वारंवार वापरून यश मिळवलं आणि ऐकणाऱ्यांनाही ते आवडलं. *झलक दिखला जा* हे गाणं लग्न समारंभात, क्लब्समध्ये आणि तरुणांमध्ये तुफान लोकप्रिय ठरलं. हे गाणं इतकं लोकप्रिय होतं की जेव्हा बीबीसीचा प्रसिद्ध कार्यक्रम *स्ट्रीक्टली कम डान्सिंगचा* भारतीय अवतार २००६मध्ये आला, तेव्हा त्यांनी त्या कार्यक्रमाला *झलक दिखला जा* हे नाव दिलं, तेव्हापासून या कार्यक्रमाचे नऊ सिजन्स झाले आहेत.

सन २००६मधील आमिर खानचा अभिनय असलेल्या *फ़ना* चित्रपटानं सांगीतिक यश मिळवलं. त्याला जतिन-ललित यांचं संगीत होतं. या जोडीला त्यांच्या सोळा वर्षांच्या कारकिर्दीत चित्रपट संगीतासाठी अकरा वेळा फिल्मफेअर पुरस्काराचं नामांकन मिळालं होतं; पण त्यांना तो एकदाही मिळाला नाही, अगदी *दिलवाले दुल्हनिया ले जायेंगेलाही* नाही. *फना* हा त्यांनी एकत्रितपणे केलेला शेवटचा चित्रपट होता.

ज्या वेळेस *रंग दे बसंतीमधील* तरुण जागृत होत होता आणि *रू-ब-रू* होत आपल्या शर्तीवर जगू पाहत होता, त्या वेळी भारत सरकार कल्याणकारी राज्याच्या निर्मितीचा महत्त्वाकांक्षी कार्यक्रम आखत होते. २००५ साली मंजूर झालेला, नॅशनल रुरल एम्प्लॉयमेंट गॅरंटी ॲक्ट (राष्ट्रीय ग्रामीण रोजगार हमी कायदा)

फेब्रुवारी २००६मध्ये, देशातील २०० जिल्ह्यांमध्ये लागू करण्यात आला. यालाच पुढे महात्मा गांधी राष्ट्रीय ग्रामीण रोजगार हमी कायदा (मनरेगा) म्हणून ओळखलं जाऊ लागलं. हा कायदा सर्व भारतीयांना 'कामाच्या अधिकारा'अंतर्गत कामाची हमी देणार होता. याच्याद्वारे प्रत्येक घरातील अकुशल हातकामं करण्यासाठी स्वतःहून नाव नोंदवणाऱ्या प्रौढ सदस्याला एका आर्थिक वर्षांत किमान १०० दिवस खात्रीशीर रोजगार उपलब्ध करून देण्याची हमी देण्यात आली होती. मजुरांना त्यांच्या घरापासून पाच किलोमीटरच्या आत किमान वेतनाचं काम देण्यात येणार होतं. मनरेगा हा स्वलक्ष्यी योजना म्हणून आखण्यात आली होती. त्यामध्ये केवळ गरीब लोक त्यांना हवं असलेलं काम किमान वेतनाच्या आधारे निवडू शकत होते.

ग्रामीण भारतातील गरीब लोकांना आर्थिक सुरक्षितता देण्यासाठी या कायद्याची निर्मिती करण्यात आली होती. काही वर्षांतच याची अर्थसंकल्पीय तरतूद ३५ हजार कोटी रुपयांपासून ४० हजार कोटी रुपयांवर गेली. २०१४मध्ये जागतिक बँकेनं या योजनेची 'ग्रामीण विकासाचं नेत्रदीपक उदाहरण' म्हणून प्रशंसा केली. या योजनेचं सर्वांत मोठं यश म्हणजे यात महिला, अनुसूचित जाती आणि अनुसूचित जमातींचा मोठ्या प्रमाणात असलेला सहभाग. या कायद्याचं एक मोठं योगदान म्हणजे यामुळे देशातील ग्रामीण भागातील नागरिकांची क्रयशक्ती वाढली, त्यामुळे ग्रामीण भागामध्ये मिळणाऱ्या मजुरीत वाढ झाली. परिणामी, शहरांमध्ये होणाऱ्या स्थलांतरात घट झाली. नॅशनल कौन्सिल फॉर अप्लाईड इकॉनॉमिक रिसर्चच्या (उपयुक्त आर्थिक संशोधनासाठीची राष्ट्रीय समिती) एका अभ्यासातून असं दिसून आलं की, या कायद्याच्या अंमलबजावणीला सुरुवात झाल्यापासून २०११-१२पर्यंत जवळपास ३२ टक्क्यानं गरिबी कमी झाली आणि १४ दशलक्ष लोकांना गरिबीपासून वाचवण्यात यश आलं. या आकडेवारीपेक्षाही, मनरेगाचं खरं यश हे उदारीकरणाचे फायदे ग्रामीण भारतातील गरिबांपर्यंत पोहोचवण्यात दडलं आहे. आर्थिक प्रगती आणखी सर्वसमावेशक झाली हे मनरेगाचं सर्वांत महत्त्वाचं योगदान, त्यामुळे देशातील गरिबांना त्यांच्या अडचणीच्या काळात आणखी मदत मिळू शकली.

सन २००६मध्ये पश्चिम बंगाल, तमिळनाडू आणि केरळ या तीन राज्यांमध्ये विधानसभा निवडणुका झाल्या. हे वर्ष साम्यवाद्यांसाठी चांगलं ठरलं कारण त्यांनी पश्चिम बंगाल आणि केरळमध्ये विजय मिळवला. पश्चिम बंगालमध्ये १९७७पासून डावी आघाडी सत्तेवर होती. त्यांनी ममता बॅनर्जींच्या नेतृत्वाखालील तृणमूल काँग्रेसचा पराभव केला आणि बुद्धदेब भट्टाचार्य यांच्या नेतृत्वाखाली सत्ता राखली. तमिळनाडूत, एम. करुणानिधी यांच्या डीएमके पक्षानं जे. जयललिता यांच्या ऑल इंडिया अण्णा द्रविड मुन्नेत्र कळघम पक्षाचा सडकून पराभव करत सत्ता हिसकावून घेतली, तर केरळमध्ये लेफ्ट डेमोक्रेटीक फ्रंटने काँग्रेस प्रणित युनायटेड डेमोक्रेटीक फ्रंटचा पराभव करत सत्ता काबीज केली.

काँग्रेस पक्ष अत्यंत मजबूत स्थितीत दिसत होता. २००४मध्ये त्यांना दिल्लीची सत्ता काबीज केली होती तर विरोधक सैरभैर झाले होते. २००४च्या धक्कादायक पराभवातून भाजप बाहेर पडण्याचा प्रयत्न करत असतानाच त्यांना आणखी एक झटका बसला, तो म्हणजे त्यांच्या सरचिटणीसाचा मृत्यू. प्रमोद महाजन हे भाजपच्या दुसऱ्या पिढीतील सर्वांत प्रभावशाली नेते होते. भाजपमध्ये ते त्यांच्या व्यवस्थापकीय कौशल्यांसाठी परिचित होते. ते २००४ सालातील निवडणूक प्रचार मोहिमेचे प्रमुख होते; पण शेवटी ते पराभूत झाले. महाराष्ट्रातील राजकीय नेत्याला त्यांचा लहान भाऊ, प्रवीण महाजन याने २२ एप्रिल २००६ रोजी त्यांच्या मुंबईतील घरामध्ये गोळ्या झाडून ठार केलं. प्रवीण त्या दिवशी प्रमोद महाजन यांच्या घरी गेला आणि त्यांच्यासोबत झालेल्या वादावादीनंतर त्यानं आपल्या परवाना असलेल्या बंदूकीतून महाजनांवर गोळ्या झाडल्या. त्यानंतर तो स्वतःहून पोलीस स्टेशनमध्ये हजर झाला आणि त्याने शरणागती पत्करली. ५६ वर्षांचे प्रमोद महाजन मृत्यूशी तेरा दिवस झुंज दिल्यानंतर मुंबईतील एका हॉस्पिटलमध्ये निधन पावले.

जेव्हा ११ जुलै २००६ रोजी, प्रेशर कुकर्समध्ये ठेवलल्या सात बॉम्बचा उपनगरीय रेल्वेमध्ये स्फोट झाल्यानंतर मुंबईमध्ये पुन्हा एकदा दहशतीचं वातावरण निर्माण झालं. मुंबई उपनगरीय रेल्वेच्या पश्चिम लाइनवरील ते अकरा मिनिट भयावह होते. त्यामध्ये २०९ लोक ठार झाले तर ७०० लोक गंभीर जखमी झाले. भारतीय गुप्तचर खात्याच्या दाव्यानुसार पुढे ७/११ म्हणून ओळखली गेलेली ही घटना, पाकिस्तानच्या इंटर सर्व्हिसेस इंटेलिजेन्सचं षडयंत्र होतं. या स्फोटामध्ये आयएसआयचा सहभाग आहे, याचे भारताकडे भक्कम पुरावे आहेत, असं राष्ट्रीय सुरक्षा सल्लागार एम. के. नारायणन यांनी त्या वेळी म्हटलं.

सन २००६ या वर्षानं हिंदी चित्रपट सृष्टीतील दिग्गज नौशाद आणि हृषीकेश मुखर्जी यांना अखेरचा निरोप दिला. नौशाद अली हे मूळचे लखनौचे होते आणि आपल्या सांगीतिक रचनांनी त्यांनी भारतीय चित्रपटप्रेमींना मंत्रमुग्ध केलं. त्यांनी दिलेलं संगीत हे हिंदुस्थानी शास्त्रीय संगीतानं ओतप्रोत भरलेलं होतं. *गंगा-जमुना, पाकीजा, मुगले-ए-आझम* आणि *बैजू बावरा* आदी चित्रपटांतील त्यांचं कालातीत संगीत श्रोत्यांना आजही मोहवून टाकतं. हृषीकेश मुखर्जी किंवा हृषिदा या नावानं ते जास्त लोकप्रिय होते, त्यांनी दिग्दर्शक म्हणून ४२ चित्रपटांची निर्मिती केली. त्यांमध्ये *अनाडी, सत्यकाम, आनंद, अभिमान, चुपके चुपके* आणि *गोलमाल* या अभिजात हिंदी चित्रपटांचा समावेश होतो. त्यांनी कलात्मक चित्रपट आणि मुख्य प्रवाहातील धंदेवाईक चित्रपट यांच्या मधला मार्ग निवडला होता.

केंद्र सरकारनं उच्च शैक्षणिक संस्थांमध्ये ओबीसींसाठी २७ टक्के जागा आरक्षित करण्याचं ठरवल्यानंतर या संस्थांमध्ये झालेल्या निदर्शनांनीही हे वर्ष गाजलं. या संस्थांमध्ये इंडियन इन्स्टिट्यूट ऑफ टेक्नॉलॉजी (आयआयटी), इंडियन इन्स्टिट्यूट

ऑफ मॅनेजमेंट (आयआयएम), नॅशनल इन्स्टिट्यूट ऑफ टेक्नॉलॉजी (एनआयटी) यांचाही समावेश होता. विद्यार्थ्यांनी दिल्लीत निदर्शनं केली तरीही सरकार आपल्या निर्णयावर ठाम राहिलं आणि संसदेमध्ये ही घटना दुरुस्ती एकमताने मंजूर करण्यात आली. त्यामध्ये केवळ दोन सदस्यांनी मतदान केलं नाही. सर्वोच्च न्यायालयानं २००८मध्ये हा कायदा उचलून धरला; पण त्यांतून 'क्रिमी लेयर'वर्ग वगळण्याचा आदेश दिला.

आरक्षणामुळे देशांतील तरुणांसाठी आकाश मोकळं झालं का? त्याच्यामुळे त्यांना स्वतःची खरी किंमत कळण्यास मदत होईल का?

उजाले मैं, पी गया
रौशन हुआ, जी गया
क्यूँ सहते रहे
रू-ब-रू रौशनी है

२००७ : आओ मिलों चलें

आओ खो जाये हम, हो जाये गम यूँ लापता
आलो मिलों चले, जाना कहाँ ना हो पता
हम जो चले लगे, चलने लगे है ये रास्ते
आ हा हा हा मंजिल से बेहतर, लगने लगे है ये रास्ते

गीतकार : इरशाद कामील
संगीतकार : प्रितम चक्रबोर्ती
गायक : शान आणि उस्ताद सुलतान खान
चित्रपट : *जब वी मेट*

उस्ताद सुलतान खान (१९४०-२०११) हे *पीया बसंती* या अल्बममुळे या शतकाच्या वळणावर वयात आलेल्या संगीतप्रेमी पिढीच्या गळ्यातील ताईत झाले. ते विख्यात सारंगी वादक असले, तरी *पीया बसंती* नंतर त्यांच्या खर्जातला स्वराला अनेक हिंदी चित्रपटांतील गाण्यांमध्ये रचनेची लज्जत वाढवण्यासाठी मागणी आली. *जब वी मेटमध्ये*, प्रितम चक्रबोर्ती याने सुलतान खान यांची सारंगी आणि त्यांचा आवाज, *आओ मिलों चले* साठी वापरायचं ठरवलं. चित्रपटातील मुख्य जोडीवर चित्रित झालेल्या या गाण्यामध्ये, एक विसंगत जोडी योगायोगानं एकत्र येऊन आपल्या प्रवासाचा आनंद घेऊ लागते याविषयावर चित्रण करण्यात आलं आहे. ज्याप्रमाणे सारंगीचे पारंपरिक स्वर सिंथेसायझरच्या आधुनिक सुरावटीत मिसळतात, त्याप्रमाणे ताल आणि माधुर्य यांच्या झुलवणाऱ्या मिश्रणामध्ये सुलतान खान यांचा लोकसंगीतावर पोसलेल्या आवाजाचा शानच्या आधुनिक आवाजाशी

मिलाफ होतो. इरशाद कामील याचे शब्द निरुद्देश प्रवासाचा आणि एकमेकांच्या सोबतीचाही आनंद शोधणाऱ्या दोन व्यक्तींच्या प्रवासाचं वर्णन करतात.

जब वी मेट हा बॉक्स ऑफिसवर यशस्वी ठरला आणि त्याची गाणीही तितकीच गाजली. हिंदी चित्रपट संगीतासाठी २००७ हे चांगलं वर्ष होतं. त्यामध्ये अनेक उच्च दर्जाच्या संगीत रचना कान तृप्त करण्यासाठी एकमेकांशी स्पर्धा करत होत्या. प्रितमनं *लाईफ इन अ...मेट्रोमधून* आणखी काही गाजलेली गाणी दिली तर दुसरीकडे बलदंड ए. आर. रहमान होता. त्यानं *गुरूला* संगीत देत सारे पुरस्कार जिंकून घेतले. त्याचबरोबर माँटी शर्मानं संजय लीला भन्साळी याच्या *सांवरीयाला* संगीत दिलं - त्यामधून रणबीर कपूरनं पदार्पण केलं.

जेव्हा शान *आओ मिलों चले* गात होता तेव्हा तो ते कदाचित एकविसाव्या शतकाच्या सातव्या वर्षांत आलेल्या भारतासाठी गात होता - ज्यानं स्वातंत्र्याच्या साठाव्या वर्षांत प्रवेश केला होता. भारतदेखील या प्रवासाची मजा घेत होता असं दिसत होतं. २००६-०७ या आर्थिक वर्षांत भारतीय अर्थव्यवस्था ९.६ टक्क्यांनी वाढली सोबतच दर माणसी १४ टक्क्यांनी उत्पन्न वाढलं. एप्रिल २००७मध्ये जेव्हा देशानं ट्रिलियन डॉलर (१००० अब्ज) संपत्ती असलेल्या दहा प्रतिष्ठित देशांच्या गटात प्रवेश केला तेव्हा यावर शिक्कामोर्तब झालं. ही वाढ इतक्या वेगानं होत होती की त्याचे विपरीत परिणाम दिसू लागले होते.

महागाई अस्वस्थ करणाऱ्या ६-७ टक्क्यावर पोहोचली पण त्याचा भारतीय उद्योगांवर काही परिणाम झाला नाही. ते बहुतेक *मौजा ही मौजा* हे *जब वी मेटचं* गाणं गाण्यात मग्न होते. हे निदान टाटा स्टिलसाठी तरी खरं होतं. टाटा समूह व्यवसायातील शंभर वर्षे पूर्ण करत होता आणि हे वर्ष साजरं करण्यासाठी त्यांनी कोरस स्टिल ही युरोपातील सर्वांत मोठी पोलाद कंपनी, १२ दशलक्ष डॉलर्सला विकत घेतली. जेव्हा टाटांनी ही कंपनी विकत घेतली तेव्हा कोरस ही टाटा स्टिलपेक्षा चार पटींनी मोठी होती आणि या ताब्यानंतर टाटा स्टिल ही जगातील पाचवी सर्वांत मोठी पोलाद कंपनी झाली. हा ताबा इतका मोठा होता की त्यानं जगाला भारतीय अर्थव्यवस्था आणि उद्योगाची ताकद वाढल्याचं दाखवून दिलं.

तीन भारतीय उद्योजिका, एचएसबीसीच्या नैना लाल किडवाई, आयसीआयसीआयच्या चंदा कोचर आणि बायोकॉनच्या किरण मझुमदार-शॉ यादेखील *मौजा ही मौजा* हे गाणं गात होत्या, कारण *फॉर्च्युन* मासिकानं त्यांचं नाव जगातील सर्वाधिक शक्तिशाली ५० महिला उद्योजिकांच्या यादीत सामिल केलं होतं.

सन. २००७ हे वर्ष आणखी एका भारतीय महिलेसाठी आणि भारतीय लोकशाहीसाठीही महत्त्वाचं होतं. २५ जुलै २००७ रोजी, भारताच्या सरन्यायाधीशांनी प्रतिभा देविसिंह पाटील यांना भारतीय गणराज्याच्या बाराव्या राष्ट्रपती म्हणून शपथ

दिली. त्यासोबतच प्रतिभा पाटील या सर्वोच्च पदावर आसनस्थ होणाऱ्या पहिल्या (आणि आजवरच्या एकमेव) महिला ठरल्या. सन २००४पासून त्या राजस्थानच्या राज्यपाल होत्या आणि त्यांचं आयुष्य राजकीय क्षेत्रामध्येच व्यतित झालं होतं.

प्रतिभा पाटील या काही संयुक्त पुरोगामी आघाडीच्या पहिल्या पसंतीच्या उमेदवार नव्हत्या. काँग्रेस पक्षानं अनेक नावं सुचवली होती. त्यामध्ये राष्ट्रपतिपदाच्या निवडणुकीतील उमेदवार म्हणून तेव्हाचे गृहमंत्री शिवराज पाटील यांचंही नाव होतं; पण डाव्या आघाडीचे नेते, सीपीआय (एम)चे सरचिटणीस प्रकाश करात यांनी ही नावं मान्य केली नाहीत. सरते शेवटी प्रतिभा पाटील यांना उमेदवारी देण्यात आली आणि त्यांनी राजस्थानचे माजी मुख्यमंत्री आणि वरिष्ठ भाजप नेते भैरोसिंह शेखावत यांचा निवडणुकीत पराभव केला.

राष्ट्रपती भवनाच्या रूपानं प्रतिभा पाटील यांना नवं घर मिळालं, त्याच सुमारास उत्तर प्रदेशातील मतदारांनी मायावती यांना राज्याचं नेतृत्व करण्याची एक संधी देण्याचं ठरवलं. बहुजन समाज पक्षाच्या प्रमुख असलेल्या मायावतींनी एक चतुर धोरण आखत, त्यांच्या दलित मतांसोबत, राज्यातील ब्राह्मणांची मतेही जोडून घेतली. त्यांचं हे धोरण चांगलंच यशस्वी ठरलं कारण विधानसभेच्या ४०२ जागांपैकी त्यांनी २०६ जागा जिंकल्या. गुजरातमध्ये नरेंद्र मोदी यांनी राज्याच्या विधानसभा निवडणुकीत पुन्हा एकदा गुजरात अस्मितेचा मुद्दा तापवला आणि ते परत निवडून आले.

मायावती आणि मोदी यांच्यासाठी २००७मध्ये अनुकूल काळ होता, पश्चिम बंगालचे मुख्यमंत्री बुद्धदेब भट्टाचार्य यांनी राज्यात औद्योगिकीकरणाला चालना देण्याचं ठरवलं आणि स्वतःच्या पायावर जणू धोंडाच मारून घेतला. कोलकात्यापासून १६० किलोमीटर दूर असलेल्या नंदिग्राम येथे पेट्रोकेमिकल हब बनवण्यासाठी केंद्रानं एक प्रस्ताव पाठवला. स्थानिक लोकांना वाटलं की या प्रकल्पासाठी त्यांच्या जमिनी ताब्यात घेण्यात येतील. भडकलेल्या लोकांनी निदर्शनं केली आणि पोलिस गोळीबारात १४ लोक ठार झाले. माओवाद्यांनी स्थानिकांना भडकवल्यामुळे नंदिग्रामच्या लोकांनी आपल्यावर हल्ला केला होता, असं पोलिसांनी नंतर गोळीबाराचं कारण सांगितलं. आपल्या तीस वर्षांच्या कार्यकाळात डाव्या आघाडीपुढे आलेलं हे सर्वांत मोठं आव्हान होतं. राज्यातील विरोधकांच्या हाती नंदिग्रामच्या रूपानं जळतं कोलीतच लागलं आणि त्यांनी बुद्ध बाबूंना, त्यांच्या राजकीय कारकिर्दीतील सर्वाधिक कठीण परिस्थितीत अडकवलं. बुद्धदेब भट्टाचार्य यांना बुद्ध बाबू म्हटलं जात असे.

फेब्रुवारी २००७मध्ये, पाकिस्तानचे परराष्ट्रमंत्री भारतात बोलणी करण्यासाठी येण्याच्या एक दिवस आधी, नवी दिल्ली ते लाहौरदरम्यान असलेली समझौता

एक्स्प्रेस बॉम्बस्फोटानं उडवण्यात आली. या दुहेरी बॉम्बस्फोटांत ६७ लोक ठार झाले आणि १५ लोक जखमी झाले.

क्रीडा जगतात, २००७ साली भारतानं एका नव्या प्रकारच्या क्रिकेट खेळाला अधिक गांभीर्यानं घेण्याचं ठरवलं. ही होती टी२० स्पर्धा आणि भारतानं दक्षिण आफ्रिकेतील पहिला आयसीसी टी२० विश्वचषकच जिंकला नाही तर एका टी२० क्रिकेट लीगचीदेखील घोषणा केली. त्यामुळे या खेळातील अर्थकारण नेहमीसाठी बदलून जाणार होतं. या वर्षाच्या सुरुवातीस वेस्ट इंडिजमध्ये भरलेल्या आंतरराष्ट्रीय एक दिवसीय विश्वचषक स्पर्धेत सुमार कामगिरी केल्यानंतर टी२० चं विजेतेपद काहीसं समाधान देणारं होतं. कारण भारत विश्वचषक स्पर्धेत आपल्या गटांतच बाद झाला होता.

टी२० विश्वचषक स्पर्धेत, भारतानं कट्टर प्रतिस्पर्धी असलेल्या पाकिस्तानच्या विरोधातला थरारक अंतिम सामना जिंकत चषक जिंकला. बोर्ड ऑफ कंट्रोल फॉर क्रिकेट इन इंडिया (बीसीसीआय)ने इंडियन प्रिमियर लीगची लगोलग घोषणा केली. या स्पर्धेमध्ये ३५ कोटी रुपयांची बक्षिसं देण्यात येणार होती. २००८मध्ये उद्घाटन करण्यात आलेली ही स्पर्धा दर वर्षी भरवण्यात येणार होती. आयपीएलची घोषणा ही एक मोठी बातमी होती आणि या देशांतर्गत खेळल्या जाणाऱ्या टी२० क्रिकेट लीगचं भविष्य काय असणार होतं ते त्या वेळी कोणालाच माहीत नव्हतं.

सरकारी विमान सेवा कंपन्या ज्या आव्हानांना तोंड देत आहेत, त्यांचा सामना करण्यासाठी एअर इंडिया आणि इंडियन (पूर्वीची इंडियन एअरलाइन्स) यांना एकत्र करण्याचा निर्णय याच वर्षी भारत सरकारकडून घेण्यात आला. या एकत्रीकरणामुळे या विमान कंपन्यांसाठी आणि एकंदरीत भारतासाठीही भविष्यात *मौजा ही मौजा* म्हणण्याची वेळ येणार होती का?

२००८ : हौले हौले हो जायेगा प्यार

तू सबर तो कर मेरे यार
जरा साँस तो ले दिलदार
चल फिकर नू गोली मार
यार है दिन जिंदयी दे चार

गीतकार : जयदीप साहनी
संगीतकार : सलीम-सुलेमान
गायक : सुखविंदर सिंह
चित्रपट : *रब ने बना दी जोडी*

नव्या सहस्रकाच्या वळणावर असताना, हिंदी चित्रपट उद्योगाला एका नव्या लाटेनं तडाखा दिला. चित्रपटाची कोणतीही पार्श्वभूमी नसणाऱ्या मध्यमवर्गीय गीतकार, पटकथाकार आणि चित्रपट निर्मात्यांची लाट. उत्तर भारतातील वेगवेगळ्या गावांमधून आलेले आणि नव्या पिढीची भाषा, नव्या कल्पना आणि वेगवेगळे दृष्टिकोन असलेल्या या कलाकारांनी आपल्यासोबत हिंदी चित्रपटांमध्ये एक ताजेपणा आणला. दिल्लीतून आलेला असाच एक कलाकार होता जयदीप साहनी. तो अभियांत्रिकीचा पदवीधर होता. तो अपघातानं चित्रपटांच्या जगात आला आणि कथाकार बनला. नव्या सहस्रकाच्या पहिल्या दशकांत तयार झालेल्या काही संस्मरणीय चित्रपटांच्या कथा साहनीनं लिहिल्या आहेत.

कंपनी या चित्रपटात साकारलेलं मुंबईतील गुन्हेगारी जगताचं व्यवस्थापनातील कौशल्य असो किंवा *खोसला का घोंसलामध्ये* एका मध्यमवर्गीय परिवारानं त्यांच्या

घरावर ताबा मिळवण्याचा प्रयत्न करणाऱ्यांना हुसकावून लावण्यासाठी दिलेला लढा असो किंवा *चक दे इंडियामधील*, एक अपयशी हॉकी खेळाडू कशा प्रकारे भारतीय महिला हॉकी संघाला प्रशिक्षण देऊन त्यांना नेत्रदिपक यश मिळवून देतो याची कहाणी असो, साहनीचं कथाकार आणि गीतकार म्हणून केलेलं काम लक्ष वेधून घेतं. आदित्य चोप्राच्या दिग्दर्शनातील *रब ने बना दी जोडीमध्ये* साहनीची गाणी, सुरींदर आणि तन्नी या विजोड जोडप्यांतील उमलत्या प्रेमाची कथा सांगतात, जे जाणूनबुजून नाही तर केवळ योगायोगानं एकमेकांच्या जवळ आले आहेत. *हौले हौले हो जायेगा प्यार*, या गाण्याच्या मुखड्यातून नायक सांगतो की प्रेम हे हळूहळूच फुलत असतं.

या गीतात हिंदी आणि पंजाबी शब्दांचं असलेलं मिश्रण योग्यच आहे. कारण, हा चित्रपट अमृतसरमध्ये घडतो. एका कडव्यांत, साहनी प्रेमाविषयीच्या जुन्या भारतीय काव्याला आदरांजली वाहताना लिहितो की, *क्या कह के गया था शायर वो सयाना, आग का दरीयाँ डुब के जाना.* चित्रपटांतील गाणी तयार केली ती सलीम आणि सुलेमान मर्चंट यांनी, जे त्याआधी *इकबाल, डोर* आणि *चक दे इंडियातील* कामामुळे चमकले होते. हौले हौले... मध्ये, सलीम-सुलेमान यांनी पारंपरिक वादनाचा जास्तीत जास्त अवलंब करताना स्टॅकॅटो हार्मोनियमचा आधार घेतला आणि मग गुणवान अशा सुखविंदर सिंहच्या आवाजाला हवं तसं फिरू दिलं. ज्या वेळी 'साधारण दिसणारा सुरिंदर' (शाहरुख खान) पडद्यावर हे गाणं सादर करतो, तेव्हा संगीतकारांनी ते साधं वाटावं यासाठी अधिक मेहनत घेतली - ज्यामुळेच ते गाणं अधिक उठून दिसतं.

आदित्य चोप्रा *रब ने बना दी* जोडीमध्ये एका साधारण जोडीमध्ये कदाचित असाधारण प्रेम कथा शोधत होता; पण २००८मध्ये भारताला असाधारण गोष्टी शोधण्यासाठी फार कष्ट घ्यावे लागले नाहीत. ते इतर काहीही असलं तरी सामान्य मात्र नव्हतं. २००६मध्ये, मनमोहन सिंह सरकारनं, सेंट्रल एज्युकेशनल इन्स्टिट्यूशन्स (रिझर्वेशन इन एडमिशन) ॲक्ट २००६ केंद्रीय शैक्षणिक संस्था (प्रवेशामध्ये आरक्षण) कायदा २००६ आणला, त्यानुसार सरकारी अनुदान मिळणाऱ्या संस्थांमध्ये ओबीसींसाठी २७ टक्के जागा राखीव होत्या. या कायद्याला आव्हान देण्यात आल्यानंतर एप्रिल २००८मध्ये सर्वोच्च न्यायालयानं हा कायदा उचलून धरला. न्यायालयानं हेही सांगितलं की, या आरक्षणाच्या कक्षेतून अल्पसंख्यांक संस्था वगळण्यात आल्या ते वैधच आहे. १९९०मध्ये, व्ही. पी. सिंह सरकारनं सरकारी नोकऱ्यांमध्ये ओबीसी आरक्षण लागू केलं होतं, तर २००८मध्ये शैक्षणिक संस्थांमध्ये ओबीसींना आरक्षण मिळालं, त्या वर्षी व्ही. पी. सिंह यांचं निधन झालं - या बातमीला फारशी प्रसिद्धी लाभली नसली तरी त्यांचा कार्यकाळ हा उलथापालथींनी भरलेला होता.

जुलैमध्ये मनमोहन सिंह सरकारने भारत-अमेरिका आण्विक करारामध्ये पुढे जाण्याचं ठरवलं तेव्हा,त्यांना जबरदस्त विरोधाला सामोरं जावं लागलं. या करारावर मागील वर्षी सह्या झाल्या होत्या आणि त्यानुसार त्यांनी इंटरनॅशनल ॲटोमिक एनर्जी एजन्सीकडे संरक्षक करारासाठी धाव घेतली. संपुआ सरकारला सीपीआय (एम) गटाचा पाठिंबा होता; पण त्याचं नेतृत्व करणारे सरचिटणीस प्रकाश करात यांनी मात्र या कराराला कडाडून विरोध केला. काँग्रेसनं यावर माघार घेण्याचं अमान्य केलं आणि सीपीआय (एम)ने सरकारचा पाठिंबा काढून घेतला.

जुलै २००८मध्ये मनमोहन सिंह सरकारला अविश्वास प्रस्तावाला सामोरं जावं लागलं. लोकसभेतील आपल्या भाषणांत, पंतप्रधान मनमोहन सिंह यांनी डाव्या पक्षांच्या नेत्यांना विचारलं की, त्यांना पंतप्रधान म्हणून बाबरी मशिदीच्या विध्वंसामागे असलेले लालकृष्ण आडवाणी चालणार आहेत का?. सरकारनं संसदेमध्ये १९ मतांनी विश्वासदर्शक ठराव जिंकण्यात यश मिळवलं. जेव्हा काही भाजप संसद सदस्य हातात नोटांच्या गड्ड्या घेऊन सभागृहाच्या मध्यभागी धावले आणि त्यांना समाजवादी पक्षाचे नेते अमरसिंह यांच्याकडून संपुआ सरकारला मतदान करण्यासाठी लाच देऊ करण्यात आली होती असा आरोप केला तेव्हा या विश्वासदर्शक ठरावाच्या वेळी एकच खळबळ माजली. संपुआनं विश्वासदर्शक ठराव जिंकला आणि डाव्यांचा पाठिंबा नसतानाही ते सत्तेत टिकून राहिले.

वर्षाच्या सुरुवातीला, भारत आणि अमेरिका यांनी त्यांची तोवरची सर्वांत मोठी शस्त्र खरेदी करण्यासाठी करार केला. हा करार साधारणत: १ अब्ज डॉलर्सचा होता. त्यामध्ये सहा सी-१३० जे सुपर हर्क्युलस एअरक्राफ्ट विकत घेतले जाणार होते त्यामुळे सैन्याच्या तुकड्यांच्या हालचाली करणं अधिक सोयीचं जाणार होतं. याच वर्षी भारतीय हवाई दलानं देशाच्या दुर्गम उत्तर भागांतील थंड वाळवंटात आपली एक धावपट्टी पुन्हा सुरू केली. दौलत बेग ओल्डी (यारकंदी सत्पुरुषाच्या नावावरून हे नाव देण्यात आलं आहे. दौलत बेग वारला असा त्याचा शब्दश: अर्थ होता) असं नाव असलेली ही धावपट्टी या आधी १९६०च्या दशकांत वापरण्यात आली होती हिवाळ्यामध्ये या भागात उणे ५५ डिग्री सेल्सियस तापमान असायचं.

औद्योगिक जगतातही २००८ हे वर्ष असाधारण असंच होतं. टाटांनी शेवटी त्यांची टाटा नॅनो ही बहुचर्चित एक लाख रुपयाची गाडी बाजारात आणली. जमीन हस्तांतरावरून झालेल्या मोठ्या प्रमाणातील हिंसाचारामुळे पश्चिम बंगालमधून बाहेर पडावं लागल्यानं, नॅनो शेवटी गुजरातमधील साणंदमधून तयार झाली. नॅनो ही जगातील सर्वांत जास्त परवडण्याजोगी कार होती आणि त्यामुळे भारतीयांच्या प्रवासी वाहतुकीमध्ये त्यांत क्रांति होण्याची अपेक्षा व्यक्त करण्यात आली होती. याच वर्षी, औषधांच्या क्षेत्रांतील मोठी भारतीय कंपनी असलेल्या रॅनबॅक्सीला, जपानी उद्योग दाईची सान्क्योनं रोख ४.६ दशलक्ष डॉलर्समध्ये विकत घेतलं.

नोव्हेंबरमध्ये घडलेल्या काही दहशतवादी घटनांमुळे हे वर्ष चांगलंच लक्षात राहिलं. २६ नोव्हेंबरच्या रात्री साधारणपणे ८ वाजता याची सुरुवात झाली लष्कर-ए-तैय्यबाचे दहा दहशतवादी मुंबईतील कुलाबा परिसरात, बोटींमधून आले आणि नंतर त्यांनी या आर्थिक राजधानीतील मोक्याच्या ठिकाणांवर हल्ले करायला सुरुवात केली. यामध्ये छत्रपती शिवाजी महाराज टर्मिनस, ताज महाल पॅलेस हॉटेल, ओबेरॉय-ट्रायडेंट आणि नरिमन हाउसचादेखील समावेश होता. एकाएकी झालेल्या या हल्ल्यामुळे सुरक्षा यंत्रणा गोंधळली आणि ही गोंधळाची परिस्थिती बराच काळ होती. पाकिस्तानातील तज्ज्ञांच्या नजरेखाली हल्लेखोर या हल्ल्याची अनेक महिने अयारी केली होती. त्यांनी प्रचंड मोठ्या प्रमाणात हानी पोहोचवली. २९ नोव्हेंबरपर्यंत हा हल्ला सुरू होता. त्यामध्ये १६४ लोक ठार झाले आणि ३०८ लोक जखमी झाले. नऊ हल्लेखोरांना ठार करण्यात आलं आणि अजमल कसाब या एका दहशतवाद्याला पकडण्यात आलं. मृतांमध्ये दहा देशांतील २८ परदेशी नागरिकांचा समावेश होता. महाराष्ट्राच्या दहशतवादी प्रतिबंधक पथकाचे प्रमुख हेमंत करकरे हेदेखील मारले गेले.

भारतीय वृत्त वाहिन्यांवर या हल्ल्याचं थेट प्रक्षेपण करण्यात आलं, दहशतवाद्यांना बाहेर काढण्यासाठी सुरक्षा रक्षक करत असलेल्या प्रयत्नांमध्येही त्यांच्यामुळे बऱ्याचदा अडथळे निर्माण होत होते. जेव्हा हल्ले सुरू होते, त्या वेळेस गुजरातचे मुख्यमंत्री नरेंद्र मोदी, मुंबईत आले आणि सैनिकांची हल्लेखोरांशी जिथे धुमश्चक्री चालली होती त्या तीन जागांना त्यांनी भेटी दिल्या. यांत एका ठिकाणी पत्रकारांशी बोलताना, मोदींनी मनमोहन सिंह सरकारवर हे संकट हाताळण्याच्या पद्धतीबाबत टीका केली. देश एका अभूतपूर्व आव्हानाला सामोरा जात असताना या मुख्यमंत्र्याच्या अशा उद्धट वर्तनावर चौफेर टीका झाली. मुंबईत या आधी झालेल्या कोणत्याही हल्ल्यांपेक्षा २६/११चा हल्ला वेगळा होता. शहरातील सामान्य नागरीकांवर केलेला हा नृशंस हल्ला होता.

याच वर्षी, जूनमध्ये, एका हिंदी चित्रपटांतून, मुंबईवर हल्ला करणाऱ्या दहशतवाद्यांचा हस्तक बनलेल्या डॉ. आमिर अलीच्या आयुष्यातील एका दिवसाचं चित्रण दाखवण्यात आलं. सर्व दहशतवादी मारण्यात आल्यानंतर मुंबई जेव्हा दुसऱ्या दिवशी जागी झाली, तेव्हा लोक कदाचित आमिर चित्रपटांतील अमिताभ भट्टाचार्य यांचं गाणं गुणगुणत असतील :

आनी जानी है कहानी, बुलबुले सी है जिंदगानी
बनती कभी, कभी बिगडती, तेज हवा से लड़ती-भिड़ती
हा रेहम हा रेहम फरमा अय खुदा
मेहफूझ हर कदम करना अय खुदा

२००९ : आल इज वेल

कोई ना जाने अपना फ्युचर क्या होगा
होंठ घुमा, सिटी बजा, सिटीं बजाके बोल
भैय्या आल इज वेल, अरे भैय्या आल इज वेल

गीतकार : स्वानंद किरकिरे
संगीतकार : शंतनू मोईत्रा
गायक : शान, सोनू निगम आणि स्वानंद किरकिरे
चित्रपट : 3 *इडियट्स*

ते होतं २००५च्या *हजारों ख्वाहीशें ऐसी* चित्रपटातील *बाँवरा मन देखने चला एक सपना* या गाण्यामुळे गीतकार आणि गायक स्वानंद किरकिरे यांना पहिल्यांदाच ओळख मिळाली. दिल्लीतील आपल्या नाटकांमध्ये काम करतानाच्या दिवसांत त्यांनी हे गाणं लिहिलं होतं. संगीतकार शंतनू मोईत्रा यानं ते किरकिरेच्या आवाजात ध्वनिमुद्रित करण्याचं ठरवलं. मोईत्रा आणि किरकिरे यांनी आपली जोडी बनवली आणि अनेक चित्रपटांगीतांसाठी त्यांनी एकत्र काम केलं. २००९मधील सर्वांत यशस्वी चित्रपट ठरलेला 3 *इडियट्स*, म्हणजे तो त्यांनी एकत्रितपणे केलेला तिसरा चित्रपट होता. राजू हिरानी हा या चित्रपटाचा दिग्दर्शक होता. यातलं रोमांचित करणारं, तत्त्वज्ञान सांगणारं *आल इज वेल* हे गाणं तुफान चाललं.

सन २००९चं वर्ष हिंदी चित्रपटांसाठी चांगलं होतं आणि हिंदी चित्रपट संगीतासाठी तर ते उत्तमच होतं. एकीकडे 3 *इडियट्सनं* प्रेक्षकांना हसवून हसवून वेड लावलं तर दुसरीकडे *दिल्ली सिक्स* (Delhi 6)मधून ए. आर. रहमान याने

पुन्हा एकदा ध्वनी आणि सुरावटींमधून आपली जादू सिद्ध केली. या चित्रपटांत लोकसंगीत, शास्त्रीय आणि आधुनिक प्रभाव असलेलं संगीत होतं. त्यामुळे ते रहमानचं तोवरचं सर्वांत उत्तम काम ठरलं – ज्यांत एकीकडे आनंद उत्साहानं भरलेलं मसकली हे गाणं होतं तर दुसरीकडे हळुवारपणे आग लावणारं रेहना तू हे गीत होतं (या गाण्यात जिवंतपणा आणण्यासाठी रहमाननं कॉन्टीनम फिंगरबोर्डचा उपयोग केला होता). याच वर्षात विशाल भारद्वाजनं पुन्हा एकदा गुलजार यांच्यासोबत *कमीने* या चित्रपटासाठी जोडी जमवली आणि हिंदी चित्रपट संगीताच्या खजिन्यामध्ये आणखी काही संस्मरणीय गाण्यांची भर पडली.

ज्या वेळेस ए. आर. रहमान, विशाल भारद्वाज आणि प्रितम यांच्याकडून चांगल्या संगीताचीच अपेक्षा केली जात होती, त्याच काळात आणखी एक तारा हिंदी चित्रपट संगीताच्या आकाशात तेजानं झळाळू लागला होता. जुन्या बंगाली आणि अभिजात हिंदी अशा *देवदास* या चित्रपटाचा आधुनिक अवतार घेऊन तो चित्रपट आला होता. अमित त्रिवेदी त्याच्या २००८ सालच्या *आमिर* या चित्रपटामधून सर्वांच्याच लक्षात आला होता; पण २००९मधील *देव.डी*मुळे तो शब्दशः तेजाळून निघाला.

देव.डी हा हिंदी चित्रपट चित्रपटसंगीतामध्ये ताज्या हवेची झुळूक घेऊन आला. त्रिवेदीनं नवीन पिढीची संवेदनशीलता आणि स्वरांची समज सगळ्यांसमोर पेश केली. त्यानं त्याचा जुना मित्र आणि जोडीदार असलेल्या अमिताभ भट्टाचार्य याच्या शब्दांनां संगीताचा साज चढवला आणि एक जादुई अल्बम तयार केला. *देव.डी* ला प्रेक्षकांचं उदंड प्रेम लाभलं आणि त्याचं संगीत दशक उलटल्यानंतरही तितकंच लोकप्रिय आहे. उपरोधिक, लग्नात वाजवलं गेलेलं, *इमोसनल अत्याचार* हे गीत त्रिवेदी आणि भट्टाचार्य दोघांनी स्वतःच गायलं आणि ते जबरदस्त गाजलं. भट्टाचार्य हा मुंबईला गायक होण्यासाठी आला होता, त्यानं *देव.डी* (आणि २००८ साली आमिरसाठी)साठी निरुत्साहानंच गाणी लिहिली होती.

रेहना तू किंवा *मसकली* किंवा *परदेसी* ही कदाचित २००९मधील मोठी सांगीतिक उपलब्धी होती; पण *आल इज वेल* हे ते गाणं होतं ज्यांतील भावना खऱ्या अर्थानं मनमोहन सिंह यांचं सरकार त्या काळात अनुभवत होतं. विशेषतः मेमध्ये पंधराव्या सार्वत्रिक निवडणुकांचे निकाल जाहीर झाल्यानंतर. २००९च्या निवडणुकांमध्ये, भारतीय मतदारांची संख्या होती ७१.४० कोटी. देशभरात ८.२८ लाख मतदान केंद्रांवरती मतदानासाठी इलेक्ट्रॉनिक मतदान यंत्रांचा उपयोग करण्यात आला. जेव्हा संयुक्त पुरोगामी आघाडी (काँग्रेसच्या नेतृत्वाखाली) आणि राष्ट्रीय लोकशाही आघाडी (भाजपच्या नेतृत्वाखाली) निवडणुकीत उतरले तेव्हा निकालाचा अंदाज बांधणे अशक्यप्राय होते. रालोआचे पंतप्रधानपदाचे उमेदवार, लालकृष्ण आडवाणी यांनी पंतप्रधान मनमोहन सिंह यांच्यावर, त्यांनी पंतप्रधान पदाचं महत्त्व

कमी केल्याचा आरोप करत हल्ला चढवला होता. पंतप्रधान मनमोहन सिंह हे काँग्रेस अध्यक्षा सोनिया गांधी यांच्या हातातील बाहुले आहेत असा रालोआचा आरोप होता.

काँग्रेस पक्षाने ए. आर. रहमान यांच्या *जय हो* या गाजलेल्या गाण्याचे हक्क विकत घेऊन त्याचा आपल्या प्रचारासाठी उपयोग केला. अमेरिकेसोबतच्या आण्विक करारावरून झालेल्या मतभेदामुळे डाव्या पक्षांनी सरकारचा पाठिंबा काढून घेतला. त्या वेळी काँग्रेसमध्ये अस्वस्थता निर्माण झाली होती; पण सार्वत्रिक निवडणुकांचे निकाल आल्यानंतर मात्र, संपुआला चिंता करण्याचं काही कारण उरलं नाही. मतदारांनी मनमोहन सिंह यांच्या सरकारवर पुन्हा एकदा विश्वास दाखवला होता. काँग्रेस पक्षानं २००४ मधील १४५ जागांपासून या वर्षी २०६ जागांवर झेप घेतली. संपुआनं २६२ जागा जिंकल्या. त्यांना बहुमतासाठी अगदी थोड्या जागा कमी पडल्या होत्या. सीपीआय (एम) चे नेते प्रकाश करात यांच्या लक्षात आलं की मागील वर्षी संपुआचा पाठिंबा काढून घेण्याचा त्यांचा निर्णय त्यांच्याच अंगलट आला होता. पक्षाला निवडणुकीत जबर मार बसला आणि त्यामुळे राष्ट्रीय राजकारणांत पक्ष पिछाडीवर गेला होता.

संसदेत, २००९ लक्षात राहिलं ते ऑगस्टमध्ये संपुआ सरकारनं शिक्षण हक्क कायदा मंजूर केल्यामुळे. या कायद्यामुळे सहा ते चौदा वर्षं वयाच्या सर्व मुलांसाठी शिक्षण हा मूलभूत अधिकार झाला. या कायद्यामुळे केंद्र आणि राज्य सरकारांना घटनेच्या कलम २१ अ अंतर्गत या मूलभूत बाल हक्काची अंमलबजावणी करणं कायद्यानं बंधनकारक झाली.

ज्यावेळेस सरकार मुलांचं जगणं सुधारण्यासाठी प्रयत्न करण्यांत व्यस्त होतं, तेव्हा न्यायालयेही मागे नव्हती. एका उल्लेखनीय निकालांत, दिल्ली उच्च न्यायालयानं, देशातील एलजीबीटी (लेस्बीयन, गे, बायसेक्शुअल आणि ट्रान्सजेंडर) समुदायांना जगण्याची एक नवी संधी दिली. संमतीपूर्वक समलिंगी संभोगावर गुन्हेगारीचा शिक्का मारल्यामुळे घटनेच्या अंतर्गत ज्याची खात्री दिली गेली आहे त्या समानतेचा हक्काचं, जगण्याच्या हक्काचं आणि स्वातंत्र्याच्या हक्काचं उल्लंघन होतं, असा न्यायालयानं निकाल दिला. एलजीबीटी समुदायांसाठी हा एक मोठा दिलासा होता आणि पुरोगामी मूल्यांचा हा एक मोठा विजय होता.

ज्या वेळेस निवडणुकीतील प्रचारादरम्यान काँग्रेस *जय हो* म्हणत होती, त्या वेळेस या गाण्यामुळे ए. आर. रहमान याला मानसन्मान मिळाला. विकास स्वरूप याच्या *क्यू अँड ए* या कादंबरीवर आधारित, डॅनी बॉयेलचा इंग्रजी चित्रपट, *स्लमडॉग मिलेनियरच्या* संगीतासाठी रहमाननं दोन ऑस्कर जिंकले, त्यामुळे त्याचं जगभरात नाव झालं. त्यानं सर्वोत्कृष्ट गीत आणि सर्वोत्कृष्ट संगीत रचनेसाठी हे दोन्ही पुरस्कार जिंकले. दोन दशकं हिंदी आणि तमिळ चित्रपट संगीतावर अधिराज्य गाजवल्यानंतर, आंतरराष्ट्रीय पातळीवर रहमानच्या प्रतिभेला मिळालेली ही ओळख होती. *स्लमडॉग*

मिलेनियरनं जगभर खळबळ माजवली आणि रहमान आता जगविख्यात व्यक्ती बनला होता.

औद्योगिक जगात मात्र सर्व काही ठीक नव्हतं. कारण, हैदराबाद येथील सत्यम कॉम्प्युटर्स या माहिती तंत्रज्ञान क्षेत्रांतील मोठ्या कंपनीच्या अध्यक्षानं, आपण कंपनीच्या खात्यांमध्ये अफरातफर केली आहे, अशी कबुली दिली. ज्यामुळे भारताला धक्का बसला. या अफरातफरीची व्याप्ती प्रचंड होती. १.४७ अब्ज डॉलर्सचा खाते घोटाळा करण्यात आला आहे, अशी बी. रामलिंग राजू यानं कबूली दिली. या गैरव्यवहारामध्ये लेखापरीक्षकदेखील दोषी आढळले. भारताचा आयटी (माहिती तंत्रज्ञान) उद्योग हा तोवर भारताच्या उदार अर्थव्यवस्थेच्या यशाचं आदर्श उदाहरण होतं आणि सत्यम घोटाळ्यामुळे देशाचा या उद्योगावरील विश्वासच उडाला. या घोटाळ्यामुळे जगभरातील ५० हजार कर्मचाऱ्यांना आपल्या नोकऱ्या गमवाव्या लागल्या. सरकारनं कंपनी लॉ बोर्डाचा आधार घेत परिस्थिती नियंत्रणात आणली आणि काही महिन्यांतच सत्यमची मालकी टेक महिंद्राकडे आली. टेक महिंद्रा ही कंपनी महिंद्रा अँड महिंद्रा समूहाचा भाग होता.

याच वर्षी, सीमा सुरक्षा दलानं भारताच्या आंतरराष्ट्रीय सीमांच्या रक्षणासाठी १७८ महिला सैनिकांची भरती केली. सीमा सुरक्षा दलांमध्ये महिलांचा समावेश करण्याची ही पहिलीच वेळ होती. याच वर्षांत भारतीय नौदलानं पहिल्यांदाच दोन महिलांना लढाऊ विमानं चालवण्याची परवानगी दिली.

या वर्षी भारतीय क्रिकेटसाठी सारं काही चांगलंच होतं- भारतीय संघानं जगातील प्रथम क्रमांकाचा कसोटी संघ म्हणून वर्षाची समाप्ती केली. २००९ हे वर्ष भारतासाठी एकंदरीत चांगलं ठरलं होतं. दशकातील शेवटच्या वर्षांत प्रवेश करताना, ते कदाचित *दिल्ली सिक्स* (Delhi 6)मध्ये रहमाननं रचलेलं, प्रसुन जोशीचं गाणं गुणगुणत होतं – *रेहना तू, है जैसा तू.*

२०१०चं दशक
व्हॉट्स ॲपनिंग

जो भी मैं कहना चाहूँ

भारताला तीस वर्षांत पहिल्यांदाच बहुमताचं सरकार मिळतं. सर्वव्यापी स्मार्टफोन्समुळे दूरसंचार क्रांती प्रचंड मोठी झेप घेते. तरुणांची संख्या वृद्धांपेक्षा जास्त आहे हे जनगणनेमुळे सिद्ध होतं. अनेक राजकीय पक्षांमध्ये नव्या पिढ्या सत्तेची सूत्रं हाती घेतात.

1.

2.

3.

4.

5.

१) पुन्हा एकदा विश्वविजेते : २०११मध्ये महेंद्र सिंह धोनीच्या नेतृत्वाखालील भारतीय क्रिकेट संघ आणखी एक क्रिकेट विश्वचषक जिंकतो.

२) भ्रमनिरास : अण्णा हजारे यांचे भ्रष्टाचार विरोधी आंदोलन, सुरुवातीला ते प्रचंड यशस्वी ठरले असले तरी २०११च्या शेवटास ते संपुष्टात आले.

३) २०१२मध्ये दिल्लीत झालेल्या निर्घृण सामूहिक बलात्कारानंतर लोकांचा संताप आणि मेणबत्ती मोर्चांमुळे कठोर बलात्कार विरोधी कायद्यांची निर्मिती होण्यास मदत झाली.

४) २०१४मध्ये भाजपाच्या नेतृत्वात रालोआने निवडणुका जिंकल्यानंतर पंतप्रधान झालेले नरेंद्र मोदी, पाकिस्तानचे पंतप्रधान नवाज शरीफ यांच्याशी हस्तांदोलन करताना.

५) आमिर खान चीन जिंकतो : चीनमध्ये *दंगल* चित्रपट प्रचंड गाजतो.

२०१० : *गीत में ढलते लफ्जों में*

गीत में ढलते लफ्जों में
ताल पे चलती नब्जों में
नया, कुछ नया तो जरूर है

गीतकार : अमिताभ भट्टाचार्य
संगीतकार : अमित त्रिवेदी
गायक : अमित त्रिवेदी आणि अमिताभ भट्टाचार्य
चित्रपट : *उडान*

जेव्हा अमिताभ भट्टाचार्य लखनौ सोडून मुंबईला आला, त्यावेळेस त्याला हिंदी चित्रपटांमध्ये पार्श्वगायक व्हायचं होतं. त्याला साहित्य, कविता किंवा लिखाणामध्ये कोणताही रस नव्हता. मुंबईतील स्पर्धात्मक आणि निष्ठूर चित्रपट उद्योगांत नाव कमवण्यासाठी आलेल्या बाहेरच्या सर्व लोकांप्रमाणे, भट्टाचार्यनेदेखील संघर्ष केला. *ओम द फ्युजन* या बँडचा सदस्य असलेल्या अमित त्रिवेदीशी त्याची योगायोगानं भेट झाली. पुढे त्याच्या आयुष्यातील एका दीर्घकालीन भागीदारीत परावर्तीत झाली. सुरुवातीला भट्टाचार्यने त्रिवेदीला त्याच्या चालींसाठी नकली शब्द पुरवले, या शब्दांना दिलेल्या चाली तो इतरांसमोर वाजवून दाखवायचा.

त्रिवेदीनं *आमिर* आणि *देव.डी* चित्रपटांसाठी संगीतकार म्हणून काम सुरू केलं, तेव्हा त्यांच्या मनात गांभीर्य निर्माण झालं. मनात अजूनही गायक व्हायचं वेड असल्यामुळे भट्टाचार्य नाखुशीनेच गीतं लिहायचा. *देव.डीच्या* भडक, लोकसंगीताचा आधार असलेल्या आणि झिंग आणणाऱ्या गाण्याचं लोकांनी खूप कौतुक केलं

(आणि अमित त्रिवेदीला राष्ट्रीय पुरस्कार मिळाला). २०१०मधील *उडानमुळे* या जोडीनं जगाला दाखवून दिलं की *देव.डीचं* यश केवळ नशिबानं मिळालेलं नव्हतं. ध्वनी, अभिव्यक्ती आणि शैली या सर्वंच बाबतीत, *उडानचं* संगीत हे *देव.डी* पेक्षा पूर्णतः भिन्न होतं. या चित्रपटातील गाणी आशा आणि स्वातंत्र्याचा संदेश देणारी होती. भट्टाचार्यच्या गीतांनी त्याचा गीतलेखनातील सिद्धहस्त दाखवून दिला. गीत लेखनाविषयी उदासीन असलेल्या या गीतकारानं श्रोत्यांना नव्या रूपकांसोबत काही आधुनिक आणि अभिजात गीतं दिली तर त्रिवेदीनं पारंपरिक माधुर्य आणि रॉक यांचा एकत्र वापर करत (हिंदी चित्रपटांसाठी हे प्रथमच होतं) त्याला या दशकातील सर्वोत्कृष्ट अल्बम्सपैकी एक बनवलं. *उडानमुळे* त्रिवेदी हा एक कुशल संगीतकार असल्याचं सर्वांना कळलं.

१९९०च्या दशकाच्या सुरुवातीस ए. आर. रहमानचा उदय झाल्यापासून नंतरच्या काळात जे चांगले संगीतकार झाले होते त्यांपैकी त्रिवेदी हा सर्वोत्कृष्ट होता. हा काही योगायोग नव्हता की त्रिवेदीनं २०१०मध्ये *देव.डीसाठी* नव्या संगीत प्रतिभेला देण्यात येणारा, आर. डी. बर्मन फिल्मफेअर पुरस्कार जिंकला. पहिल्या वर्षी, १९९५ साली हा पुरस्कार रहमानला मिळाला होता.

ज्या वेळेस या नव्या प्रतिभांमुळे संगीतामध्ये नव्या लाटा निर्माण होत होत्या, त्या वेळी प्रतिभावंत गीतकार, गुलजार हे विशाल भारद्वाज या संगीतकाराबरोबर एकत्रितपणे, *इश्किया* या चित्रपटासाठी *दिल तो बच्चा है जी* असं म्हणून तरुण हृदय आणि त्याच्या अवखळापणाविषयी लिहित होते. हे हळुवार, मधुर, प्रणयासक्त गीत, भारद्वाजच्या साध्या संगीत संयोजनामुळे आणि राहत फतेह अली खान यांच्या अपरिचित हळुवार सादरीकरणामुळे अधिकच सुरेल झालं.

उडान आणि *इश्कियानं* नेहमीच्या मसाला हिंदी चित्रपटांपासून काहीशी वेगळी वाट धरली होती तर *दबंग* या चित्रपटानं त्याच्या पुढे एक पाऊल टाकलं. या तद्दन फिल्मी अल्बममध्ये, संगीत संयोजक साजीद-वाजीद आणि ललित पंडित यांनी काही लक्षात राहतील अशी गाणीही दिली. *मुन्नी बदनाम* हुई हे आयटम साँग सर्वांत जास्त गाजलं, तरी यांत इतरही काही उल्लेखनीय अशी गाणी होती. साजीद-वाजीद यांनी मद्यपानाविषयी हमका पिनी है हे एक उडत्या चालीचं गाणं तयार केलं. या गाण्याची मुळं लोकसंगीतात आणि तशाच प्रकारच्या सादरीकरणात होती (मास्टर सलीम, वाजीद आणि शबाब साबरी यांनी हे गीत गायलं).

उडान हा चित्रपट कदाचित स्वातंत्र्य, सुटका आणि वयात येण्याशी संबंधित होता; पण २०१०मधील भारतीय राजकारणामध्ये यापैकी काहीच नव्हतं. संपुआ सरकारसाठी हे एक त्रासदायक वर्ष ठरलं. कारण त्याला एकामागोमाग एक घोटाळ्यांचे धक्के बसत गेले, प्रत्येक घोटाळ्यामुळे त्याची विश्वासार्हता धोक्यात आली. २००७-०८ दरम्यान २जी स्पेक्ट्रमच्या वाटपात आणि परवानगी देण्यामध्ये

मोठ्या प्रमाणात गैरव्यवहार झालेला आहे, असा महालेखापरीक्षक आणि नियंत्रक (कॅग) यांनी आरोप केल्यानंतर मार्चपासून सरकारचा पत्त्यांचा बंगला कोसळायला सुरुवात झाली. सरकारी तिजोरीला यामुळे प्रचंड नुकसान होऊ शकते, असं कॅगच्या अहवालात दाखवण्यात आलं. महालेखापरीक्षक आणि नियंत्रक विनोद राय, यांनी सरकारच्या धोरणात्मक निवडींवरदेखील प्रश्नचिन्ह उभं केलं. या घोटाळ्यानंतर, केंद्रिय दूरसंचार मंत्री, ए. राजा यांनी राजीनामा दिला.

ज्या वेळेस २जी स्पेक्ट्रम घोटाळ्यामुळे सरकारला हादरे बसत होते, त्याच वेळेस नवी दिल्लीत आणखी एक वादळ घोंघावत होतं. शहरात २०१०मध्ये होऊ घातलेल्या राष्ट्रकुल क्रीडास्पर्धांशी याचा संबंध होता. वेळेत तयारी न झाल्यामुळे या खेळांना बेजबाबदार व्यवस्थापनाचा फटका बसला. पायाभूत सुविधा पूर्ण झाल्या नव्हत्या. माध्यमांमध्ये यावरून प्रचंड टीका झाल्यानंतर आयोजक कामं पूर्ण करण्यासाठी धावाधाव करू लागले. मोठ्या प्रमाणात भ्रष्टाचार झाल्याच्या बातम्या येत होत्या. केंद्रीय दक्षता समितीनं एक अहवाल सादर केला. त्यामध्ये खेळाशी संबंधित अनेक प्रकल्पांमध्ये अनियमितता असल्याचं दाखवण्यात आलं. स्पर्धा संपल्यानंतर दुसऱ्याच दिवशी सरकारनं आयोजकांवरील भ्रष्टाचाराचे आरोप तपासण्यासाठी एका चौकशी समितीची नियुक्ती केली. भ्रष्टाचाराच्या आरोपांमुळे सरकारला लोकांची विश्वासार्हता गमवावी लागली.

माध्यमांमध्ये सरकारची प्रतिमा खालावत असतानाच, त्यांनी काही चांगल्या सकारात्मक गोष्टींची सुरुवातही केली. मार्चमध्ये राज्यसभेनं महिला आरक्षण विधेयक मंजूर केलं. या विधेयकामुळे संसदेत आणि राज्य विधानसभेत महिलांना एक तृतीयांश जागा आरक्षित ठेवण्यात आल्या होत्या. दिल्लीत, इंदिरा गांधी आंतरराष्ट्रीय विमानतळाजवळ चकचकीत नवं आंतरराष्ट्रीय स्थानक, टी-३चं उद्घाटन करण्यात आलं, त्यामुळे राजधानातील आंतरराष्ट्रीय विमानतळावर होणाऱ्या गर्दीचं प्रमाण कमी झालं. ऑगस्टमध्ये, नालंदा विद्यापीठ विधेयक २०१०, दोन्ही सभागृहांमध्ये मंजूर झालं, ज्यामुळे या प्राचीन विद्यापीठाच्या पुनरुज्जीवनाचा मार्ग मोकळा झाला.

दोन वर्षांपूर्वी मुंबईत पाकिस्तानी दहशतवाद्यांनी केलेल्या २६/११च्या हल्ल्याच्या जखमा आता भरत आल्या होत्या. हल्ल्यामुळे नुकसान झालेलं ताजमहाल हॉटेल पुन्हा एकदा खुलं झालं. १९०३मध्ये बांधण्यात आलेल्या या ऐतिहासिक हॉटेलचं या हल्ल्यात प्रचंड नुकसान झालं होतं. या हल्ल्यामध्ये अनेक कर्मचारी आणि अतिथी ठार झाले होते. ३ मे २०१० रोजी, हल्ल्याची चौकशी करणाऱ्या न्यायालयानं, हल्ल्यानंतर जिवंत पकडण्यात आलेला आरोपी अजमल कसाब याला ८ प्रकरणांमध्ये दोषी मानलं. त्यामध्ये खून करणे आणि भारताविरुद्ध युद्ध पुकारणे या आरोपांचाही समावेश होता. त्यानंतर तीन दिवसांनी त्याला फाशीची शिक्षा सुनावण्यात आली.

अलाहाबाद उच्च न्यायालयानं, बाबरी मशिद विध्वंस खटल्यात, कट रचल्याच्या आरोपातून भाजपाचे लालकृष्ण आडवाणी, उमा भारती आणि मुरली मनोहर जोशी यांची मुक्तता केली, तसेच उच्च न्यायालयानं साठ वर्षं जुन्या जमिनीच्या वादावरतीदेखील आपला निकाल दिला. अलाहाबाद उच्च न्यायालयानं या जमिनीचं तिन्ही पक्षकारांमध्ये वाटप करण्याचा वादग्रस्त निकाल दिला : जमिनीचा प्रत्येकी एक तृतीयांश भाग – रामलल्ला विराजमान, निर्मोही आखाडा आणि सुन्नी वक्फ बोर्ड – यांना वाटून देण्याचा हा निर्णय होता.

पाकिस्तानातील दहशतवादानं भारताला २००८मध्ये दुखापत केली होती तर २०१०मध्ये माओवाद्यांच्या हिंसाचारानं याची पुनरावृत्ती केली. डाव्या विचारसरणीच्या दहशतवाद्यांनी – ज्यांना २००६मध्ये पंतप्रधान मनमोहन सिंह यांनी 'भारताच्या अंतर्गत सुरक्षसमोर असणारं एकमात्र आणि सर्वांत मोठं आव्हान' म्हणून संबोधलं होतं – वेगवेगळ्या घटनांमध्ये भारतीय सुरक्षा यंत्रणांवर हल्ले चढवले आणि मोठ्या प्रमाणात जीवित हानी घडवून आणली. एप्रिलमध्ये, माओवाद्यांनी छत्तीसगढ येथील दंतेवाडा जिल्ह्यात ७६ सीआरपीएफ जवानांची हत्या केली. या वर्षांतला हा एकमेव माओवादी हल्ला नव्हता. १९६७मध्ये नक्षलबारी येथे झालेल्या उठावाचा संस्थापक असलेल्या कानू सान्याल याने याच वर्षी आत्महत्या केली. त्यानं आपल्या घरात फाशी घेऊन स्वतःचं जीवन संपवलं. आयुष्याच्या अखेरीस कानू सान्यालनं, माओवादी उठावांतील हिंसाचारावर टीका करणं सुरू केलं होतं.

२०१०मध्ये भारत एका विचित्र परिस्थितीमध्ये होता. ही परिस्थिती आनंदाचीही नव्हती की दुःखाचीही नव्हती तर काहीशी दूषित होती. आपल्या गोष्टींत दर दिवशी नवी भर टाकत तो फक्त हेच गुणगुणत होता, *नया कुछ नया तो जरूर है।*

२०११ : *जो भी मैं कहना चाहूँ*

जो भी मैं कहना चाहूँ
बर्बाद करे अल्फाज मेरे
कभी मुझे लगे की जैसे
सारा ही ये जहाँ है जादू

गीतकार : इरशाद कामिल
संगीतकार : ए. आर. रहमान
गायक : मोहित चौहान
चित्रपट : *रॉकस्टार*

हे गाणं अशा पद्धतीनं सुरू होतं जणू काही एखादी इलेक्ट्रीक गिटार सुरांमध्ये बसवण्यात येत आहे. त्यानंतर गायक त्याच्या सहगायकांसोबत येतो. त्याचे स्वर तुम्हाला एका मैफिलीत घेऊन जातात. गीताचे शब्द उच्चारण्याआधी हे सारं घडतं. त्यानंतर ड्रम्स त्यांच्या सौम्य ठेक्यासहीत यामध्ये सामिल होतात आणि जवळपास नकळतपणेच ऐकणारे श्रोते झुलायला लागतात. मोहित चौहान मग हळूहळू गीताचे शब्द तुमच्या डोक्यांत घालू लागतो आणि तुम्ही आणखी एका जगात ओढले जाता, तुमच्या बंद डोळ्यांसोबत.

रॉकस्टार या चित्रपटासोबतच 'द मोझार्ट ऑफ मद्रास' ए. आर. रहमानचं, हिंदी चित्रपट संगीतामध्ये जोरदार पुनरागमन झालं. हा एक नवा रहमान होता. तो आता रॉक संगीतामध्ये रंगलेला होता. इम्तियाज अलीच्या *रॉकस्टारमध्ये*, त्याचा जुना मित्र, इरशाद कामिल याने *जो भी मैं कहना चाहूँ* हे गाणं लिहिलं. या गाण्यामध्ये

नायक असलेल्या जनार्दन जाखडची (जॉर्डन – ही भूमिका रणबीर कपूरने साकारली होती) त्याच्या आत जे काही सुरू आहे ते व्यक्त न करू शकण्याची तडफड व्यक्त झाली आहे. २०१०मधील *उडान* हे 'अल्ट-रॉक' होतं, तर रहमानचा *रॉकस्टार* हा अधिक 'गडद' होता. त्यामध्ये सूफी संगीताचा मिलाफ होता. या गाण्यांना प्रचंड लोकप्रियता लाभली. सौम्य असं *जो भी मैं* पासून ते आक्रमक *साड्डा हक* पर्यंत आणि मौजमजा असलेलं *शहर में* पासून ते संस्मरणीय कव्वाली असलेल्या *कुन फाया कुन* पर्यंत, इरशाद कामिल याने रहमानच्या प्रतिभाशाली संगीताला तोडीस तोड शब्द पुरवले.

कामिल, हा हिंदी साहित्याचा विद्यार्थी मूळचा पंजाबचा होता. तो म्हणतो की, व्यापारामुळे हिंदी गाण्यांमधून कला दूर गेली आहे, असं त्याला वाटतं आणि रॉकस्टारमधील त्याच्या कामानं (किंवा त्याच्याआधी, *चमेली, जब वी मेट* आणि *लव्ह आज कल*) त्यानं दाखवून दिलं की, गीतलेखनाला व्यापारामध्ये विकण्याची गरज नसते. बहुतेक गाणी ही मोहित चौहान याने गायिली आहेत. या गाण्यांद्वारे रहमानने आणखी एक सांगीतिक चमत्कार घडवला होता. त्याच्यासोबत काम करण्याच्या अनुभवाविषयी बोलताना इम्तियाज अलीनं सांगितलं की, त्याला रहमानच्या कामाच्या विचित्र पद्धतीची कशी काळजी वाटत होती. रहमानची कामाची शैली विचित्र असली तरीही परिणाम मात्र थक्क करणारे होते. कामिल सांगतो की, *हवा हवा* लिहिण्याचा त्याचा प्रयत्न हा गीतलेखनातील त्याचा सर्वांत अवघड प्रसंग होता. विचित्र पद्धतीने रचलेल्या या गाण्यामध्ये एक झेक परी कथा सांगण्यात आली आहे. हे गाणं मुखडा आणि अंतरे असलेल्या पारंपरिक हिंदी गाण्यांप्रमाणे रचलेलं नाही.

जॉर्डन स्वतःला व्यक्त करण्यासाठी झगडत होता आणि *जो भी मैं* ही त्याला साजेशी अभिव्यक्ती होती. याचप्रमाणे या गाण्यांतून पंतप्रधान मनमोहन सिंह यांच्या नेतृत्वाखालील संपुआ सरकारची परिस्थितीदेखील व्यक्त होत होती. अनेक घोटाळ्यांच्या जहरी विळख्यात सापडलेल्या सरकारचीही आता बोलती बंद झाली होती. वर्तमानपत्रांतून आणि वृत्तवाहिन्यांतून दररोज या घोटाळ्यांच्या बातम्या येत होत्या. प्रधानमंत्र्यांचा शांतपणे काम करण्याच्या शैलीचा भाग असलेला मितभाषीपणा अचानक सरकारच्या विरोधात जाऊ लागला.

महालेखापरीक्षक आणि नियंत्रक विनोद राय यांनी केलेल्या मोठमोठ्या दाव्यांविषयी सरकारचा वेगळा दृष्टिकोन असला तरीही; पण लोकांना याविषयी स्पष्टपणे काही सांगण्यात आणि माध्यमांतील सातत्याच्या नकारात्मक वार्तांकनावर स्पष्टीकरण देण्यात आलेल्या अपयशामुळे सरकार अडचणीत आलं. माजी दूरसंचार मंत्री ए. राजा आणि तमिळनाडूचे तत्कालीन मुख्यमंत्री एम. करुणानिधी यांची मुलगी आणि डीएमके खासदार, कनीमोझी यांना अटक करण्यात आली. कॅगने

केलेले आरोप हे सरकारने केलेल्या धोरणात्मक निवडीविषयीसंबंधी होते. माध्यमांनी केलेल्या हल्ल्यामध्ये सरकारला आपला बचाव करता आला नाही. २जी घोटाळ्याची चौकशी करण्यासाठी एका संयुक्त संसदीय समितीची स्थापना करण्यात आली.

फेब्रुवारी ते एप्रिल २०११ पर्यंत भारतानं आयसीसीच्या एक दिवसीय क्रिकेट विश्वचषकाचं यजमानपद भूषवलं. भारतानं १९८३मध्ये विश्वचषक जिंकला होता आणि २००३मध्ये दक्षिण आफ्रिकेमध्ये झालेल्या विश्वचषकामध्ये ते अंतिम फेरीत पोहोचले होते. घरच्या मैदानावर खेळताना भारताला संभाव्य विजेता मानलं जात होतं आणि त्यांनी हळूहळू आपली प्रगती सुरू केली. उपखंडात १९९६ साली झालेल्या विश्वचषकाची पुनरावृत्ती वाटावी अशा पद्धतीनं मोहालीतील उपांत्य फेरीच्या सामन्यांत भारतानं पाकिस्तानचा पराभव केला (याचकाळात भारताचे आणि पाकिस्तानचे पंतप्रधानही क्रिकेटच्या माध्यमातून शिष्टाई करत होते). १९९६ प्रमाणे भारताचा आणि श्रीलंकेचा संघ एकमेकांसमोर उभे ठाकले (यावेळेस मात्र हा अंतिम सामना होता). मुंबईत खेळल्या गेलेल्या या अंतिम सामन्यांत भारतानं आपल्या अपेक्षांवर खरं उतरत श्रीलंकेचा पराभव केला. भारतीय कर्णधार, महेंद्रसिंह धोनी याने दिमाखदार षटकार मारत श्रीलंकेची धावसंख्या ओलांडली. भारतानं दुसऱ्यांदा विश्वचषक उंचावला, सचिन तेंडुलकरने खेळलेला हा शेवटचा विश्वचषक होता. युवराज सिंह याने अंतिम सामन्यांतच नाही, तर संपूर्ण स्पर्धेत अप्रतिम खेळ केला आणि मालिकावीर पुरस्कार पटकावला. संपूर्ण देशांत आनंदाचं वातावरण पसरलं आणि लोकांनी रस्त्यांवर येत विजयोत्सव साजरा केला.

या वर्षात मात्र देशामध्ये हळूहळू नकारात्मक वातावरण होऊ लागलं. सरकारला नवी आणि जुनी राजकीय आव्हानं पेलताना घाम फुटला होता. याच वर्षी भारताचे काही लाडके सुपुत्रही कायमचे अंतरले. देव आनंद, भीमसेन जोशी, भूपेन हजारिका, सुलतान खान आणि मन्सूर अली खान पटौदी यांनी २०११मध्ये कायमचा निरोप घेतला.

मुंबईनं २००८मध्ये एका भयंकर दहशतवादी हल्ल्याचा सामना केला होता. १३ जुलैला मुंबईमध्ये पुन्हा एकदा वेगवेगळ्या तीन ठिकाणी झालेल्या बॉंबस्फोटात २६ लोक ठार झाले.

न्यायालयाने २००२च्या गोध्रा हत्याकांडासाठी ३१ लोकांना दोषी ठरवलं. अकरा जणांना फाशी देण्यात आली, तर वीस जणांना जन्मठेप सुनावण्यात आली. याच वर्षांत, नव्यानं स्थापन झालेल्या नॅशनल इनवेस्टीगेशन एजन्सीने (एनआयए – राष्ट्रीय तपास संस्था), २००७च्या समझौता एक्स्प्रेसवरील हल्ल्यासाठी स्वामी असीमानंदांवर आरोपपत्र दाखल केलं. एनआयएनं मुंबईतील २६ नोव्हेंबर २००८च्या हल्ल्यातही, अमेरिकेचा एक नागरिक डेव्हिड हेडली, तसेच हाफिज सईद आणि दोन पाकिस्तानी लष्करी अधिकारी यांच्यावर आरोपपत्र दाखल केलं.

रॉकस्टारमधील कुन फाया कुन ही कव्वाली चौदाव्या शतकातील सुफी संत हजरत निजामुद्दीन औलिया यांचं स्तवन म्हणून रचली गेली आहे. यातली ही कुराणातील ओळ ईश्वराच्या गहन सर्जन शक्तिविषयी आहे. जिचा शब्दशः अर्थ आहे, 'घडो! आणि ते घडलं!' देवानं हे जग कसं फक्त आदेश देऊन घडवलं, हे यातून स्पष्ट होतं. जर *जो भी मैं*मुळे संपुआ सरकारची मनःस्थिती कळून येत होती तर *कुन फाया कुन*मधून भारताच्या राजकीय जगतातील एक वेगळाच चमत्कार दिसून आला.

देशाच्या राजकीय क्षेत्रातील भ्रष्टाचाराशी लढण्यासाठी अनेक 'नागरी सामाजिक संस्था' एकत्र आल्या आणि त्यांनी अचानक आपलं अस्तित्व दाखवून दिलं होतं. या आंदोलनामागे राष्ट्रीय स्वयंसेवक संघाचा हात आहे असा काँग्रेस पक्षाशी सहानुभूती बाळगून असणाऱ्या लोकांनी आरोप केला. त्यांनी 'अराजकीय' गटांकडून याचं आयोजन केलं आहे, असं ते म्हणाले. बाबा रामदेव, श्री श्री रवी शंकर आणि इतर अन्य लोकांच्या उपस्थितीमुळे या आंदोलनाला खतपाणीही मिळालं.

राळेगण सिद्धीची एक वृद्ध व्यक्ती, अण्णा हजारे, या निदर्शनांचं प्रतीक बनली. ते आमरण उपोषणाला बसले होते. वृत्त वाहिन्यांनी क्षणाक्षणी केलेल्या वार्तांकनामुळे, मागील दीड वर्षापासून लोकांमध्ये भ्रष्टाचाराविषयी असलेल्या चिडीमुळे हे आंदोलन पेटत राहिलं. संपुआला, या कोणत्याही पक्षाशी संबंधित नसलेल्या, वृत्त वाहिन्यांचाही पाठिंबा असलेल्या समाजमाध्यमांवरील खेळाडूंशी, सामना करणं अवघड गेलं. परिस्थिती अधिकच बिघडली जेव्हा सरकारनं, आपल्या मंत्र्यांना एकीकडे अण्णा हजारे आणि त्यांच्या लोकांशी तर दुसरीकडे बाबा रामदेव यांच्याशी बोलणी करायला पाठवलं. या प्रक्रियेत, संपुआ आपली राजकीय अधिमान्यता घालवून बसली आणि संपुआनं तिच अधिमान्यता या 'अराजकीय' लोकांना बहाल केली. हे लोक विरोधकांसाठी लढत असल्याचं जाणवत होतं.

आंदोलक मागणी करत होते की, भारतीय संसदेनं कायदा करून भ्रष्टाचारावर लक्ष ठेवणारं लोकपाल नामक पद तयार करावं, त्यामुळे देशातील भ्रष्टाचार निपटून काढण्यासाठी मदत होईल. हे आंदोलन वर्षभरामध्ये तीनदा करण्यात आलं (एप्रिल, ऑगस्ट आणि डिसेंबर) यामध्ये अण्णा हजारे हे आमरण उपोषणावर बसले होते. डिसेंबरमध्ये, गर्दी न जमल्यामुळे हजारेंना तीन दिवसांतच आपलं उपोषण सोडावं लागलं.

संपुआ सरकारसाठी ही काही फार समाधानाची गोष्ट नव्हती, मात्र ते पुढच्या वर्षांत जात असताना, त्यांनी कामिलचे शब्द मात्र जिवंत केले – *बर्बाद करे अल्फाज मेरे*.

२०१२ : *अभी मुझ में कही, बाकी थोडी सी है जिंदगी*

अभी मुझ में कही
बाकी थोडी सी है जिंदगी
जगी धडकन नयी
जाना जिंदा हूँ मैं तो अभी

गीतकार : अमिताभ भट्टाचार्य
संगीतकार : अजय-अतुल
गायक : सोनू निगम
चित्रपट : *अग्निपथ*

१९९०च्या *अग्निपथ* चित्रपटाचा नवा अवतार असलेल्या *अग्निपथमध्ये*, *अभी मुझ में कही* हे गाणं दुरावल्या गेलेल्या भावाबहिणीचं भावनिक पुनर्मिलन होतं त्या पार्श्वभूमीवर वाजत राहतं. हे गाणं पियानोच्या सौम्य शांत सुरावटीवर सुरू होतं, त्याला सतारीच्या तारा सोबत करतात. त्यानंतर सोनू निगम त्यांतील माधुर्य वाढवण्यासाठी हळुवारपणे शब्द उच्चारू लागतो. निगम प्रत्येक शब्दासोबत आपला आवाजाची पट्टी वाढवत नेत, कडव्याच्या शेवटास उत्कर्षबिंदू गाठतो आणि नंतर गाणं पुन्हा अचानक सुरुवातीचा वेग आणि हळुवारपणा धारण करतं. या वेळेस पियानोची संगत करण्यासाठी व्हायोलिनचे सुसंगत सूर येतात. हे गाणं हळुवारपणे गुणगुणत तीव्र स्वरापर्यंत जातं, वाद्यवृंदाच्या सुसंगत सुरावटींपासून भारतीय संतूर आणि तबल्याच्या सुरावटीपर्यंत हे गीत हेलकावे खात राहतं.

या गाण्यानं सोनू निगमला हिंदी चित्रपटांतील एक महत्त्वाचा पार्श्वगायक म्हणून प्रस्थापित केलं. अमिताभ भट्टाचार्य याचे शब्द या प्रसंगामध्ये विजयच्या (हृतिक रोशेनने केलेली भूमिका) भावनांचं विविधरंगी चित्र रंगवतात आणि सरते शेवटी, हे गाणं हिंदी चित्रपटसंगीताच्या जगता आणखी एका नव्या प्रतिभेच्या आगमनाची घोषणा करतं. यावेळेस, अजय-अतुल यांच्या रूपानं.

अजय-अतुल हे गोगावले बंधू अशा कुटुंबात जन्मले जिथे चित्रपट आणि संगीतामध्ये कुणालाच रस नव्हता. त्यांचे वडील महाराष्ट्र सरकारच्या महसूल खात्यात कामाला होते. त्यांनी संगीताचं कोणतंही औपचारिक शिक्षण घेतलेलं नव्हतं. कमल हसन यांच्या चित्रपटातील इलैयाराजाच्या संगीतानं त्यांचं लक्ष वेधून घेतलं. ते शाळेत असताना पाठ्यपुस्तकातील कविता आपल्या चालींवर बसवत, या भावांनी महाराष्ट्रातील गावांमधून धार्मिक कार्यक्रमांमध्ये काम करण्यास सुरुवात केली. वेगवेगळी वाद्ये वाजवणाऱ्या लोकांशी मैत्री करून ते ती वाद्ये वाजवायला शिकले. त्यांचे आई-वडील ती वाद्ये विकत घेऊ शकत नव्हते.

जेव्हा त्यांच्या आई-वडिलांनी त्यांच्यासाठी एक लाख रुपयांचा किबोर्ड विकत घेऊन देण्याचं ठरवलं तेव्हा त्यांच्यासाठी तो लाखमोलाचा क्षण होता. इंडियन एक्स्प्रेसला दिलेल्या एका मुलाखतीत दोन्ही भावांनी सांगितलं की, त्या रात्री ते झोपू शकले नाही, कारण की जर त्यांना काही काम मिळालं नाही तर ते पैसे वाया जातील याची त्यांना काळजी वाटत होती. आपल्या मूळ कामासोबत, मराठी चित्रपट उद्योगात पुढे येण्यासाठी त्यांनी प्रचंड मेहनत केली. २००६ मधील जत्रा या मराठी चित्रपटातील कोंबडी पळाली हे त्यांचं गाणं जबरदस्त गाजलं. याच गाण्याच्या चालीवर *अग्निपथमध्ये चिकनी चमेली* हे गाणं बसवण्यात आलं (हे या चित्रपटामधील सर्वाधिक गाजलेलं गाणं ठरलं).

ज्या वेळेस अजय-अतुल *अग्निपथमध्ये* त्यांच्या अधिक पारंपरिक हिंदी चित्रपट संगीतासह चमकले, त्या वेळी स्नेहा खानवलकरने सर्व परंपरा तोडत, *गँग्ज ऑफ वासेपूर* आणि *गँग्ज ऑफ वासेपूर २मध्ये* तेच केलं. दोन भागांत प्रसिद्ध झालेल्या अनुराग कश्यपच्या या पाच तासांच्या अप्रतिम कलाकृतीत ३५ गाणी होती. त्याचं संगीत विचित्र होतं असं म्हणणंही जरा सौम्यच ठरेल. कश्यपला या संगीतात बिहारी लोकसंगीत हवं होतं आणि त्यानं खानवलकरला पूर्ण कलात्मक स्वातंत्र्य दिलं. याचं संगीत तयार करण्यासाठी तिला दोन वर्षं आणि बिहार, झारखंड आणि त्रिनिदाद अँड टोबॅगोमध्ये कित्येक फेऱ्या घालाव्या लागल्या. ती त्रिनिदाद अँड टोबॅगोलो 'चटनी म्युझिक'वर संशोधन करण्यासाठी गेली - जे बिहार आणि आजूबाजूच्या भागातील लोकांचे वंशज असलेल्या भारतीय-कॅरेबियन लोकांच्या कित्येक पिढ्यांनी तयार केलेलं संमिश्र संगीत होतं. हंटर हे गीत याच प्रवासातून जन्माला आलं. गीतकार वरुण ग्रोव्हर यानं आम्हाला सांगितलं की, या चित्रपटांत दाखवण्यात आलेल्या

जगाशी प्रामाणिक राहणं, भाषेत हिंदी चित्रपट संगीतातील नेहमीचे शब्द येणार नाही, याची काळजी घेणं आणि संगीतामध्ये भारतीय लोकसंगीताची सांगीतिक संवेदनशीलता आणण्यासाठी प्रयत्न करून ती मिळवणं हे त्याच्यासाठी आव्हान होतं. *भूसा* आणि *कह के लूँगा* या गाण्यांतून त्यानं हे यशस्वीरीत्या साध्य केलं.

२०१२मध्येही, *अभी मुझ में कही*, हे गाणं संपुआ सरकारसाठी आशेचा किरण असला, तरी या सरकारचे दिवस आता भरत आले आहेत, हे सांगण्यासाठी ते पुरेसं होतं. सरकारनं आपली अधिमान्यता दिखावू विरोधकांना देऊन टाकली आणि त्यांनी या वर्षांतही झोपेत चालल्याप्रमाणे निर्णय घेणं सुरूच ठेवलं. ही अधिमान्यता फेब्रुवारीमध्ये आणखी खालावली जेव्हा सर्वोच्च न्यायालयानं संपुआ सरकारने दिलेले १२२ टू जी दूरसंचार परवाने रद्द केले, त्यामुळे संपुआ सरकार भ्रष्ट असल्याची भावना पक्की होण्यास मदत झाली.

भारतीय अर्थव्यवस्थेची गती मंदावली असताना आणि सरकार घोटाळ्यांच्या भोवऱ्यात अडकलं असतानाच त्याला आता प्रखर राजकीय विरोधालाही सामोरं जावं लागत होतं. या सरकारनं मौन बाळगण पसंत केलं. अर्थव्यवस्थेच्या निरीक्षकांकडून आणि उद्योगांकडून अर्थमंत्र्यावर टीका होऊ लागली. तृणमुल काँग्रेसच्या ममता बॅनर्जी आणि समाजवादी पक्षाचे मुलायमसिंह यादव हे सहभागी असलेल्या एका नाट्यमय घडामोडीनंतर, अर्थमंत्री प्रणव मुखर्जी यांना संपुआचे राष्ट्रपतीपदाचे उमेदवार म्हणून घोषित करण्यात आले. मुखर्जी देशाचे राष्ट्रपती झाल्यानंतर, पी. चिदंबरम् यांनी त्यांची जागा घेतली.

या वर्षी संपुआ सरकारला फक्त भ्रष्टाचार आणि घोटाळ्यांनीच धक्के दिले नाहीत. लष्करप्रमुख जनरल व्ही. के. सिंह यांच्यासोबत एका गलिच्छ लढाईत सरकार ओढले गेले. त्यांची (त्यांच्या नावनोंदणीत त्यांनी स्वतः नोंदवलेली) जन्मतारीख चुकीची नोंदवली गेली आहे हे सिद्ध करण्यासाठी त्यांनी केंद्र सरकारला न्यायालयात खेचलं. त्यांना ती बदलून हवी होती. त्यामुळे त्यांना आणखी काही काळ सैन्य प्रमुख म्हणून राहता आलं असतं. जनरल सिंह यांची अधिक अपमानास्पद परिस्थिती होऊ नये, यासाठी सर्वोच्च न्यायालयानं त्यांना खटला मागे घ्यावा असं सौम्यपणे सांगितलं. सरकारसाठी हा विजय असला तरीही, माध्यमामधील वातावरण हे सरकारविरोधी होतं. त्यांनी तत्त्वतः ही गोष्ट बरोबर असली तरी सरकारवर उपरोधिक निंदाव्यंजक लेख लिहिणं सुरूच ठेवलं. मे २०१२मध्ये आपल्या निवृत्तीनंतर, व्ही. के. सिंह यांनी सरकारविरोधात चळवळ करत असलेल्या 'अराजकीय' लोकांसोबत हातमिळवणी केली आणि ते दिल्लीतील रामलीला मैदानावर, भ्रष्टाचार आणि काळ्या पैशाविरोधात आंदोलन करत असलेल्या बाबा रामदेव यांना सामिल झाले.

नोव्हेंबर २०१२मध्ये, भ्रष्टाचार विरोधी आंदोलकांतील एका गटानं घोषणा केली की, ते एक राजकीय पक्ष स्थापन करतील आणि दिल्लीतील विधानसभा

निवडणुका लढवतील. अशा प्रकारे पूर्वीचे 'अराजकीय' भ्रष्टाचारविरोधी कार्यकर्ता, अरविंद केजरीवाल यांच्या नेतृत्वाखाली 'आम आदमी पार्टी'ची स्थापना झाली. त्याच वर्षी, भारताच्या पश्चिम भागांत, गुजरातचे मुख्यमंत्री नरेंद्र मोदी यांनी भाजपला पुन्हा एकदा विजय मिळवून दिला. मोदी यांनी अत्यंत आक्रमक प्रचार मोहीम चालवली आणि केंद्रातील संपुआ सरकार त्यांचे राजकीय विरोधक असल्याचं रंगवून सांगितलं. मोदींच्या गुजरातमधील प्रचार मोहिमेकडे ही २०१४ मधील लोकसभेच्या निवडणुकींची रंगीत तालीम म्हणून पाहिलं गेलं. त्यांचा सलग तिसरा विजय त्यांना राष्ट्रीय स्तरावरील उमेदवार म्हणून जाहीर करण्यास उपयोगी ठरला.

वर्षाच्या सुरुवातीस, भारताचा एक महान क्रिकेट खेळाडू, राहुल द्रविड याने फेब्रुवारीत ऑस्ट्रेलियाविरुद्ध आपला शेवटचा कसोटी सामना खेळून आंतरराष्ट्रीय क्रिकेटमधून निवृत्ती स्वीकारली. 'द वॉल' म्हणून ओळखल्या जाणाऱ्या द्रविडने १३२८८ कसोटी धावा आणि १०००० हून जास्त एकदिवसीय धावा केल्या. आपल्या सभ्य, समंजस स्वभावामुळे द्रविड क्रिकेटच्या मैदानावर आणि मैदानाबाहेरही तरुण खेळाडूंसाठी एक आदर्श होता.

याच वर्षी मार्चमध्ये, आणखी एक महान क्रिकेट खेळाडू सचिन तेंडुलकर याने आंतरराष्ट्रीय एक दिवसीय क्रिकेट सामन्यांतून निवृत्ती स्वीकारली. त्यानं आपला शेवटचा सामना पाकिस्तानविरुद्ध खेळला. मागील वर्षी, विश्व चषक विजेत्या संघाचा सदस्य होण्याचं आपलं लक्ष्य पूर्ण केल्यानंतर, सचिनने एकदिवसीय सामन्यांचा निरोप घेताना तब्बल १८४२६ धावांचा डोंगर उभा केला होता. त्यामध्ये त्याची ४९ शतकंही होती.

संगीत विश्व एका दैवी कलाकाराला मुकलं. २०१२मध्ये, सतारवादक गुरू रविशंकर यांचा डिसेंबरमध्ये वयाच्या ९२व्या वर्षी मृत्यू झाला. त्यांनी जागतिक पातळीवर भारतीय संगीत लोकप्रिय करण्यामध्ये मोठे योगदान दिले. त्यांनी अमेरिकेतील, सॅन दिएगो येथे शेवटचा श्वास घेतला. त्या आधी काही महिने, हिंदी चित्रपट जगतानंही यश चोप्रा यांच्या रूपानं एक दिग्गज चित्रपट निर्माते आणि दिग्दर्शक गमावला होता. हे सर्व जण भलेही आपल्याला सोडून गेले असतील; पण त्यांच्या कामाच्या रूपानं त्याची *जिंदगी बाकी* राहिल हे नक्की.

२०१३ : सुलझा लेंगे उलझे रिश्तों का माँझा

रुठे ख्वाबों को मना लेंगे
कटी पतंगो को थामेंगे
हा हा है जज्बा
हो हो है जज्बा
सुलझा लेंगे उलझे रिश्तों का माँझा

गीतकार : स्वानंद किरकिरे
संगीतकार : अमित त्रिवेदी
गायक : अमित त्रिवेदी
चित्रपट : काई पो चे

जेव्हा २००८च्या *रॉक ऑन!!* नंतर, अभिषेक कपूर आपला दुसरा चित्रपट तयार करत होता त्या वेळी त्यानं चित्रपटाला संगीत देण्याचं काम अमित त्रिवेदीला दिलं. त्याचा दुसरा चित्रपट *काई पो चे* हा चेतन भगतच्या *द थ्री मिस्टेक्स इन माय लाइफ* (२००८) या कादंबरीवर आधारित होता, या चित्रपटाची कथा आहे तीन गुजराती मित्रांची. ते २००२च्या सुमारास वयात येत असतानाच गुजरात राज्यात मुस्लिमविरोधी दंगलींची आग भडकते. जेव्हा त्रिवेदीनं दोनच दिवसांनी अभिषेकला फोन केला तेव्हा त्याला आश्चर्य वाटलं. अमितनं त्याला तीन चाली ऐकवल्या. अभिषेकला असं वाटलं की, त्रिवेदी त्याचं सर्वोत्तम काम देत नाहीये. तीन दिवसांनंतर एका सकाळी त्यानं स्वतःलाच *माँझाची* चाल गुणगुणताना ऐकलं आणि त्याच क्षणी त्यानं एक निर्णय घेतला.

गिटार आणि इसराज यांच्या जुगलबंदीनं गाण्याची सुरुवात होते. गाण्यानं ठेका धरलेला असतानाचं अमित त्रिवेदी स्वानंद किरकिरेचे, इच्छा, महत्त्वाकांक्षा आणि मैत्रीनं भारलेले शब्द उच्चारू लागतो. त्याच्याधील आशावाद ओसंडून वाहू लागतो. त्या पार्श्वभूमीवर सौम्य टाळ्यांची लय वाढू लागते त्या वेळी हे गाणं तुम्हाला उचलतं आणि वर घेऊन जातं. इसराजच्या सुरावटीनं तुम्ही एकीकडे गतस्मृतींमध्ये रममाण होता तर ध्रुवपदामुळे तुम्ही गाण्याच्या लयीत परत येता. गुंतवून ठेवणारा माँझा (मांजा) मैत्रीचं एक रूपक बनतो आणि त्यांतून किरकिरेची गीतलेखनातील प्रतिभा अभिव्यक्त होते, तर त्रिवेदी, त्याच्या ध्वनी आणि माधुर्यावरील हुकुमतीमुळे, त्याचं एका संस्मरणीय जीवन-गाण्यांत रूपांतर करतो.

काई पो चे चित्रपटाच्या अल्बमची सर्वांत मोठी उणीव म्हणजे यांत केवळ तीनच गाणी आहेत. प्रत्येक गाण्याला एक वेगळी चव आणि खास असा आवाज आहे, प्रत्येक गाणं आपल्या मागे त्याच्या स्वतःच्या आठवणी आणि प्रभाव ठेवून जातं. जर मिली नायर आणि अमित त्रिवेदीनं गायलेलं *मीठी बोलीयाँ* हे तरल गाणं, एखाद्या ओढ्यासारखं खळाळत वाहतं, तर श्रुती पाठक आणि दिव्य कुमार यांनी गायिलेलं *शुभारंभ* तुम्हाला गुजराती उत्सवात सामील झाल्याचा अनुभव देतं. *मीठी बोलियाँ* मध्ये सॉफ्ट रॉकचे ध्वनी घेतले आहेत. त्याच्या सोबतीला कॉन्टीनमचा अफलातून उपयोग केला आहे. तर *शुभारंभमध्ये* आणखी उत्सवी आणि लोकसंगीताच्या दिशेनं जाणारं संगीत आहे. या गाण्यात शहनाई आणि ढोल यांची बॅगपाईप्ससोबतची जुगलबंदी आहे.

हिंदी चित्रपट संगीतासाठी २०१३ हे वर्ष चांगलं होतं. जर *काई पो चेमुळे* लोकांना आणखी हवं असल्याची भावना निर्माण झाली असेल तर *लुटेरातून* अमित त्रिवेदी आणि अमिताभ भट्टाचार्य यांनी एकत्र येत ती पूर्ण केली होती. याचं संगीत १९५०च्या दशकातील आठवणी जिवंत करण्याचा प्रयत्न करतं कारण हा चित्रपट त्याच कालखंडात घडतो. याच्या लोकसंगीताच्या, गोड चाली आणि भट्टाचार्यचे शब्द यामुळे यांतील गाणी अभिजात बनली आहेत. ही या वर्षांतील सर्वांत खास ठरलेली गाणी आहेत.

ज्या वेळेस *काई पो* चे २००२ सालामध्ये घडलेल्या घटनांचं पडद्यावर पुनर्निर्माण करत होता त्या वेळी त्या वर्षांतील घटनांचे मुख्य केंद्र असलेले नरेंद्र मोदी, राष्ट्रीय पातळीवर आपली स्वतःची भूमिका लिहीत होते. दशकभरासाठी सत्तेतून दूर राहिल्यामुळे, भाजप आणि आरएसएस हे दोघेही २०१४च्या सार्वत्रिक निवडणुकांमध्ये अधिक चांगलं यश मिळवण्यासाठी उतावीळ झाले होते. मागील वर्षी गुजरातमधील विधानसभा तिसऱ्यांदा जिंकणाऱ्या मोदींनी, आता राष्ट्रीय रंगमंचावर स्वतःला पुढे आणण्याचं ठरवलं. जून मध्ये, भाजपने त्यांना २०१४च्या लोकसभा निवडणुकीसाठी आपल्या प्रचारमोहिमेचे प्रमुख म्हणून नियुक्त केलं.

यामुळे मोदींचा राष्ट्रीय स्तरावर उदय झाला, त्याआधी त्यांनी पक्षाचे सरचिटणीस म्हणून काम केलं होतं.

मोदींना एक सक्षम प्रशासक म्हणून प्रस्थापित करण्यासाठी चालवण्यात आलेली प्रदीर्घ प्रचार मोहीम हे मोदींचा उदय होण्यामागचं कारण होतं. जाहिरात क्षेत्रांतील नवनव्या तंत्रांचा वापर करत हे काम करण्यात आलं होतं, त्यामुळेच जेव्हा प्रचार मोहीम समितीचा प्रमुख कोण होईल हा मुद्दा जेव्हा उपस्थित झाला तेव्हा मोदींना त्यांच्या पक्षांतर्गत विरोधकांवर मात करता आली; पण हे यश मिळवताना त्यांना बरेच अडथळे पार करावे लागले. वरीष्ठ भाजप नेते लालकृष्ण आडवाणी आणि सुषमा स्वराज यांनी गोव्यामध्ये होणाऱ्या भाजपाच्या राष्ट्रीय कार्यकारिणीच्या बैठकीवर बहिष्कार टाकण्याचा निर्णय घेतला. मोदींचं नेतृत्व हे भाजपच्या मित्रपक्षांना मान्य होणार नाही, असा संशय व्यक्त करण्यात आला होता. आठवडाभरानंतर, बिहारचे मुख्यमंत्री नितिश कुमार यांच्या जनता दल (युनायटेड) या पक्षाने रालोआपासून फारकत घेतली, तेव्हा ही शंका खरी ठरली.

जुलैमध्ये, *वॉल स्ट्रीट जर्नलने* राजेश जैन आणि बी. जी. महेश यांच्याविषयी एक वृत्तांत प्रसिद्ध केला. हे दोघेजण इंटरनेटवर मोदींची प्रचार मोहीम चालवणाऱ्या एका मोठ्या समूहाला मार्गदर्शन करत होते. मागील वर्षी, जैन याने एका ब्लॉगमध्ये लिहिलं होतं की, भाजपला २०१४मध्ये विजय हवा असेल तर त्याला निवडणुकीची एक लाट (ज्यामुळे पक्षाला मोठा फायदा होईल) तयार करावी लागेल. मोदींचा डिजिटल प्रचार, विशेषतः सोशल मीडियावरील प्रचारानं, भारतात खळबळ माजवली. निवडणूक प्रचारामध्ये तंत्रज्ञानाचा वापर करण्यात ते अग्रणी ठरले. तीन महिन्यांनंतर, सप्टेंबरमध्ये मोदींना आणखी बढती मिळाली आणि ते भाजपाचे पंतप्रधानपदाचे उमेदवार म्हणून घोषित झाले. मोदींना भारताचा भावी पंतप्रधान म्हणून पुढे आणण्यात एक मोठी यंत्रणा आधीपासूनच कामाला लागली होती.

ज्या वेळेस भाजपाची प्रचार यंत्रणा या प्रचंड मोठ्या निवडणुकीसाठी तयार होत होती, त्या वेळेस संपुआ सरकारचा संघर्षदेखील सुरूच होता. जनतेचा गमावलेला विश्वास आणि भ्रष्टाचाराच्या विरोधात प्रसारमाध्यमांची प्रचार मोहीम यामुळे सरकारची अधिमान्यता धोक्यात आली होती. त्यांतच अर्थव्यवस्थेच्या घसरलेल्या दरामुळे त्यांच्या अडचणींत आणखी भर पडली. २०१३मध्ये भारताच्या आर्थिक प्रगतीचा दर हा ५ टक्क्यांच्या आत होता. हा मागील दशकभरातला सर्वांत कमी दर होता.

मोदींच्या प्रचारकांनी संपुआ सरकारच्या ढासळत्या प्रतिमेची तुलना गुजरातच्या कार्यक्षम मुख्यमंत्र्यांसोबत करायला सुरुवात केली. मागील काही वर्षांमध्ये मोदींच्या जाहिरात प्रमुखांनी ही प्रतिमा जाणीवपूर्वक घडवली होती. आर्थिक मंदीमुळे

देशामध्ये एक निराशेचं वातावरण पसरलं होतं. मोदींच्या प्रचारकांनी बराक ओबामा यांच्या अमेरिकेतील प्रचार मोहिमेतून काही संकल्पनांचा आधार घेऊन आशा आणि बदलाचा संदेश प्रसारित केला.

संपुआ सरकार जरी राजकीयदृष्ट्या कमकुवत होत असलं तरीही त्यांनी संसदेत आपला वैधानिक कार्यक्रम पुढे रेटण्यात त्यांनी कोणतीही कमतरता ठेवली नाही. सप्टेंबर मध्ये, नॅशनल फुड सिक्युरीटी ॲक्ट २०१३ (राष्ट्रीय अन्न सुरक्षा कायदा २०१३) मंजूर करण्यात आला, त्यामुळे भारतातील दोन-तृतीयांश जनतेला कमी दरामध्ये अन्नधान्य मिळण्याची तरतूद झाली. डिसेंबरमध्ये, सर्वोच्च न्यायालयानं वैयक्तिक स्वातंत्र्याला धक्का देत २००९मधील दिल्ली उच्च न्यायालयाचा निकाल फिरवला आणि भारतीय दंड संहितेचं कलम ३७७ वैध असल्याचं मत उचलून धरलं. कलम ३७७ला मान्यता दिल्यामुळे - ज्याची निर्मिती १८६० सालची होती - सर्वोच्च न्यायालयानं पुन्हा एकदा समलैंगिकतेला गुन्हेगारीच्या श्रेणीमध्ये समाविष्ट केलं. संसदेनं कायदा करून हे कलम रद्द करावं, असं न्यायालयानं सुचवलं.

सन २०११पासून सुरू असलेली भ्रष्टाचारविरोधी 'अराजकीय' मोहीम, सरतेशेवटी राजकीय झाली. डिसेंबरमध्ये (भ्रष्टाचारविरोधी आंदोलनातील काही नेत्यांनी स्थापन केलेल्या) आम आदमी पार्टीने दिल्ली विधानसभेच्या ७० जागांपैकी २८ जागा जिंकल्या. अरविंद केजरीवाल यांनी दिल्लीचे मुख्यमंत्री म्हणून शपथ घेतली. हादेखील एक विरोधाभासच होता. ज्या सरकारच्या विरोधात केजरीवाल यांनी आंदोलनाचं नेतृत्व केलं होतं, त्याच काँग्रेस पक्षाच्या पाठिंब्यावर त्यांचं सरकार स्थापन झालं होतं.

राज्यसभेनंदेखील लोकपाल विधेयक आणि लोकायुक्त कायदा त्याच महिन्यांत मंजूर केला. भ्रष्टाचारविरोधी आंदोलनाची एक मोठी मागणी अशा तऱ्हेने पूर्ण झाली.

या वर्षामध्ये अनेक लोक हे जग सोडून गेले. ऑक्टोबर २०१३मध्ये, एक महान पार्श्वगायक, प्रबोध चंद्र डे यांनी वयाच्या ९४व्या वर्षी जगाचा निरोप घेतला. मन्ना डे, या नावाने ते विख्यात होते. शास्त्रीय हिंदी गाणी म्हणण्यासाठी ते प्रसिद्ध होते. ही गाणी इतरांना म्हणण्यासाठी नेहमीच अवघड जायची. मोहम्मद रफी यांनी एकदा म्हटलं होतं की, लोक त्यांची गाणी ऐकतात; पण ते स्वतः मात्र मन्नांची गाणी ऐकतात.

ज्या वेळेस मन्ना डे यांनी जगाचा निरोप घेतला. त्याचदरम्यान आणखी एका व्यक्तीनं वेगळ्या प्रकारे घेतलेल्या निरोपानं भारत दुःखी झाला. १४ आणि १६ नोव्हेंबर दरम्यान सचिन रमेश तेंडुलकरने त्याचा दोनशेवा आणि शेवटचा कसोटी सामना मुंबईतील वानखेडे मैदानावर खेळला. आपल्या शेवटच्या डावात त्याने ७४ धावा केल्या. त्याचं २४ वर्षांच्या क्रिकेटच्या कारकिर्दीची त्या दिवशी

समाप्ती झाली. क्रिकेटलेखक पीटर रोबक यांनी तेंडुलकरचा उल्लेख अचुकता आणि उदात्तता यांचं मिश्रण असं केलं होतं. एक माणूस जो भारतीय क्रिकेटची ओळख बनला, त्याच्या महत्त्वाकांक्षा आणि यशासोबत त्याचं क्रिकेटमय जीवन शंभर आंतरराष्ट्रीय शतकांसोबत समाप्त झालं. या प्रेरणादायी खेळाडूनं जेव्हा क्रिकेटमधून निवृत्ती घेतली तेव्हा कोट्यावधी लोक भावूक झाले होते. सन २०१३ संपलं होतं आणि २०१४ सुरू होणारच होतं. कदाचित ते यावर्षी तरी ते *सुलझा लेंगे रुठे रिश्तों का माँझा* अशी आशा करत होतं.

२०१४ : ओ जुगनी ओ पटाखा गुड्डी ओ

नशें में उड़ जाये रे हाये रे
सज्जे खब्बे धब्बे किल्ली हो
पटाखा गुड्डी ओ
नशें में उड़ जाये रे हाये रे
सज्जे खब्बे धब्बे किल्ली हो

गीतकार : इरशाद कामिल
संगीतकार : ए. आर. रहमान
गायक : सुलताना नूरा आणि ज्योती नूरा
चित्रपट : *हायवे*

*रॉकस्टार*मधील यशस्वी भागीदारीनंतर दिग्दर्शक इम्तियाज अली, संगीतकार ए. आर. रहमान आणि गीतकार इरशाद कामिल हे २०१४ सालच्या *हायवे* चित्रपटात पुन्हा एकदा एकत्र आले. धमाल मस्ती करणारं *पटाखा गुड्डी* हे यांतील गाण्यातील प्रमुख गाणं होतं. पंजाबी आणि हिंदी भाषेचा वापर करून लिहिलेलं हे गाणं, बंडखोरी, स्वातंत्र्य, जिवंतपणा आणि एका उनाड मुलीबद्दल आहे. हे गाणं आधी नानाविध आधुनिक वाद्यांसह सुरू होतं आणि मग पुढे सरकत जाताना ते लोकसंगीताच्या दिशेनं जात राहतं. नूरा बहिणींच्या खुल्या गळ्यानं आणि कृत्रिमता नसलेल्या गायनामुळे हे गाणं स्वातंत्र्य आणि बंडखोरी यासंबंधी आहे याची जाणीव अधिकच बळावते.

रहमाननं पुन्हा एकदा आपली स्वरांवरची हुकूमत सिद्ध केली आणि कोणतीही रचना नसलेल्या गाण्यांना आकार देण्याची आपली क्षमतादेखील सिद्ध केली. ही

गाणी ऐकताना गाण्यांमध्ये ऐकणाऱ्यांकडून सामान्य श्रोत्यांपेक्षा जास्त सहभागाची गरज असते. हे गाणं एखाद्या नदीप्रमाणे वाहतं. त्यामध्ये बासरीचे स्वर जोमाने एखाद्या नावेप्रमाणे पुढे येतात. *पटाखा गुड्डी* (पंजाबी भाषेमध्ये एक मुक्त पतंग) आणि *जुगनी* (काजवा) म्हणून ओळखल्या जाणाऱ्या एका मुलीविषयी लिहिताना इरशाद कामिल याने हे गीत लिहिताना त्यामध्ये जीव ओतला. या गाण्यांतून, कथानायिका, आपल्या शृंखला तोडून, आकाशात एखाद्या पतंगासारखी सरसावत आहे. तिनं त्या पतंगाची दोरी आता देवाच्या हाती दिली आहे. या सर्व भावनांचं सुंदर चित्रण झालं आहे.

ज्या वेळेस रहमान एका स्वच्छंदी मुलीसाठी गाणी लिहीत होता, त्या वेळी विशाल भारद्वाज डेढ *इश्कियात*, जो *इश्कियाचा* (२०१०) पुढचा भाग होता, एका प्रणयक्रीडेमध्ये रममाण झालेल्या हृदयासाठी सौम्य काव्य रचत होता. *इश्कियातील* हृदय एका लहान मुलासारखं होतं, *दिल तो बच्चा है जी*, तर या चित्रपटामध्ये ते आता प्रणयासक्त झालं होतं, *दिल का मिझाज इश्किया*. राहत फतेह अली खान यांनी सर्व गाणी खालच्या पट्टीमध्ये गाऊन कमाल केली आहे. काही ठिकाणी तीव्र सप्तकात जात त्यांनी तीव्र भावनाही व्यक्त केल्या आहेत. विशाल भारद्वाज याचं शांतपणे बसून ऐकायला भाग पाडणारं प्रसिद्ध संगीत, गुलजारच्या शब्दांना आणखी उठाव देतं आणि त्याचं एका सुंदर, प्रणयासक्त गीतात रूपांतर करतं.

भारद्वाज आणि गुलजार यांनी *हैदरसाठीही* एकत्र काम केलं. त्याचं दिग्दर्शन विशाल भारद्वाज स्वतःच करत होता. शेक्सपियरच्या *हॅम्लेटवरून* प्रेरित असलेला *हैदर* डेढ *इश्कियाच्या* तुलनेत एका उदास विषयाला हात घालतो आणि ते त्याच्या संगीतातही उतरतं. जर देढ *इश्किया* हा प्रणयासक्त आणि सौम्य होता तर *हैदर* हा गडद आणि खिन्न करणारा होता. डेढ *इश्कियाचं* संगीत ते ऐकणाऱ्याला त्याचे डोळे बंद करायला लावतं आणि प्रणयी भावनेत वाहवत नेतं, तर *हैदरचं* रॉकवर आधारित असलेलं संगीत, त्याची मजबूत मांडणी आणि उच्च दर्जाचं काव्य, ऐकणाऱ्याला उभं करतं. विशाल ददलानी याने गायलेलं *आओ ना* हे रॉक गीत याचं उत्तम उदाहरण आहे. याच गीताची ही एक खिन्न आवृत्ती आहे, *सो जाओ* हे गीत दफनभूमीतील शेवटच्या चिरनिद्रेविषयी सांगते.

सन २०१४मध्ये, भारताचं गणराज्यदेखील एक वेगळ्या प्रकारचं संगीत ऐकत होतं. हे कधी सुरेल, तर कधी कर्कश पण मनाला भावणारं संगीत होतं- सार्वत्रिक निवडणुकांचं संगीत. एप्रिल आणि मे महिन्यामध्ये सोळावी लोकसभा निवडण्यासाठी झालेलं मतदान हे पूर्वनियोजित होतं. मागील दोन वर्षांपासून याची तयारी सुरू झाली होती आणि निवडणुकीच्या तोंडावर भारतात सगळीकडेच सर्वच राजकीय पक्षांनी, त्यांच्या उमेदवारांनी प्रचार मोहिमेचा धुरळा उडवला होता. नरेंद्र मोदी यांची निवडणूक मोहीम ही अमेरिकन अध्यक्षिय प्रचार मोहिमेच्या धर्तीवरची भारतानं अनुभवलेली

पहिली प्रचार मोहीम होती. २५ लाख स्वयंसेवक देशभर सगळीकडे काम करत होते, त्यामुळे मोदींच्या प्रचार मोहिमेनं भारतभर एक सर्वव्यापी आणि जबरदस्त प्रभाव निर्माण केला होता. त्या वेळेस संपुआ ही भ्रष्टाचारानं बरबटलेली आणि नेतृत्वहीन आहे अशी वातावरणनिर्मिती करण्यात आली होती. संपुआ सरकारला धोरण लकवा झाला आहे, मोदी हे देशाच्या समस्यांसाठी एकमेव रामबाण उपाय आहेत असं चित्र रंगवण्यात येत होतं. मोदी जणू अच्छे दिन आणणारा अग्रदूत. संपुआला आव्हान देणाऱ्या मोदींकडे देश आणि देशातील जनता सोसत असलेल्या प्रत्येक दुखण्यावर उपाय होता. मग ते प्रश्न राष्ट्रीय सुरक्षेशी संबंधित असो, रोजगार निर्मितीविषयी असो, आर्थिक वाढ असो किंवा शेतीची भयावह अवस्था असो, मोदींनी या प्रत्येक प्रश्नांवर देशात सर्वत्र सुरू असलेल्या त्यांच्या प्रचारमोहिमेतून उत्तरं दिली. याचं एक उदाहरण म्हणजे जेव्हा त्यांना एका वृत्त वाहिनीतील मुलाखतीत विचारण्यात आलं की, पंतप्रधान मोदींचं सरकार चीनसारख्या प्रतिस्पर्ध्याला, सीमा रेषेवरील तणावासंबंधी कशा पद्धतीने हाताळतील. त्यांनी उत्तर दिलं की, त्यांचं सरकार, 'चीनकडे डोळे लाल करून वटारून पाहिल.'

जवळपास ५०० सभांसाठी मोदींनी ३ लाख किलोमीटरचा प्रवास केला. मोदींचा झंझावात ही केवळ एक राजकीय प्रचार मोहिमच नव्हती तर २४X७ व्यग्र असण्याचा तो एक अनुभव होता. त्यानं संभाव्य मतदारांना सर्व बाजूंनी वेढून टाकलं होतं. मग त्या वृत्त वाहिन्या असोत, रेडिओ किंवा वर्तमानपत्रे असोत, मोदी आणि भाजपाने तिथं आपलं बस्तान बसवलं, मग ते बातम्यांतून असो वा जाहिरातींच्या माध्यमातून असो. सोशल मीडियावरील त्यांचा वावर एकमेवाद्वीतीय असाच होता. मोदींची एक मसिहा म्हणून उभी करण्यात आलेली प्रतिमा यशस्वी ठरली होती. जेव्हा मतदारांनी १६ मे रोजी मतदान केलं तेव्हा या प्रचंड निवडणूक प्रचार मोहिमेमुळे, भाजपाला २८२ जागा जिंकता आल्या. गेल्या तीस वर्षांत पहिल्यांदाच एका राजकीय पक्षाला स्वतःच्या बळावर सत्ता मिळवता आली होती. मतदारांनी भारतीय पतंगाचा मांजा नरेंद्र मोदी यांच्या हातात सोपवण्याचं ठरवलं होतं.

काँग्रेस पक्षाला केवळ ४४ जागा मिळाल्या. मनमोहन सिंह यांचा भारताचा पंतप्रधान म्हणून दहा वर्षांचा कार्यकाळ संपला होता. त्यांच्या कार्यकाळाच्या शेवटच्या वर्षांत त्यांच्या सरकारची लोकप्रियता निश्चितपणे घसरली असली तरी त्यांनी अनेक गोष्टी साध्य केल्या होत्या. २००४ ते २०१४ हा काळ हा भारतासाठी वाढती संपन्नता आणि बऱ्यापैकी शांततेचा काळ होता. भारताच्या कृषीक्षेत्राचा विकास झाला होता आणि जवळपास १४ कोटी भारतीय या काळात दारिद्र्यरेषेच्या वर आले होते. सरकारनं लोकांचा पाठिंबा गमावला असल्यामुळे मनमोहन सिंह यांच्या कारकिर्दीत भारताचे सकल राष्ट्रीय उत्पन्न तीन पटीने वाढले होते, ही वस्तुस्थितीही फारशी उजेडात आली नाही. या दशकातील जीडीपीचा सर्वसाधारण दर ७.७ टक्के होता.

या सरकारवर त्याच्या कल्याणकारी राज्याच्या भूमिकेमुळे अनेकांनी कडवट टीका केली पण की मनरेगा कायद्यामुळे ग्रामीण भारतातील दुबळ्या घटकांना सामाजिक सुरक्षा मिळाली याकडे त्यांनी दुर्लक्ष केलं. ११ मे २०१४ रोजी, मिहीर शर्मा यांनी *बिझनेस स्टँडर्डमधील* त्यांच्या लेखात लिहिल्याप्रमाणे, हे दशक स्वतंत्र भारतातील सुवर्णकालखंडाचं प्रतिनिधित्व करतं. मागील वर्षामध्ये प्रसारमाध्यमांच्या संपुआ सरकारच्या विरोधातील सूरामुळे त्याकडे पूर्ण दुर्लक्ष झालं. आपलं सरकार आणि आपल्या व्यक्तिमत्त्वाविषयी माध्यमांनी जी वार्तांकनं केली त्यावर भाष्य करताना, मनमोहन सिंह यांनी या वर्षीच्या जानेवारीत एका ठिकाणी असं म्हटलं की 'इतिहास हा त्यांच्याबाबतीत माध्यमांपेक्षा जास्त दयाळूपणे वागेल.'

ज्या वेळेस मोदी त्यांना असलेला लोकांचा पाठिंबा टिकवून ठेवण्यात यशस्वी ठरले, त्या वेळेस आणखी एक राजकारणी मात्र दिल्लीमध्ये तो पाठिंबा गमावताना दिसला. अरविंद केजरीवाल, यांनी दिल्लीचे मुख्यमंत्री म्हणून शपथ घेतली होती. त्यांनी ४९ दिवसांनंतर आपल्या पदाचा राजीनामा दिला. आम आदमी पार्टीचा हा नेता, जो आपल्या आंदोलनप्रधान राजकारणामुळे सत्तेत आला होता, त्यानं मुख्यमंत्री झाल्यानंतर आपलं धोरण बदलण्यास नकार दिला. जनलोकपाल विधेयकावरून दिल्ली विधानसभेत त्यांच्या सरकारचा भाजपाशी संघर्ष झाला आणि त्यात त्यांनी काँग्रेसचादेखील पाठिंबा गमावला. केजरीवाल यांनी अथक संघर्षानंतर सत्ता मिळवली होती. त्यांनी आम आदमी पार्टीला एक अभिनव राजकीय चळवळ म्हणून सादर केलं होतं. फेब्रुवारी २०१४मध्ये त्यांनी सत्ता सोडण्याचा निर्णय घेतला.

२ जून रोजी दक्षिण भारतातील आंध्र प्रदेशचं अखेर विभाजन झालं आणि तेलंगणा हे राज्य अस्तित्वात आलं. तेलंगणाची निर्मिती ही एका प्रदीर्घ लढ्याची अखेर होती आणि हे विभाजन होताना त्यामध्ये कडवटपणा आल्याशिवाय राहिला नाही. दोन्ही राज्यांमध्ये सलोखा राखण्यासाठी असं ठरवण्यात आलं की, हैदराबाद ही दोन्ही राज्यांची राजधानी म्हणून आणखी दहा वर्ष तशीच राहिल. त्या कालावधीमध्ये आंध्र प्रदेशने त्याची स्वतःची नवी राजधानी उभी करावी.

ज्या कालावधीमध्ये भारत या वर्षांतील मोठ्या राजकीय बदलांना सामोरा जात होता, त्याच कालावधीमध्ये अवकाश कार्यक्रमदेखील आणखी उंचीवर झेप घेत होता. नोव्हेंबर २०१३ मध्ये इस्रोनं धाडलेलं मंगळयान (मार्स ऑर्बिटर मिशन) २४ सप्टेंबर २०१४ रोजी मंगळाच्या कक्षेत अखेर स्थिरावलं. भारत आणि भारतीय शास्त्रज्ञांसाठी हा अभिमानाचा विषय होता कारण आपल्या पहिल्याच प्रयत्नांत त्यांनी मंगळ मोहिमेत यश मिळवलं होतं. ही *पटाखा गुड्डी* इकडेतिकडे जाणार नव्हती तर तिची दोरी भारतीय शास्त्रज्ञांच्या हातात होती जे तिला आणखी उंचीवर घेऊन जाणार होते.

२०१५ : मोह मोह के धागे

ये मोह मोह के धागे
तेरी उंगलीयों से जा उलझे
कोई टोह टोह ना लागे
किस तरह गिरह ये सुलझे

गीतकार : वरुण ग्रोव्हर

संगीतकार : अनु मलिक

गायक : पॅपन आणि मोनाली ठाकूर

चित्रपट : *दम लगा के हैशा*

शरत कटारीया याचा *दम लगा* के *हैशा* हा चित्रपटामध्ये १९९०च्या कालखंडाचं चित्रण आहे. ही एका विजोड जोडीची कथा आहे, प्रेम प्रकाश तिवारी आणि संध्या (आयुष्मान खुराना आणि भूमी पेडणेकर यांनी या भूमिका केल्या आहेत), या दोघांचं ठरवून लग्न होतं; पण त्या दोघांमध्ये फार थोडा प्रणय आहे. प्रेम एक ऑडिओ कॅसेट विक्रीचं दुकान चालवतो आणि तो कुमार सानूचा मोठा चाहता आहे. कुमार सानूची गाणी आणि १९९०चं दशक हे एकमेकांना समानार्थी आहेत. चित्रपट निर्मात्यांनी हरिद्वारमध्ये १९९०चा काळ उभा करण्याचं ठरवलं आणि संगीतासाठी त्यांनी अनु मलिक याची निवड केली. मलिक हा यशस्वी संगीतकार असला तरी त्याचा बहर आता ओसरला होता. सन १९९०च्या दशकात त्याच्या नावावर अनेक चांगली गाणी होती. या चित्रपटासाठी त्याची निवड यथार्थ होती. गीतकार आणि कथाकार वरुण ग्रोव्हर याने गीतं लिहिली. मलिक आणि ग्रोव्हर

यांनी '१९९०च्या दशकातील गाणी' तयार करण्याचा प्रयत्न केला. त्यामध्ये कुमार सानू दर्द *करारा* आणि तू...ही गाणी चित्रपटांत गातो पण *मोह मोह के धागे* हे या अल्बमचं प्रमुख आकर्षण होतं.

या गाण्यांमध्ये मुख्य भूमिकेतील जोडीच्या उमलत जाणाऱ्या नातेसंबंधाचं चित्रण आहे. हे दोघं योगायोगानं एकत्र येतात पण नंतर त्यांच्यातलं प्रेम त्यांना हळूहळू गवसतं. खरं तर अनु मलिककडून नेहमीप्रमाणे तद्दन फिल्मी, पकड घेणाऱ्या चालींची अपेक्षा असते, या गाण्यांतून मात्र त्यानं काहीशी शास्त्रीय वाट चोखाळली आहे. हे गाणं यमनकल्याणवर आधारित एका धूननं सुरू होतं आणि नंतर अंतऱ्यासोबत आणखी वेगळ्या रागांमध्ये गायलं जातं. बासरी, शहनाई आणि गिटार यांच्या सुरावटींवर हे गाणं सुंदरपणे बेतलं असलं तरीही ग्रोव्हरच्या शब्दांमुळे त्यांत जीव ओतला गेला आहे. या गाण्यासाठी त्याला सर्वोत्तम गीतलेखनासाठीचा राष्ट्रीय पुरस्कार मिळाला. पॅपनचा खर्जातील एकमेवाद्वितीय स्वर आणि मोनाली ठाकूरचं भावनिक गायन यामुळे या गाण्याची उंची अधिकच वाढते. ग्रोव्हर प्रमाणेच मोनाली ठाकूरनेही, या गाण्यासाठी सर्वोत्कृष्ट पार्श्वगायिकेला देण्यात येणारा राष्ट्रीय पुरस्कार जिंकला.

वरुण ग्रोव्हरसाठी *मोह मोह के धागे*, हे गीत त्याच्या या वर्षांतील अनेक महत्त्वाच्या कामांपैकी एक होतं. जर *दम लगा के हैशातील* त्याच्या गीतांमुळे १९९०च्या दशकातील हरिद्वार उभं राहिलं तर त्याची *मसान* चित्रपटाची पटकथा चंदेरी पडद्यावर वाराणसी शहराचं अस्सल चित्रण करते. *मसान* हा दिग्दर्शक नीरज घायवानचा पहिलाच चित्रपट होता. तो आधुनिक काळातील वाराणसीसंबंधी आहे ज्यांत दोन वेगवेगळ्या कथा आहेत ज्या शेवटी एकमेकांत मिसळून जातात. या चित्रपटामध्ये, वरुण ज्यावेळेस अभ्यासासाठी या शहरात वास्तव्याला होता त्याच्या स्वतःच्या अनुभवांमध्ये तो बुडून जातो. त्याचवेळी तो या शहराचं एक विविधरंगी चित्र रंगवतानाच मन खिळवून ठेवणारी कथादेखील सांगतो. त्यानं या चित्रपटातील गाणीही स्वतःच लिहिली आहेत.

तू किसी रेल सी गुजरती है मध्ये, ग्रोव्हरनं प्रसिद्ध हिंदी कवी दुष्यन्त कुमार यांच्या एका गझलेतून प्रेरणा घेतली आहे. यातला कथानायक एका मुलीच्या प्रेमात पडतो ही गोष्ट सांगण्यासाठी हे गाणं दुष्यन्त कुमार यांच्या विचारांतून सुरू होतं त्यामध्ये वरुण आपले विचार मिसळतो. दुसऱ्या एका गाण्यांत, वरुण तत्त्वज्ञानाचा आधार घेत भरारी मारतो आणि एका अशांत अस्वस्थ मनाची कथा सांगतो. मन कस्तुरी रे या गाण्यामध्ये कस्तुरीमृग हे अस्वस्थ मनाचं रूपक बनतं. ही गाणी रॉक बँड इंडियन ओशन यांनी तयार केली होती.

जर *मोह मोह के धागे* हे गीत प्रेमात गुंतण्यासंबंधी असलं तरी २०१५मध्ये, भारतात द्वेषाचं वातावरण होतं. सन २०१४च्या निवडणूक प्रचार मोहिमेत, नरेंद्र

मोदी यांनी संपुआ सरकारवर 'गुलाबी क्रांती'ला प्रोत्साहन देण्यासाठी खरडपट्टी काढली होती. भारतातील वाढत्या मांस निर्यातीसाठी हा संदर्भ वापरण्यात आला होता. संघ परिवारातील सदस्य असल्यामुळे, गाईंचं रक्षण हे मोदी आणि त्यांच्या सरकारचं प्रमुख कर्तव्य होतं. दिल्ली आणि देशातील अनेक भागांमध्ये भाजप सत्तेवर असल्यानं, संघ परिवार आणि, विशेषतः हिंदी भाषिक प्रदेशांतील त्यांचे सदस्य, त्यांच्या नजरेतून गाईंवर होत असलेल्या अत्याचाराविरोधात कारवाई करण्याचं धाडस त्यांच्यामध्ये आलं होतं.

गोरक्षकांच्या जमावांकडून झालेल्या हिंसक घटना अनेक ठिकाणी नोंदवल्या गेल्या असल्या तरीही २९ सप्टेंबर २०१५च्या सकाळी भारतात एका घटनेमुळे खळबळ उडाली. उत्तर प्रदेशातील दादरी जवळच्या बिसाहडा या गावातून बातमी आली की, गावकऱ्यांचा एक जमाव त्याचं गावातील मोहम्मद अखलाक याच्या घरात शिरला. अखलाक हा भारतीय वायू सेनेतील कर्मचाऱ्याचा बाप होता. त्याला त्यांनी गाईची हत्या केल्याच्या आरोपावरून सामूहिकरीत्या ठेचून मारण्यात. त्याचा २२ वर्षीय मुलगा, दानिश यांत गंभीरपणे जखमी झाला. पोलीस आणि लोकप्रतिनिधींचा यावरचा प्रतिसाद तर याहून धक्कादायक होता. पोलिसांनी ते खरंच गाईचं मांस आहे हे की नाही हे तपासण्यासाठी त्याच्या घरातील फ्रिजमध्ये ठेवलेल्या मांसाचे नमुने तपासणीसाठी गोळा केले. त्याच वेळेस भाजपा खासदार (आणि केंद्रीय मंत्री) महेश शर्मा खुन्यांच्या समर्थनार्थ पुढे आले होते.

राजकारणाच्या जगामध्ये, भाजपाने या वर्षी दोन महत्त्वाचे निवडणूक निकाल त्यांच्या विरोधात गेलेले पाहिले. पहिला होता दिल्लीतील विधानसभा निवडणुकींचा निकाल जिथे फेब्रुवारीत झालेल्या निवडणुकांमध्ये, अरविंद केजरीवाल यांच्या नेतृत्वाखालील आम आदमी पार्टीने जवळपास सर्वच जागा जिंकून घेतल्या. आम आदमी पार्टीने सत्तर पैकी ६७ जागा जिंकल्या तर भाजपने राहिलेल्या तीन जागा जिंकल्या. नोव्हेंबरमध्ये झालेल्या निवडणुकीत भाजपाला बिहारमध्ये आणखी जबर धक्का बसला. तिथे नितीश कुमार यांचा जनता दल (युनायटेड), लालू प्रसाद यादवांचा राष्ट्रीय जनता दल आणि काँग्रेस पक्षाच्या आघाडीने नरेंद्र मोदी आणि अमित शाह यांच्या नेतृत्वाखालील अटीतटीच्या प्रचार मोहिमेनंतरही भाजपला धूळ चारली. महागठबंधन म्हणून ओळखल्या गेलेल्या या आघाडीनं, भाजप प्रणित रालोआचा पराभव करताना, विधानसभेतील २४३ पैकी १७८ जागा जिंकल्या. रालोआला ५८ जागा मिळाल्या. पंतप्रधान नरेंद्र मोदी यांना हा वैयक्तिक हादरा होता. त्यांनी या निवडणुकीत स्वतःची प्रतिष्ठा पणाला लावली लावून हिरीरीनं प्रचार केला होता. प्रचाराच्या दरम्यान, मोदींनी महागठबंधनवर त्यांना गाईंचं रक्षण करण्यात अपयश आल्याचा आरोपही केला होता. मतदानाच्या दिवशी, बिहारमधील वृत्तपत्रांमध्ये, भाजपची एक जाहिरात पहिल्या पानावर झळकली.

सहकारी पक्ष गाईचा अपमान करत असताना मुख्यमंत्री नितिश कुमार शांत राहिले असा त्यांच्यावर आरोप करण्यात आला.

जेव्हा डिसेंबर २०१४मध्ये जम्मू आणि काश्मीरमध्ये, विधानसभेचे निकाल घोषित झाले, तेव्हा काही महिन्यांसाठी कोणत्याही पक्षाला सरकार स्थापन करता आलं नाही. नंतर एका अनपेक्षित राजकीय खेळीत, हिंदुत्ववादी भाजप आणि त्यांचे काश्मिरी मुस्लीम सहकारी जम्मू अँड काश्मीर पिपल्स डेमोक्रेटीक पार्टी (पीडीपी) यांनी एकत्र येत सरकार स्थापन केलं. त्यांनी एक करार केला आणि १ मार्च २०१५ रोजी, पीडीपीचे प्रमुख मुफ्ती मोहम्मद सईद यांनी मुख्यमंत्रिपदाची शपथ घेतली. हा दोन्ही पक्षांसाठी एक भयंकर अनुभव होता कारण राजकारणामध्ये ते दोघे दोन विरुद्ध टोकांवरचे पक्ष होते. जर परिस्थिती नीटपणे हाताळली गेली नाही तर ते त्यांची मतपेढी गमावून बसण्याचा धोका होता.

क्रीडा जगतात, भारतानं टेनिसमधील एक मोठं यश साजरं केलं. लिअँडर पेस आणि सानिया मिर्झा यांनी ग्रँड स्लॅम स्पर्धांमध्ये विजेतेपद मिळवलं. मार्टीना हिंगीसच्या साथीनं विंबल्डनची महिला दुहेरी स्पर्धा जिंकल्यामुळे मिर्झा ही ग्रँड स्लॅम जिंकणारी पहिली भारतीय महिला बनली. याच वर्षानंतर त्यांनी यूएस ओपन जिंकली. हिंगीस ही पेसचीदेखील मिश्र दुहेरीतील साथीदार होती आणि दोघांनी विंबल्डन, यूएस ओपन आणि ऑस्ट्रेलियन ओपनची मिश्र दुहेरीतील विजेतीपदं पटकावली. भारत सरकारनं या वर्षी सानिया मिर्झाला राजीव गांधी खेल रत्न हा सर्वोच्च क्रीडा सन्मान दिला.

वर्ष संपत असताना स्नेहाचे सर्व बंध कमकुवत होत चालले होते, जणू देश विचारात पडला होता की *किस तरह गिरह ये सुलझे?*

२०१६ : हानिकारक बापू

अपनी किस्मत की गाडी की खस्ता हालत है
म्हारे बापू इस गाडी के वाहन चालक है
बापू सेहत के लिये तू तो हानिकारक है

गीतकार : अमिताभ भट्टाचार्य
संगीतकार : प्रितम
गायक : सरवर खान आणि सरताझ खान बरना
चित्रपट : *दंगल*

आमीर खान याची निर्मिती असलेला *दंगल* चित्रपट हा हरियाणामध्ये असलेल्या, चरखी दादरीजवळील बलाली या गावातील महावीर सिंह फोगट यांच्या आयुष्यावर बेतलेला आहे. महावीर सिंह हे हौशी कुस्तीपटू आणि प्रशिक्षक होते. त्यांनी सर्व सामाजिक बंधनांना झुगारून आपल्या मुलींना कुस्ती शिकवली, ज्यापैकी गीता आणि बबिता यांनी भारताचं आंतरराष्ट्रीय सामन्यांमध्ये प्रतिनिधित्व केलं आणि पदकंही जिंकली. या चित्रपटामध्ये आमीर खानने महावीर सिंह फोगट यांची भूमिका साकारली आहे. एका रम्य सकाळी तो आपल्या लहान मुलींना प्रशिक्षण द्यायला सुरुवात करतो. *बापू सेहत के लिये तू तो हानिकारक है* हे गाणं, दोन लहान मुलींचा बाप त्यांना त्यांच्या इच्छेविरुद्ध जबरीनं मेहनत करायला भाग पाडतो, त्या वेळी असलेला मुलींचा विरोध दाखवतं.

संगीतकार प्रितमनं अमिताभ भट्टाचार्यच्या या काहीशा विचित्र शब्दांना चाल लावली. हे या चित्रपटातील एक प्रासंगिक गाणं आहे. जरी हे गाणं एका त्रासदायक

परिस्थितीविषयी सांगत असलं तरी त्याचे शब्द आणि खेळकर गायन यामुळे ते जिवंत झालं आहे. प्रितमनं या गाण्यासाठी राजस्थानातील वीस मुलांची चाचणी केल्यानंतर बारा वर्षीय सरवर खान आणि अकरा वर्षीय सरताझ खान बरना यांची निवड केली. ही दोन्ही मुलं, मांगणियार समाजाची आहेत. हा समाज राजस्थानी लोकसंगीतावरील हुकुमतीसाठी प्रसिद्ध आहे.

या गाण्यातील हानिकारक बापू मुलींच्या इच्छेविरुद्ध वागतो; पण त्याच्या अट्टहासामुळेच त्या जागतिक दर्जाच्या मल्ल बनतात. गीता फोगट हीने २०१०च्या राष्ट्रकुल स्पर्धांमध्ये सुवर्णपदक जिंकलं तर तिच्या बहिणीने, बबितानं रौप्य पदक.

खेळांच्या जगात एका वडिलांच्या कठोर मेहनतीमुळे सकारात्मक फायदे मिळत असतानाच, वास्तव जगात मात्र हे खरं होताना दिसत नव्हतं. ८ नोव्हेंबर २०१६ रोजी पंतप्रधान नरेंद्र मोदी यांनी रात्रीच्या सुमारास देशाला उद्देशून एक भाषण केलं तेव्हा भारतानं एक हानीकारण वळण घेतलं. अच्छे दिन आणण्याचा वायदा करून पंतप्रधान झाल्यापासून मोदींच्या सरकारवर आर्थिक सुधारणा करण्यात त्यांनी व्यवहारचातुर्य न दाखवल्याचा आरोप लोकांकडून होत होता. या दिवशी, कोणतीही मोठी सुधारणा होत नसल्याच्या टीकेला उत्तर देण्यासाठी पंतप्रधानांनी एक अभूतपूर्व निर्णय जाहीर केला. ८ नोव्हेंबरच्या मध्यरात्रीपासून पाचशे आणि हजार रुपयांच्या नोटा वैध राहणार नाहीत आणि लोकांना त्यांच्या जुन्या नोटा बदलून घेण्यासाठी पन्नास दिवस मिळतील, अशी त्यांनी घोषणा केली. अर्थव्यवस्थेतील काळ्या पैशाचं अरिष्ट निपटून काढण्यासाठी त्यांनी हा निर्णय घेतला आहे, आपल्या भाषणामध्ये असा त्यांनी दावा केला. लोकांना रोख रक्कम जमा करण्याची बळजबरी करून, ते काळ्या पैशाचा बंदोबस्त करू शकतील, अशी सरकारची कल्पना होती. भारताच्या एकूण रोकड रकमेत पाचशे आणि हजार रुपयांच्या नोटांचा वाटा ८६ टक्के इतका होता. बहुतांश भारतीय अर्थव्यवस्था, विशेषतः असंघटीत क्षेत्रांतील, ही व्यापार, व्यवसायासाठी आणि जिवंत राहण्यासाठी रोख रकमेच्या व्यवहारांवर अवलंबून होती. तिच्यामध्ये एका रात्रीत अनागोंदी निर्माण झाली. भारतीय बँकांनी त्यांच्या सर्व शाखांवर आजवर कधी पाहिला नसेल इतका दबाव अनुभवला कारण लोक मोठ्या संख्येनं या नोटांच्या स्वरूपातील रोख रक्कम घेण्यासाठी रांगा लावून उभे होते. सर्वांत जास्त दणका बसला तो मोलमजुरी करणाऱ्या लोकांना. त्यांना आपलं रोजचं काम सोडून बँकेत जाऊन उभं राहाव लागलं.

विमुद्रीकरणाच्या या निर्णयावर सर्व बाजूंनी सडकून टीका झाली. कारण, त्यामुळे दैनंदिन जीवन विस्कळित झालं होतं. अनेक अर्थतज्ज्ञ, जसे अमर्त्य सेन आणि कौशिक बसू, यांनी याच्या मागील तार्किकतेवर प्रश्नचिन्हं उभे केले तर माजी पंतप्रधान मनमोहन सिंह यांनी याचा उल्लेख 'संघटित लूट आणि कायदेशीर दरोडा' असं केलं. यामुळे भारताचे सकल राष्ट्रीय उत्पन्न २ टक्क्यांनी घसरेल, असा

त्यांचा तर्क होता. हा प्रश्न वेगवेगळ्या घटकांमुळे अधिकच चिघळला. शेतकऱ्यांना त्यांच्या पेरणीच्या काळातच याचा फटका बसला आणि रोकड नसल्यामुळे त्यांना बी-बियाणं विकत घेता आलं नाही. लग्नसराई असल्यामुळे पालकांची चिंता वाढली. रिझर्व्ह बँक ऑफ इंडिया पूर्ण वेगानं नव्या नोटा छापू न शकल्यामुळे अर्थव्यवस्थेतील जुन्या, वापरलेल्या नोटा बदलून देण्यातल्या अडचणी वाढल्या. नोटांबदीमुळे देशभरातील लोक संकटात सापडले असतानाच, सरकारने त्यांच्याकडे सरळ दुर्लक्ष करण्याचं धोरण स्वीकारलं. हे टोकाचं पाऊल का उचलावं लागलं याची वेगवेगळी कारणं देण्यातच सरकार व्यस्त होतं.

सुरक्षेचा विचार केला तर वर्षाची सुरुवात चांगली झाली नव्हती. दहशतवाद्यांनी २ जानेवारी रोजी पठाणकोट येथील वायुदलाच्या तळावर हल्ला चढवला. या संरक्षित तळाची सुरक्षा यंत्रणा दहशतवाद्यांनी सहजपणे भेदली आणि सैनिक बेसावध अवस्थेत असताना त्यांच्यावर हल्ला चढवला. दहशतवाद्यांचा निःपात करण्याच्या मोहिमेत विस्कळितपणा आल्यामुळे त्यांना संपवण्यासाठी तब्बल तीन दिवस लागले. यामध्ये संरक्षण खात्याचे सात जवान, एक नागरिक आणि चार दहशतवादी ठार झाले. १८ सप्टेंबर रोजी पुन्हा एकदा, जम्मू आणि काश्मिरातील उरी येथील सैन्याच्या ब्रिगेड मुख्यालयावर चार दहशतवाद्यांनी हल्ला चढवला. सतरा सैनिकांना यात आपला जीव गमवावा लागला आणि सहा तासांच्या धूमश्चक्रीनंतर चारही दहशतवाद्यांना ठार करण्यात सैनिक यशस्वी झाले. २९ नोव्हेंबर रोजी, दहशतवाद्यांनी पुन्हा एकदा जम्मू आणि काश्मिरातील नागरोटा येथील सैन्य तळावर हल्ला चढवत सात सैनिकांची हत्या केली.

या दहशतवादी हल्ल्यांमुळे जम्मू आणि काश्मीरमध्ये सुरक्षा यंत्रणां समोरचं आव्हान वाढल्याचं दिसून आलं. त्यानंतर हिजबुल मुजाहिद्दीनचा कमांडर, बावीस वर्षीय अतिरेकी बुरहान वाणी हा सुरक्षा यंत्रणांकडून ८ जुलै २०१६ला मारला गेला, त्यानंतर परिस्थिती अधिकच चिघळली. या हत्येच्या विरोधात त्याचे हजारो समर्थक एकत्र जमले आणि काश्मीर खोऱ्यात हिंसाचार उफाळला. भाजप-पीडीपी यांच्या आघाडीमुळे राज्यातिल परिस्थिती बिघडत चालली होती. मुफ्ती मोहम्मद सईद यांचा ७ जानेवारी रोजी मृत्यू झाला, त्यानंतर परिस्थिती अधिकच चिघळली. भाजपाशी हातमिळवणी केल्यामुळे सईद यांनी काश्मीर खोऱ्यातील लोकांचा पाठिंबा गमावला होता. मुफ्तींच्या निधनानंतर, त्यांची मुलगी मेहबूबा मुफ्ती यांनी काही महिने वाट पाहिले आणि त्यानंतर, ४ एप्रिल २०१६ रोजी मुख्यमंत्रिपदाची शपथ घेतली.

उर्वरित भारतात, गोरक्षकांनी जातीय द्वेष पसरवण्याचं काम सुरूच ठेवलं होतं. २०१५मध्ये अखलाकची हत्या करण्यात आली होती तर, या वर्षी झारखंड येथे दोन गुरे व्यापाऱ्यांना झाडावर फाशी देण्याच्या घटनेनं देश पुन्हा एकदा हादरला. ३५ वर्षीय

मोहम्मद मजलूम आणि १२ वर्षांचा इनायतुल्ला खान या दोघांना गोरक्षकांनी झाडावर फाशी देऊन ठार केलं.

याच वर्षानं हरियाणात दंगली घडल्या. त्या वेळी राज्यात आंदोलनं करणारा जाट समुदाय हिंसक झाला होता आणि राज्य सरकार यावर काहीच करू शकलं नाही. या समुदायाला स्वतःचा समावेश ओबीसी वर्गामध्ये व्हावा असं वाटत होतं आणि राज्य सरकार ही मागणी पूर्ण करण्यात अपयशी ठरलं. वारंवार सूचना मिळूनही, राज्य सरकार सुरक्षा यंत्रणांची वेळेवर हालचाल करण्यात अपयशी ठरलं आणि राज्यभरात हिंसेचा आगडोंब उसळला. हिंसक जमावानं अनेक गावांमध्ये सार्वजनिक आणि खासगी मालमत्ता जाळून टाकली.

दंगल चित्रपटांमध्ये हानिकारक बापू क्रीडा प्रतिभेला आकार देत असतानाच, भारतीय महिला खेळाडू, क्रीडा विश्वांत त्यांचा ठसा उमटवत होत्या. पी. व्ही. सिंधू हिने रिओ ऑलिम्पिकमध्ये बॅडमिंटनमध्ये महिला एकेरीच्या अंतिम सामन्यांत रौप्य पदक जिंकलं. असं दिसत होतं की *दंगलमधील* आणखी एक गाणं पार्श्वभूमीवर वाजत असताना सिंधू बॅडमिंटनच्या कोर्टवर मोठ्या तोऱ्यात वावरत होती. सिंधूला जागतिक दर्जाची खेळाडू म्हणून घडवण्यात अतिशय शिस्तबद्ध असलेले माजी बॅडमिंटन खेळाडू आणि तिचे प्रशिक्षक पुलेला गोपीचंद यांचा मोठा वाटा होता. २०१६मध्ये, हे प्रशिक्षक *हानिकारक बापू* असले तरीही भारत त्यांचा आभारी आहे.

२०१७ : सफर का ही था मैं सफर का रहा

जब से गाँव से मैं शहर हुवा
इतना कडवा हो गया के जहर हुवा
सफर का ही था मैं सफर का रहा

गीतकार : इरशाद कामिल
संगीतकार : प्रितम
गायक : अरिजीत सिंह
चित्रपट : *जब हॅरी मेट सेजल*

जेव्हा इम्तियाज अली एखादा चित्रपट तयार करतो तेव्हा त्याच्याकडून काही गोष्टींची निश्चित अपेक्षा करता येऊ शकते. मुख्य भूमिकेतील जोडीचं गुंतागुंतीचं, निश्चितपणे सांगता न येऊ शकणारं नातं, प्रवास आणि गीतकार म्हणून इरशाद कामिल. *जब हॅरी मेट सेजल* हा २०१७ साली आलेला चित्रपट हे त्यांचं आणखी एक एकत्रित काम होतं आणि त्याच्या मागील तीन चित्रपटांमधील संगीतकाराऐवजी, यावेळेस अलीनं संगीतकार म्हणून प्रितमची निवड केली आणि त्यानं अपेक्षाभंग केला नाही.

सफर या गाण्यामध्ये, इरशाद कामिल याने विचारी, तत्त्वज्ञानाची डूब असलेले शब्द लिहिले आहेत. या चित्रपटातील गाणी नेहमीच्या पठडीतील नाहीत. वारंवार येणारं ध्रुवपद, *सफर का ही था मैं, सफर का रहा*, हे गीत श्रोत्यांना खिळवून ठेवतं. या गाण्यातून कामिल एका माणसाची, कधी न संपणाऱ्या प्रवासाबद्दलची भीती व्यक्त करतो. या गीतातून कामिलचं कौशल्य दिसून येतं. तो अगदी सहजपणे,

जब से गाँव से मैं शहर हुवा, इतना कडवा हो गया के जहर हुवा, सारखी गंभीर काव्यपंक्ति लिहून जातो. संगीतकार प्रितम या विचाराला गाण्यामध्ये अनिर्बंधपणे वाहू देताना, गिटारचे सूर आणि तबल्याचा नाद यांची सौम्य जोड देतो. अरिजीत सिंह मग काहीसा झिंगल्यासारखा गाऊ लागतो आणि ते एक कालातीत गाणं होतं.

भारतासाठीही, २०१७चं वर्ष एका धुंदीतच सुरू झालं, कारण देश अजूनही ८ नोव्हेंबर २०१६ रोजी लागू झालेल्या पाचशे आणि हजार रुपयांच्या नोटाबंदीचे परिणाम भोगत होता. या निर्णयाच्या वाईट परिणामासंबंधी ढिगानं पुरावे गोळा होत असले, तरीही नरेंद्र मोदी सरकार त्याच्या समर्थनासाठी वेगवेगळी कारणं शोधत होतं. सुरुवातीच्या काळा पैसा आणि भ्रष्टाचाराच्या विरोधामध्ये लढण्याच्या उद्दिष्टामध्ये बदल करत सरकारनं आता दहशतवाद्यांशी लढाई, कर आकारणीला अधिक व्यापक करणे, रोकडविरहित अर्थव्यवस्थेकडे वाटचाल, अनधिकृत अर्थव्यवस्था अधिकृत करणं, अनुत्पादकपणे पडून असलेला बचतीचा पैसा बँकिंग व्यवस्थेत आणणं आणि बनावट नोटांशी लढणं अशी कारणं सांगायला सुरुवात केली. विमुद्रीकरण झालेल्या एकूण रकमेपैकी ९९ टक्के रक्कम बँकेत जमा झाली आहे, असं रिझर्व्ह बँक ऑफ इंडियानं ऑगस्टमध्ये जाहीर केलं.

या निर्णयाचा उद्देश स्पष्ट झाला नसला, तरीही त्याचे परिणाम मात्र स्पष्ट होते. अर्थव्यवस्थेतून रोख रक्कम प्रदीर्घ काळ अदृश्य झाल्यामुळे, सर्व आर्थिक व्यवहार एकाएकी थांबले किंवा मोठ्या प्रमाणात रोडावले, तरी याचा परिणाम भारताच्या सकल राष्ट्रीय उत्पन्नाच्या वाढीवरदेखील दिसून आला. २०१६-१७ या आर्थिक वर्षांच्या चौथ्या तिमाहीत ही वाढ फक्त ६.१ टक्के इतकीच होती. सर्वांत गंभीर परिणाम हा देशातील गुंतवणुकीवर झाला. कारण, शेवटच्या तिमाहीमध्ये गुंतवणूक २.१ टक्क्यांनी कमी झाली. भारतीय अर्थव्यवस्थेनं एक भीषण आणि पूर्णपणे मानवनिर्मित धक्का सोसला त्याचे नकारात्मक परिणाम सगळीकडेच जाणवले.

या वर्षानं देशात अनेक राज्यांमध्ये विधानसभा निवडणुकांतील अटीतटीच्या लढायाही पाहिल्या. फेब्रुवारीत, उत्तर प्रदेश, उत्तराखंड, पंजाब आणि गोव्यात मतदान झालं तर हिमाचल प्रदेश आणि गुजरातमध्ये डिसेंबर महिन्यात मतदान पार पडलं.

उत्तर प्रदेशात, सत्ताधारी समाजवादी पक्षानं काँग्रेससोबत आघाडी केली तर भाजप आणि बसप स्वतंत्रपणे निवडणुकीत उतरले. पंजाबमध्ये, सत्ताधारी शिरोमणी अकाली दल - भाजप युती, आप आणि काँग्रेस यांच्यात लढाई झाली. उत्तराखंड आणि गोव्यात, भाजप आणि काँग्रेसमध्ये प्रमुख लढाई होती. उत्तर प्रदेशात, नरेंद्र मोदी यांनी आक्रमक प्रचार केला आणि भाजपनं दणदणीत यश मिळवलं. गोरखपूरचे खासदार आणि गोरखनाथ मठाचे महंत आदित्यनाथ देशातील या सर्वांत जास्त

लोकसंख्या असलेल्या राज्याचे मुख्यमंत्री झाले. उत्तराखंडातही, भाजपने सत्ताधारी काँग्रेस पक्षाला मोठ्या फरकानं पराभूत केलं.

पंजाब आणि गोवा या दोन राज्यांमध्ये मात्र थोडी वेगळी परिस्थिती होती. पंजाबमध्ये काँग्रेसनं सारे अंदाज खोटे ठरवत आम आदमी पार्टीला मागे सारून खूप कष्टाने एक मोठा विजय नोंदवला तर गोव्यात तो सर्वांत मोठा पक्ष म्हणून निवडून आला. ४२ जागा असलेल्या विधानसभेत काँग्रेसनं १७ जागा जिंकल्या; पण त्याला सरकार बनवण्याची परवानगी नाकारण्यात आली. तेरा सदस्य असलेल्या भाजपला सरकार स्थापन करण्यासाठी आमंत्रित करण्यात आलं. संरक्षण मंत्री मनोहर पर्रीकर हे राज्यात परतले आणि गोव्याचे मुख्यमंत्री झाले.

भाजप एकीकडे राज्यामागून राज्यं जिंकत असतानाच, त्यांनी इतर राजकीय पक्षांना आपल्या भवितव्याबाबत पुन्हा एकदा विचार करण्यास भाग पाडलं. याचं सर्वांत मोठं उदाहरण बिहारचे मुख्यमंत्री नितिश कुमार यांच्या रूपानं दिसून आलं. जुलैमध्ये नितिश कुमार राजद आणि काँग्रेससोबत असलेल्या महागठबंधनमधून बाहेर पडले. त्यांनी मुख्यमंत्रिपदाचा राजीनामा दिला आणि मग भाजपशी हातमिळवणी केली. मुख्यमंत्री म्हणून ते पुन्हा पदावर आरूढ झाले; पण त्यांच्या सोबतीला आता भाजपचे आमदारदेखील मंत्रिमंडळात होते. सार्वत्रिक निवडणुकांना जेमतेम दोन वर्ष बाकी असताना भाजपाच्या विरोधकांना बसलेला हा प्रचंड मोठा धक्का होता.

कित्येक वर्षांच्या चर्चा, वाद आणि वाटाघाटीनंतर, जुलै महिन्यात अखेर भारतामध्ये वस्तू आणि सेवा कर (गुड्स अँड सेल्स टॅक्स) लागू झाला. जीएसटीवर अनेक वर्षांपासून काम सुरू होतं. हा एक उपरोधच होता की नरेंद्र मोदी यांच्या नेतृत्वाखालील भाजपनं हा कर लागू केला होता. कारण, विरोधी बाकांवर असताना याच भाजपानं त्याच्या अंमलबजावणीला विरोध केला होता. देशातील अप्रत्यक्ष कराची रचना सोपी करणे हा जीएसटी आणण्याचा उद्देश होता. या आधी या व्यवस्थेला जगातील एक अत्यंत गुंतागुंतीची कररचना समजण्यात येत होतं. जीएसटीमुळे कर परताव्याची प्रक्रिया सोपी होणं अपेक्षित होतं. ज्यामुळे त्याचं पालन करणाऱ्यांची संख्याही वाढावयास हवी होती; पण तसं घडलं नाही. सरकारनं जगात इतरत्र अस्तित्वात असलेल्या रचनांपेक्षाही अधिक अवघड अशी गुंतागुंतीची जीएसटी रचना लागू केली होती.

तज्ज्ञांनी इशारा दिला की, यासाठी आवश्यक असलेली आयटी प्रक्रिया अद्याप अस्तित्वात आलेली नाही आणि या कररचनेचं स्वरूप समजण्यासाठी किंवा त्याचं पालन करण्यासाठी खूप किचकट आहे; पण सरकारनं या विरोधाकडे दुर्लक्ष करण्याचं ठरवलं. परिणामी या नव्या रचनेशी जुळवून घेताना व्यावसायिकांमध्ये एकच गोंधळ माजला. भारतीय अर्थव्यवस्था अजूनही नोटाबंदीच्या धक्क्यातून

पुरती सावरली नव्हती. तिला जीएसटीच्या घाईघाईच्या अंमलबजावणीमुळे पुन्हा एकदा तडाखा बसला. लघु आणि मध्यम उद्योगांवर याचा सर्वांत मोठा परिणाम दिसून आला.

जूनमध्ये भारत आणि चीन यांच्यादरम्यान सीमारेषेवरून संघर्ष उफाळून आला. डोकलाम पठारावर जेव्हा चीनने रस्ता बांधायला घेतला, तेव्हा दोन्ही बाजूचे सैनिक एकमेकांसमोर उभे ठाकले. चीन आणि भूतान या दोन देशांमधील हा विवादास्पद भाग होता. भारतीय सैन्यानं तिथं प्रवेश करून चीनी लोकांना रस्ता बांधण्यापासून रोखलं. चीनचं म्हणणं होतं की, हा त्यांचा भाग आहे आणि भारतानं तिथून माघार घ्यावी. ७३ दिवस सुरू असलेल्या तणावपूर्ण विरोधानंतर, भारत आणि चीन दोघांनीही तिथून माघार घेण्याचं घोषित केलं. भारतीय सैनिक आपल्या हद्दीत परतले तर चीनी सैन्यानं त्या भागापासून काही किलोमीटर अंतरावर तात्पुरतं आणि काही प्रमाणात कायमस्वरूपी बांधकाम उभारायला सुरुवात केली. या वादावादीनंतर कायम स्वरूपी चालणाऱ्या संघर्षालाच जन्म मिळाला, त्यामुळे या भागात भारतीय आणि चीनी सैनिकांचा वावर अधिकच वाढला.

सफर या गाण्यातील, *इतना कडवा हो गया मैं के जहर हुवा* या ओळी बहुतेक भारतातील वातावरण किती बिघडलं आहे त्यासंबंधीच लिहिल्या गेल्या होत्या. २०१५मध्ये उत्तर प्रदेशातील दादरी येथे ज्या द्वेषानं मोहम्मद अखलाकचा बळी घेतला, त्यानं २०१७मध्येही आपलं अस्तित्व वारंवार दाखवलं. ५५ वर्षीय पेहलू खान हा हरियाणाच्या नूंह जिल्ह्यातील एक दूध उत्पादक शेतकरी होता. तो जेव्हा जयपूरमधून गायी विकत घेऊन आपल्या गावी जात होता, त्या वेळेस राजस्थानातील, बहरोड येथे गोरक्षकांनी त्याची हत्या केली. त्यामध्ये आणखी सहा लोक गंभीर जखमी झाले. पोलिसांनी बळी पडलेल्या लोकांवर गाईची तस्करी केल्याच्या आरोप केला. जूनमध्ये, सतरा वर्षीय जुनैद आणि त्याचे दोन चुलत भाऊ यांच्यावर हरियाणातील, पलवल या गावाजवळ रेल्वेमध्ये हल्ला चढवण्यात आला. जुनैदजवळ गोमांस असल्याच्या संशयावरून त्याची हत्या करण्यात आली होती. या घटनांमध्ये बळी पडलेले लोक हे मुख्यतः मुस्लीम होते. दलितांनीही वाढत्या अत्याचाराचा तडाखा सोसला. जातीय आणि धार्मिक हिंसाचाराच्या घटना वाढत असताना, समाजातील अल्पसंख्याक आणि वंचित समुदायांमध्ये अस्वस्थततेची आणि असुरक्षिततेची एक भावना वाढीस लागली.

आपल्या दीर्घ इतिहासामध्ये एक पान जोडून भारताचं आणखी एक वर्ष संपलं होतं. नव्या आशा, नव्या अपेक्षा आणि नव्या आव्हानांसोबत आणखी एक नवीन वर्ष वाट बघत होतं. मागे अनेक आठवणी सोडून जाताना, २०१७ कदाचित हेच म्हणत असेल, *सफर का ही था मैं सफर का रहा।*

समारोप

उडान (२०१०) चित्रपटात अमिताभ भट्टाचार्यनं *गीत में ढलते लफ्जों में, ताल पे चलती नब्जों में, नया कुछ नया तो* जरूर है या गाण्यांत, कदाचित हिंदी चित्रपट संगीत आणि भारताविषयीच लिहिलं असावं. एकेक सूर जोडत, गाणं साकार होतं, या गाण्यांनीच वेगळ्या आणि बदलत्या भारताची आणि भारतीयांची कथा-व्यथा सांगितली.

हिंदी चित्रपट संगीताच्या महत्त्वाविषयी कोणत्याही नव्या प्रमाणपत्राची आता आवश्यकता नाही; पण मूळ कलेमध्ये असलेल्या त्याच्या योगदानासाठी त्याला अधिक श्रेय देण्याची निश्चितच गरज आहे. दर वर्षी शेकडो नवे चित्रपट तयार होत असतात, त्याचबरोबर कथा, पटकथा, प्रसंग यांची वारंवार पुनरावृत्ती होत असते आणि त्यासोबतच संगीतकारांना नव्या संगीताच्या साहाय्यानं त्यात सूर भरण्यासाठी नवे मार्ग शोधण्याची आणि त्यासाठी गीतकारांनाही त्या भावना व्यक्त करण्यासाठी नवे शब्द शोधण्याची गरज निर्माण होत असते. अनेक दशकांनंतरही त्याच त्या प्रसंगांसाठी आपल्याला नवी गाणी देणं हीच त्या संगीतकार आणि गीतकारांच्या अस्सल प्रतिभेची आणि सच्च्या प्रयत्नांची ओळख आहे. जुनी गाणी किंवा लोकसंगीतावर आधारित गाणी नव्यानं सादर करण्याऐवजी किंवा लोकप्रिय गाण्यांची मोडतोड करून ती सादर करण्याऐवजी, या कलाकारांनी असं काम केलं की, ज्यामुळे अनेक पिढ्यांचं मनोरंजन झालं आणि त्यांच्या मनाच्या तळाशी असलेल्या भावनाही अभिव्यक्त झाल्या.

'अनेक थर असलेलं प्राचीन हस्तलिखित' हा उल्लेख असलेल्या आपल्या विधानानं नेहरूंनी कदाचित नकळतच हिंदी चित्रपट संगीताचंही गुणवर्णन केलं होतं. हिंदी चित्रपट आणि हिंदी चित्रपट संगीत १९४७पासून एखाद्या नदीप्रमाणे प्रवाहित आहे, प्रत्येक वळणावर वेगळा वेग घेत, प्रत्येक कोपऱ्यावर आपला रंग बदलत. फक्त ही नदी समुद्राला जाऊन मिळत नाही, तर ती केवळ वाहते; पण नेहरूंच्या कल्पनेतील हस्तलिखितांप्रमाणे, हिंदी चित्रपटातील गाणीदेखील प्रत्येक थरावर बदललेली आहेत, त्याचप्रमाणे आधीच्या गाण्यांमधील काहीतरी त्यांच्यात टिकून राहिलेलं असतं. सातत्यपूर्ण बदल.

जेव्हा सर्व संगीतकार, वादक आणि गायक एकाचवेळी एकाच स्टुडिओत हजर असायचे, असा एक काळ होता. हिंदी चित्रपट संगीतामध्ये आता तो काळ राहिला नाही. आता ए. आर. रहमानचा काळ आहे जेव्हा जर्मनीत त्याच्या गाण्यासाठी एक वाद्यवृंद काही सुरावटी सादर करतो आणि गायक एका आठवड्यानं येऊन त्याचं गाणं रेकॉर्ड करतो.

२०१७मध्ये, हिंदी चित्रपट संगीताची भाषा कदाचित १९४७च्या तुलनेत वेगळी आहे. त्यावर पाश्चिमात्य संगीताचा जास्त प्रभाव आहे; पण त्यामध्ये हिंदुस्थानी शास्त्रीय संगीत आणि गायकीचा प्रभाव असलेलीदेखील काही गाणी आहेत.

१९४७मध्ये लोक जर ग्रामोफोनवर हिंदी चित्रपट संगीताचा आस्वाद घेत असतील तर आता ते आता कानात हेडफोन घालून मोबाईलवर हवी ती गाणी ऐकतात. आज विविध म्युजिक ॲप्सच्या माध्यमातून नाना प्रकारचे संगीत हे २४X७ प्रवाहित होत राहतं, त्यामुळे हिंदी चित्रपटगीतांच्या अल्बमकडे पाहण्याचा दृष्टिकोन बदललेला आहे. गेल्या काही वर्षांमध्ये आता गाण्यांच्या अल्बमऐवजी एकेकट्या गाण्याचा अधिक विचार होत आहे. त्यामुळेच हिंदी चित्रपटगीतांमध्ये स्वतःचं काही बदल घडतील आणि ते आणखी काही नव्या स्वरूपात उत्क्रांत होईल – *कुछ नया.*

एक नवजात प्रजासत्ताक असलेल्या भारतामध्ये जो बदल घडत होता, हिंदी चित्रपटामध्ये त्याचच प्रतिबिंब पडत होतं. सन १९४७पासून पुढे, हिंदी सिनेमानं भारत एक राष्ट्र असल्याची भावना घडवण्यात बहुमूल्य योगदान दिलं आहे. त्याचे शब्द, चाली आणि भारतीय समाज यांच्यातील संबंध, आपल्याला वाटतो त्याहीपेक्षा अधिक गहीरा आणि बळकट आहे. हे पुस्तक हाच मुद्दा अधोरेखित करण्याचा एक प्रयत्न आहे. पानोपानी सप्तसुरांची उधळण.

भारतानं आपल्या भूतकाळातील अनेक घटना मागे टाकत, १९४७मध्ये एक नवा मार्ग निवडला आणि १९५०मध्ये त्यावर शिक्कामोर्तब केलं. भारताचा एका नवा प्रवास सुरु झाला, त्यानं लोकांना सोबत येण्यासाठी आवाहन केलं आणि तेही आनंदानं या प्रवासात सामिल झाले. १९५०च्या दशकातील आशावादी दिवसांपासून, १९६०च्या दशकांतील काळ्याकुट्ट कालखंडापर्यंत, ते १९७०च्या दशकातील अस्वस्थतेपासून, १९८०च्या दशकातील उलथापालथीपर्यंत ते १९९०च्या उन्मादी उत्साहापासून, ते नव्या शतकातील आत्मविश्वासापर्यंत, हा भारतीय प्रयोग टिकून राहिला आणि भारतीय जनतेनं या बदलाचा स्वीकार केला.

भारताच्या पुरोगामी घटनेसोबत, भारताच्या संस्थापक नेत्यांनी आपल्यासाठी काही गोष्टी ठरवून दिल्या होत्या आणि कदाचित त्यामध्ये परिपूर्णता नसेल, त्यात आपण स्वत:ला झोकून दिलं नसेल किंवा कदाचित आपण त्या कसोटीवर उतरलोदेखील नसू; पण अत्यंत प्रामाणिकपणे आपण ती शपथ पाळण्याचा प्रयत्न केला. भारत टिकून राहिला आहे. भारत टिकून राहील.

ऋणनिर्देश

एक लहान मूल वाढवताना अख्ख्या गावाची गरज भासत असते, *नोट बाय नोट* या पुस्तकालाही आपल्या काळातील एका गावामुळे आयुष्य लाभलं आहे. आम्ही आमच्या प्रत्येक मित्राचे, सहकाऱ्यांचे (विशेषतः द *इंडियन एक्स्प्रेस* आणि *बिजनेस स्टँडर्डमधील* आमच्या वरिष्ठांचे) आणि कुटुंबाचे आभारी आहोत. जेव्हा आम्ही आमच्या कल्पनेसोबत आणि नंतर ती प्रत्यक्षात उतरवण्यासाठी झगडत होतो, त्यांनी आम्हाला समजून घेतलं.

हे पुस्तक आमचे प्रकाशक हार्पर कॉलिन्स यांच्या सहकार्याशिवाय अस्तित्वातच आलं नसतं. २०१६मध्ये आम्ही यावर काम करण्याचा निर्णय घेतला, तेव्हापासून आमच्या आयुष्यातील *आरोह* आणि *अवरोह,* चढ-उतार आणि वळणांवर त्यांनी आमच्या कल्पनेला पाठबळ दिलं. आम्हाला सौम्यपणे आमच्या कामासाठी दटावत राहणाऱ्या क्रिशन चोप्रा आणि अँटोनी थॉमस यांचेही विशेष आभार.

हिंदी चित्रपट आणि हिंदी चित्रपट संगीत हा विषयच इतका विस्तारलेला आणि वैविध्यपूर्ण आहे की, आमचं मार्गदर्शन करण्यासाठी आम्हाला या उद्योगाचा भाग असलेल्या अनेकांची वेळोवेळी मदत झाली. भारताच्या राजकीय इतिहासाबाबतदेखील असंच म्हणता येईल. या इतिहासाचा अनुभव असलेल्या व्यक्तींकडून किंवा त्याचा अभ्यास करत असलेल्या व्यक्तींकडून मोलाची मदत मिळाली. या दोन्ही क्षेत्रांमध्ये इतक्या व्यक्ती आहेत की त्यांचे आभार मानणं आणि त्यांची नावं इथं समाविष्ट करणं जवळपास अशक्य आहे; पण या पुस्तकामध्ये आपलं काय योगदान आहे हे तुमच्यापैकी प्रत्येकाला माहीत आहे. सर्वांचे मनःपूर्वक आभार.

नोट बाय नोट सारखं एखादं पुस्तक हे त्याच्या स्वरूपामुळेच परिपूर्ण असू शकत नाही. यांतील सर्व चुका आणि दोषांची जबाबदारी ही केवळ आणि केवळ आमच्यावरच आहे.

हे पुस्तक लिहिताना आम्ही खूप काही शिकलो - स्वतःविषयी, हिंदी चित्रपट संगीताविषयी आणि स्वतंत्र भारताविषयी. आम्ही आशा करतो की, आम्ही त्यातील थोडा भाग तरी तुमच्यापर्यंत पोहोचवण्यात यशस्वी ठरलोय - संगीताच्या चालीवर इतिहासाची लय, *नोट बाय नोट.*